रत्नाकर
मतकरी

अॅडम

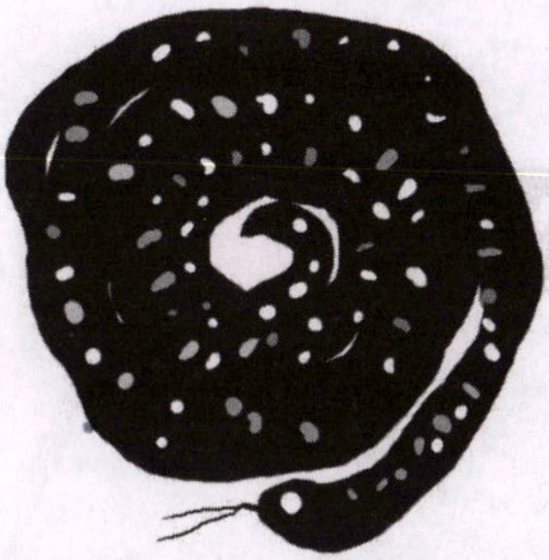

मेहता
पब्लिशिंग
हाउस

ॲडम / कादंबरी
रत्नाकर मतकरी
Email : author@mehtapublishinghouse.com

संस्थापक :
अनिल मेहता आणि सुनील मेहता

प्रकाशक
अखिल सुनील मेहता,
मेहता पब्लिशिंग हाऊस,
१९४१, सदाशिव पेठ,
माडीवाले कॉलनी,
पुणे – ४११ ०३०

मुद्रक
श्री मुद्रा,
१८१ शुक्रवार पेठ,
पुणे ४११००२.

मुखपृष्ठ । चित्रे
चंद्रमोहन कुलकर्णी

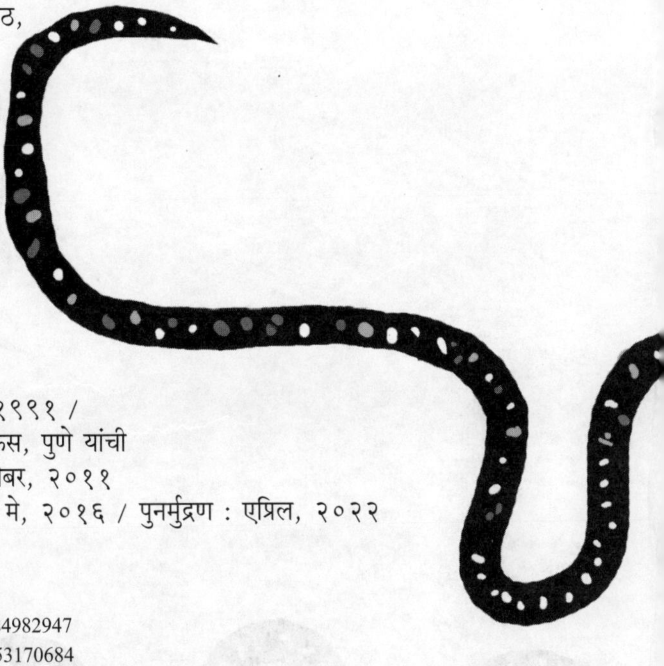

प्रथमावृत्ती डिसेंबर, १९९१ /
मेहता पब्लिशिंग हाऊस, पुणे यांची
दुसरी आवृत्ती ऑक्टोबर, २०११
फेब्रुवारी, २०१३ / मे, २०१६ / पुनर्मुद्रण : एप्रिल, २०२२

किंमत : ₹ ३५०

P Book ISBN 9788184982947
E Book ISBN 9789353170684
E Books available on: play.google.com/store/books
www.amazon.in
books.apple.com

अॅडम

रत्नाकर
मतकरी

डॉक्टर मर्सी आणि अजित मुरिकन
या माझ्या प्रिय जोडप्यास...

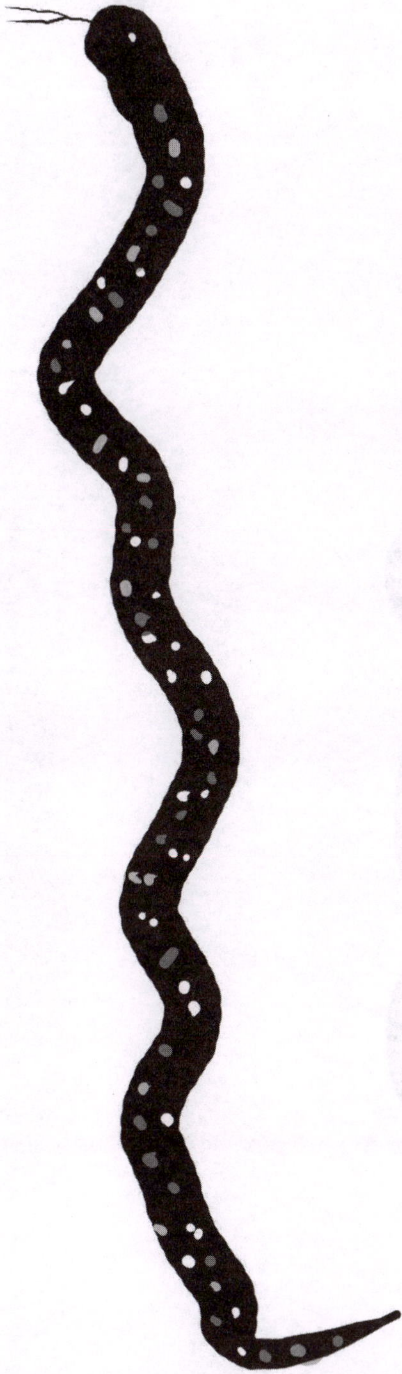

या कादंबरीतील
सर्व पात्रे आणि प्रसंग
काल्पनिक आहेत.
कंपन्यांची नावे,
संस्थांची नावे हीदेखील काही खरी,
काही काल्पनिक आहेत.
कंपन्यांशी किंवा संस्थांशी संबंधित
पात्रे संपूर्णपणे काल्पनिक आहेत.

पात्रे व प्रसंग यांचे
जिवंत अथवा मृत व्यक्तींशी किंवा
त्यांच्या आयुष्यातील प्रसंगांशी
साधर्म्य आढळल्यास
तो योगायोग समजावा.

- लेखक

आणि तो ॲडमला म्हणाला
"तू आपल्या बायकोचे ऐकलेस,
आणि त्या झाडाचे (फळ) खाल्लेस,
जे मी तुला बजावले होते, की
'खाऊ नकोस'
म्हणून तुझ्यामुळे भूमी शापित झाली
आहे. जन्मभर तू श्रम करूनच
तिच्यातून खाशील.

माझ्या कपाळावरच्या घामात
(भिजवून) तू भाकरी खाशील.
परत जाईपर्यंत त्या भूमीत.
कारण तिच्यामधूनच तुला काढले;
तू आहेस माती
आणि मातीतच तू परत जाशील."

जेनेसिस ३

नव्या आवृत्तीच्या निमित्ताने

'ॲडम' ही माझी, आत्तापर्यंत सर्वांत धाकटी कादंबरी. थोरली 'जौळ' - ती नावाजली गेली, तिच्यावर आधारलेलं 'माझं काय चुकलं?' हे नाटक जोरात चाललं, तिच्यावर चित्रपटही झाला. थोडक्यात, ती सुस्थळी पडली. मधली 'पानगळीचं झाड', तिच्यावर नाटक झालं. ते बऱ्यापैकी चाललं, ती ब्रेल लिपीतही आली. तिसरी 'ॲडम'. तिच्यावर ना नाटक झालं, ना चित्रपट. रसिकांनी ती आवडल्याचं एकमेकांना सांगितलं तरी कुजबुजून. पण धाकटी आणि धड मार्गाला ना लागलेली मुलगी बापाला अधिक आपलीशी वाटते म्हणून माझं 'ॲडम'वर प्रेम आहे, असं नाही. अगदी त्रयस्थपणे, तटस्थपणे पाहिले तरी या कादंबरीचे गुण स्पष्ट दिसतात. मलाच नाही, तर मुद्दाम डोळे झाकून न घेतल्यास, कुणालाही.

१९८८मध्ये 'अक्षर'च्या दिवाळी अंकासाठी मी ती लिहिली. ती लिहून होण्याआधीच संपादक निखिल वागळे याने ती स्वीकारली होती. (माझ्या लिखाणावर असा विश्वास 'जौळ'च्या वेळी 'माणूस'च्या श्री.ग. माजगावकरांनीही दाखवला होता.) मात्र त्यांची एक अट होती. नुकत्याच सुरू होणार असलेल्या अक्षर प्रकाशनला मी ती पुस्तकरूपाने काढू द्यावी. नकार देण्यासाठी मात्र कारण, म्हटले तर एवढेच होते की, अक्षर प्रकाशन अजून प्रस्थापित व्हायचे होते. पण असे व्यवहारी विचार मी कधीच करीत नसल्यामुळे मी निखिलला होकार दिला. दिवाळी अंकात छापून येताच त्या कादंबरीचा बोलबाला झाला. ज्येष्ठ संपादक (वीणा) आणि साहित्यनिरीक्षक उमाकांत ठोमरे यांनी ती विलक्षण वाटल्याचा निरोप पाठवला. 'माहेर'मधे चारू सारंग आणि अनिल बळेल यांनी दोन दीर्घ लेख लिहिले. मॅजेस्टिक गप्पांमधे या कादंबरीच्या निमित्ताने 'मराठी साहित्य आणि अश्लीलता' या विषयांवर परिसंवादही झाला. कादंबरी 'बोल्ड आहे पण चांगली आहे.' असे अनेकांनी कळवले. ती आवडल्याचे अनंत सामंत यांनी प्रत्यक्ष भेटून सांगितले. (तीच माझी त्यांची पहिली भेट!) विल्सन कॉलेजमध्ये प्रा. मंगल आठलेकरांनी माझी मुलाखत ठेवली होती. तिच्यात त्यांच्या एका विद्यार्थिनीने 'ॲडम'ची सविस्तर प्रशस्ती केली. काही प्रकाशकांनी ती प्रकाशनासाठी मागितली. मी 'अक्षर'ला नाइलाजाने वचनबद्ध असल्यामुळे नकार दिला.

आणि अचानक कळ फिरावी, तसे सारे काही एकदम थांबले. कोणीही 'ॲडम'विषयी बोलेनासे झाले. बोललेच तर फक्त ती किती अश्लील आहे, याविषयी बोलत. एका ज्येष्ठ समंजस लेखिकेकडे एकजण, तिने प्रतिकूल परीक्षण लिहावे अशी विनंती करण्यासाठी गेल्याचे कळले. तिने अर्थातच, मला कादंबरी आवडली, मग मी प्रतिकूल अभिप्राय का लिहू? अशी भूमिका घेतली. मात्र दुसऱ्या

एका विदुषीने एका प्रमुख दैनिकात बिचकत बिचकत एक प्रतिकूल अभिप्राय लिहिला. बिचकत म्हणण्याचे कारण, त्यातले मुद्दे, ओढूनताणून वाईट म्हणायचे असावे, तसे होते. उदाहरणार्थ, 'यातली नावे तरी किती ढोबळ आहेत पाहा! खलस्त्रीचे नाव श्यामला आणि सुस्त्रीचे नाव निर्मला!) बाईंना ठाऊक नाही, की दक्षिणेत 'श्यामला' या नावात काही वाईट समजत नाहीत... शिवाय त्यांनी एवढा तरी विचार करायला हवा होता की नाटके, कथा यांमधून आजवर शेकड्यांनी पात्रांना नावे देणारा लेखक त्याविषयी इतका अप्रगल्भ असेल का?)

असो. तर एखादा कट केल्यासारखे एकदम 'ॲडम'ला अश्लील ठरवून बहिष्कृत करण्यात आले. मात्र अनेक वाचक स्वतंत्रपणे मला 'ॲडम'च्या गुणवत्तेविषयी मोकळेपणाने सांगतच होते. कादंबरी अश्लील असल्याचा दावा खोडून काढतच होते. (साहित्यिकांमध्ये, माझ्यावर अश्लीलतेचा खटला भरण्याची भाषाही सुरू झाल्याचे कळले. पण त्यामुळे कादंबरीला महत्त्व येईल, या भीतीने ती हळूहळू बंद झाली.) कादंबरीत खरोखरच अश्लील काही नव्हते. शरीरसंबंधाचे तपशील होते, पण ते विषयाशी प्रामाणिकपणे संबंधित होते, जसे 'पानगळीचं झाड' मध्ये कुष्ठरोगाच्या उपचाराचे तपशील होते, तसे. तिथे जर ते घृणास्पद वाटत नव्हते, तर इथे हे अश्लील वाटण्याचे कारण काय होते? विषयाशी प्रामाणिक राहून लिहिणे, हेच लेखकाकडून अपेक्षित असते; आणि कुठलाही विषय मुळात वाईट नसतोच. हाताळणीतला अप्रामाणिकपणा मात्र कलाकृतीला हिणकस बनवतो.

'ॲडम'चा नायक वरदराज ऊर्फ वरदा याचा जीवनप्रवास थोड्याफार फरकाने बऱ्याच पुरुषांचा असतो, तसाच आहे. लहानपणी स्त्री देहाविषयींचे कुतूहल, ते नीटसे न भागणे. पुढे असमाधानी स्त्रियांकडून वापरले जाणे, नंतर खरेखुरे प्रेमात पडणे. त्याच्याविषयी प्रेम नसतानाही श्यामलेने सोयीसाठी किंवा स्वत:च्या भावना नक्की माहीत नसल्यामुळे त्याच्याशी लग्न करणे व कालांतराने आपल्या पहिल्या प्रियकरांशी संबंध ठेवून वरदाचे जिणे उद्ध्वस्त करणे, जिला तिच्या मुलांसह विनाअट आधार दिला त्या 'प्रेमा'ने पुढे घरामध्ये वाटा मागणे, आणि ज्या निर्मलेकडून किंचित्काल प्रेम मिळाले तिलाही अखेर दुरावणे, असा वरदाच्या प्रेमाचा आलेख आहे. तिसऱ्या 'पुरुषार्था'त पदोपदी अपयश पदरी पडत असताना दुसरा पुरुषार्थही वरदाला समाधान देत नाही. सचोटीने वागून, किंबहुना त्यामुळेच नोकऱ्या सुटत जातात, त्या कधी चांगुलचालनाचा कंटाळा म्हणून तर कधी भ्रष्टाचारात वाटेकरी होऊ नये, म्हणून कधी (श्यामला प्रकरणातल्या) नाचक्कीला घाबरून, तर कधी आणखी कशाने एक्झिक्युटिव्हपासून टायर कंपनीच्या सेल्समनपर्यंत सारी कामे वरदा करतो, पण कधीही सुस्थितीत राहत नाही. एका परीने सुखाचे जीवन जगण्यासाठी पुरुषाला कराव्या लागणाऱ्या धडपडीबद्दल स्त्रीच्या असमाधानाबद्दल

(कारण वरदाइतक्याच प्रेमा, श्यामला, निर्मला, चल्लाची बायको, या साऱ्याच आपापल्या परीने दुःखी आहेत.) एकूण मानवी जगण्यातल्या दुःखावरच ही कादंबरी भाष्य करते.

'ॲडम'मधल्या वरदाच्या आयुष्यात अनेक स्त्रिया आल्या असल्या, तरी तो स्त्रीलंपट नाही. कुठेही परिपूर्ण नातेसंबंध तयार न झाल्यामुळे तो आज ना उद्या आपल्या मनातली प्रेमिका आपल्याला भेटेल, या आशेवर राहतो आणि तरीही कुठेच पुढाकार घेत नाही. शरीरसुखावर झडप घालत नाही. प्रेमाशिवाय शरीरसंबंध ठेवणे त्याला नकोसे वाटते. म्हणूनच तो वेश्यागमन करू शकत नाही. अगदी बॉसच्या सांगण्यावरून संबंधित अधिकाऱ्यांना खाण्यापिण्याबरोबर पोरी पुरवतानाही तो स्वतः निरिच्छ राहतो. मात्र कामभावना ही जगण्यासाठी अत्यावश्यक आहे, ही त्याची (कुठल्याही समतोल व्यक्तीप्रमाणेच) धारणा आहे. माझ्या मते, तो एक 'नॉर्मल' पुरुष आहे. नॉर्मल पुरुषांच्या गरजांविषयी आपल्या वाङ्मयात फार थोडे आल्यामुळे (एकीपेक्षा अधिक स्त्रीशी संबंध आला की, ती व्यक्तिरेखा एकदम चैनी, विलासी, स्त्रीलंपट या वर्गातच टाकून दिली जाते.) वरदाच्या गरजेच्या उल्लेखांनी एकदम बिचकल्यासारखे वाटते एवढेच.

'ॲडम'मध्ये सुमारे चाळीस वर्षांचा कालखंड येतो. त्याबरोबरच दक्षिण भारतातील नानाविध स्थळे आणि अनेक व्यक्तिरेखा. कितीतरी पात्रे या कादंबरीत भेटतात; त्यांच्या आयुष्यातल्या विविधरंगी प्रसंगांनी 'ॲडम' भरगच्च आणि नाट्यपूर्ण झाली आहे.

पुरुषाचे आपल्या शरीराशी असलेले नाते ही गोष्टही आपल्या वाङ्मयात अजून फारशी आली नसली; तरीही यापुढे यायला हवी, कारण ती प्रत्येक पुरुषाच्या अनुभवाची बाब आहे. वरदा आणि त्याचे इंद्रिय यांच्यात कधी कधी जो संवाद चालतो तो अतिशय नैसर्गिक आहे. कादंबरीतील शरीरवर्णने फार उघड आहेत असे वरवर वाटेल, पण वरदाने स्वतःच्या शरीराच्या संदर्भात वयानुसार ओलांडलेल्या कुतूहल, थ्रिल, आनंद, तृप्ती, गरज, वाढती गरज, मैत्री, असमाधान, समाधान, विफलता अशा ज्या पायऱ्या येतात, त्याप्रमाणे ही वर्णने कमी कमी उघड होत गेली आहेत, हे लक्षात घ्यायला हवे. स्वतःचाच शरीराविषयी काहीसा तात्त्विक विचार करणे या आलेखाप्रमाणे प्रत्यक्ष शारीरिक तपशील कमी कमी होत गेलेला आहे. ही सूचकता कादंबरीवर अश्लीलतेचा शिक्का मारण्यापूर्वी ध्यानात घ्यायला हवी.

समीक्षेमागचे पारंपरिक दृष्टिकोनही आता थोडेफार बदलायला हवेत. समाजाच्या निम्नस्तरातले जीवन, बहुजन समाजाचे जीवन, आजचे ग्रामीण जीवन यांचे चित्रण सहजपणे वास्तववादी म्हणून स्वीकारले जाते... पण मध्यमवर्गीय किंवा निम्नमध्यमवर्गीय ब्राह्मणाचे चित्रण ('बालकांड'चा सुखद अपवाद वगळता) दुर्लक्षिले

जाते. त्याचप्रमाणे स्त्रियांवर होणाऱ्या अन्याया-अत्याचारांचे चित्रण हा सखोल साहित्याचा हेतू समजला जातो. पण पुरुषवर्गावरही – स्त्रियांइतक्या प्रमाणात नसला तरी – अन्याय होतोच. त्याचे चित्रण होते का? आजवर पुरुष घरातला कर्ता मानला गेला, म्हणून तो सारे काही आपल्या मनासारखे करू शकतो, असे गृहीत धरले गेले. त्याच्यावर अनेक अपेक्षांचा भार सहजपणे टाकला गेला. जो या अपेक्षा पुऱ्या करू शकत नाही त्याला, आजच्या जबाबदाऱ्या काढून घेण्याच्या काळातही कितीशी सहानुभूती मिळते? केवळ वैवाहिक हक्क म्हणून स्त्रीवर मनाविरुद्ध शरीरसंबंध लादणारा पत्नीवर बलात्कार करीत असतो आणि तिला तो नाकारण्याचा पूर्ण हक्क आहे असे आपण आता मानतो, आणि ते योग्यच आहे. परंतु पुरुषाला आपल्या पत्नीकडून शरीरसुख न मिळाल्यास आणि ते बलात्काराने स्वतःच्या शारीरिक समाधानासाठी मिळवायचे नसल्यास नैतिकतेच्या चौकटीत बसणारा कुठला मार्ग उपलब्ध आहे? पुरुष काय, कसेही सुख मिळवतो, बाईचे कठीण, असे सहजपणे म्हणताना आपण, निदान काही पुरुषांना तरी वेश्यागमन हा पर्याय वाटू शकत नाही हे लक्षात घ्यायला नको का? वैवाहिक बलात्काराच्या बाबतीत पुरुषाच्या गरजेचाही विचार केला जायला हवा. श्यामला वरदाला कसलेच सुख देत नाही, उलट तो क्षुधित असल्यामुळेच त्याची नजर आपल्या घरात राहणाऱ्या दोन शिष्यांवर आहे, असा खोटा प्रचार करते. समाजाला तो खराही वाटतो. का? तसा संकेत आहे म्हणून? 'ॲडम' असे अनेक प्रश्न वाचकाला, समाजाला विचारते. आज त्यांची उत्तरे समाजाकडे नसतील, पण मूळ प्रश्नांकडेच दुर्लक्ष, हा त्यावरचा उपाय नाही.

'ॲडम' अधिक वाचकांपर्यंत पोहोचायला हवी होती, याचे शल्य माझ्यापेक्षा, माझ्या वाचकांना अधिक बोचत असावे. कारण, माझ्या प्रत्येक जाहीर मुलाखतीत प्रेक्षकांमधून 'ॲडम' विषयक प्रश्न येतात. कदाचित साहित्यदिशादर्शकांनी शिफारस न करता या कादंबरीचा शोध आपला आपल्यालाच लागला, याचे त्यांना आधिक अप्रूप वाटत असावे. नुकताच एका जाहीर मुलाखतीत मला मुलाखतकाराने प्रश्न केला – 'ॲडम' विसरली गेली, याची खंत तुम्हाला वाटते का? मी म्हटले - अजिबात नाही. कारण आज, तिच्या प्रकाशनानंतर दोन दशकांनीदेखील हा प्रश्न विचारला जातोय, तर ती विसरली गेली, असं कसं म्हणायचं? मला खात्री आहे – ती नव्यानं वाचली जाणाऱ्यांची संख्या वाढतेय, ती इंग्रजीत रूपांतरित व्हावी, अशाही सूचना अनेकांकडून येताहेत. कधी ना कधी नव्या काळाप्रमाणे समीक्षेचे पारपंरिक संकेत मोडीत काढून तिचे नव्यानं मूल्यमापन केलं जाईल, याविषयी मला बिलकूल शंका नाही!

– रत्नाकर मतकरी

एक

कुण्डिमेल मच्चम उळ्ण्वन् निरैय्य आसनंगळिल उत्कारूवान् अदेमादिरी सुन्निमेल मच्चम उळ्ळ आण् वेवेर पणूगेळे उपभोगुवान्. आमच्याकडे एक म्हण आहे. तिचा अर्थ असा; की ज्याच्या ढुंगणावर तीळ असतो, तो पुरुष अनेक आसनांवर बसतो, आणि ज्याच्या लिंगावर तीळ असतो, तो अनेक स्त्रियांचा उपभोग घेऊ शकतो.

माझ्या ढुंगणावर तीळ आहे की नाही, हे पाठीमागे आरसा धरून पाहण्याचा खटाटोप मी कधी केलेला नाही. मला नग्न पाहिलेल्या स्त्रियांपैकीही कोणी आजवर त्याचा उल्लेख केलेला नाही. अगदी लहानपणीसुद्धा अम्माला किंवा मोठ्या बहिणींना मी तसं काही म्हणताना ऐकलेलं नाही. पण ती म्हण खरी असेल; तर तो तिथे असायलाच हवा, इतक्या खुर्च्या, म्हणजे इतक्या नोकऱ्या मी बदलल्या आहेत.

आणि ती म्हण खरी असणारच असं वाटतं. कारण तिचा उत्तरार्ध माझ्या बाबतीत शब्दश: खरा ठरलेला आहे.

पण अनेक स्त्रियांशी संबंध येऊनही मला अजून कळलेलं नाहीये की, स्त्री आणि पुरुष यांचा संबंध नेमका असतो तरी काय?

खरं म्हणजे दोघांनाही निसर्गानं एकेक सुंदर शरीर दिलेलं आहे. एकमेकांच्यासाठीच त्याचा नीट उपयोग करून स्वत: आनंदी व्हावं, आणि दुसऱ्यालाही आनंद द्यावा, यासाठी. शरीर जन्मभरासाठी असतं - तेव्हा त्यापासून मिळणारा आनंदही जन्मभर मिळत राहायला हरकत नसावी... पण नाही. तो क्षणिक ठरतो आणि जन्मभर टिकणारा ठरतो तो मात्र हक्क, अधिकार, अपमान, राग, कंटाळा, मनस्ताप किंवा शुद्ध आक्रोश!

याचं कारण काय असेल?

त्या शरीरातून आनंद घेणारं मन - ते तर शारीरिक सुखाच्या उत्कट आनंदाच्या

क्षणानंतर बदलत नसेल?

कोण जाणे! इतक्या अनुभवानंतर मला पडलेल्या अनेक कोड्यांपैकी हे एक कोडं आहे आणि माझा अनुभव तसा कमी नाही. आणखी दोन महिन्यांनी मला बेचाळिसावं लागेल. म्हणजे माझी चाळिशी तर उलटून गेलीच; अजून वार्धक्य आलं नसलं, तरी तारुण्य मागं पडलं हे निश्चित.

मी स्त्रीची सगळी रूपं पाहिली. कामिनी, मानिनी, स्वामिनी, विजेती आणि पराजिता देखील; बहरलेली, खुललेली, थकलेली, गांजलेली आणि संतापलेलीसुद्धा! या प्रत्येक रूपात तिच्या जोडीला एकेक पुरुष होताच. ती स्वामिनी असताना तो दास होऊन, हात जोडून तिच्या पायाशी बसला होता आणि ती पराजिता असताना तो विजयानं उन्मत्त होऊन थयथया नाचत होता.

यात कधी, कुणाचं बरोबर होतं, कुणाचं चूक होतं... हे सांगणं कठीण होतं. एवढंच सांगता आलं असतं की, दोघंही एकमेकांना आनंद देण्याऐवजी दु:खी करत होती. जी शरीरं असीम सुखाची स्थानं होती, तिथं दु:खाची बीजं पेरून वैफल्याची पिकं काढत होती. जी शरीरं परम-मीलनानं कायम एकत्रपणाचं उद्यान फुलवू शकली असती, ती उलट आपल्या पाठीमागे दीर्घकाळ पुरून उरणारा, भकास एकाकीपणा तयार करत होती.

कां? असं कां?

की हीच मानवी शरीराची शोकांतिका आहे? पुरुष जसा पूर्णार्थानं स्त्री आणि स्त्री जशी पूर्णार्थानं पुरुषाला कधीच साथ देत नाही; तसं या शरीराला मन आणि त्या मनाला शरीर पूर्णांशानं कधीच साथ देऊ शकत नाही?

निदान मला तरी आयुष्यात पदोपदी हेच पाहायला मिळालं.

तामिळनाडूमधल्या तंजावर जिल्ह्यात सिलगिरी म्हणून गाव आहे, तिथं माझं लहानपण गेलं. आम्ही नाडा जातीचे तामिळी ख्रिश्चन!

डॅडी पोलीस इन्स्पेक्टर होते, तब्येतीनं भलते बळकट. त्यांच्या हाताची एक झापड खाल्ली की भल्याभल्या गुंडांना भोवळ यायची. व्यायामाची त्यांना प्रचंड आवड! रोज सकाळी उठून दंड-बैठका काढतील, घरातच आणून ठेवलेल्या वजनांनी वेट-लिफ्टिंग करतील आणि मगच आपला दिवस सुरू करतील.

मी अगदी डॅडींच्या इतका प्रचंड तब्येतदार नसलो, तरी अंगापिंडानं चांगला भरलेला होतो. अगदी लहानपणी तर म्हणे मी जामच जाडा होतो आणि अगदी लोद्या! म्हणजे बसलो एका जागी की बसलो तिथेच. (आणि ही बसायची जागासुद्धा माझी ठरलेली. म्हंजे डॅडींच्या मोटारीची ड्रायव्हर्स सीट. तिथं बसून एका हातानं

स्टिअरिंग व्हील फिरवत राहणं हा माझा आवडता उद्योग. म्हंजे, उद्योग कसा तेवढाच! माझ्या बरोबरीच्या इतर मुलांसारखं धावणं नाही की पळणं नाही, आरडाओरड तर नाहीच नाही. मुळात आधी मी बोलायला लागलोच म्हणे उशिरा. त्यामुळे इतर मुलांमध्ये मिसळणार कसं? मग जागचं न हलता एका जागी चुपचाप एकटंच बसून राहायचं. बस्स!

मी बोलत नव्हतो, फारशी हालचाल करत नव्हतो, मांसमासे खात नव्हतो; याची अम्माला फार काळजी वाटायची. मी चारचौघा मुलांसारखा व्हावा, यासाठी ती एकसारखी व्हर्जिन मेरीला साकडं घालायची आणि तिच्यापुढं मेणबत्त्या जाळत बसायची. शेवटी एकदा त्या कुमारी मातेला आमच्या बिचाऱ्या मातेची दया आली आणि चौथ्या का पाचव्या वर्षी मी बोलायला लागलो. अम्मानं लगेच मेरीपुढं नवसाचं झबलं आणि चड्डी नेऊन ठेवली.

लहानपणी लोद्या असलो, तरी पुढं मी चांगलाच चळवळ्या झालो. शाळेत घालायच्या आधी अम्मानं मला घरच्या घरी बरंच लिहाय-वाचायला शिकवलं होतं. तिच्या शिस्तीचा मला जबर धाक होता. "बस त्या कोपऱ्यात - आणि एवढे धडे वाचून झाल्याशिवाय उठलास तर बघ," अशी तिनं एकदा ऑर्डर सोडली, की मुतायला उठायचीसुद्धा माझी शामत नसायची. चार-पाच वर्षांपर्यंत न बोलणारा लोद्या मी वयाबरोबर डोक्यानं इतका तल्लख झालो की, डॅडींच्या ऑर्डर्लीबरोबर पहिलीत जाऊन बसलो; तेव्हा तिथं पोरं जमिनीवर वाळू पसरून ओरू, ओन्नू, रंडू, नालू काढत होती, ते पाहून 'मला ही शाळा नको, मला हे सगळं येतंय,' असं सांगून मी सरळ घरी पळून आलो. दुसरीच्या वर्गात घातलं तर तिथंही हेच झालं. मग मी जेव्हा वाद्ययारांना, ओरंगू कदै, तेनालीरामन कदै, घडाघडा वाचून दाखवले; कूटल करून दाखवल्या, तेव्हा हे सगळं मला खरंच येत होतं, अशी वाद्ययारांची खात्री पटली आणि त्यांनी मला एकदम तिसरीत बसवलं.

मी सातवी-आठवीत असतानाचं आठवतं...

रविवारी सकाळी चर्चला निघायचं, म्हणजे आमच्या घरात एक मोठा समारंभ असायचा.

डॅडी सकाळचं जॉगिंग, वेट-लिफ्टिंग वगैरे आटपून, आपला एकुलता एक ब्लेझरचा कोट चढवून तयार झाले; तरी अम्माचं आणि लिली–वसंताचं आटपलेलं नसायचं. जेवायला उशीर होणार, म्हणून अम्मा सकाळी आम्हाला मुरुकु, तेंगुळल, सुंडर करून खाऊ घालायची. त्यामुळे तिच्या मते, तिला निघायला कितीही उशीर झाला, तरी तो क्षम्यच होता. डॅडींच्या ब्लेझरला आपला पोशाख शोभावा, म्हणून ती ट्रंकेत सतत डांबराच्या गोळ्या घालून जपून ठेवलेल्या कशिदाकामाच्या तीन जॉर्जेटच्या साड्यांपैकी एक नेसायची. अम्मा रूपानं ठसठशीत आणि तब्येतीनं

सुदृढ होती. त्यामुळे अशा विशेष चांगल्या कपड्यांत ती अगदी उठून दिसायची. एरवी अम्मापासून चार हात लांब राहणारे डॅडी अशा वेळी पुन्हापुन्हा आमच्या पाठीवरून हात फिरवून तिला 'कमॉन डार्लिंग' म्हणायचे.

डॅडींनी कितीही घाई केली, तरी अम्मा तिकडे लक्ष द्यायची नाही. ती आपली सगळ्या कपाटांना, ट्रंकांना नीट कुलपं लावली आहेत ना, सगळ्या दारांना आतनं कोयंडे घातलेत ना, याची खात्री करून घेत, चाव्या खुळखुळवत सबंध घरभर शांतपणे फिरायची.

तोवर लिली (तिचं मूळ नाव लिलियन - खरं तर तिची आणखी दोन नावं होती- कॅथेराइन आणि जॅनेट. झालंच तर वसंताचंदेखील आणखी एक नाव होतं- इवेट. अम्मानं ही नावं इंग्रजी कादंबऱ्यांमधल्या धीरोदात्त नायिकांची ठेवलेली होती, आपल्या मुलीदेखील त्यांच्यासारख्याच व्हाव्यात, या भावनेनं. पण ही नावं काही कधी फारशी वापरली गेली नाहीत - आणि म्हणूनच बहुधा माझ्या बहिणीदेखील काही फारशा धीरोदात्त झाल्या नाहीत.) आणि वसंता आपला नट्टापट्टा आटपून माडीवरून खाली यायच्या आणि घाईघाईनं सँडल्स ठेवलेल्या स्टँडकडे जायच्या. स्टँडवरून सँडल्स काढून ते भराभरा पायात चढवून एकदाचं बाहेर पळण्याचा त्या दोघींचा प्रयत्न असायचा.

पण तो कधीच यशस्वी व्हायचा नाही. किचनमधून बाहेर येणारी अम्मा, हॉलच्या पार दुसऱ्या टोकाला असली, तरी तिकडूनच ओरडायची - "इरूंगो!" अम्माच्या किंचित पुरुषी आवाजात अशी काही ताकद होती, ती वासपडीच्या बाहेर पडलेली त्या दोघींची पावलंही हवेतल्या हवेत थांबायची आणि नंतर मुकाट्यानं आत परतायची.

त्यानंतरचे सोपस्कार ठरलेले असायचे. अम्मा तिच्या ठरावीक, नक्षी काढलेल्या पाठीच्या लाकडी खुर्चीवर बसायची आणि त्या दोघींना समोर उभं करून त्यांचं वरपासून खालपर्यंत निरीक्षण करायची. मुलींनी पावडर जास्त लावली नाहीये ना; गाल गुलाबी करायची, ओठांना गडद लिपस्टिक लावायची, भुवया रंगवायची किंवा केसांच्या बटा कपाळावर ओढायची थेरं केली नाहीयेत ना, हे ती बारकाईने बघायची. त्यापैकी काहीही केलेलं असलं की, तिचं 'वुई आर गोइंग टू गॉड्स हाऊस, गर्ल्स्, नॉट अ सिनेमा हाऊस', नं सुरू होणारं सरमन देऊन मुलींना माडीवर पिटाळायची. त्या परत खाली आल्या, की त्यांनी केलेल्या सुधारणा पुन्हा एकदा तपासायची.

अम्माचं विशेष लक्ष मुलींच्या पदरावर असायचं. मी अगदी लहान असताना लिली आणि वसंता, आणि नंतर काही दिवस एकटी वसंता, परकरावर अर्धी साडी नेसायच्या. पुढं अर्थातच दोघीही पूर्ण साडी नेसायला लागल्या. साडीचा पदर

दोघींनीही व्यवस्थित दोन्ही खांद्यावरून घेतला आहे ना, यावर अम्माचा फार कटाक्ष असायचा. जरा पदर इकडचा तिकडे झालेला असला, तरी –'तुम्हाला अक्कल कशी नाही ग? अंग उघडं टाकता. पुरुषमाणसांची नजर चांगली नसते' – असं डॅडी आणि मी, या दोन पुरुषमाणसांसमोरच त्यांना ऐकवायची. डॅडींना ते बहुतांशी मान्य असावं. कारण ते काहीच बोलायचे नाहीत. (साधारणपणे अम्माच्या कुठल्याच बोलण्यावर ते काही विरोधी बोलायचे नाहीत.) आणि मी? मला अम्माच्या बोलण्याचा अर्थच कळायचा नाही. पुरुषांच्या नजरेचा आणि त्या दोघींनी दोन्ही खांद्यावर पदर घेण्याचा संबंध काय, हेच मला कळायचं नाही.

दोघींचा जामानिमा आपल्या घराण्याच्या इभ्रतीला साजेसा झालाय याची खात्री करून घेतल्यावर आजूबाजूला हुंदडणाऱ्या मला अम्मा बाहेर हुसकायची. तेवढ्यातही मी बूट घालायचा आळस करून चपलाच घालून निघत नाहीये ना, आणि बुटांमध्ये मोजे नक्की घातलेत ना, हे तपासून अम्मा आपली चामड्याची जाडजूड पर्स माझ्या हातात द्यायची आणि स्वत:च्या हातानं कुलूप लावून ते तीनतीनदा ओढून पाहून बरोबर लागल्याची खात्री करून घ्यायची. नंतर माझ्याकडून पर्स घेऊन ती त्यात चाव्या टाकायची आणि आम्ही सगळी दाराबाहेर मुथरम ओलांडून रस्त्यावर यायचो.

रस्त्यावर डॅडी गाडीशी उभेच असायचे. आमची वाट पाहून ताटकळल्यासारखं दाखवायचे. 'मला वाटलं, आज आपण चर्चमधलं सरमन संपल्यावर निघणार', हाच नेहमीचा विनोद दर वेळेस नव्या उत्साहानं करत ते गाडीची दारं उघडून द्यायचे. पाठीमागे त्या तिघी आणि शेजारी मी बसलो, की ते स्वत:च्या हातानं तिन्ही दारं बंद करायचे आणि मगच चाकावर येऊन बसायचे.

डॅडींची ही अगदी खास खोड होती. त्यांच्या गाडीची दारं बंद करायला आम्हाला कुणाला परवानगी नव्हती. 'लोक वाटेल तशी दारं बंद करतात आणि मग ती खिळखिळी होतात. किंवा अर्धवट उघडी राहातात' असं त्यांचं म्हणणं होतं; त्यामुळं ते गाडीच्या दारांना कुणाला हात लावू द्यायचे नाहीत. आपल्या फोर्डचा (जुनं मॉडेल - बहुधा चाळीस सालचं!) त्यांना भलताच अभिमान होता. (गाडीचा नंबर एमएस्सी-एम फॉर म्हैसूर – सत्तावीस सत्तावीस होता. तो नंबर अजून माझ्या चांगला लक्षात आहे, नंतर कुणीतरी मला सांगितलं, की किंगमेकर कामराजांच्या गाडीचा नंबर एमडीटी सत्तावीस सत्तावीस होता.) डॅडींना ही फोर्ड गाडी पोलीस खात्यानंच दिलेली होती. ती चालवण्यासाठी पगाराबरोबर पेट्रोल अलाउन्ससुद्धा मिळायचा; पण खर्च कमी करायचा, म्हणून गाडी फक्त पोलीस स्टेशनवर आणि रविवारी चर्चमध्ये, एवढ्याच ठिकाणी ते नेत असत.

आठवड्यातून एकदाच मिळणाऱ्या त्या राइडचा मला मात्र फार आनंद व्हायचा. या गाडीविषयीचं डॅडींचं प्रेम आणि अभिमान मला आनुवंशिक आला

होता. भीतियुक्त दुराव्यामुळे डॅडींपासून लांब बसूनही ते गाडी कशी चालवायचे, हे मी बारकाईनं बघायचो. गिअर, क्लच, ब्रेक या भानगडी मला चांगल्या ठाऊक झाल्या होत्या. सिलगिरीमध्ये फार लोकांकडे गाड्या नव्हत्या. तेव्हा चर्चला निघालेले लोक रस्त्यावरून आमच्याकडे हेव्याने पाहत असायचे, असं वाटून बरं वाटायचं. ओळखीचं कुणी दिसलं, तर हात हलवायला मजा यायची.

चर्चच्या रस्त्यावर बऱ्याच अंतरापर्यंत दोन्ही बाजूला गुलमोहराची झाडं होती. एरवी त्यांची गार सावली असायची आणि मोसमात तर, सगळ्या रस्त्यावर लालशेंदरी मंडपच घातलाय, असं वाटायचं. कुठं बदकांचा कळप गंभीरपणे चाललेला असायचा, नाहीतर कुठं गाडीसमोरून एखादा ससा अक्षरश: जीव घेऊन पळायचा. मग तेवढ्याच निमित्तावर मी आणि लिली मोठ्यांदा ओरडायचो किंवा बराच वेळ शांत आहे, असं वाटलं, तर मोठमोठ्यानं स्तोत्रं म्हणायला सुरुवात करायचो.

लिलीला माझ्यासारखं हसायला, आरडा-ओरडा करायला किंवा गाणी म्हणायला आवडायचं. त्या मानानं वसंता जरा शांत होती. लिलीच्या मानानं ती थोडी फिकुटलेली, आणि अशक्त पण होती. बहुतेक वेळा ती गप्प बसून, आमच्याकडे लक्ष आहे, असं दाखवता दाखवताच स्वत:च्या विचारात हरवलेली असायची.

डॅडी तर माझ्याशी बोलायचे नाहीत. मला काही सांगायचं असलं, तर ते अम्माला सांगायचे. मग त्याप्रमाणं ती मला सूचना द्यायची. त्यामुळं मला स्वत:ला आपणहून डॅडींशी काही बोलणं किंवा सलगीनं वागणं शक्य नसायचं. त्यांना माझ्यावर रागावण्याची संधी मिळू नये, म्हणून मी तत्परतेनं त्यांच्या प्रत्येक कामाकडे लक्ष ठेवायचो. चर्चमध्येसुद्धा मी त्यांच्यापासून लांब दुसऱ्या टोकाला बसून घाबरलेल्या कोकरासारखा एक डोळा त्यांच्याकडे ठेवून असायचो. आम्हा दोघांच्या मधे त्या तिघी सुरक्षितपणे बसलेल्या असायच्या. लिली आणि वसंता या दोघींमधे बसून त्या दोघींवर कडक नजर ठेवायचं काम अम्मा तिथेही चालू ठेवायची. दुसरं कोणी त्यांना डोळे घालत नाहीये ना, इकडे तिचे सारं लक्ष असायचं.

डॅडी तिला गमतीनं म्हणायचेदेखील, ''डार्लिंग, चर्चमध्ये तू प्रार्थना करायला येतेस, की मुलींवर पहारा करायला?''

अम्मा मात्र गंभीरपणे म्हणायची, ''तुम्हाला काय? त्यांची लग्नं होऊन जाईपर्यंत त्यांची जबाबदारी आहे माझ्यावर. आपल्या या गावातल्या पोरांचा काय भरंवसा देता येतो?''

तिच्या शब्दांचा अर्थ मला बरेच दिवस काही केल्या लागत नव्हता.

तो समजावून दिला पुढं राजा, मोहन, व्यंकट या आमच्या गँगमधल्या दोस्तांनी.

आम्हा मित्रांच्या गप्पांमध्ये नेहमीच पोरी हा विषय असायचा. पण सुरुवातीला तो फक्त टिंगल करण्यापुरता होता

आमच्या घरात दोन बहिणी, आणि मी एकटाच मुलगा म्हणून माझी नेहमी थट्टा व्हायची. तुम्हाला माहितेय - मोहन म्हणायचा - वरदाला नेहमी सवय आहे, पोरींच्या हातचा मार खायची. त्याच्या मोठ्या बहिणी जाम झोडतात त्याला.

"कध्धीच नाही!" मी निक्षून सांगायचो – "त्या काय माझ्या अंगाला हात लावतात?"

"लहानपणी ना वरदा कानात इअररिंग्ज घालायचा. कोणाच्या माहित्येय? लिलीच्या."

मग मोठा हशा पिकायचा.

"एक देईन हं मी" असं बोलून मी राजाच्या अंगावर धावून जायचो. "कधी रे मी इअररिंग्ज घालायचो?"

"नाही काय? अजून तू बहिणींच्या चपला घालतोस मस्तपैकी, रंगीत रंगीत."

पुन्हा एकदा सगळे जोरजोराने हसायचे. एक-दोघे जण तेवढ्यात संधी साधून "एऽ पोरगी पोरगी - रंगीत चपला घालते, लाल लाल चपला" असं म्हणून टपली मारायचे.

या आरोपाला माझ्याकडे काही उत्तर नसायचं. कारण खरोखरच माझ्या पायात लिलीच्या लाल चपला असायच्या. मग मात्र मी वाद घालणं सोडून, फुरंगटून घरी जायचो.

"मला चपला कधी घेणारेयस ते सांग." मी लगेच अम्माला जाब विचारायचो.

"अरे, पण तू घालतोस ना लिलीच्या चपला? त्या तुटल्यात कुठं अजून?"

"मला नकोत त्या पोरींच्या चपला. लेडीज फॅशन! पोरं चिडवतात मला."

"अरे, ते तुझी गंमत करतात. त्यासाठी चांगल्या, मापाला येणाऱ्या चपला टाकून द्यायच्या?"

"हो. मला इतर मुलांसारख्या चपला हव्यात."

"घे ना ग अम्मा त्याला, तो म्हणतोय तसल्या चपला." लिली माझी बाजू घेऊन अम्माला सांगायची. अम्माबरोबर बोलताना ती नेहमीच माझी बाजू घ्यायची.

"हे बघा, एक जोड चांगला धड असताना दुसरा घ्यायला आपल्या दारात पैशांचं झाड नाही, समजलात?" अम्मा ठासून सांगायची – "आपण गरीब आहोत."

"गरीब कशानं" मी विचारायचो. "आपली गाडी आहे ती? गरीबांची काय

मोटार असते?''

"ती आपली नाही. पोलिसांमधून दिलीय त्यांना.''

"उगाच देतील वाटतं? डॅडींना तर केवढा मान आहे पोलीस स्टेशनवर. सगळे येता-जाता सॅल्यूट ठोकत असतात. गरीबांना काय सॅल्यूट करतं कुणी?''

"नुसता सॅल्यूटच मिळतो बाबा यांना. सॅल्यूटनं काही पोलीस ऑफीसर्स श्रीमंत होत नाहीत. ते श्रीमंत होतात पगाराच्या वरच्या पैशानं!'' मग अम्मा लिलीला सांगायला लागायची - "यांच्या बरोबरीचा तो धनराज माहितेय ना ग? गुळासारखा पैसा केलाय त्यानं लाच खाऊन."

"मग? तुला हवाय का मी तसा पैसा मिळवायला?'' युनिफॉर्ममध्ये माडीवरून खाली येत डॅडी विचारायचे.

"वांडा अम्मा! आपलं आहे ते बरं आहे. आज पैसा दिसेल आणि उद्या हातकड्या; त्यापेक्षा प्रामाणिकपणानं जेवढं मिळेल, तेवढ्यावरच संतुष्ट राहावं. पण हे या पोरांना समजेल तर ना?''

अम्मानं असं म्हटल्यावर डॅडी अम्माकडे इतक्या प्रेमानं पाहायचे की मला वाटायचं, आता ते तिचा पापा घेणार; पण मोठी माणसं लहान मुलांचे जसे पापे घेतात, तसे मोठ्यांचे घेत नसावेत.

हातातली स्टिक हलवत डॅडी निघून गेल्यावर, शिवणकामाच्या दोऱ्याला गाठ मारून तो दातांनी तोडत अम्मा म्हणायची, "पोलीसखात्यात सचोटीनं राहायचं म्हणजे मोट्ठं कठीण आहे लेकरांनो! केवढ्या मोहाला तोंड द्यावं लागतं. रोज समोर आलेला किती पैसा सोडावा लागतो. कशासाठी? तर रविवारी चर्चमध्ये जीजसला उजळ चेहरा दाखवता यावा म्हणून. तुमचे वडील एवढा त्याग करताहेत, तर मग तुम्ही नं मी उधळपट्टी करून चालेल? जिथं तिथं काटकसर करायला हवी. नाही केली तर त्यांच्या पगारात घर चालवायचं म्हणजे उपासच पडायची पाळी. घे.'' असं म्हणून ती लिलीयनचा फाटलेला पेटीकोट शिवून झालेला असायचा, तो तिच्या अंगावर टाकायची.

पुन्हा म्हणून माझ्यासाठी काही नवीन विकत घ्यायला सांगायची शामत व्हायची नाही. म्हणजे आम्ही गरीब होतो, हे अम्माचं म्हणणं मला पटलेलं असायचं, असं मुळीच नाही; पण आपण गरीब आहोत, गरीब आहोत, असा तिचा धोशा तरी कशाला उगाच ऐकून घ्यायचा? आपण नवऱ्यासाठी खूप त्याग करतोय, त्याच्या प्रामाणिकपणाला हातभार लावतोय, याचा तिला गर्व असेल, नाहीतर तिचा स्वभावच चिक्कू असेल. काही का असेना, आम्हाला पाहिजे ती वस्तू वेळेवर खरेदी करता यायची नाही, एवढं खरं.

त्या रात्री डॅडी घरी आले, तेव्हा कशी कोण जाणे, मला एकदम जाग आली.

डॅडींनी हातपाय धुतले, कपडे बदलले आणि कपाटातून बाटली काढून ते बाहेरच्या प्रशस्त थिन्नाईमध्ये जाऊन बसले.

एक ग्लास आणि बशीत रावसाचे दोन तळलेले तुकडे घेऊन अम्मा बाहेर गेली.

मी हे किलकिल्या नजरेनं पाहिलं आणि तसाच पडून राहिलो.

एरवी अम्मा ग्लास देऊन झोपायला जायची. आज तशी गेली नाही, म्हणून मला जरा विचित्र वाटलं. आता जाईल, मग जाईल, म्हणून वाट पाहिली; तर ती तशीच डॅडींबरोबर बसून राहिली.

शिस्तशीर अम्माला दारू पिणं फारसं पसंत नव्हतं. एकच पेग हां - असं पुन:पुन्हा बजावून मगच ती डॅडींना ग्लास द्यायची. ते प्यायला बसले, की आपली नापसंती दाखवण्यासाठीच ती त्यांच्या वाऱ्यालाही उभी राहायची नाही.

मग आज हे काय?

मी हलकेच उठलो आणि पाऊल न वाजवता दाराजवळच्या एका खांबाआड उभा राहिलो. (आमच्या सिलगिरीच्या घरात इतके रुंद खांब होते, की त्यांच्यामागे सहज कोणीही लपावं.)

डॅडी म्हणत होते – हे काय, तुला आनंद नाही झाला?

अम्मा म्हणाली - हो, झाला ना!

डॅडी पुन्हा म्हणाले, ''एवढं काय वाटतं तुला शिक्षणाचं? इंटरपर्यंत शिकली तर आहेच. नंतर नवऱ्याला हवं तर पुढं शिकवील तो. चांगला इंजिनिअर मुलगा मिळतोय. चालून आलेली संधी नको घ्यायला?''

''म्हंजे? लिलीचं लग्न ठरलं की काय?''

पळत जाऊन शेजारच्या खोलीत ती आणि वसंता झोपल्यायत त्यांना जागं करावं आणि ही बातमी द्यावी असं वाटलं... पण दुसऱ्याच क्षणी मनात आलं, यात एवढा आनंद वाटण्यासारखं काय आहे? लग्न झालं की लिली या घरातून जाणार. अम्माच्याही मनात बहुधा असंच येत असावं. कारण तीही काहीच बोलत नव्हती.

''बोलत का नाहीस तू?'' डॅडींनी विचारलं.

''लग्न ठरलं म्हणजे चांगलंच झालं. पण आता आणखीच चमत्कारिक दिसणार.''

''काय चमत्कारिक दिसणार?''

''तुमच्या लक्षात नाही आलं?''

अम्मा तिची नेहमीची लख्ख बोलायची पद्धत मोडून आज अगदी हळूहळू बोलत होती. इतकी हळू, की, मला ऐकायला त्रासच पडत होता.

"मला वाटतं, नाही, आता माझी खात्री झाल्येय की मला, मला दिवस गेलेत."

डॅडी काहीच बोलले नाहीत. नुसते पाहत राहिले. त्यांच्या चेहऱ्यावरचा भाव, मी उभा होतो, तिथनं दिसू शकत नव्हता.

"मी म्हटलं होतं त्या वेळेस तुम्हाला – आज गोळी घेतली नाहीये, तर तुम्ही हट्टाला पेटलात..."

दिवस... गोळी.... हट्ट.... यातलं काही म्हणजे काही मला कळत नव्हतं.

"जवळजवळ दीड महिना झालाय. आता लग्नाच्या वेळी मुलीची आईच या अवस्थेत म्हंजे? लोक हसतील आपल्याला."

"डोन्ट वरी!" डॅडी म्हणाले. त्यांचा स्वर आता जड यायला लागला होता. "आय डोन्ट केअर फॉर पीपल. आय ॲम ग्लॅड, आय ॲम व्हेरी ग्लॅड. ग्रँड न्यूज, ग्रँड न्यूज इंडीड." आणि ते उठून उभे राहिले. मग एकेक पाऊल उचलत सावकाश अम्माच्या जवळ गेले. खाली वाकून त्यांनी एक हात तिच्या गळ्यात टाकला आणि आवाज न करता तिच्या गालांचा मुका घेतला.

"डोन्ट वरी! एव्हरीथिंग विल बी ऑल राइट डार्लिंग. डोन्ट वरी!" ते जड आवाजात म्हणाले.

अम्मा उठून उभी राहिली.

त्याबरोबर पाय न वाजवता येऊन मी अंथरुणात पडलो.

दोन मिनिटांनी अम्मा माझ्या अंगावरून आत निघून गेली. जाता जाता माझं बाजूला सरकलेलं पांघरूण अंगावर व्यवस्थित घालायला ती विसरली नाही.

मी विचार करत राहिलो. नेहमी इतकी ठासून बोलणारी अम्मा आज इतकं हळूहळू कां बोलत होती? एरवी सगळ्यांना धारेवर धरते - आज स्वत:च इतकी हळवी कशानं झाली? एवढं कसलं संकट तिच्यावर कोसळलंय? आणि तसंच संकट असेल! तर डॅडी, आय ॲम ग्लॅड - ग्रँड न्यूज - असं का म्हणतील? डॅडींना कधी अम्माच्या इतकं जवळ गेलेलं मी पाहिलं नव्हतं.... की आज दारू प्यायल्यामुळे ते असे वागत होते? छट्! एरवी तर ते दारू प्यायल्यावर अधिकच जोरजोरानं ऑर्डरी देत सुटतात आणि ते प्यायला बसले की, वास चालत नाही म्हणून अम्मा त्यांच्या जवळपाससुद्धा फिरकत नाही. मग आज त्यांनी मुका घेतला, तेव्हा तिला त्यांच्या तोंडाचा वास कसा चालला?

मला कुठल्याच प्रश्नाचं उत्तर मिळत नव्हतं.

त्या प्रश्नांच्या भोवऱ्यात गरगरत असतानाच, कधी कोण जाणे, माझा डोळा लागला.

त्यानंतर अम्मा मधूनमधून सारखी आजारी पडायला लागली. कधी तिला ओकाऱ्या यायच्या, तर कधी चक्कर. मग ती जाऊन डोक्यावर हात घेऊन पडून राहायची. जेवणावर इच्छा नाही, म्हणून दिवसेंदिवस न जेवता राहायची.

मग लिलीच तिची सगळी कामं करायची. शिवाय तिच्या उशाशी बसून राहायची. तिला कसलं चाटणबिटण भरवायची.

एके दिवशी मी लिलीला म्हटलं, "अम्मा किती आजारी असते एकसारखी. आपण तिला शहरात नेऊन एखाद्या चांगल्या डॉक्टरला दाखवू या ना!"

"अरे, वेड्या–" लिली हसून म्हणाली, "त्यात एवढं काळजी करण्यासारखं काही नाहीये. अम्माला बाळ होणारेय. म्हणजे आपल्याला भाऊ नाहीतर बहीण होणारेय."

'अम्माला.... बाळ?' मला कल्पनाच करता येईना.

'अच्छा, यासाठी डॅडी त्या दिवशी 'आयॅम ग्लॅड' असं म्हणत होते. ग्रँड न्यूज ही होती, पण मग स्वत:ला बाळ होणार, याचा अम्माला का नव्हता आनंद झाला? मी एकदम लिलीला विचारून गेलो, "बाळ कसं होतं ग?"

"चल! काहीतरीच काय विचारतोस!" तिनं मला एकदम फटकारलं.

आता मला माहीत नव्हतं म्हणून विचारलं. त्यात तिला वैतागायला काय झालं? नाहीतर असं असेल, तिलाही ह्या प्रश्नाचं उत्तर माहीत नसेल. नक्कीच!

संध्याकाळी, टेकडीवरच्या वडाच्या झाडाखाली गँग भेटली, तेव्हा त्यांना मी तोच प्रश्न विचारला. अर्थातच, अम्माला बाळ होणारेय हे न सांगता.

मोहन म्हणाला, हात्तेच्या एवढं माहीत नाही?

तुला माहितेय तर तू सांग की! मी म्हटलं.

मोहन म्हणाला, हे बघ, तुझे अम्मा आणि डॅडी, दोघंच एकत्र झोपतात की नाही?

राजा म्हणाला, माझे अण्णा आणि अम्मा नाही दोघंच झोपत. आम्ही सगळे त्यांच्याबरोबरच झोपतो. मग? गेल्या वर्षी माझ्या अम्माला बाळ कसं झालं?

यावर मोहननं त्याला हातानं जवळ बोलावलं. आणि हातांचा आडोसा करूनच त्याच्या कानात काहीतरी सांगितलं.

अर्धवट विश्वास बसल्यासारखं राजानं विचारलं, खरंच?

अम्मा सत्यम! मोहन म्हणाला - अगदी शंभर टक्के खरं!

ए ऽ मला सांग ना! - व्यंकट म्हणाला.

तशी राजा त्याच्या कानाला लागला. एवढं कानात बोलताहेत, त्या अर्थी ते

काहीतरी भयंकर चावटपणाचं असणार, याची मला खात्री होती. म्हणून आपण ते माहीत करून घ्यावं की नाही, याची मला पंचाईत पडली होती. एक म्हंजे, राजा-मोहन-व्यंकटच्या चावटपणात आपण भाग घेणं कितपत बरोबर आहे? आणि त्याहूनही महत्त्वाचं म्हणजे प्रत्यक्ष आपल्या अम्मा आणि डॅडींबद्दल असा काही चावटपणा ऐकून घेणं योग्य ठरेल का?

राजानं सांगितलं ते ऐकून व्यंकट खिदळायला लागला. मधून मधून 'तायोळी!' असं म्हणून तो पुन्हापुन्हा खिंकाळायचा. मला त्याचा भलताच राग आला.

शेवटी 'एऽ तुला सांगू?' असं राजा मला उत्साहानं म्हणायला लागला, तेव्हा मात्र मला मोह आवरेना. सांग - मी निरुत्साह दाखवत म्हणालो.

राजानं सांगितलं, ते ऐकून मी एकदम ओरडलो - बंडल! आणि राजाच्या अंगावर धावून गेलो.

अरे, पण मला काय, मोहननंच सांगितलं - असं राजा म्हणेम्हणेपर्यंत मी त्याला खाली मातीत लोळवलं होतं. मग मोहनही मधे पडला. आमची तिघांची भरपूर आडीपिडीचंडे झाली. बटनं तुटली, नाकं फुटली, कपडे मळले, ढोपरं खरचटली.... खूप झालं! व्यंकट मात्र अजूनही खि: खि: खि: खि: करून खिदळत उभा होता.

मी पुन्हा येणारच नाही तुमच्यात - अर्धवट रडत, अर्धवट चिडत, रक्ताळलेल्या कोपरावर फुंकर घालत, नाक पुसत मी तावातावानं तिकडून निघालो. ''माझ्या अम्मा-डॅडीविषयी घाणेरडं बोलता! पुन्हा भेटतो का बघा! खोटारडे साले! डर्टी बॅस्टर्डस्!''

मोहन-राजानं सांगितलेलं जरी मान्य केलं नाही, तरी त्यांच्या त्या चावट बोलण्याचा एक मळकट ढग माझ्या आजवर निरभ्र असलेल्या मनावर पसरून राहिला, एवढं खरं!

डॅडींविषयी मला फारसं प्रेम कधीच नव्हतं. उलट, होती ती भीतीच! त्यांनी मला कधी मारलं नव्हतं; पण आपण किंचितही विरोध केला, तर ते बडवल्याशिवाय राहाणार नाहीत, असं मात्र वाटायचं. त्यांचं जे काय प्रेम होतं, ते लिली - वसंतावर. मी जसा त्यांचा कुणीच नव्हतो. कधीकधी मला वाटायचं, की त्यांनी रागवण्यापुरती तरी आपली दखल घ्यावी. पण तेवढंही त्यांनी केलं नाही. मोहनचं म्हणणं खरं असेल, तर डॅडी हा माणूस भयंकरच विकृत असला पाहिजे. त्या रात्री अम्मा म्हणाली, तसं जर हट्टानं वागून त्यांनी हा प्रसंग तिच्यावर आणला असेल तर...

एके दिवशी अम्माचं हे समजल्यामुळं तिला भेटायला कुंभकोणमहून बायोलाचित्ती

आली. बायोलाचित्ती म्हणजे डॅडींचे मावसभाऊ धन्नुचित्तपाची बायको. त्यांना मूलबाळ काही नव्हतं. (त्या अर्थी ते मोहननं सांगितलेलं भयंकर कृत्य करत नसावेत, असं मला वाटलं.)

अम्माची चक्कर थोडी कमी झाली होती. ती उठून बसली होती आणि माझ्या मुळात वाढत्या शिवलेल्या पँटच्या, दर वर्षी एक, अशा उसवायच्या घड्यांमधली शेवटची घडी उसवत बसली होती. बायोलाचित्ती आल्याबरोबर अम्मानं पँट बाजूला ठेवली आणि बायोलाचित्तीला जवळ बसवून घेतलं. तिला लिलीचं लग्न जवळ आल्याची माहिती दिली.

मग म्हणाली, ''माझं याच वेळी हे असं! मला अगदी लाजिरवाणं वाटतंय. शोभतं तरी का हे मला या वयात?''

अम्माचे ते शब्द ऐकले. आणि वाटलं कदाचित बरोबर असेल मोहनचं! अम्माला हे मुळीच शोभत नाही!

''जीजसच्या मनात असेल तसं होतं.'' अम्मा पुढं म्हणाली. ''पण मुलीच्या लग्नात आई अशी म्हणजे -''

एक गोष्ट माझ्या इतके दिवस लक्षात आली नव्हती. लिलीचं आता लग्न होणार होतं. म्हणजे लिली आणि तिचा नवरादेखील - लिलीच्या त्या अजून न पाहिलेल्या नवऱ्याविषयी माझ्या मनात आत्ताच द्वेष जमू लागला. माझं डोकं गरगरू लागलं. हे सगळं खोटं असलं पाहिजे किंवा सगळी मोठी माणसं अत्यंत घाणेरडी असली पाहिजेत असं मला वाटलं.

''असं नको बोलूस,'' बायोलाचित्ती अम्माची समजूत घालत होती. ''मुलं तरी सगळ्यांना थोडीच होतात? आता आमच्याकडेच बघ ना!''

दोन महिन्यांनी लिलीचं वेडिंग आमच्याच चर्चमध्ये झालं.

लिलीचा नवरा चेहऱ्यावरून तरी चांगल्या स्वभावाचा वाटत होता. खाटमांडूच्या इंडिया एड मशिन्समध्ये तो इंजिनिअर होता. इतक्या लांबून यायचं, म्हणून घरातल्या चार-दोन माणसांशिवाय आणखी कुणाला त्यानं आपल्याबरोबर आणलं नव्हतं. तो माझ्याशी खूप मैत्रीनं वागला. माझ्या शाळेच्या, खेळाच्या नाना चौकश्या त्यानं केल्या. पण मी मात्र त्याला तुसड्यासारखी उत्तरं दिली. काय फायदा होता माझ्याशी गोड गोड बोलण्याचा? शेवटी त्याचा मतलब लिलीला कायमचं आमच्यापासून हिरावून नेण्याशी होता आणि तेसुद्धा कशासाठी.... छी छी!

लग्नाच्या आदल्या रात्री लिली मला जवळ घेऊन खूप रडली. मला म्हणाली– वरदा, तू आता मोठा होशील. तुला खूप मैत्रिणी भेटतील. तुझं लग्न होईल. छान

छान बायको मिळेल तुला! मला मात्र तुझ्यासारखं हसवणारा, जोक्स सांगणारा, गाणी म्हणून दाखवणारा भाऊ मिळायचा नाही.

तिचं बोलणं ऐकून मला खूप रडायला यायला लागलं. पण आता मी बऱ्यापैकी मोठा झालो होतो आणि मोठ्या मुलांनी रडायचं नसतं, एवढं मला कळायला लागलेलं होतं. म्हणून मी खूप धीरानं माझं रडू परतवून लावलं आणि तिला म्हटलं - एहॅरे! आत्ता म्हणतेयस, पण खाटमांडूला गेलीस की सगळं विसरून जाशील. मग आम्ही कित्ती बोलावलं तरी यायची नाहीस.

नाही रे! मी कशी विसरेन तुम्हाला? तुला, वसंताला, अम्मा - डॅडींना - कुणाकुणालाच सोडून जावंसं वाटत नाहीये मला. मी नकोच करू का उद्याचं लग्न?

वेडिंग कॅन्सल करण्याचा तिचा विचार मला मुळीच पटण्यासारखा नव्हता. कारण उद्या दिवसभर कायकाय गंमत करायची, ते सगळं मी तपशीलवार ठरवून ठेवलं होतं. म्हणून मी तिला निक्षून सांगितलं - अंहं! असला वेडेपणा नाही करायचा! सगळं ठरल्यासारखं वेडिंग करायचं. आमचा विचार डोक्यातनं अगदी काढून टाकायचा. हे बघ, मी तुला एक जोक सांगतो - ओरू ऊरूल्ले चेट्टीयार इरांदा...

लिलियन घरातून गेल्यावर घर अगदीच उदासवाणं वाटायला लागलं. विचार केल्यावर त्याचं कारण लक्षात आलं. डॅडी, मी आणि वसंता आमचं तिघांचंही एकमेकांत फारसं बोलणं नव्हतंच. आमचं तिघांचंही बोलणं होतं, ते एकट्या लिलीबरोबरच. त्यामुळे ती गेली, आणि आमच्यातला दुवाच तुटल्यासारखा झाला. त्यामुळं आम्ही अधिकाधिक गप्प राहू लागलो होतो.

सप्टेंबरमध्ये अम्माला मुलगा झाला. त्याचं नाव वसुदेव ठेवलं. चर्चमधलं नाव फिलिप. फिलिप एकसारखा रडायचा आणि अम्माचा सगळा दिवस त्याचंच काम करण्यात जायचा. त्यामुळं पूर्वीसारखी ती सबंध घरावर हुकमत ठेवून दणादणा घरभर फिरेनाशी झाली. तिचं मला आणि वसंताला हे करू नकोस, ते करू नकोस असं दाटणं बरंच कमी झालं. याचं एक कारण म्हणजे आम्ही बऱ्यापैकी मोठे झालो होतो हे आणि दुसरं, तिचा स्वत:चाच स्वभाव आता थोडा नरम झाला होता. मला वाटतं, फिलिपच्या वेळी दिवस गेल्यापासून जो अपराधी ओशाळवाणेपणा तिच्यात आला होता, तो कधीच गेला नाही.

आता विचार केला तर वाटतं, की एवढी काय घोडचूक तिच्या हातून घडली होती? पण नाही - तिनं स्वत:ला कधीच माफ केलं नाही. जे व्हायला नको होतं, ते आपल्या हातून घडलं; म्हणजे आपण शिस्त मोडली, असं काहीतरी तिला

वाटलं होतं. आणि अशा बेशिस्त वागणाऱ्या बाईला शिस्तीचा बाऊ करण्याचा काही अधिकार नाही, असं समजून स्वत:ला शासन म्हणून ती थोडी नरमाईनं वागायला लागली होती.

एका परीनं हेही तिच्या शिस्तीच्या तत्त्वाला धरूनच होतं.

दोन

आणखी दोन वर्षांनी डॅडींची कुंभकोणमला ट्रान्सफर झाली.

मधल्या काळात वसंता सोशॉलॉजी घेऊन बी.ए. झाली होती. तिच्यासारख्या अबोल आणि फिकुटलेल्या कृश मुलीत एवढं काय विशेष होतं कोण जाणे; पण एके दिवशी ती कॅनरा बँकेत अकाउंट उघडायला गेली, तिथला एक बरीच वर्षं लग्नावाचून राहिलेला ऑफीसर तिच्या प्रेमात पडला आणि त्यांचं लग्न झालं. आता घरात मुलांमधला मीच राहिलो. म्हणजे फिलिप होता; पण तो इतका लहान होता, की त्याचं माझं काही नातं होतं, असं मला वाटायचंच नाही. अम्मानं फारच दम देऊन सांगितलं, तर थोडंसं खेळवायचं, नाहीतर एकूण त्याच्याकडे दुर्लक्ष करायचं; असाच माझा खाक्या होता.

या दरम्यान माझ्या स्वत:मध्येही बराच फरक पडला होता. माझ्या तंगड्या चांगल्या लांब झाल्या होत्या आणि आवाज माझा मलाच विचित्र वाटेल, असा फुटला होता. तो स्वत:लाच ऐकवत नसल्यामुळे माझं बोलणंही कमी झालं होतं. इथल्या सेंट थॉमस हायस्कूलमध्ये मी दहावीत जाऊ लागलो होतो आणि शाळेच्या फुटबॉल टीममध्येही मला घेतलं गेलं होतं.

अर्थातच फुटबॉल टीममधल्या चारपाच मित्रांची गँग तयार झाली. फुटबॉल टीममधलेच असल्यामुळे त्यातले सगळेच जण काटकुळे, तरीही पीळदार आणि मजबूत होते. काहीकाहींच्या हनुवटीखाली विचित्र दिसेलसा केसांचा विरळ पुंजका उगवला होता, तर बहुतेकांच्या ओठांवर कमीजास्त लव आली होती.

फुटबॉल-प्रॅक्टिसनंतर ग्राउंडच्या कोपऱ्यात, हवा खात, गवत उपटत आराम करताना; शाळेची फुटबॉल टीम, दुसऱ्या शाळांच्या टीम्स आणि कोचचा डांबिसपणा या प्रमुख विषयांच्या खालोखाल आमच्या गप्पांचा आवडता विषय अर्थातच 'मुली' हा होता. मी या विषयात आता पूर्वीइतका कच्चा लिंबू राहिलो नव्हतो; पण मला तेव्हा वेडीवाकडी कळली होती, ती एकदम मूल कसं होतं, ही शेवटची पायरी.

मी ती स्वत:शी नाकबूल करताकरताच हळूहळू पटवूनही घेतली होती. तरीही मधल्या पायऱ्यांची अजून फारशी माहिती नव्हती. आमच्यातले जाणते (कसले जाणते म्हणा! पण माझ्याहून कणभर अधिक ज्ञान असलेले, आणि ते जोरात ठोकून द्यायचा धीटपणा अंगी असलेले) पोरगे स्वतः पाहिलेल्या, न पाहिलेल्या, चित्रातल्या, अशा अनेक मुलींच्या छातीविषयी बोलायचे. आम्हा सर्वांनाच त्या विषयाचं एक गूढ आकर्षण वाटायचं. एकूण चावटपणाशी या छातीचा काहीतरी संबंध आहे, एवढं कळायचं. पण मला कळलेल्या, मूल होण्याच्या भानगडीत, बायकांच्या छातीचा नेमका काय वाटा असेल, ते कळायचं नाही. डोक्यात एकच गोंधळ उडायचा.

त्यातून आमच्या गँगमधली मुलं, खजिना लुटून आणावा, तशी कुठूनकुठून, कधी उघड्या तर कधी पारदर्शक कपडे घातलेल्या (वयानं आमच्याहून मोठ्या) तरुणींची मादक चित्रं घेऊन यायची - बहुधा चॉकलेट बॉक्सबरोबर मिळणारी, किंवा पत्त्यांवरची. एकदोघांना तर नागड्या बायकांच्या चित्रांची पुस्तकंसुद्धा कुठून तरी मिळायची. अप्पलपोटेपणा न करता सगळे जण आपल्याला मिळालेल्या लुटीत सर्वांना भागीदार करायचे. ही चित्रं पाहिल्यामुळे आणि स्वैर गप्पा ऐकल्यामुळे एक हुरहूर मात्र लागून राहिली होती की, पुरुषाच्या जन्माला आल्यासारखं हे सगळं लवकरात लवकर पाहण्याचा योग यावा. चित्रात नव्हे, प्रत्यक्षात!

पण ते पाहायला मिळणं एवढं सोपं नव्हतं. त्यामुळं मग नुसत्याच कपड्यांच्या रूपरेखा न्याहाळून त्यावरून आकाराचा अंदाज घेणं, मनानंच ते कपडे बाजूला करून पाहणं, हे सुरू झालं. अर्थात असं पाहत राहणं चांगलं नाही आणि आपण पाहतोय हे कुणाच्या लक्षात येणं तर मुळीच चांगलं नाही, हे माहीत असल्यामुळे थोडं घाबरायला व्हायचं. पण तरीही मिळेल ती संधी सोडायची नाही, असंच माझं एकूण धोरण होतं.

लिली आणि वसंता लग्न करून गेल्यामुळं हाताशी कुणी राहिलं नाही, शिवाय वर फिलिपचं काम वाढलं, म्हणून अम्माला कामात मदतीची गरज पडायला लागली; तेव्हा डॅडींनी झाडणं, पुसणं, धुणीभांडी, पाणी भरणं असं सगळं वरचं काम करण्यासाठी नवनीतमला कामावर ठेवलं.

नवनीतम अगदी तरुण नव्हती. साधारण तिशीची असेल. आम्ही पाहिलेल्या परदेशी चित्रातल्या मुलींसारखं रूपरंग तिच्याकडे कुठून असायला? पण शरीर चांगलं पुष्ट होतं. विशेषतः पाठचा भाग तर इतका भरदार होता, की तो कितीही वेळा पाहिला, तरी माझं समाधान व्हायचं नाही. ती खाली वाकून केर काढायला लागली की मी (अम्मा जवळपास नाहीये ना, एवढी एक गोष्ट सोडून -) बाकी सगळ्याचं भान हरपल्यागत तिच्या पाठीमागच्या दोन्ही विस्तृत गोलाकारांकडे

पाहत राहायचा. ती नळाकडे पाणी भरताना वाकली आणि सरळ उभी राहिली, की पडणाऱ्या कपड्यांच्या सुरकुत्यांमधल्या फरकांवरून मी त्या गोलांच्या बदलत्या स्थितीचा अंदाज घ्यायचा. त्यांच्या मधली रेषा कुठं सुरू होतेय आणि कुठं संपतेय, हे बारकाईनं न्याहाळायचा. कल्पनेतच त्या गोलांना घट्ट कवटाळून बसायचा. तिनं स्स् करावं, इतक्या जोरात ते दाबून पाहायचा. अशा वेळी ते गोलाकार हळूहळू मनातल्या मनात इतके प्रचंड व्हायचे, की त्या क्षणी जगात त्यांच्याशिवाय दुसरं काहीच अस्तित्वात नाही असं वाटायचं.

कल्पनेतलं प्रत्यक्षात आणायचा धीर मला उघडच व्हायचा नाही. तरीही माझ्या परीनं मी प्रयत्न करू लागलो. नवनीतम दारातून येऊ जाऊ लागली, की मी उगाचच घाईत असल्यासारखं दाखवून त्याच दारात घुसत असे. अशा वेळी साहजिकच अंगाला अंग घासलं जायचं. तिचा हात चुकून माझ्या पोटाच्या खाली मारला गेला, तर शरीर थरारून जायचं. काही वेळ दुसरं काहीच सुचत नसे.

एकदा मला एक नवीनच शक्कल सुचली. नवनीतम न्हाणीघरातल्या छोट्या मोरीच्या कठड्यावर पाण्याच्या कळश्या भरून ठेवायची आणि बाजूलाच असलेलं एक पिंप भरून ठेवायची. या मोरीचा वापर फक्त हातपाय धुण्यासाठी किंवा फार फार तर आंघोळीसाठी केला जायचा. मी आणि डॅडी बाहेरची संडास बाथरूम वापरायचो. अम्मानं स्वत:साठी किंवा फिलिपला उभं करण्यासाठी ही मोरी राखून ठेवली होती. तरीदेखील नवनीतम कळशी घेऊन कठड्याशी येण्याची वेळ साधून या मोरीत मी लघवीला उभा राहिलो.

मला असं दाखवायचं होतं, की ती तिथं येणार, हे काही माझ्या लक्षात नाहीये! घाई झाली, म्हणून मी बाहेरच्या बाथरूममध्ये न जाता तिथं उभा राहिलोय एवढंच! तिला जर माझं शरीर दिसलं असेल, तर ते चुकूनच! जसं, रोज ती काम करताना मला तिचा पार्श्वभाग दिसतो, किंवा कधी ती ओणवी झाली असताना, समोरून पोलक्यामधून तिच्या स्तनांचा काही भाग दिसतो तसं! ती पिंपात पाणी ओतत असताना मी तिच्याकडे पाहाणारही नव्हतो. नुसतंच, एखाद्या अजाण बालकाप्रमाणे लघवी करण्यात तल्लीन झाल्यासारखं दाखविणार होतो. तिला मात्र मी समोरच उभा असल्यामुळे माझ्या उघड्या अंगाकडे पाहण्यावाचून गत्यंतर राहाणार नव्हतं.

पण प्रत्यक्षात काय झालं कोण जाणे! हे जे काही सगळं माझ्या मनात होतं, तसं जमून मात्र आलं नाही. नवनीतम माझ्याकडे अजिबात न पाहता निर्विकारपणे आपलं पाणी ओतण्याचं काम करत राहिली; पण ती आपल्याकडे पाहतेय की नाही, हे बघताना उत्तेजित झाल्यामुळे माझं लघवीचं साधन मात्र इतकं ताठ झालं, की मला अजिबात लघवीच होईना, मग ती करताना एखाद्या अजाण बालकासारखं तल्लीन होणं तर बाजूलाच राहिलं!

प्रयोग फसला आणि छातीचा धडधडाट होण्यापलीकडे विशेष काहीच मजा आली नाही, त्यामुळं मी हताश झालो. स्वत:च्या, आयत्या वेळी दगा देणाऱ्या शरीराचा तर मला राग आलाच; पण त्याहूनही मी अधिक चिडलो नवनीतमवर! तिनं मी तिथं ती कृती करत उभा होतो, याची दखलसुद्धा घेतली नव्हती. माझा वाह्यातपणा बघून ती गालातल्या गालात हसली असती किंवा रागानं 'हा काय चावटपणा,' म्हणून माझ्या अंगावर ओरडली असती, तरी ते मला चाललं असतं. फार काय, ही मोरी कशाला घाण करतोयस, बाहेरच्या बाथरूममध्ये जा ना, असं तिनं दटावलं असतं तरी काही वाटलं नसतं. पण तिनं माझ्याकडे सरळ सरळ दुर्लक्ष करावं, हे मला सहन होत नव्हतं. तिच्यासमोर एखाद्या अजाण बालकासारखं मुतत उभं राहायचं मी ठरवलं होतं खरं; पण तिनं मला पुरुष न मानता खरोखरीच अजाण बालक समजून माफ करून टाकलं, या गोष्टीनं मी खजील झालो होतो.

या वेळी तरी तिला आपल्याकडे लक्ष द्यायला लावायचंच, अशा विचारानं मी आणखी एकदा हा प्रयोग करून पाहिला. या दुसऱ्या वेळी मी तिच्याकडे आपलं लक्षच नाही, असं अजिबात दाखवलं नाही. उलट एकटक तिच्याकडे पाहत राहिलो आणि तिची नजर माझ्याकडे वळेल, असं पाहिलं. पण छे! नवनीतम आपलं काम शांतपणे करत राहिली आणि मी तिनं केलेल्या माझ्या पौरुषाच्या अपमानानं जळत राहिलो.

माझ्या धाष्ट्र्याचा नवनीतमवर काहीही परिणाम झाला नसला; तरीही त्या दोन्ही वेळा, ते प्रसंग घडले, त्यानंतरचा उरलेला सबंध दिवस मी अस्वस्थच राहिलो. खरोखरच काहीतरी भयंकर घडून गेलंय, अशा गंभीरपणानं दिवसभर वावरलो आणि आपल्या पौरुषाला लाज आणणारा हा गलिच्छ दिवस एकदाचा लवकर संपवावा, या हेतूनं रात्री लवकर बिछान्यावर अंग टाकलं.

बिछान्याला अंग लागताक्षणी झोपेनं माझा कब्जा घेतला; पण मध्यरात्र होण्याच्या आतच मला इतकी घाणेरडी स्वप्नं पडायला लागली, की लवकरच शरीराला त्यांचा ताण असह्य झाला आणि एकदम एक उद्रेक होऊन मी जागा झालो. मांडीवर हलकेच बोट ठेवून पाहिलं, तर अपेक्षेप्रमाणे पायजम्याचा तिथला भाग चिकट झाला होता.

या एका गोष्टीचा तर मला जाम वैताग यायचा - रात्री पायजमा चिकट होणं आणि सकाळी त्यावरचा डाग कुणाच्या लक्षात यायच्या आत, गडबडीने, तो धुवायला टाकणं! ओ जीजस! मला वाटायचं प्रत्यक्षात काही वेडंवाकडं न घडता नुसत्या कानात शिरणाऱ्या आणि मनात फिरणाऱ्या गोष्टींपायी इतका मनस्ताप, इतका ओशाळवाणेपणा, इतकी घाण! या सगळ्या हताश धडपडीलाच का पुरुषाचं वयात येणं म्हणायचं?

जरी त्या दोन्ही वेळा आपला प्रयत्न फसल्यासारखं वाटून मी हताश झालो, आणि घडलं ते विसरून जायचं ठरवलं; तरी प्रत्यक्षात मात्र मी त्याच्या बरोबर उलट वागून मनातल्या मनात त्या दोन्ही प्रसंगांची अनेक आवर्तनं करू लागलो. चालता चालता, वर्गात बसलो असताना, खेळताना, कुठंही, कधीही थोडासा जरी रिकामा वेळ मिळाला; तरी मी त्या प्रसंगांच्या आठवणी मनाच्या चोरकप्प्यातून हलकेच बाहेर काढायचो आणि किती तरी वेळ त्यांच्याशी चाळा करत बसायचो. कल्पनेनं मी ती घटना कितीही वाढवू शकलो असतो, परंतु कशी कोण जाणे, ती पुढं न जाता त्याच ठिकाणी थांबून राहायची. म्हणजे पाणी भरणं थांबवून नवनीतम मी हातात धरलेल्या वस्तूकडे उत्सुकतेने पाहतेय, इतका फरक त्यात असायचा. पण बस्स्! त्यामुळं तीही काही करत नसे, की मीही! माझ्या मनातलं चित्र तिथंच निश्चल व्हायचं. आणि शरीर मात्र त्यानंतर कितीतरी वेळ त्या ताणाखाली ताठरूनच राहायचं. पुन्हा मुळात मला हे का करावंसं वाटलं, ते मला काही केल्या कळायचं नाही. नवनीतमचं शरीर आकर्षक आहे, ते दाबावं, कवटाळावं असं वाटता वाटता; मधेच स्वत:चं शरीर तिला दाखवण्याची ऊर्मी माझ्या मनात का उसळावी, याला काही कारण नव्हतं. त्यातून एरवी मी स्वत:च्या शरीराविषयी इतका पराकोटीचा भिडस्त होतो, की मित्रांसमोरसुद्धा ते जराही उघडं पडू देत नसे. अगदी लहानपणी लिली - वसंतानं गमतीनं माझी चड्डी ओढली, तरी मी त्यांच्यावर जाम चिडत असे, आणि रागानं नि लाजेनं लालबुंद होत असे. एवढं असूनही नवनीतमच्या बाबतीत मात्र, कसा कोण जाणे, मी हा वेडेपणा केला होता. त्या वेडेपणामुळे वाटणारी शरम असह्य झाल्यामुळे मला तो विसरावासा वाटत होता. आणि तरीही तो मनात पुन:पुन्हा घोळवल्याने मला एक प्रकारचं सुख मिळत होतं, हे एक आश्चर्यच नव्हतं का?

असं असलं, तरी मी नवनीतमच्या बाबतीत स्वत:हून काहीच हालचाल केली नाही. नवनीतमकडे चावटपणा करणं तर सोडाच, पण चावटपणानं बोलणंदेखील अशक्य होतं; कारण ती माझ्या बरोबरीची नव्हती. वयानं तर ती माझ्यापेक्षा बरीच मोठी होती, परंतु एरवीही तिच्या कामाशी माझा काही संबंध येत नसे. माझ्या कल्पनेतल्या चित्रात जरी फक्त ती आणि मी असे दोघंच असलो, तरी प्रत्यक्षात मात्र अम्मा तिला घरात एकटी कधीच ठेवायची नाही. अम्माच्या संशयी आणि अतिदक्ष स्वभावानुसार नवनीतम काहीतरी चोरून नेईल, अशी भीती तिला वाटायची; म्हणून ती कुठंही जाताना तिला आपल्या बरोबर घेऊन जायची.

एके दिवशी दुपारी डॅडी ड्युटीवर गेले असताना बायोलाचित्ती घरी आली होती. (आता चित्तीला बघताना मनात आलं, की अजून हिचं शरीर चांगलंच भरभक्कम आहे!) फिलिपच्या अंगावर गोवरासारखं काही तरी उठलं होतं आणि

आमच्या नेहमीच्या डॉक्टर गोम्सच्या औषधानं ते काही लवकर बरं होत नव्हतं. फिलिप अगदी हडकला होता. खाजेनं गांजून चिडचिडला होता. म्हणून बायोलाचित्तीनं एका हकिमाचं औषध सुचवलं होतं. त्याच्याकडे फिलिपला घेऊन त्या दोघी निघाल्या होत्या. पण अजून नवनीतम दुपारच्या कामाला येऊन गेली नव्हती. म्हणून अम्मा तिच्यावर वैतागली होती.

एक दिवस मेलीला लवकर यायला सांगितलं! म्हटलं, मला जरा दुपारी कामाला जायचंय - तू नेहमीपेक्षा थोडं आधी येऊन काम करून जा, तर आलीये का बघ!

अग, पण न का येईना?

बायोलाचित्तीचा स्वभाव आमच्या अम्माच्या बरोबर उलट! तिला कशाचीच काळजी पडत नसे. त्या त्या वेळी सुचेल तसा मार्ग काढून ती मोकळी व्हायची. येईल ती आपण गेल्यानंतर आणि काम करून जाईल. तिच्यासाठी थांबून कशाला राहायचं आपण? बायोलाचित्ती म्हणाली.

वांडा अम्मा! मी कधी तिला एकटी काम करू देत नाही. कधी काय उचलतील सांगता येत नाही या कामाच्या बायका!

एकटी कशानं? वरदा बसलाय न अभ्यास करीत? तो लक्ष ठेवील तिच्यावर, ठेवशील ना रे? ती मला उद्देशून म्हणाली - आम्हाला जायलाच हवं. ठरावीक वेळेतच भेटतात हकीम.

मी काहीच बोललो नाही. पण माझी संमती गृहीत धरून बायोलाचित्ती अम्माला म्हणाली – बसेल तो इथं. जाऊ नकोस हां वरदा कुठं, आम्ही आल्याशिवाय – असं मला आर्जवून ती अम्माला म्हणाली – केवढा मोठा दिसायला लागला ग हा हल्लीच्या हल्ली!

'टच् वुड!' अम्मा म्हणाली. तिनं झोपेला आलेल्या फिलिपला उचलून घेतलं आणि पुन्हा एकदा मला, नवनीतम घरात काम करीत असेपर्यंत घर राखायचं, बाहेर खेळायला पळायचं नाही, अशी ताकीद देऊन त्या दोघी निघून गेल्या.

मी जॉमेट्रीची रायडर्स सोडवत बसलो. घर अगदी शांत होतं.

आमचं घर चांगलंच मोठं होतं, पण म्हणे झपाटलेलं होतं. डॅडींची बदली होऊन ते कुठल्याही गावी गेले, की तिथलं 'भुताटकीनं झपाटलेलं' अशी ख्याती असलेलं घर शोधून काढीत आणि ते भाड्यानं घेत. कारण असल्या घराचं भाडं हटकून कमी असायचं. आम्हा कुणालाच भुताटकीचं भय वाटत नसे, कारण लहानपणीपासून आम्हाला डॅडी-अम्मा सांगायचे, की भुतं नसतातच. आणि असली तरी ती आपल्यासारख्या पक्क्या जीजसभक्त ख्रिश्चनांच्या वाटेला जात नाहीत. अशा रीतीनं भुताटकीचा प्रश्न सोडवून टाकल्यामुळे डॅडींना नेहमी कमी भाड्यात मोठमोठी घरं मिळायची. आमचं

सिलगिरीचं घरही खाली तीनचार खोल्या, वर माडी असं चांगलं ऐसपैस आणि शिवाय चांगलंच उंच होतं. आता हे कुंभकोणमचं घर (त्याच्या फाटकाच्या कडेला एक मार्बलची पाटी होती, तिच्यावर 'द व्हिक्टर' असं त्या घराचं नाव काळ्या अक्षरात कोरलेलं होतं.) तर त्याहूनही प्रशस्त होतं. घर तसं जुनं होतं. पण त्याला दिलेल्या पांढऱ्या गुलाबी रंगामुळे ते जुनाट वाटत नसे. त्याच्या छपरावर दोन टोकांना दोन असे सिमेंटचे अर्धावृत बायकांचे उभे पुतळे होते. मात्र त्यातल्या एका पुतळ्याचं डोकं नाहीसं झालेलं होतं. कुणी म्हणत, ते वीज पडून तुटलं आणि तिथंच पडलं. नंतर एका माकडानं ते उचललं आणि खालून चाललेल्या कुणा तरी माणसाच्या डोक्यात घालून त्याला मारून टाकलं. त्या माणसाचं भूत या आवारात फिरतं, म्हणायचे. शिवाय आधी कधीतरी या घरात एक ब्रिटिश ऑफीसर राहायचा, त्यांची मुलगी त्याच्या मनाविरुद्ध नेटिव्हाशी लग्न करून त्याला सोडून गेली, आणि त्यानं या 'दि व्हिक्टर' नावाच्या घरात हाय खाऊन आत्महत्या केली, त्याच्याही भुतानं, म्हणे, हे घर झपाटलेलं होतं.

आम्हाला कुणालाच या भुतांपैकी एकही कधी दिसलं नाही. पण एकटा असलो, की आता त्या करड्या ब्रिटिश ऑफीसरचं जबरदस्त भूत समोर प्रकट होईल, अशी कल्पना करून स्वतःच्या मनाला खोटंखोटं घाबरवून सोडायला मला खूप मजा यायची. त्यासाठी घरातल्या काळोख्या कोपऱ्यांमधून पुन:पुन्हा नजर फिरवत मी बसायचा.

आज मात्र मी ब्रिटिश ऑफीसरच्या भुताची वाट पाहात नव्हतो. कधी नव्हे, तो मी एकटा होतो आणि दुसरं कुणी नसताना नवनीतम घरात येणार होती. अर्थात तिला पोटभर पाहण्यापलीकडे मी दुसरं काहीच करायचा विचार केलेला नव्हता, तरीही त्या एवढ्या मोठ्या घरात दोघंच असणार, या विचारानं मी उत्तेजित झालो होतो.

एवढ्यात दार वाजलं आणि कुणीतरी आत आल्याची चाहूल लागली. मी पुस्तकात डोकं खुपसलं आणि आजूबाजूला लक्ष नसल्याचं नाटक करू लागलो.

अयय्योऽ अभ्यास करतोयस? असा बारीक आवाजातला प्रश्न आला, आणि मला वर बघावंच लागलं. रुक्मिणीला पाहून मी चांगलाच निराश झालो.

रुक्मिणी शाळेत माझ्याच वर्गात शिकत होती. शिवाय ती आमच्या घराच्या जवळच राहायची. बऱ्याच वेळा ती त्यांच्याकडे केलेली सोज्जी नाहीतर पायसम आमच्या घरी द्यायला यायची. आजही ती तशीच आली होती, एका डब्यात काहीतरी घेऊन.

अम्मानं तेंगाबर्फी पाठवल्यायत तुझ्यासाठी. डबा उघडून दाखवत ती म्हणाली.

मी त्यातली एक वडी उचलून तोंडात टाकली आणि म्हटलं, अम्मा नाहीये घरात. तूच ठेवून ये जा, किचनमध्ये.

रुक्मिणी मुकाट्यानं किचनमध्ये तेंगाबर्फी ठेवून आली. मग माझ्या शेजारी बसत म्हणाली, कसला अभ्यास करतोयस? जॉमेट्रीचा?

ते सरळच दिसत नव्हतं का? उगाच काहीतरी मूर्ख प्रश्न विचारायचे. मी तिला काहीच उत्तर न देता एक रफ आकृती गिरबटू लागलो.

पहिला नंबर काढायचा विचार दिसतोय तुझा – मला गप्पात ओढण्याचा प्रयत्न करत ती म्हणाली.

खरं तर मला रुक्मिणीशी गप्पा मारायला आवडायचं. रुक्मिणी अगदी साधीसुधी होती आणि माझ्यावर तिचा गाढ विश्वास होता. मी सांगितलेलं काहीही तिला खरं वाटायचं, याचा फायदा घेऊन तिला लंब्याचवड्या थापा मारायला मला मनापासून आवडायचं. त्या थापा आहेत, हे तिच्या लक्षात आलं तर 'अग, गंमत केली तुझी,' असं सांगून मी मोकळा व्हायचा. पण असं क्वचित घडायचं. बहुतेक वेळा ती माझ्या बोलण्याला फसायची. तिनं स्वाधीन केलेल्या मनाला आपण वाटेल तसं फिरवू शकतो, या कल्पनेनं माझा पुरुषी अहंकार सुखावायचा. क्वचित तिच्या या मूर्ख विश्वासाचा राग आला, तरी एकंदरीत आपण तिच्यावर ताबा गाजवू शकतोय, या कल्पनेनं मला अपार सुख व्हायचं.

आज मात्र मला तिच्याशी बोलणं लांबवायचं नव्हतं. नवनीतम कधी येतेय, इकडे माझं सारं लक्ष लागून राहिलं होतं. म्हणून मी रुक्मिणीला कटवत म्हटलं, हा सगळा चॅप्टर पुरा करायचाय मला आज! तू जा, मी संध्याकाळी येईन तुमच्याकडे. मग आपण विहिरीवर बसून गप्पा मारू.

बरं, नाइलाजानं निघत ती म्हणाली, पण हा चॅप्टर पुरा करायला कुठं सांगितलाय वर्गात?

सांगितला नाहीये. पण मला करायचाय.

कशाला?

जीजस! - ही मुलगी जाणारेय की नाही?

मला दुसऱ्या मास्तरांनी सांगितलाय. ट्युशनच्या. मी सहजपणे थाप मारली.

तुला ट्युशन लावलीये? मला नव्हतं माहीत.

याच आठवड्यात लावलीये – मी थाप पुढे चालू ठेवली – संध्याकाळी सांगेन त्याबद्दल. तू जा आता.

ती मनाविरुद्ध निघून गेली. तरीही जाताना तिच्या चेहऱ्यावर, किती हुशार आहे नाही हा, कधीही याला भेटा, याचं काहीतरी नवीन चाललेलंच असतं. आता ट्युशन! असा कौतुकाचा भाव होता

नवनीतम येण्याची आशा मी आता सोडून दिली होती. घरातली भुतंदेखील, हा घरात एकटा आहे, अशी संधी साधून याला भेवडवावं, असं काही मनावर घेत

नव्हती. अभ्यास करूनही मला कंटाळा आला होता. उगाच आपला वहीची पानं उलटत मी बसलो होतो.

एकदम माझ्या गळ्यात दोन हात पडले. हस्तिदंती बांगड्या घातलेले! हात! डोकं माझ्या डोक्याशी घासलं गेलं. माझ्या कानशिलाजवळ गरम श्वासोच्छ्वास होऊ लागला. आणि त्याबरोबरच पिच्चीच्या गजऱ्याचा घमघमाट आला. नवनीतमनं काही न बोलताच मला खुर्चीवरून उठवलं. मी उभा राहताच मला गच्च मिठीत पुरतं आवळूनच टाकलं. माझं शरीर स्वत:च्या शरीराशी अगदी गच्च भिडवून घेतलं. तिचे दोन्ही हात झपाटल्यासारखे माझ्या खांद्यापासून अगदी खालपर्यंत जाऊन माझी पाठ, कंबर, कुल्ले दाबत भराभरा फिरत राहिले.

हे काय घडत होतं?... मी स्वप्नात तर नव्हतो ना?... पण छे! जे घडत होतं, ते माझ्या स्वप्नांच्या पलीकडचं होतं... माझी स्वप्नं नुसती एकमेकांना पाहण्यावर संपत. हा झपाटलेला, मला नुसतं गिळून टाकणारा स्पर्श माझ्या कल्पनेलाही अगदीच, अगदीच नवीन होता...

त्याच झपाट्यात नवनीतमनं मला माझ्या झोपायच्या खोलीत खेचलं. दार जेमतेम लोटल्यासारखं केलं आणि तिथल्या जुन्या ऐसपैस पलंगावर अंग टाकून, मला अंगावर ओढलं.

काय चाललंय, हे मला नक्की कळत नव्हतं. आपण एका अतिशय हव्याहव्याशा वाटणाऱ्या नवीन अनुभवाच्या जवळ फरपटत जातोय, एवढं कळत होतं... मात्र त्या अनुभवाचा अर्थ स्पष्ट न कळल्यामुळे शरीराला होणाऱ्या जाणिवा तुटक तुटक होत्या...

वरपर्यंत सरकत गेलेली साडी... आणि नवनीतमची पूर्ण उघडी उजवी मांडी... सावळी, तकतकीत! मांसल!

उचललेल्या डाव्या मांडीची आतली बाजू - अगदी तळपर्यंत दिसणारी..

माझ्या पोटाखाली.... पायजम्याची नाडी चाचपत असलेली तिच्या हातांची बोटं...

ओऽ गॉड... त्या चाचपडणाऱ्या बोटांना नाडी सापडली - त्यांनी ती खेचली...

दोन्ही हातांनी पायजमा भराभर खाली ओढला जातोय.... तिचे चाचपणारे हात माझ्या मांड्यांमध्ये....

ते मला धरून जिथं ढकलताहेत, ती ओलसर जागा..

मी कमरेला पुढंमागं दिलेले एखाददोनच हेलकावे....

- आणि क्षणार्धात तीव्र, धारदार, वेगवान उद्रेकाची कळ... रात्रीच्या स्वप्नातल्यासारखीच.... प्रचंड मुक्ती देणारी....

म्हंजे... रात्री, त्या घाणेरड्या स्वप्नानंतर होतं, तसंच....

इतका वेळ तिच्या उघड्या स्तनांवर गच्च धरून ठेवलेले हात गादीवर टेकत मी उठून बसलो आणि घाबरल्या अस्फुट आवाजात म्हटलं, ओलं झालं... आत....

माझं डोकं खाली ओढून त्याचा मुका घेत ती, ऐकू येईल न येईल इतक्या आवाजात म्हणाली - असू दे. तू आता आंघोळ करून टाक. कुणाला बोलू नकोस.

आणि ती पलंगावरून खाली उतरली, चोळी खाली करून तिनं स्तनांना परत बंदिस्त केलं, आणि पदर खांद्यावर टाकत ती दिसेनाशी झाली...

मी तापातून उठलेल्या माणसासारखा सावकाश पलंगावरून उठलो.

एकदम पायजमा खाली ओघळला. मी दचकून तो वर ओढला आणि नाडीची गाठ बांधली.

मी पलंगाकडे पाहिलं... आत्ता तिथं, जे काही प्रचंड घडून गेलं होतं; त्याची एखादी खूण राहिलीय का, यासाठी. पण नाही! त्यातलं काहीच मागे राहिलं नव्हतं. साधा, गादीला खोलगटपणादेखील आलेला नव्हता.

नाही म्हणायला पलंगाच्या वरच्या बाजूला, एक पिच्चीचं फूल पडलं होतं.

मी न्हाणीघरात गेलो. दिवा लावला. कपडे बदलावेत का? पण नको. अम्माला संशय येईल. शिवाय म्हणण्यासारखे डाग नव्हते. एकच, अगदी छोटासा गोल डाग सोडला तर...

मी कपडे उतरले, आणि बाजूच्या आडव्या दोरीवर टाकले.

मी कुतूहलानं माझं इंद्रिय हातात उचलून बघितलं. - आजच्या नव्या अनुभवातला माझा साथीदार! हाच मघा त्या वादळाला सामोरं जाण्याइतका शक्तिमान झाला होता, असा संशयसुद्धा येणार नाही, इतका त्याचा आकार आता लहान झाला होता. बोंडीजवळचे पांढुरके सूक्ष्म कण सोडले, तर एका अगदीच नवीन प्रदेशात जाऊन आल्याची काहीच खूण त्याच्यावर राहिलेली नव्हती.

मी साठवणीच्या पिपातलं थंडगार पाणी भसाभसा अंगावर घेऊन आंघोळ केली आणि मघाचा प्रसंग शरीरावेगळा केला. खुंटीला लावलेल्या पंचानं खसाखसा अंग पुसलं. आता पुन्हा तेच कपडे अंगावर चढवणं जिवावर आलं होतं. पण चढवले, आणि घराच्या पाठच्या बाजूच्या पायऱ्यांवर येऊन बसलो.

समोर वाढलेल्या गवतात काहीतरी सळसळल्यासारखं झालं. मी पाहत राहिलो. एक काळाभोर साप फणा काढून उभा होता.

या गवतात नेहमी साप असायचे. चालत असताना त्यांच्यावर पाय पडणं इंचा-दोन इंचांनी चुकायचं. पण त्यांची कधी भीती वाटत नसे.

- कारण ते असे, समोरच, फणा काढून नजरबंदी करीत नसत.

आज मात्र, त्या उचललेल्या फण्याकडे, मी एका भीतीयुक्त आकर्षणानं

एकटक पाहत राहिलो... त्याच्या डोळ्यांशी डोळे भिडवण्याचा प्रयत्न करीत. आणि तो फणा, आपल्या प्रभावाची जाणीव राखून एका ताठर रुबाबात - स्वत:च्या ताठरपणाचाच तोल सांभाळण्यासाठी एकदा इकडं, एकदा तिकडं करावं तसा डोलत राहिला.

पाठीमागून अम्माचा आवाज आला - वरदा, आज दुपारी काय केलंस?

बापरे! अम्माला कसं कळलं?

मी चपापून म्हटलं - कुठं काय?

नाही कसं? मोरी भिजल्येय. तू आंघोळ नाही केलीस?

हो, केली. मी सुटकेचा नि:श्वास टाकला – जाम उकडत होतं दुपारी.

रोज रोज नको करत जाऊ. अम्मानं जाताजाता दम दिला – साठवणीचं पाणी संपतं. आपोआप नाही येत पिंपात पाणी! भरायला कष्ट पडतात.

तीन

नंतरचे दोन-तीन दिवस मी झाल्या प्रकाराच्या नशेतच होतो. जे घडून गेलं, ते मला खरंच वाटत नव्हतं. आणि तरीही काहीतरी नवीन मिळवल्याचा आनंद झाला होता. कुणाला तरी तो सांगावा, असं वाटत होतं. फुटबॉल टीममधल्या मित्रांकडे हे बोलण्याचा मला धीर झाला असता. पण जे झालं, ते अजूनही मला कुणाला सांगता येण्याइतकं स्पष्ट कळलेलं नव्हतं. अर्धवट काहीतरी सांगितलं असतं, तर त्यांना खोटं वाटलं असतं, माझ्या कल्पनेचे चाळे वाटले असते आणि त्यांनी माझी टिंगल सुरू केली असती. मनात तर भरून आलं होतं, पण मन मोकळं मात्र करता येत नव्हतं, म्हणूनच मी अवघडल्यासारखा झालो होतो....

नवनीतमला माझ्यासारखा काही त्रास होत नसावा. तिचं वागणं अगदी पहिल्यासारखंच होतं. या आधी ती माझ्यापासून होती तितकीच दूर आणि तितकीच जवळ आताही होती. कमी नाही, की जास्त नाही! कामाशिवाय बोलणं नाही, की नजरेचे इशारे नाहीत. तिच्या वागण्यावरून जे घडलं त्याचा पत्ताही कुणाला लागला नसता.

एका गोष्टीचा मात्र मला आनंद झाला होता. माझं नवनीतमसमोर निर्लज्जपणं मोरीत उभं राहणं वाया गेलं नव्हतं. त्या वेळी जरी तिनं दुर्लक्ष केल्यासारखं दाखवलं होतं, तरी त्याच वेळी तिनं मनातून पुढच्या प्रसंगाची खूणगाठ बांधून ठेवली असणार हे नक्की!

त्या दुपारचा तो प्रसंग आम्हांला दोघांनाही थरारक वाटला होता खरा; पण जे घाईघाईत होऊन गेलं होतं, ते पुन्हा एकदा फुरसदीनं करायला मिळावं, अशी आशा मनाला लागून राहिली होती आणि त्याच वेळी, या प्रसंगातून पुन्हा एकदा जायचं, या कल्पनेनं छाती धडधडतही होती. शिवाय एका गोष्टीची अडचण वाटत होती. गेल्या खेपेसारखंच पुन्हा आपण नवनीतमचं शरीर भिजवलं, तर ती आपल्याला काय म्हणेल? हे असं ओलं करणं, हा माझा अत्यंत खाजगी दुबळेपणा होता. तो

तिला कळावा, असं मला मुळीच वाटत नव्हतं.

पण पुढल्या वेळी नवनीतमनंच मला जवळ घेतल्याघेतल्या समजावून दिलं, की त्यात दुबळेपणा नाही, असलाच तर पुरुषार्थ आहे!

या वेळेस, आम्ही दोघांनीही बरंच संथपणानं, चवीचवीनं सारं केलं. गेल्याच वेळचा झपाटा, वेग आणि अनपेक्षितपणा या वेळी नव्हता, तरीही जे करत होतो. त्यात अधिक सुख मिळत होतं. गेल्या वेळेपेक्षा थोडा तरी अधिक वेळ मी तिच्या अंगावर राहू शकलो आणि नंतरही घाईगडबडीनं न उठता थोडा वेळ तसाच तिच्या कुशीत पडून राहिलो. हळूहळू, अशा संधी आम्हाला वरचेवर मिळू लागल्या. नवनीतम फार हुशार होती. अम्मा-डॅडी घरात नसतील, अशा वेळा ती बरोबर हेरायची. अम्माला एकटीलाच कधी बाहेर जायचं असल्यास, फिलिपला सांभाळायची आणि नंतर थोड्याच वेळात त्याला निजवण्याचीही जबाबदारीही ती स्वत:वर घ्यायची. माझ्या जोखमीवर घर सोडून जायची आता अम्मालादेखील सवय झाली. घरात थोडा वेळ तरी दुसरं कुणी येण्याची शक्यता नाही, अशी परिस्थिती तयार झाली, की नवनीतम मी असेन तिथं माझ्यासमोर येऊन गुपचूप उभी राहायची, आणि क्षणभरानं तशीच अक्षरही न बोलता बिछान्याच्या खोलीत जायची. मी मुकाट्यानं तिथं जाऊन गंजिफ्रॉक काढून उघडा व्हायचो. (पायजमा मात्र स्वत:हून काढायला मला, का कोण जाणे, नेहमीच लाज वाटायची. तो तिलाच काढावा लागे.) आणि तिच्या गोलाईदार अंगाच्या मिठीत माझं अंग लोटून द्यायचा.

नवनीतम दर वेळेस मला नवीन गोष्ट शिकवायची. हलकेच माझा हात पकडून नव्यानव्या जागा शोधून द्यायची. मी चुकून कधीकधी तिचं शरीर दुखावलं, तरी ती तक्रार करीत नसे. जागा चुकलो, तर स्वत:च्या हातानं मार्गदर्शन करी. शृंगारात नवशिक्याला समजावून द्यायचं ते सारं उलगडून दाखवतानाही, विशेष म्हणजे लहान मुलाला वागवावं, तसं ती मला कधीच वागवत नसे. तिथं माझ्या पौरुषाचा ती नेमका मान ठेवायची.आमच्या प्रेमरसात माझ्या पौरुषाला हलके हलके कधी उत्तेजन देत, तर कधी आव्हान देत, अखेरच्या रणधुमाळीसाठी ती सज्ज करी. वयाच्या मानाने उफाड्याच्या असलेल्या माझ्या धष्टपुष्ट शरीराचे तर ती कुठल्याही शब्दावाचून ओठांनी, हातांनी, पायांनी– किंबहुना सर्वांगानंच इतके लाड लाड करी, की या शरीराचे धनी आपण आहोत, याविषयी मला धन्य वाटे....

सगळं आटोपल्यानंतर, या प्रसंगाची शरीराची, पलंगावर किंवा खोलीत पुसटशीसुद्धा खूण राहणार नाही, याची खबरदारी नवनीतम घेई. एकूणच माझ्यावर क्रीडेआधी, किंवा नंतरही कसलंच दडपण येणार नाही, असं तिचं वागणं होतं...

एके दिवशी मी आमच्या टीममधल्या रामदासशी एकट्याशीच गप्पा मारत

बसलो असताना, त्याचा या विषयातला अधिकार माहीत असल्यामुळं विचारलं, काय रे, एखाद्याला एखादी मुलगी खूपच आवडत असली, तर त्यानं काय करायचं?

का? तुला आवडलीये का कोणी?

नाही रे. मला आवडली असती, तर ते तुला कळलं नसतं का? शाळेत सगळा वेळ तर आपण एकत्र असतो.

मग— ?

असंच! सांग ना. खूप आवडत असेल तर?

तर काय? तिच्याबरोबर झोपायचं.

समजा, ते केलं आणि खूप खूप बरं वाटलं...

रामदासला माझा चांगलाच संशय आला होता. डोळे बारीक करून तो माझ्याकडे पाहत राहिला. मग म्हणाला - साल्या, काहीतरी भानगड दिसतेय ही तुझी! हे बघ, खरोखरच अशी मुलगी मिळाली ना, की जिच्याबरोबर झोपायला खूप मजा येत असेल, तर -

- तर काय करायचं?

- तर सरळ लग्न करून टाक तिच्याबरोबर.

करायलाच हवं?

मग काय भडव्या मजा करून तशीच सोडून देणारेयस तिला? कुठलाही डिसेंट मुलगा तसं करणार नाही. ज्या मुलीबरोबर झोपेल, तिच्याशी तो लग्न केल्याशिवाय राहाणारच नाही. बोल, कोण आहे ही कंडा?

माझं नव्हतो रे सांगत! मी एकदम झटकून टाकलं.

पण त्याच्यानंतर पुढच्याच वेळी जेव्हा मी नवनीतमबरोबर झोपलो, तेव्हा सगळं झाल्यावर उठून बसता बसताच तिला विचारलं, नवनीतम, आपण लग्न करायचं का?

लग्न? ती माझ्या उघड्या पाठीवर नखांनी रेघा काढत म्हणाली - माझ्याशी लग्न? तुझं?

मग काय वाटलं तुला? मी तुला मजा करून तशीच सोडून देईन? कुठलाही डिसेंट मुलगा -

वेडा आहेस! घरातल्या कामवालीशी काय कुणी लग्न करतं?

का? नाही करत?

अंहं! वरदाबाबा, तू काळजी नको करूस माझ्या लग्नाची. माझं लग्न आधीच झालंय.

खरंच? मला विलक्षण आश्चर्य वाटलं.

पण म्हातारा आहे माझा नवरा. त्यातून त्याला लागतो दम! कंबर दुखते, जोर नाही त्याच्यात. चल, मला उठू दे. अम्मा येतील आत्ता.

असं म्हणून ती उठली, आणि सर्ररकन निघून गेली. मला विचारात टाकून!

त्या दिवशी मला चांगलं आठवतं, रविवार होता. डॅडी सकाळीच उठून जॉगिंग करून आले होते. नंतर सगळं आटपून त्यांना पोलीस रेंजवर रिव्हॉल्व्हर प्रॅक्टिससाठी जायचं होतं. म्हणून आम्ही कोणीच त्या दिवशी चर्चला गेलो नाही.

संध्याकाळी डॅडी एकटेच चर्चला जायला म्हणून निघाले, ते अर्ध्या वाटेवरच पडले. लोकांनी त्यांना घरी आणून सोडलं. अम्माचा एक लांबचा भाऊ डॉक्टर होता. (विल्यम म्हणून! या विल्यमच्या हुशारीचा अम्माला फार अभिमान होता.) सुदैवाने तो सध्या कुंभकोणमध्ये प्रॅक्टिस करत होता. अम्मानं त्याला बोलावून घेतलं. त्याने आल्याआल्याच सांगितलं, की डॅडींना हार्ट ॲटॅक आलाय, रिपन हॉस्पिटलमध्ये हलवूया.

अम्मा एरवी इतकी धीराची बाई. पण डॅडींना हार्ट ॲटॅक आला, म्हटल्यावर ती वेड्यासारखं करायला लागली. तिला काही सुचेचना. तिनं आपली रोजरी काढली, आणि ती ख्रिस्ताच्या तसबिरीपुढे जप करत बसली. मग विल्यम अंकलबरोबर मीच हॉस्पिटलमध्ये गेलो.

डॅडींकडे हॉस्पिटलमध्ये बसायला आमच्याकडे माणसंच नव्हती. (लिलीला कळल्यावर ती डॅडींना बघायला आली, पण ते खूप नंतर!) या वेळी रुक्मिणीची बरीच मदत झाली. ती बिचारी शक्य तेवढा वेळ डॅडींकडे येऊन बसायची. बायोलाचित्तीही आपलं घर सांभाळून जमेल तितकं यायची.

अम्माच्या प्रार्थनेत बरीच शक्ती असावी. कारण डॅडी आठवडाभरात घरी परतले. मात्र काही दिवस त्यांची डावी बाजू पक्षघात झाल्यासारखी अचेतन झाली होती. थोड्या दिवसांनी मात्र ते पूर्ण बरे झाले. अम्माला म्हणायला लागले - उगाच बरा झालो. मला रिटायर्ड आयुष्य नकोच आहे. रिटायरमेंटच्या आत मरण आलं, तर बरं! म्हातारपण वाईट!

त्यांच्या या बोलण्यावर अम्मा रडायची. तिला मी क्वचितच रडताना पाहिलं होतं. ती कधीच रडत नसे, म्हटलं तरी चालेल! पण डॅडींनी मरणाचं नाव काढल्याबरोबर मात्र ती खळखळून रडायला लागली.

आता मी तब्येतीनं चांगलाच भरलो होतो. (डॅडी अम्माकडे म्हणायचे, त्याप्रमाणे माजलो होतो!) फुटबॉल प्रॅक्टिसनं पायांना चांगला आकार आला होता. छाती मुळातच रुंद होती, तिच्यावर आता काळी लव उगवली होती.) मधूनमधून मी दाढीही करायला लागलो होतो.

एकदा वाटतं, जास्त खाण्यामुळं माझं पोट बिघडलं होतं; म्हणून शाळेत न जाता मी घरातच पडून होतो.

एवढ्यात बायोलाचित्ती आली.

मला म्हणाली, अम्माशी बोलायला आले होते. पण ती झोपलीये माडीवर!

कधी झोपली? मी आश्चर्यानं विचारलं. पंधरा मिनिटांपूर्वी तर इथनं मला औषध देऊन गेली. उठव तिला. नाहीतर आणखी दोन तास उठायची नाही. भलती गाढ आहे तिची झोप!

पण मी सुचवल्याप्रमाणे अम्माला उठवायला बायोलाचित्ती गेली नाही. उलट माझ्याजवळ येऊन मला म्हणाली – कसलं औषध देऊन गेली अम्मा? बरं नाहीये की काय तुला?

हो. पोटात दुखतंय मधूनमधून.

कुठं दुखतं? तिनं बिछान्यावर माझ्या शेजारी बसत विचारलं.

मी पांघरूण बाजूला केलं. गंजिफ्रॉक वर करून दाखवलं - इथं.

तिनं माझ्या पोटावर हात ठेवला. विचारलं - इथं?

तत्क्षणी माझ्या छातीचे ठोके जलद पडायला लागले, गळ्याशी आवंढा आला. पायजम्यात उंचवटा तयार व्हायला लागला. तो चित्तीच्या लक्षात येऊ नये, म्हणून मी शरमेनं डोळे मिटून घेतले. जसं काही मी डोळे मिटल्यानं तिला दिसायचं राहणार होतं.

चित्ती पोटावरून हलकेच हात फिरवायला लागली. फिरवता फिरवता तिनं हात एकदम खाली नेला आणि पायजम्यात दाटलेल्या उंचवट्यावर ठेवला. तिथं तसंच घट्ट पकडून ठेवून ती मला म्हणाली - अय्यो मा ऽ चांगलाच पुरुष झालायस की रे तू!

मग मात्र मी सगळी शरम बाजूला टाकली. अगदी सराईतपणे मी चित्तीला पलंगावर ओढली आणि स्वत: तिच्यावर ओणवा झालो. तीदेखील 'नको, नको' करीत, हसतहसत मला दाद देऊ लागली.

माझं शरीर चित्तीच्या शरीरात गुंतलं असतानाच, मन तिच्या एकेकाच्या अवयवाची, नवनीतमच्या त्या त्या अवयवांशी तुलना करत होतं. चित्तीची कांती नवनीतमइतकी गुळगुळीत नव्हती, किंचित खरखरीत होती, पण शरीर तिच्याइतकंच गच्च होतं. नवनीतमकडे जे जे मी करत होतो, ते ते सारं चित्तीकडे करून पाहताना तेच समाधान मला मिळत होतं.

चित्तीला तर माझ्याविषयी आश्चर्यच वाटलं असणार! ही गोष्ट मी बहुधा तिच्याच उत्तेजनानं आणि आज पहिल्यांदाच करीत असेन, अशी तिची समजूत असावी. पण मी तिच्या अंगावेगळा होईपर्यंत मात्र, या खेळात चांगलाच मुरलेला असल्याचं तिच्या लक्षात घेऊन चुकलं. खेळाचा सराव मी कुठं केला, हे मात्र तिनं मला विचारलं नाही.

ती माडीवर गेली आणि मी बाथरूममध्ये शिरलो, तेव्हा माझ्या मनात चित्रविचित्र विचारांचं चक्र फिरत होतं. नवनीतमचा नवरा म्हातारा आहे, असं ती म्हणते. धन्नुचित्तप्पा पण म्हातारे? - आणि आमचे डॅडी - अम्माचा काय अनुभव असेल?

आणखी एका गोष्टीनं मला धक्का बसला होता....

नवनीतमच्या शरीराशी धिंगामस्ती करताना, आपलं तिच्यावर गाढ प्रेम आहे, अशी माझी भावना असायची. चारचौघांत तिच्याशी वागताना मी परकेपणा दाखवीत असे. पण तोही, ती नामानिराळी वागायची म्हणूनच. मात्र बिछान्यातल्या त्या पाच-दहा मिनिटांत, मला तिच्याशिवाय दुसरं जग नसायचं. अशी गाढ एकपणाची भावना आपल्याला दुसऱ्या कुणाहीबद्दल कधीच वाटणार नाही, असा माझा समज होता. पण आज चित्तीबद्दलही मला तसंच, अगदी तसंच वाटलं होतं, याचा मला धक्का बसला होता. अत्यंत मनापासून मी माझं शरीर चित्तीच्या स्वाधीन केलं होतं आणि तिच्या शरीरालाही अधिकाधिक खुलवायचा प्रयत्न केला होता. तो सगळा वेळ नवनीतम माझ्या मनात होती, पण ती फक्त दोघींच्या शरीराच्या तुलनेपुरती. एरवी चित्तीबद्दल मला तिच्याइतकीच जवळीक वाटत होती. याचा अर्थ काय? मला नवनीतम आणि बायोलाचित्ती दोघीही सारख्याच होत्या? तर मग कुठलंही पुष्ट, उभारीचं स्त्री-शरीर मला सारखंच होतं की काय? शरीराचं आकर्षणच माझ्या बावळ्या मनाला ओढून नेत होतं का? सर्वच पुरुषांची प्रेम करण्याची पद्धत ही असेल का?

अनेक प्रश्न चित्तीशी केलेल्या संगानं माझ्या मनात उभे राहिले. (आजही त्यातल्या सर्वांचीच उत्तरं मिळवली आहेत, असं वाटत नाही.)

माझं धनुचित्तप्पाकडे जाणं-येणं वाढलं, हे अम्माच्या लक्षात आलं नाही. चित्तप्पाकडे मुलाबाळांचा त्रास नव्हता. चित्तप्पा बऱ्याच वेळा घरी नसायचा. पण त्यांच्या घरात चित्तीच्या बहिणीची तरुण मुलगी होती, प्रेमा म्हणून. (खूप जाडी होती, म्हणून आम्ही तिला गुंडूप्रेमा म्हणत असू.) तिची तेवढी आम्हाला अडचण होती. तीदेखील घरी नसेल, अशा वेळा आम्हाला शोधाव्या लागायच्या. तरीदेखील, मला वाटतं, आठदहा वेळा, मला आणि चित्तीला एकांत मिळाला.

याच दरम्यान कधीतरी नवनीतम काम सोडून गेली. तिची मंगलोरची बहीण बरीच आजारी असायची आणि तिला नवनीतमशिवाय दुसऱ्या कुणाचाच फारसा आधार नव्हता. म्हणून नवनीतम कुंभकोणम सोडून मंगलोरला आपल्या बहिणीकडे गेली. हेदेखील मला बरंच उशिरा समजलं. ती आपली अचानक आमच्याकडे येईनाशी झाली, एवढंच मला ठाऊक होतं. मला सोडून जाताना तिनं ताटातुटीचा कसलाही हृदयद्रावक प्रसंग येऊ दिला नाही. मला डोळ्यातून टिपूस गाळायला वाव ठेवला नाही, की स्वतःही माझ्यासमोर डोळे गाळले नाहीत. बिछाना वापरून झाला, की त्यावर ती वापराची कसलीही खूण राहू देत नसे. अगदी सुरकुती न् सुरकुती बुजवून ती तो असा काही साफ करायची, की त्यावर कुणी झोपलेलंच नव्हतं, असं वाटावं. अगदी तशीच, आमच्या संबंधांमध्येही कसलीच खूण मागं न ठेवता ती निघून गेली.

आता विचार करताना वाटतं, की एका परीनं हे फार चांगलं जमून गेलं होतं. मन मुळीच न गुंतवता, पण शरीरामध्ये अतिशय रस घेऊन एक रंगतदार खेळ आम्ही दोघंही खेळलो होतो. मानवी आयुष्यातल्या या सर्वांत सुंदर खेळामध्ये, म्हटलं तर, नवनीतम माझी गुरू होती, माझ्या शरीराची स्वामिनी होती आणि तरीही पूर्णपणे माझ्या अंकित होती. माझं शरीर तिच्या शरीराशी अगदी एकरूप झाल्यानंतर त्या एकाग्रतेचा आनंद घेणारी-देणारी माझी त्या क्षणी सर्वांत प्रिय अशी ती सखी होती आणि तरीही ती माझी कोणीकोणीच नव्हती. तिचा कसलाच आगापिच्छा मला ठाऊक नव्हता. माझ्याशी ती कधी निवांतपणे चार शब्द बोलली नव्हती, की समागमाच्या असंख्य आठवणींखेरीज दुसरी कसलीही भेट आम्ही एकमेकांना दिली–घेतली नव्हती. उदार निसर्गानं निर्माण केलेली दोन जोमदार शरीरं काही काळ एकत्र आली होती आणि एकमेकांना आनंद देऊन कायमची दूर झाली होती... कसलंही दुःख निर्माण न करता...

बायोलाचित्तीच्या अनुभवानंतर मात्र वाघाला रक्ताची चटक लागावी, तसं माझं झालं. आपलं शरीर स्त्रियांना हवं आहे आणि त्यांचं शरीर द्यायला त्या केव्हाही तयार असतात, असंच मला या दोन अनुभवानंतर वाटायला लागलं. एकदा, हवी ती स्त्री आपल्याला मिळू शकेल, असं मला वाटून घेतलं, की त्यातल्या त्यात अधिक आनंद कोणापासून मिळेल तिला निवडणं, हे आलंच. त्यासाठी मी कुठल्या स्त्रीचे कुठले अवयव चांगले आहेत, याची सतत मनोमन टिप्पणी करत राहू लागलो. हळूहळू नजरेला ती सवय पडून गेली...

प्रत्यक्षात जरी मला आणि बायोलाचित्तीला काही करताना गुंडुप्रेमानं पकडलं नव्हतं, तरी तिला आमच्याविषयी दाट शंका येत होती. आपली जाडेपणावरून

थट्टा करणारा आणि बोलायला गेलं, की लांबलांब पळणारा वरदा चित्तीशी मात्र जवळिकीनं वागतो आणि तीही त्याच्या अगदी जवळ उभं राहून सलगीनं बोलते; हे लक्षात आल्यामुळं बहुधा तिची मत्सरयुक्त संशयाची भावना तयार झाली असावी. एके दिवशी ती आपले जाडेबुटके पाय फाकून ठामपणे माझ्यासमोर उभी राहिली आणि सरळ मला म्हणाली -

काय रे, चित्तीचं आणि तुझं फार जमतं असं दिसतं!

येस! मी उनाडपणे म्हणालो – तुला काही म्हणायचंय यावर?

मला काय म्हणायचं असणार?

नाही कसं? आमचं दोघांचं जमतं, म्हणून तुझ्या पोटात दुखतं, हे काय मला कळत नाही? माझ्या बोलण्यातही अलीकडे एक पुरुषी अरेरावी आली होती.

एवढं काय आहे रे चित्तीमध्ये? गुंडुप्रेमानं खवचटपणाने विचारलं.

आहे तर - मी चावटपणानं हसून म्हटलं! चिक्कार आहे! तुला नाही ते कळायचं!

न कळायला काय झालं! सांग ना! चित्ती तुला काय देते? - गुंडुप्रेमानं श्वास रोधून मला विचारलं.

मी पाहतोय, म्हणून मुद्दाम तिनं श्वास रोधून छाती फुगवली होती की काय कोण जाणे! पण तिचे गुबगुबीत मोल्लै चांगलेच वर आले आणि तिच्या उघड्या गळ्याच्या ब्लाऊजमधून अर्धेअधिक बाहेर दिसू लागले.

मी मोह आवरण्याचा जरासुद्धा प्रयत्न केला नाही. सरळ ते दोन्ही गोल, हातात गच्च पकडून म्हटलं - सांगू, चित्ती काय देते–?...हे!

चल, चावट! असं म्हणून, माझे हात झटकून गुंडूप्रेमा पळून गेली. पण माझा चावटपणा नक्कीच तिला आवडला होता. किंबहुना, असा काही चावटपणा मी करावा, या हेतूनंच तिनं हे बोलणं काढलं असावं. (स्वत:च्या मनातल्या इच्छा पुरुषांनी ओळखाव्यात, त्या पुऱ्या कराव्यात आणि वर त्याविषयीची सगळी नैतिक जबाबदारी, प्रसंगी दोषही पुरुषांनीच घ्यावा, ही स्त्रियांची अपेक्षा मला पुढल्या आयुष्यात अनेकदा अनुभवावी लागली.) एका परीनं तिनं मला आव्हानच दिलं होतं. माझी शंभर टक्के खात्री होती, की दोन दिवसांत मी नुसती भुवयी उंचावायचा अवकाश, ती आपले मोल्लै उघडे करून माझ्यासमोर उभी राहील!

घराजवळ राहणारी रुक्मिणी मला नेहमी भेटायची. पण तिच्या कृश शरीरात आणि सपाट छातीत मला स्वारस्य नव्हतं. नवनीतम आणि बायोलाचित्ती यांची केळीच्या खांबासारखी गच्च, रसरशीत शरीरं हाताळल्यानंतर; रुक्मिणीचं शरीर हे स्त्रीचं शरीर आहे, असंसुद्धा मानायला मी तयार नव्हतो. तिची माझी मैत्री होती, पण ती दोन मुलांची असावी, तशी! निव्वळ गप्पा मारण्यापुरती! आणि सध्या तरी

कुठल्याही मुलीशी मी केवळ गप्पा मारण्यापुरती मैत्री करूच शकत नव्हतो. माझ्या डोक्यात एक नशा चढली होती आणि त्या नशेला स्त्रीचं शरीर आणि फक्त शरीरच समजत होतं. रुक्मिणी माझ्याशी आपुलकीनं वागते, याची दखल घेण्याची त्या नशेला गरजच नव्हती.

तरीही मी तिच्याशी जेवढ्यास तेवढं चांगलं वागायचो. त्या वर्षी मी एन.सी. सी.च्या नेव्हल कॅडेट युनिटमध्ये होतो आणि स्टेटमधला बेस्ट कॅडेट ठरलो होतो. मला बेस्ट कॅडेट निवडल्याची नोटीस शाळेत लागताच माझं अभिनंदन करायला पहिली धावत आली ती रुक्मिणीच! हे लक्षात ठेवून, मीही बेस्ट कॅडेटचा बिल्ला जेव्हा प्रत्यक्ष हातात आला; तेव्हा तिच्या घरी जाऊन तिला तो कर्तव्य म्हणून का होईना, पण मुद्दाम दाखवून आलो.

आमच्या 'दि व्हिक्टर' जवळच 'फ्री मेसन्स लॉज' होतं.या लॉजविषयी मला फार कुतूहल होतं. लोक म्हणायचे, की इकडे नाना प्रकार चालतात, काळोख पडल्यानंतर तर तो रस्तासुद्धा टाळावा. अम्मा तर कधीही मला त्या बाजूनं जाऊ द्यायची नाही. का विचारलं, तर काहीच कारण सांगत नसे.

चिन्नाथन बेसिल नावाचा माझा एक मामा कधीतरी आमच्या घरी यायचा. अगदी किरकोळ शरीराचा, किंचित पोक काढून चालणारा आणि टक्कल पडलेला! त्याची गालाची हाडं वर आल्यामुळे नाक अधिकच टोकदार - अगदी कावळ्याच्या चोचीसारखं दिसायचं. पण त्याच्या डोळ्यात चमक होती आणि मुलांशी बोलताना त्याच्या चेहऱ्यावर एक गमतीदार मिस्कील भाव यायचा, म्हणून तो मला आवडायचा. बेसिल अंकल आला, की पाच-दहा मिनिटांपेक्षा अधिक वेळ बसायचा नाही. अचानक कुठल्यातरी कामाची आठवण यावी, तसा उठायचा आणि चालू लागायचा. पण तेवढ्या पाच-दहा मिनिटांतसुद्धा अम्माला, तो कधी एकदाचा जातो, असं होऊन जायचं. तिची अस्वस्थता मलाही जाणवायची, मग त्याला ती जाणवल्याशिवाय कशी राहील? तुला बेसिल अंकलचा इतका का त्रास होतो, असं विचारलं; तर अम्माकडे त्यावर उत्तर नसायचं.

एकदा मी एनसीसीच्या सेंड ऑफहून परत येत होतो. शाळेनं केलेल्या माझ्या गौरवामुळं फुगून जाऊन मी हवेतून दोन पावलं वर चालत होतो. एवढ्यात मला बेसिल अंकल दिसला. आपल्याच तंद्रीत काहीतरी पुटपुटत, हातवारे करीत तो रस्त्यातून चालला होता. नेहमीचाच, निश्चित न सांगता न येण्याजोग्या रंगाचा मळकट कोट आणि उसवल्यावर पुन्हा शिवण मारलेली तपकिरी पँट.

"हाय, बेसिल अंकल!" मी ओरडलो.

त्यानं चमकून पाहिलं, घाबरल्यासारखं! आणि मीच हाका मारतोय, हे लक्षात

आल्यावर त्याच्या चेहऱ्यावर तो नेहमीचा गमतीशीर भाव आला.

कुठं चाललायस तू? त्यानं मला विचारलं.

घरी. शाळेत आज आम्हाला सेंड ऑफ होता. तू कुठं निघालास?

मी - कुठं कोण जाणे, पण तू माझ्याबरोबर येत असलात, तर घरीच जाईन. येतोस माझ्याबरोबर?

बेसिल अंकलचं घर पाहण्याची मला चांगलीच उत्सुकता होती. मी म्हटलं, चल.

एका खिळखिळ्या झालेल्या, जुनाट एकमजली घराचा किरकीर वाजणारा आणि हेलकावे खाणारा लाकडी जिना चढून आम्ही बेसिल अंकलच्या पहिल्या मजल्यावरच्या घरात गेलो. घराच्या दाराला कुलूप वगैरे काही नव्हतं. नुसती वरची लोखंडी कडी बाहेरून लावलेली होती, ती काढून आम्ही आत शिरलो. मी आश्चर्यानं बेसिल अंकलला विचारलं - हे काय, दाराला कुलूप नाही? काही चोरीला गेलं मग?

आमच्याकडचं काही चोरीला जात नाही. वुइ आर प्रोटेक्टेड!

प्रोटेक्टेड? कोण करतं तुमची राखण?

द डार्क स्पिरिट - बेसिल अंकल गंभीरपणे म्हणाला.

वस्तुस्थिति अशी होती, की बेसिल अंकलच्या घरात चोरीला जाण्यासारखं काही नव्हतं. आत सर्वत्र धूळ पसरली होती. त्या धुळीत इकडेतिकडे पसरलेली पुस्तकं, हिरवट रंगाचं (आता फाटलेलं) रेक्झिन लावलेलं टेबल, त्यावर थाळ्या, कानतुटका कप आणि काचेची ग्लासेस अशी चार स्वस्तातली भांडी, एक मोडकी ट्रंक, एक घडी करून ठेवलेलं फाटकं जाजम, असलंच सामान पडलं होतं. नाही म्हणायला कोपऱ्यात एक साधारणशा बऱ्या स्थितीतलं व्हायोलीन होतं. बेसिल अंकल ते कधीमधी वाजवत असावा.

आमची चाहूल लागताच एक करडं मांजर खिडकीतून पळून गेलं. पाहिलंस, मांजराचं रूप घेऊन ते संरक्षण करत होतं घराचं – बेसिल अंकल अर्धवट गमतीनं आणि अर्धवट गांभीर्यानं म्हणाला.

काळोख पडू लागला होता. वीज कापलीय, मी बिल नाही भरलं म्हणून. बेसिल अंकल म्हणाला आणि त्यानं कंदील पेटवला.

मग तो मला म्हणाला, तुला द्यायला काही खाऊ नाहीये घरात. दारू घेणार काय तू थोडी?

माझ्या अंगावर सर्रकन काटा आला. आजवर मी दारू कधीच प्यालो नव्हतो.

चांगली आहे. अरक नाही – रम आहे, त्याचे डोळे चमकले.

मला साहस करावंसं वाटायला लागलं. तशी दारू मला नवीन नव्हती. डॅडींना

पिताना इतकी वर्षं मी पाहतच होतो की!

दे! मी म्हटलं.

शाब्बास! असं पाहिजे – बेसिल अंकल उत्साहानं उठला आणि त्यानं टेबलावर पडलेल्या अठरापगड जातीच्या भांड्यांमधून एक पारदर्शक ग्लास आणि एक कानतुटका चहाचा कप उचलला. एका जुन्या पत्र्याच्या बालडीत इतर सामानाबरोबर ठेवलेली एक रमची अर्धी भरलेली बाटली बाहेर काढली. आम्ही दोन्ही ग्लासांत रम ओतली. मग एका कोपऱ्यात पाण्याचा माठ होता. त्याचा नळ उघडून उगाच नावापुरतं पाणी स्वत:च्या कपात आणि माझ्या ग्लासात भरपूर पाणी घेतलं. ग्लास मला देत म्हणाला - घे. मग अचानक आठवण झाल्यासारखी कुठून तरी एक तिखट शेवेची पुडी त्यानं काढली आणि ती उघडून आम्हा दोघांच्या मधे ठेवली. कप तोंडाला लावून तो म्हणाला, चिअर्स!

चिअर्स! म्हणून मी ग्लास तोंडाला लावला. चांगलाच मोठ्ठा घोट घेतला गेला. मला ठसका लागला.

सावकाश! हळू हळू पी! बेसिल अंकल म्हणाला.

मी दुसरा घोट सावकाशीनं घेतला. घसा गरमागरम झाला. पण तोंड इतकं कडू झालं, की घोट थुंकून टाकावासा वाटला. तसाच बळजबरीने मी तो गिळला. घाईघाईनं तिखट शेव तोंडात टाकली.

आम्ही इकडच्या तिकडच्या खूप गप्पा मारल्या. डॅडींच्या हार्ट ॲटॅकच्या, लिली-वसंताच्या, फिलिपच्या वरचेवर आजारी पडण्याच्या - चिक्कार! बेसिल अंकल खूप मोकळेपणानं बोलत होता. आमच्या घरी आल्यावर तो जसा अवघडलेला असे, तसा तो इथं वाटत नव्हता. पण तिथं अम्माला आपण आवडत नाही, हे माहीत असल्यामुळे तो अवघडतो म्हणावं; तर मग तो यायचा तरी कशाला? कदाचित त्याला एकटं एकटं वाटत असेल, म्हणून. पण मग तो एकटा राहिलाच कशाला?

अंकल, तुझी बायको कुठं? मी विचारलं. एरवी मी त्याला सरळ विचारायला धजलो नसतो. पण आता मला हळूहळू गुंगल्यासारखं, तरीही खूप मोकळं मोकळं वाटायला लागलं होतं. त्या अंधुक उजेडातही सगळी खोली जरा जास्त धारदार, जास्त स्पष्ट दिसायला लागली होती.

मी लग्नच केलं नाही बाबा – बेसिल अंकल म्हणाला. कशाला करायचं? आपलं हे आहे, ते काय वाईट आहे, आपल्यापुरतं? मग बायकोमुलांवर आणि घरावर एवढा थोरला खर्च करायचा, तो कशासाठी? आता बेसिल अंकलही रंगात आला होता – सांग ना - कशासाठी?

कशासाठी? मी चढत्या गुंगीत म्हणालो.

पुरुष लग्न करतो, ते आपल्याला हवं तेव्हा बायकोबरोबर झोपायला मिळावं म्हणून! - बेसिल अंकल एकदम बोलून गेला. मग म्हणाला - सॉरी, तू अजून लहान आहेस. तुला हे काय कळणार?

नाही. कळतं मला. मी तोंड वाईट करत एक घुटका घेतला.

तुझ्या अम्मा-डॅडींना पटायचं नाही, पण काय वाईट आहे रे आपलं? आपल्याला बाईजवळ झोपावंसं वाटलं तर रोझी आहे, चन्नम्मा आहे, मेरी आहे. कोणीही पैसे दिले, की मजेत जवळ घेते. फार इमानदार आहेत बरं या पोरी! पैसा पुरेपूर वसूल करून देतात. कुठली बायको देते वसूल करून? जन्मभर तिच्यावर पैसा खर्च करतो माणूस! जेमतेम पहिली दोन वर्षं सुख! मग सगळी सक्ती! तुला कळतंय का मी काय बोलतोय ते?

हो ऽ

ही चन्नम्मा सांगतो तुला - शी इज सच अ फाइन फ्रेंड! एक रमची बाटली घेऊन गेलं संध्याकाळचं - तर अशी प्रेमानं गप्पा मारत बसणार - केरळमधल्या उत्सवाच्या आणि बाजारातल्या मोरी माशांच्या गोष्टी सांगणार. 'निघतो' म्हटलं तर 'बस रे, बस रे' म्हणणार! या वयात माझी बायको बसली असती माझ्याशी अशी बोलत? उलट, 'एकदाचा बाहेर जा कुठे तो, म्हणजे मी सुटले', असं म्हणाली असती! आणि बेसिल अंकल स्वत:च्याच विनोदावर खूष होऊन हसायला लागला... किती तरी वेळ तो आपले किडके दात दाखवत हसत होता.

तो म्हणतो ते सगळंच मला पटत नव्हतं. 'डॅडी आणि अम्मा' काय एकमेकांशी प्रेमानं बोलत नसतील? डॅडींना हार्ट ॲटॅक आला, तेव्हा अम्मा अशी खळखळून रडली... पण हे विचार चालू असतानाच माझ्या मनात दुसरेही विचार येत होते – धन्नुचित्तप्पा आणि बायोलाचित्ती ...नवरा म्हातारा झालाय म्हणणारी नवनीतम - काय खरं आणि काय खोटं? माझ्या डोक्यात एकच गोंधळ उडाला होता. मला वाटतं, रम माझ्या डोक्यात चढत होती.

अंकल, तू अम्माला सांगणार नसलास, तर तुला सांगतो. तुला वाटतं... की मी लहान आहे... पण तसं नाही... मीसुद्धा झोपलोय... बायकांबरोबर! आता मला स्वत:चेच शब्द दुरून कुठून तरी येताहेतसं वाटत होतं.

अच्छा! अंकलचे डोळे चमकले – हाऊ वॉज इट?

ग्रेट! इट वॉज अ ग्रेट एक्स्पिरिअन्स. सिम्पली ग्रेट! आय लव्हड् इट् मोर दॅन एनिथिंग एल्स्... मग एकदम उशीर झाल्याची जाणीव होऊन मी म्हटलं, मी घरी जातो, अंकल. अम्मा वाट पाहील!

थांब. आणखी थोडी घेऊन जा. बस. संपलीच बाटली! त्यानं माझ्या ग्लासमध्ये रम ओतली. ग्लास माठाशी धरला. मग माझ्या हातात दिला.

एवढीच हां - मग मी घरी जाणार! ग्लास लवकर रिकामा करायचा, म्हणून मी मोठ्ठा घोट घेतला... आणि त्याच क्षणी माझ्याभोवतीची खोली सावकाश, पण निश्चितपणे फिरायला लागली. मी काय बोलत होतो, त्यावर माझा फारसा ताबा राहिला नाही. मी पुन्हा मघाचंच सांगू लागलो– इट वॉज अ ग्रेट एक्सपिरिअन्स अंकल! आय लव्हड् इट्!

दॅटस् द स्पिरिट! बेसिल अंकल म्हणाला – यू शूड लव्ह फकिंग. मग कोपऱ्यातलं व्हायोलीन घेऊन तो हलकेच वाजवायला लागला. – इटस् द मोस्ट ब्युटिफुल थिंग इन द वर्ल्ड! आपलं शरीर.... शरीर बघ... या व्हायोलीनसारखं असतं! काही बायकांना गज होऊन त्याच्या तारांशी कसं खेळायचं ते अचूक कळतं. अशी बाई शोध... नेहमी शोधत राहा... पण एकदा लग्न केलंस, की तुला शोधायची परवानगी नाही... डेड एन्ड! मग तुझ्या शरीराच्या व्हायोलीयनची, ती जी करील ती दशा! - अगदी तारा तोडून फेकून दिलं, तरी तू काहीही करू शकणार नाहीस!

मग काही वेळ तो तल्लीन होऊन एक जलद गत वाजवत राहिला. मग एकदम थांबला. सगळीकडे शांतता पसरली. बेसिल अंकल म्हणाला, लिसन सन, नेव्हर गो आफ्टर युवर माइंड, जस्ट लिसन टू युवर बॉडी. डोंट काउंट ऑन युवर माइंड! जस्ट ट्रस्ट युवर बॉडी. सनी! मन स्वार्थी असतं. हावरट असतं. शरीर गरज असली तरच मागतं. पण मन सांगेल, त्या शरीराला उपाशी ठेव आणि माझे चोचले पुरव! ते सांगेलच.... पण ऐकायचं नाही, नेव्हर स्टार्व्ह युवर बॉडी! शेवटी बॉडीच माणसाच्या उपयोगाची म्हातारपणापर्यंत.

मग काही वेळ तो मी खोलीत आहे, हेच विसरून व्हायोलीन वाजवीत बसला. माझ्याभोवती गोल फिरणाऱ्या खोलीतून नेमकं दार पकडून मी कसंबसं बाहेर पाऊल टाकलं आणि आता अधिकच झोपाळ्यासारख्या हलणाऱ्या जिन्यावरून कसाबसा तोल सावरत रस्त्यावर आलो.

आणि एकदम तोंडावर पडलेल्या टॉर्चच्या प्रकाशानं दचकलो.

- हातात टॉर्च घेऊन रुक्मिणी रस्त्यावर उभी होती.

चार

अय्यो अम्मा ऽ कडवलू अनुग्रह!

रुक्मिणी मला पाहून आनंदून म्हणाली.

तू काय करतेयस इथं? मी किंचित चिडून विचारलं. खरं तर रागापेक्षा मला तिची भीतीच अधिक वाटली होती. त्या क्षणी मी नेहमीप्रमाणे तिच्यावर बॉसिंग करण्याच्या अवस्थेत नव्हतो; उलट तिनं मला इथं पकडल्यामुळं, ती काय म्हणेल, ते ऐकून घेणं मला भाग होतं.

अरे, अम्मा इतकी काळजीत पडल्येय तू आला नाहीस घरी, म्हणून! डॅडी शाळेवर गेलेयत! म्हणून मी पण निघाले तू कुठं रस्त्यावर दिसतोस का, ते बघायला!

रुक्मिणी - इतक्या रात्री - एकटी! कठीण आहे! – तुला भीती नाही वाटली? मी विचारलं.

वाटली, पण काय करायचं? तुला शोधायला तर पाहिजे ना? इकडे कुठं गेला होतास तू?

बेसिल अंकलकडे आणि कुठं? मी रागाचा आविर्भाव चालू ठेवत म्हटलं.

बेसिल अंकलकडे? अय्यो माऽ त्याच्याकडे जायचं नाही हां पुन्हा? रुक्मिणी मला शिकवतेय म्हणजे फारच झालं.

जायचं नाही? का नाही?

ते लोक चांगले नाहीत. - रुक्मिणी एखाद्या लहान मुलाची समजूत घालावी, तशी बोलत होती - तुला अम्मानं सांगितलं नाही? ते लोक वाईट आहेत!

ते लोक म्हणजे कोण?

फ्री मेसन्स लॉजचे! काहीही खातात - काहीही पितात - त्यांचं चर्च निराळं आहे. तालैवेट्टीमादाकोयल! 'शिरकाण' मेरीचं चर्च. त्यांच्या चर्चमध्ये घाणेरड्या गोष्टी चालतात.

मला बेसिल अंकलचं बोलणं आठवत होतं... नेव्हर बिलीव्ह युवर माइन्ड...

ऑलवेज ट्रस्ट युवर बॉडी.... इतक्या लांबवरसुद्धा बेसिल अंकलच्या व्हायोलीनचे स्वर वाऱ्यावरून वाहत येत होते.

पुन्हा नको हां जाऊ बेसिल अंकलकडे? आज त्यानं तुला दारू प्यायला लावली ना? माझ्या एकदम लक्षात आलं. इतका वेळ रुक्मिणी नाकावर हात ठेवूनच माझ्याशी बोलत होती.

डॅम इट! ही खुळचट पोरगी मला आपल्यासारखं वळवायला बघते आहे! मला म्हणे, जाणार नाही ना पुन्हा बेसिल अंकलकडे! का नाही जाणार? जाणार जाणार जाणार! इतकी मजा आली होती त्याच्याकडे! ती अस्ताव्यस्त पडलेली खोली - त्याचं मोकळं बोलणं! यू शुड लव्ह फकिंग - म्हणणं! त्याच्याकडची रम! त्याचं व्हायोलिन! ग्रेट! यातली प्रत्येक गोष्ट इतकी सुंदर होती. त्याचं चर्चसुद्धा सुंदर असेल! आमचंच चर्च का चांगलं? बेसिल अंकल घरी आला, तर अम्माला त्रास होतो. म्हणूनच तिला उतारवयात बाळ झालं, तर अपराधी वाटतं... डॅडींनी एक पेगच्या वर दारू घेतली तर ते चालत नाही. आम्ही गाडीला हात लावला, तर डॅडींना सहन होत नाही. घरात कोणी मोठ्यानं बोलत नाही. ओरडत नाही. नुसतं कुजबुजतात. बिछान्यावर डाग पडू न देता मी घरातल्या कामवालीशी काहीही केलं तरी ते चालतं, पण त्या कामवालीनं एरवी माझ्याशी बोललं, तर ते मात्र चालत नाही. मी काय करतो, हे कुणाकडे बोलायची मला चोरी - ते सांगायला मला बेसिल अंकलकडे जावं लागतं. ते सांगायचं धैर्य अंगात येण्यासाठी दारू प्यावी लागते.

आणि एकदम घाईघाईत प्यायलेली दारू उमळून वर आली. रुक्मिणीला हातानंच दूर थांबवत मी कोपऱ्यात गेलो आणि भडाभडा ओकलो. किती तरी वेळ उलटी थांबेचना. त्यात आणखी मला ठसका लागला.

रुक्मिणीनं येऊन माझ्या पाठीवरून हात फिरवायला सुरुवात केली - मला बरं वाटावं म्हणून! पण मी तिचा हात हिसडून टाकला. मला तिनं तसं पाहायला नको होतं - उलटी करताना! आजवर ती मला स्मार्ट, अभ्यासू, एन.सी.सी.तला कॅडेट म्हणून मान देत होती. मला तिच्यावर हक्क गाजवू देत होती. मी सांगितलेला शब्द न् शब्द गॉस्पेल ट्रुथ मानीत आली होती. तिनं मला उलटी अनावर होऊन उभं राहणं कठीण जातंय, असहाय अवस्थेतल्या मुलाच्या रूपात पाहणं म्हणजे - प्लीज लीव्ह मी अलोन! मी तिच्या अंगावर खेकसलो. ती मुकाट्यानं बाजूला जाऊन उभी राहिली.

माझं ओकारी देणं आटपलं. मी परत रस्त्यावर आलो. तोंड पुसण्यासाठी रुमाल - अरे कर्मा! रुमाल बेसिल अंकलच्या खोलीवर पडला बहुतेक! मी शर्ट बाहेर काढून त्यानं -

तत्काळ रुक्मिणीनं रुमाल पुढे केला. शहाणपणा दाखवतेय! मी तिच्याकडून तो खेचून घेऊन तोंड खसाखसा पुसलं.

बरं वाटतंय आता? तिनं विचारलं. हिला कळत कसं नाही? मला हिच्या चांगुलपणाचा त्रास होतोय!

हो. तिनं पुन्हा विचारू नये, म्हणून मी म्हटलं.

जवळ आलं आता – ती धीर देत म्हणाली.

मी न बोलता चालत राहिलो. ओशाळवाणं वाटून न घेण्याचा प्रयत्न करत!

रुक्मिणी टॉर्च दाखवत होती आणि रस्ता उजाडत होता. आम्ही दोघंही गप्पच होतो. कसला विचार करतेय ही मुलगी, गप्प राहून? बहुधा उद्यापासून ती आपला संबंध तोडणार असेल. हा दारू पितो, असं गावभर सांगत सुटणार असेल! मला अतिशयच अस्वस्थ व्हायला झालं. घरी गेल्यावर अम्मा–डॅडींना सेन्ड ऑफच्या इकडे इतका उशीर का झाला हे कसं पटवावं, ही एक पंचाईत होतीच - पण त्याहूनही खरी आपत्ती होती, ती, माझा दंड धरून मला सांभाळून नेणाऱ्या या मुलीचा वरचढपणा नाकारता येत नव्हता, ही!

तू माझ्याशी लग्न करशील? रुक्मिणीनं एकदम विचारलं.

म्हणजे आत्ता नाही, मोठा झाल्यावर -

तुझ्याशी? लग्न? अचानक तिनं मला संधी दिली होती. तिची जागा दाखवून देऊन तिला जिरवण्याची! हट् - मी म्हणालो. मी नाही तुझ्याशी लग्न करणार!

का रे? तिनं आर्तपणे विचारलं.

खरं म्हणजे तिच्या स्वरातल्या त्या आर्तपणानं तरी मी द्रवून जायला हवं होतं. ती फारसं मनाला लावून घेणार नाही, इतपत काहीतरी तिला सांगायला हवं होतं. पण त्या क्षणी जसा काही मला तिला दुखवण्याचा खुनशी आनंदच हवा होता.

तुझ्याशी कोण करील लग्न? एवढीशी बारकुडी तुझी छाती! मी फाडकन बोलून गेलो.

ती एकदम गप्प झाली. मी असं काही बोलेन, याची तिला अर्थातच कल्पना नव्हती. माझा नकार हा फार फार तर कुठल्यातरी हळव्या मानसिक कारणासाठी असेल, असंच ती तिच्या वयाच्या इतर खुळचट पोरींसारखं धरून चालली असणार. बेसिल अंकलचं ऐकायला नको! मनावर सगळा भर! शरीराकडे लक्ष द्यायला नको.

तरीही विलक्षण चिकाटी दाखवून तिनं मला उलट विचारलं - छाती बारकुडी म्हंजे?

म्हंजे... म्हंजे... म्हणजे आता कसं सांगू? आपल्या टीचर मिसेस जॉनसनची कशी आहे- चालताना हलते खाली वर - तशी आहे तुझी? मला तशी छाती असलेल्या पोरी आवडतात. मग तुझ्याशी कसं करणार मी लग्न?

रुक्मिणी गप्पच झाली. तिला बिचारीला लग्नाचा आणि छातीचा काही संबंध असेल, याची कल्पनाही नसावी. मला मात्र तिची जिरवल्याचा मनापासून आनंद झाला. तिला तिच्यातला कमीपणा मी नेमका दाखवून दिला होता. आता काही ती गावभर मी दारुड्या होतो, असं सांगून ऐटी मिरवू शकली नसती... ट्रस्ट युवर बॉडी!

एवढ्यात घर आलं. ती काहीच न बोलता वळली आणि स्वत:च्या घराच्या दिशेनं निघाली – टॉर्चनं काळोखाला भोकसे पाडत.

पुढच्या पंधरा-वीस दिवसांत आम्ही पाच-सहा वेळा भेटलो. पण रुक्मिणीनं तो विषय काढला नाही. मला वाटलं, मी जे बोलतो, दारूच्या नशेत, असं समजून तिनं सोडून दिलं असावं. म्हणून मीही तिची माफीबिफी मागण्याच्या फंदात पडलो नाही.

पण पंधरा-वीस दिवसांनी शाळेतून परत येताना ती भेटली आणि बोलताना आवाज मधेच खाली आणून मला म्हणाली - तुला काही फरक दिसतो?

कशामध्ये? पहिल्यांदा मला काही कळेचना. मग ती माझ्याबरोबर चालत होती, ती समोर येऊन उभी राहिली आणि मोठा श्वास घेऊन मला म्हणाली - कळलं, कशामध्ये?

मला कळलं, पण काय बोलावं ते समजेना.

तू त्या दिवशी म्हणालास ना - ती पुढं म्हणाली - त्याचं मी काहीतरी केलंय!

काय केलंस?

मैत्रिणींना विचारलं. त्या म्हणाल्या, रोज नल्ले येण्णे - तेल लावून चोळत जा. तसं करते मी आंघोळीच्या वेळी! शिवाय बॉडी शक्य तेवढा थोडा वेळ घालते. आता घरी गेल्याबरोबर लगेच काढून टाकणारेय. आणखी मी थोडा थोडा एक्झरसाइज -

मी तिच्याकडे बघतच राहिलो. जाम पागल होती ही मुलगी! काय हा खटाटोप? आणि कशासाठी? माझ्याशी लग्न व्हावं म्हणून? कष्टमतान्!

सांग ना! पडलाय काही फरक? माझ्या 'हो-नाही' म्हणण्यावर आयुष्य अवलंबून असल्यासारखं तिनं विचारलं.

तिच्या त्या शरणागत सुरानं एकदम माझ्यातल्या जनावराला रक्ताचा वास आला. वरवर शक्य तितकं संभावितपणाचा आव आणून मी गंभीरपणे म्हटलं - असं कसं सांगणार? मला बघायला हवं नीट!

नीट म्हंजे? ब्लाऊज काढून?

मी मान डोलावली.

कुठं बघशील? तू सांगशील तिथं मी येईन...

खरं म्हणजे मी म्हटलं असतं, तर तिनं तिथल्या तिथंही ब्लाऊज काढून टाकला असता. पण माझ्या डोक्यात त्यापेक्षा अधिक काही आलं होतं. म्हणून मी तिला म्हटलं- उद्या सांगेन. पण बोलू नकोस कुणाजवळ!

माझ्या त्या शेवटच्या चार शब्दांनी तिला अधिकच हुरूप आला. कुठल्या तरी एका खास गुपितात मी तिला सहभागी करून घेतलंय, याची अपूर्वाई वाटली. नक्की सांग हं उद्या – असं मला बजावून, ती नाचत नाचतच घराच्या दिशेनं पळाली.

त्या रात्री मी भराभरा विचार करून एक योजना ठरवली.

मी शाळेतला प्रिफेक्ट होतो. वर्ग बंद करून साडेपाच वाजता प्यून्स गेल्यानंतरही एखाददोन वर्ग काही कामांसाठी उघडे ठेवावे लागायचे. वॉचमन यायचा तो रात्री. तेव्हा मधल्या वेळात हे वर्ग बंद करून, मेनगेटला कुलूप लावणं आणि चावी शेजारच्याच बंगल्यात राहणाऱ्या प्रिन्सिपॉलच्या घरी टाकणं, हे काम रोज एका प्रिफेक्टला नेमून दिलेलं असायचं. माझा वार गुरुवार होता.

गुरुवारी तू वर्गातच थांब. वर्ग मीच लॉक करून घेईन आणि नंतर शाळा रिकामी झाली की उघडेन – मी रुक्मिणीला सांगितलं.

खरं तर तिनं असं थांबणं धाडसाचं होतं. मी वर्ग उघडायला विसरलोच तर? किंवा काही कारणानं मला ते शक्य झालं नाही तर? असं झालं, तर दुसऱ्या दिवशी सकाळ होईपर्यंत तिला त्या वर्गात कोंडून पडावं लागलं असतं. पण रुक्मिणीनं असल्या काही अडचणी काढल्या नाहीत. ती सहजपणे वर्गात थांबायला तयार झाली.

गुरुवारी संध्याकाळी सगळी शाळा रिकामी झाल्यानंतर मी वर्ग उघडला, तेव्हा ती वर्गात शांतपणे बसली होती. शेवटच्या रांगेत, डेस्कवर डोकं टेकून, शेजारी कसलं तरी अभ्यासाचं पुस्तक, कंटाळून पालथं घातलेलं.

मी आवाज न करता वर्गाचं दार लोटून घेतलं. खरं तर एरवी शाळा बंद करताना, क्वचित वर्गांची दारं उघडण्या-लावण्याचा आवाज करावाच लागायचा. तो कुणीही ऐकला, तरी त्यात गैर वाटण्यासारखं काहीच नव्हतं. पण आज मात्र माझी मलाच चोरी वाटत होती.

रुक्मिणी बाकावरून उठून माझ्याजवळ येऊन उभी राहिली. शांतपणे ब्लाऊजची बटणं सोडू लागली.

मी तिला सावकाश जमिनीवर बसवलं. एव्हाना तिनं ब्रेसियरच्या बंधनातून आपले चिमुकले, लहानशा वाटीएवढे स्तन मोकळे केले होते.

मी काहीच न बोलता ते हाताळायला सुरुवात केली. ते घामानं ओलसर झाले होते. मी ते उचलल्यासारखे करताच त्यांची किंचित थरथर झाली. बोटांनी चोळूनचोळून मी त्यांची टोकं उभी करण्याचा प्रयत्न केला. पण ती एखाद्या रुसलेल्या बाळाच्या ओठांसारखी चुरमडलेलीच राहिली.

मी ते स्तन सोडून दिले आणि हलकेच तिची पाठ जमिनीला लावली. तिच्या ओठांवर ओठ टेकल्यासारखं केलं, आणि तिचा स्कर्ट वर करून तिच्या चड्डीला हात घातला -

ती एकदम उठून बसली. स्कर्ट खाली करायला लागली.

मजा येईल बघ! मी माझ्या, नेहमीच्या, तिच्यावर हुकमत गाजवणाऱ्या स्वरात पण हलक्या आवाजात म्हणालो – तू नुसती पडून राहा. काहीसुद्धा करू नकोस – बोलताबोलता मी तिचे हात स्कर्टवरून उचलून तिच्या डोक्यामागं ठेवले होते.

तिची तलम, लेस लावलेली चड्डी मी खाली ओढली. घाईघाईनं स्वत:च्या पँटची बटनं सोडली आणि तिच्या काटकुळ्या पायांमध्ये सरकलो.

नको! नको! ती कण्हल्यासारखी ओरडू लागली. पण त्यातही, मला विरोध करण्याऐवजी स्वत:ला वेदना होताहेत, हीच सूचना होती.

ओरडू नकोस ना! कुणी ऐकेल – मी कुजबुजलो.

शेवटी ती एकदम रडायला लागली आणि मी घाबरून बाहेर आलो. मला हे नवीन होतं. म्हंजे? हिला यात मजा वाटण्याऐवजी त्रास होतोय? मला तिचा राग येण्याऐवजी आश्चर्यच वाटत होतं.

रुक्मिणी मधूनमधून आचके देत, वेदना असह्य होत असल्याप्रमाणे ओठ दातांखाली चावून धरत रडत सुटली होती.तिचा सबंध चेहरा आसवांनी भिजून गेला होता. तिला खरंच फार दुखतंय, हे मला आत्ता कुठं स्पष्ट जाणवलं.

तिची वेदना तात्पुरती थांबवून धरावी, या हेतूनं मी उजवा पंजा तिच्या मांड्यामध्ये घालून तिथं दाबून धरला. तिनं डोळे गच्च मिटून घेऊन मान डावीकडून उजवीकडे टाकली.

मी पंजा बाहेर काढला. तो रक्तानं पूर्ण भिजला होता. रक्त पाहून मात्र माझी घाबरगुंडी उडाली.

रुक्मिणी - रुक्मिणी - मी चेहरा तिच्या चेहऱ्याजवळ नेऊन हलकेच म्हणालो- आर यू ऑल राइट रुक्मिणी? बघ, मी काही करत नाहीये. आपण घरी जाणार आहोत... रुक्मिणी... आर यू ऑल राइट?

कित्येक वर्षांनी, तिनं होकारार्थी मान हलवल्यासारखं केलं. मग सावकाश हात पुढं केला. तिला काय हवं होतं, हे मला कसं कळलं कुणाला ठाऊक? मी खिशातून रुमाल काढून तिच्या हातात ठेवला.

पँटची बटनं लावताच मी वर्गाचं दार किलकिलं केलं आणि बाहेर पळालो. वॉटर कुलरवर प्लॅस्टिकचा ग्लास होता, तो पाण्यानं भरून घेतला, आणि परत आलो, तर ती रुमालानं रक्त टिपण्याचा प्रयत्न करत होती. मला पाहिल्यावर तिनं स्कर्ट खाली घेतला. मला अधिकच शरमिंदं वाटलं. मी थोडं पाणी हातावर घेऊन तिचा चेहरा स्वच्छ केला आणि ग्लास तिच्यासमोर धरला.

पाणी पिऊन ती चड्डी जागेवर ओढत कशीबशी उठली आणि तिनं अंगात ब्लाऊज घातला. मग ती तशीच पाय दोऱ्यात अडकलेल्या कबुतरासारखी, खुरडत खुरडत बाकाच्या दिशेनं जाण्याचा प्रयत्न करू लागली. मी तिला थांबवलं आणि एका झेपेत बाकावरची तिची पुस्तकांची पिशवी घेऊन आलो. यू आर ऑल राइट रुक्मिणी! आरन्ट यू? यू आर ऑल राइट- हां? हा एकच प्रश्न मी पुन:पुन्हा तिला विचारत होतो. तिची खुशाली विचारण्यापेक्षाही, स्वत:लाच धीर द्यावा, म्हणून!

जमिनीवर रुक्मिणीच्या घामानं तिच्या शरीराचा नकाशा उठला होता. थोडं रक्तही सांडलं होतं. मी ते फळा पुसायच्या फडक्यानं पुसून घेतलं.

आम्ही दोघंही बाहेर आलो. मी ग्लास कुलरवर ठेवून वर्ग लावून घेतला. पण ती तोवर थांबली नाही. तशीच खुरडत खुरडत पुढं निघून गेली.

मी एक चक्कर टाकून मेनगेटपाशी आलो, तेव्हा ती तिथं नव्हती. मी माझा रक्त लागलेला रुमाल, आणि फळा पुसायचं फडकं झुडपात टाकून दिलं आणि पळतपळत प्रिन्सिपॉलच्या घरी चावी देऊन आलो.

सबंध रस्ताभर मला रुक्मिणी कुठंही दिसली नाही. फक्त मी घराच्या पायरीशी आलो, तेव्हा लांब, त्यांच्या घराच्या कोपऱ्यावर वळताना ती मला दिसली. झोपेत चालावं तशी, एकेक पाऊल टाकत चाललेली.

रुक्मिणी त्यानंतर कधीही आमच्या घरी आली नाही. शाळेत भेटली, तर गरजेपुरते बोले. पण पूर्वी माझं बोलणं ऐकताना तिच्या चेहऱ्यावर जो आनंद पसरे, तसा मला पुन्हा कधीच दिसला नाही. माझ्याविषयीचा जो, प्रसंगी मला चीड आणणारा भाबडा भक्तिभाव तिच्या वागण्यात असायचा, तोसुद्धा मला परत कधीच पाहायला मिळाला नाही.

कदाचित, माझ्याच नव्हे, तर सगळ्याच पुरुषांच्या बाबतीत रुक्मिणी त्यानंतर सावधपणे वागायला लागली असेल. कदाचित मैत्री करणारा प्रत्येक पुरुष आज ना उद्या आपल्यावर हाच प्रसंग आणणार, या कल्पनेनं तिचं एकंदर पुरुषजातीविषयीचं कडवट मत झालं असेल...

मला यातलं काहीच कळायला मार्ग नव्हता.

मुळात मला रुक्मिणीला दुखवायचं नव्हतं. फक्त तिला दूर ठेवायचं होतं,

आणि थोडासा रुबाब दाखवायचा होता. बस. इतकंच! प्रत्यक्षात मात्र उलट झालं होतं. मी तिच्या जवळ जाण्याचा प्रयत्न केला होता आणि कमीपणा पदरात घेतला होता.

तिच्या शरीराशी केलेल्या चाळ्यांमुळं तिला आनंद वाटेल, असा माझा तर्क होता; कारण ती माझ्याजवळ येण्याचा जो प्रयत्न करत होती, त्याचा शेवट हाच अपेक्षित नव्हता का?

तिच्या शरीराचं तर मला केव्हाच आकर्षण नव्हतं. याउलट माझं शरीर मात्र स्त्रीला हवंहवंसं वाटतं याचा मला अनुभव होता. तरीही मी तिच्याबाबतीत तडजोड करायचं ठरवलं होतं.

मग चुकलं होतं कुठं? मी तडजोड केली होती आणि तरीसुद्धा मी अपराधी ठरलो होतो. असं का?

माणसांची अशी विभागणी असते का? नवनीतम आणि बायोलाचित्ती यांना आनंदाचे मळे फुलवणारं शरीर होतं, पण शरीरापलीकडे माझ्याविषयी कुठल्याच भावना नव्हत्या. रुक्मिणीचं मन माझ्याकडे ओढ घेत होतं, पण तिचं शरीर सुख द्यायला-घ्यायला तयार नव्हतं.

आणि... मी? ह्या सगळ्या हिशेबात मी कुठं बसत होतो?

पाच

दहावीची परीक्षा मी चांगल्या मार्कांनी पास झालो, याचं महत्त्वाचं कारण म्हंजे; स्त्रियांशी माझे जे दोन-तीन संबंध आले, ते मी विशेष मनाला लावून घेतले नाहीत. दुर्दैवानं म्हणा किंवा सुदैवानं, पण नवनीतम, बायोलाचित्ती आणि रुक्मिणी यांचा माझा फारसा संबंध राहिलेला नव्हता. तारुण्याच्या उंबरठ्यावर असताना आलेल्या या अनुभवांनी मला स्त्रीशरीर कसं असतं, याची नीट ओळख करून दिली होती. स्त्रीशी संग करताना पुरुषानं आपलं शरीर कसं वापरावं, याचीही जाणीव करून दिली होती. पण या तिघींचाही माझ्या रोजच्या आयुष्यात तसा काहीच वाटा नसल्यामुळे त्यांच्या शरीरांशी आलेला संबंध हा मला एक दूरचा अनुभवच राहिला. म्हणजे जसं शाळेतून कधीमधी पिकनिकला जावं, खूप मजा करावी, पिकनिकच्या निमित्तानं नवीन स्थळांची माहिती व्हावी, आपल्यातलं धाडस कळून यावं, त्या पिकनिकच्या रम्य आठवणी कायम मनात राहाव्यात, आणि तरीदेखील आत कुठंतरी जाणीव असावी, की हे पिकनिक आजच्या दिवसापुरतं आहे आणि कितीही मजा येत असली, तरी आपल्या रोजच्या दिवसाशी याचा काहीच संबंध नाही; तसंच माझं स्त्री-संगाच्या या पहिल्या अनुभवांचं झालं. ते आपल्याला आले, कदाचित इतर मुलांनाही येत असतील, पण त्यामुळं मन विचलित करून घ्यायचं काहीच कारण नव्हतं म्हणा. एक खरं, की या अनुभवांमुळं मी स्वत:ला जाणता पुरुष समजायला लागलो. माझं एन.सी.सी.तलं प्रावीण्य आणि एकूण आडदांडपणा यामुळं मी शाळेतल्या इतर मुलांपेक्षा एरवीच स्वत:ला अधिक हुशार, अधिक कर्तबगार, अधिक बलदंड आणि एकूणच अधिक 'पुरुष' समजायचो.

दहावी पास झाल्यावर मी मद्रासपासून तीस किलोमीटर अंतरावरच्या तांबरमधल्या मद्रास ख्रिश्चन कॉलेजमध्ये नाव घातलं. जी मुलं शाळेत हुशार असतात, ती कॉलेजातही गेल्या गेल्या आपल्याला पूर्वीप्रमाणेच मानसन्मान मिळतील, असं

धरून चालतात. खरं तर ते बरोबर नसतं. कॉलेजात तुमची हुशारी ही नव्या लोकांसाठी नव्यानं सिद्ध करावी लागते. तिथं पूर्वीच्या हुशारीचा काहीच उपयोग नसतो. पण आपल्याला पूर्वी मिळणारा मान आताही तसाच मिळावा, ही अपेक्षा धरणारी मुलं, ती न मिळाल्यास फार खट्टू होतात. माझंही सुरुवातीला तसंच झालं. माझ्या एन.सी.सी.मधल्या कर्तृत्वाची, फुटबॉलमधल्या प्रावीण्याची किंवा अभ्यासातल्या हुशारीची इथं कुणाला फारशी माहिती नव्हती, पर्वाही नव्हती. त्यांना समोर दिसायचा तो कुंभकोणममधल्या जुन्यापुराण्या फॅशन्सचे, वाढत्या शरीरामुळे लांडेचिंटे होणारे कपडे घातलेला आणि चालू इंग्रजी बोलणारा तरुण! मद्रास ख्रिश्चन कॉलेजमधल्या स्मार्ट, फॅशनेबल, मुलायम उच्चारांचं इंग्रजी बोलणाऱ्या तरुण-तरुणींमध्ये त्याचा कुठं पाड लागणार?

याचा अर्थ माझ्या दृष्टीनं उघड होता. इथं पिकनिकचे चान्सेस कमी होते. कॉलेजमध्ये श्रीमंतांच्या आकर्षक पोरींना वाण नव्हती, पण त्या माझ्यासारख्या गावंढळ मुलाकडे कसल्या ढुंकून पाहतात? तेव्हा साधारण बऱ्याशा पोरांशी मैत्री व्हायची, तरीदेखील आधी स्वत:ची थोडीफार डागडुजी करणं आवश्यक होतं. इतर विद्यार्थ्यांचे कपडे माझ्यापेक्षा फारच चांगले; त्या वेळेस नव्यानं येऊ लागलेल्या टेरिलिन, टेरिकॉटचे असायचे. एकेका शर्टाची शंभर शंभर रुपये किंमत ऐकूनच मी थक्क होत असे. कारण महिन्याचा पॉकेटमनी म्हणून अम्मा फक्त पन्नास रुपये पाठवायची. महिन्याच्या अखेरीला त्या पन्नास रुपयांचा हिशेब तिला द्यावा लागायचा. एकदा दोघा मित्रांना घेऊन हॉटेलमध्ये गेलो, त्याचं सात रुपये बिल झालं. त्या वेळी खिशात नव्हते, म्हणून मी ओळखीच्या हॉटेलवाल्याला ते मांडून ठेवायला सांगितले आणि अम्माकडे मागणी केली, पुढच्या महिन्याला सत्तावन्न पाठव म्हणून! सत्तावन्न बरे दिसत नाहीत, म्हणून अम्मा साठ पाठवील, अशी माझी अपेक्षा! पण अम्मानं पन्नास ते पन्नासच पाठवले. वर एक खरमरीत पत्र – हॉटेलमध्ये जाण्याचे चाळे करताना पुढल्या वेळी विचार करावा. वाटल्यास महिन्याचा खर्च कमी करून पैसे हॉटेलात उधळावेत, पण ठरल्यापेक्षा अधिक पैसे मिळणार नाहीत. पैसे तुझे नसून तुझ्या बापाचे आहेत हे लक्षात ठेव. बापानं ते सचोटीनं नि प्रामाणिकपणाने मिळवले आहेत, ते हॉटेलांवर उधळण्यासाठी नव्हे. जीजस तुला चांगलं वागण्याची बुद्धी देवो आणि वाकड्या मार्गाला जाण्यापासून वाचवो. तुझी अम्मा.

अशा परिस्थितीत कुंभकोणमहून आणलेले जुनेच कपडे आल्टर करून घालण्याशिवाय किंवा अगदी स्वस्त सुती कपडे घालण्याशिवाय दुसरा मार्ग नव्हता. सचोटी आणि प्रामाणिकपणा– माय फूट! डॅडींनी त्यांच्याबरोबरच्या त्या धनराजसारखे पैसे खाल्ले असते, तर आज मीसुद्धा बरोबरीच्या पोरांसारखे टेरिलिनचे शर्ट घालून फिरलो असतो आणि पोरी माझ्याशीही लाडेलाडे बोलत उभ्या राहिल्या असत्या.

कपड्यांच्या बाबतीत फारशी सुधारणा जमत नाही, म्हटल्यावर मी इतर गोष्टींकडे लक्ष वळवलं. इंग्रजी सुधारणं तर आपल्या हातात आहे! म्हणून मी रोज नियमानं कॉलेज लायब्ररीत जाऊन 'टाइम्स ऑफ इंडिया' वाचायला लागलो. राधाकृष्णनचं इंग्रजी इंग्रजांनीही नावाजलेलं आहे, असं ऐकिवात असल्यामुळं त्यांच्या लिखाणातले उतारे पाठ करायला लागलो. 'ग्रेट स्पीचेस ऑफ ऑल टाइम्स' मधली काही व्याख्यानंदेखील मी पाठ करून ठेवली. ती आरशासमोर बोलून पाहून, न घाबरता बोलायची प्रॅक्टिस करायला लागलो. भरंवशाच्या मित्रांनाही अधूनमधून ती म्हणून दाखवायला लागलो. जनरल नॉलेज चांगलं व्हावं, म्हणून जनरल नॉलेज पार्ट वन टू थ्रीपासून, एन्सायक्लोपीडिया ब्रिटानिका आणि नॅशनल जिऑग्राफिक मॅगझिनपर्यंत काहीही वाचू लागलो.

हळूहळू या सगळ्या गोष्टींनी माझा आत्मविश्वास वाढू लागला. बरोबरच्या विद्यार्थ्यांनाही सतत लायब्ररीत बसणारा आणि काखोटीला जाडजूड पुस्तकं घेऊन फिरणारा विद्यार्थी म्हणून माझ्याविषयी आदर वाटायला लागला. कॉलेजच्या मॅक्डुगल डिबेटिंग सोसायटीच्या वार्षिक स्पर्धेत मला वक्तृत्वाचं कॉन्सोलेशन प्राइझदेखील मिळालं. तात्पर्य, सेंट थॉमस हायस्कूलमधल्यासारखा इथं मी हीरो नसलो, तरी निदान चारचौघा मुलांच्याइतकं कर्तृत्व मी निश्चितच दाखवत होतो. कॉलेजात आल्या आल्या जो कमीपणा वाटायला लागला होता, तो हळूहळू मागे पडत चालला.

पण एक घोटाळा व्हायचा तो झालाच! माझ्या या भाषा सुधारण्याच्या, वक्तृत्वाच्या आणि जनरल नॉलेजच्या वेडापायी माझं परीक्षेच्या अभ्यासाकडे साफ दुर्लक्ष झालं. आणि हे माझ्या कधी लक्षात आलं, तर परीक्षेच्या आधी फक्त दहा दिवस! त्या दहा दिवसांमध्ये दिवसाचे चोवीसपैकी पंचवीस तास अभ्यास करून मी कसाबसा पी.यू.सी.ला पास झालो, पण तो तिसऱ्या वर्गात!

रोज लायब्ररीत बसणारा मुलगा परीक्षेत तिसऱ्या वर्गात पास होतो, याचं कॉलेजात सगळ्यांना आश्चर्य वाटलंच; पण आमच्या कुंभकोणमच्या घरी तर हलकल्लोळ उडाला.अम्माला फार आशा वाटत होती की, मी डॉक्टर विल्यमसारखा युनिव्हर्सिटीत गाजेन! (त्यासाठी शाळेत असतानाही ती मला, 'डॉक्टर विल्यमला शंभरात शंभर मिळायचे - तुला नव्वद मिळाले, दहा मार्क कुठं गेले?' अशी दर निकालाच्या वेळी डॉक्टर विल्यमची आठवण काढून द्यायची. पण आता तिसरा वर्ग मिळाल्यामुळं मेडिकलला किंवा इंजिनिअरिंगला ॲडमिशन मिळण्याची आशाच खुंटली.

अम्मानं डॅडींच्या पाठीमागं धोशा लावला, की 'तुमच्या सगळीकडे इतक्या ओळखी आहेत, तर कुठंतरी शब्द टाकून पोराला इंजिनिअरिंगला ॲडमिशन मिळते

का बघा' - पण डॅडींनी साफ सांगितलं की 'प्राण गेला तरी मी कुणाकडे वशिला लावणार नाही. वशिले लावायचे असते, तर आजवर मी खूप प्रमोशन्स मिळवू शकलो असतो. पण ते माझ्या रक्तात नाही. माझ्या मुलानंही कुठं वशिले लावून काही मिळवलं, तर मला त्याची लाज वाटेल. तो आपल्या हिमतीवर काय ते मिळवील - आणि मोठा होईल! ही वुइल गेट व्हॉट ही डिझर्व्हस्. गॉड बी विथ हिम्!'

डॅडींची तत्त्वनिष्ठा कुणीही दाद द्यावी, अशीच होती. मीदेखील मनातल्या मनात त्यांचं कौतुक केलं. इलॉक्युशनसाठी पाठ केलेल्या उताऱ्यांमधली अनेक वाक्यं मला त्यांच्या संदर्भात म्हणावीशी वाटू लागली. पण त्याचबरोबर परत एकदा जाणवला तो लहानपणीपासून त्यांच्या-माझ्यात असलेला दुरावा! असं वाटलं, की लहानपणी ते आम्हाला गाडीला हात लावू द्यायचे नाहीत. कां, तर त्यांची गाडी खराब होऊ नये म्हणून! तसंच ते आता मला त्यांच्या नावाचा उपयोग करू देत नाहीयेत! कां? तर त्यांची तत्त्वं मोडतील म्हणून! असं वाटलं, की कां नाही माझ्या बापाचं माझ्यावर इतकं प्रेम, की तो म्हणेल वरदाच्या करिअरचा प्रश्न आहे ना, मग तत्त्वंबित्त्वं गेली हेलमध्ये! मी माझ्या पोराला इंजिनिअर करून दाखवीन!

आणि खरंच, माझी तेवढी लायकी होती. खरोखरच मी खूप अभ्यास केला असता आणि इंजिनियर झालो असतो. जॉर्ज राजनायकांचं नाव उजळलं असतं - त्याचा वशिला खोटा पडू दिला नसता. पण मुळातूनच ते माझ्या सगळ्या आशा-अपेक्षा उपटून टाकायला निघाले होते. कां? तर त्यांची तत्त्वं! घेऊन बसा म्हणावं तुम्ही तुमची तत्त्वं! माझ्या सबंध आयुष्याचा प्रश्न असताना माझ्यासाठी तुम्ही इतकंसुद्धा करणार नसलात, तर तुम्हाला मी माझा बाप तरी कशासाठी म्हणायचं?

मी बाणेदारपणे म्हटलं – ठीक आहे! नका लावू माझ्यासाठी वशिला! मी परत बसतो पीयूसीला आणि बघा फर्स्ट क्लास काढून दाखवतो की नाही ते!

त्यावर अम्मा म्हणाली, काही नकोय आणखी एक वर्ष फुकट घालवायला. आधीच तुझ्यावर गेल्या वर्षभरात चांगला दीड हजार रुपये खर्च झालाय.

शेवटी आपला मार्ग आपणच शोधायचा, असं ठरवून मी युनिव्हर्सिटीत गेलो आणि बीएस्सीचे (आता बीएस्सीला जाण्याखेरीज दुसरा मार्गच नव्हता!) सगळे कोर्सेस बारकाईनं तपासले. प्रत्येक कोर्सचा, त्याच्या प्रॉस्पेक्ट्सच्या दृष्टीनं अगदी कसून विचार केला. एक विषय इतर विषयांपेक्षा वेगळा वाटला - भूगर्भशास्त्र - जिऑलॉजी. अजून तरी त्या विषयाकडे फारशी गर्दी लोटलेली नव्हती, त्या अर्थी या विषयात करिअर केलं, तर नक्कीच चांगला वाव होता.

मी अन्नामलाई विद्यापीठाशी संलग्न असलेल्या, चिदम्बरम कॉलेजला जिऑलॉजीसाठी अर्ज केला आणि लगेच मला ॲडमिशन मिळाली.

चिदम्बरम कॉलेजात मात्र मी चांगलाच चमकू लागलो. कॉलेजची इंग्लिश लिटररी सोसायटी आणि तामीळ लिटररी सोसायटी या दोन्हीचा मी ॲक्टिव्ह मेंबर होतो. (नंतर एका वर्षानं तामीळ मुन्नेत्र कळधम्‌चा सेक्रेटरीही झालो.) माझा उत्साह पाहून यूथ वेल्फेअर कमिटीवरही मला घेतलं गेलं होतं. शिवाय मी तामीळ आणि इंग्रजी - दोन्ही डिबेटिंगमध्ये नेमानं आणि धडाक्यानं वादविवाद लढवीत असे.

थोड्याच दिवसात मी कॉलेजातला एक लोकप्रिय विद्यार्थी समजला जाऊ लागलो आणि अशा विद्यार्थ्यांभोवती असते, तशी गँग माझ्याहीभोवती तयार झाली. कुणाहीवर काही अन्याय झाला, की तो माझ्याकडे यायचा. मग मी यूथ वेल्फेअरकडून, स्टुडंटस् युनियनकडून, नाही तर कधी कधी व्यक्तिशः प्रिन्सिपॉलपर्यंत जाऊन त्याची दाद लावून देत असे. सुरुवातीला या कॉलेजमध्ये स्पोर्टस्‌चं फारसं नव्हतं. पण मी फुटबॉल टीम सुरू केली आणि इंटर-कॉलेजिएटला आम्ही भाग घेऊ लागलो.

वेगवेगळ्या कमिट्यांवर असण्याचा आणि मुलांसाठी झगडण्याचा एक फायदा असा होता की, अधूनमधून ही मुलं मला खूष करण्याकरता लपवून छपवून व्हिस्कीचा नाही तर रमचा क्वार्टर घेऊन यायची. त्यामुळं माझी अधूनमधून येणारी दारूची तलफ भागायची. बेसिल अंकलकडे दारू प्यायल्यानंतर मी फार वेळा दारू प्यायलो होतो, अशातला भाग नाही. पण दारू आपल्यावर चालते, आवडते, याची माझी खात्री झाली होती. बेसिल अंकलकडे दारू पिऊन जेव्हा मी घरी गेलो, तेव्हा अम्मा-डॅडींनी मला घराबाहेर काढायचंच तेवढं बाकी ठेवलं होतं. डॅडींनी मला तोवर कधी मारलं नव्हतं, ते कधीही तुडवून काढतील, एवढा नुसताच धाक पुरेसा होता. पण त्या दिवशी त्यांनी माझ्या कानाखाली दोन सणसणीत वाजवल्या. अम्मानं मला जीजसच्या तसबिरीसमोर बसवून, पुन्हा दारू पिणार नाही, अशी शपथ घ्यायला लावली.मी अर्थात मनातल्या मनात जीजसला सांगून टाकलं होतं, की ही शपथ मी अम्माच्या समाधानाकरता घेतोय, प्रत्यक्षात काही ती फारशी गंभीरपणे पाळण्याचा माझा विचार नाही. त्यानंतर अम्मा आणि डॅडींनी मी बेसिल अंकलच्या वाममार्गी चर्चच्या मोहात सापडू नये, यासाठी प्रार्थना केल्या आणि रात्रभर अम्मा रड रड रडली.

त्यानंतर कॉलेजमध्ये मी मित्रांच्या आग्रहाला बळी पडून दारू प्यायलो असेन, पण ती क्वचित. माझ्या स्वतःच्या खिशात दारू घेण्याइतके पैसे नसायचेच. अगदीच हुक्की आली, तर मी अन्नामलाईच्या लोकल डिस्टीलरीतली अरक, नाहीतर अरिष्टम्- तीन रुपये बाटली- प्यायचो. या स्वस्त कडक लोकल दारूचाही मला क्वचित दुसऱ्या दिवशी डोकं थोडं जड होण्यापलीकडे अधिक त्रास व्हायचा

नाही. तात्पर्य, दारूचं आणि माझं जमायचं. त्यामुळं कॉलेजातल्या मुलांनी दारू आणून दिली, की मी अगदी गहिवरून जायचो.

एकदा माझ्या डोक्यात आलं, की कशाला आपण जिऑलॉजी करत बसलोय? आपलं शरीर तगडं आहे. आपल्या साहसाची आवड आहे. मग आपण सरळ पोलिसात का भरती होऊ नये? डॅडींचा वशिला लावायला नको, काही नको. आपल्याला आहेत त्या क्वालिफिकेशन्सवर पोलीसखात्यात सहज नोकरी मिळेल.

मी सरळ अम्माला पत्र टाकलं, की माझा असा विचार आहे. तू डॅडींचं मत काय ते मला कळव.

उलट डाकेनं अम्माचं पत्र आलं :

तुझ्या डॅडींची या विषयातली मतं मला ठाऊक होती. पण तू आग्रह केलास, म्हणून मी डॅडींशी बोलले. डॅडींच्या आता दोनच इच्छा आहेत. एक रिटायरमेंटपूर्वी आपल्याला मरण यावं, ही. दुसरी अशी की, आपल्या मुलानं काहीही झालं, तरी पोलीसखात्यात नोकरी करू नये. त्यांनी एक सचोटीनं नोकरी केली. पण या नोकरीत जागोजागी मोह! सचोटीनं वागणाऱ्यासाठी पोलीसखातं नाही. डॅडी म्हणतात, आजवर मी शुद्ध राहिलो. आता तू ही नोकरी करून घरात घाण आणू नकोस.

मला डॅडीचं म्हणणं पटतं. त्यांना या खात्यात प्रामाणिक राहताना जागोजागी विरोध झाला. त्यांची प्रमोशनं अडकवून ठेवली गेली. आता वय झालं, रिटायरमेंट जवळ आली, तरी यांच्यामागे बदल्यांची दगदग चालू आहे. एवढं असून आम्ही सचोटीनं राहिलो, त्यामुळं माझे आणि तुम्हा मुलांचे हाल झाले. ते एक वेळ परवडतं. पण सचोटी सोडली, की भ्रष्टाचाराच्या पैशाबरोबर इतरही दुर्गुण येतात. यांच्याबरोबरचा धनराज आता पोलिसात बराच वर गेला आहे. तो वेलोरला असतो. मी ऐकते, की त्याचा अलीकडे मर्सी नावाच्या एका नर्सबरोबर संबंध आहे. विल्यम्स नावाच्या एका बेकार माणसाचीही बायको असल्याच धंद्यासाठी प्रसिद्ध आहे. धनराजच्या या प्रकरणाचा सध्या पोलीसखात्यातही बोभाटा झाला असल्यामुळे त्याची नोकरी धोक्यात आहे. आता धनराजची बायको रत्नम्मा हिनं जन्मभर साठवलेल्या सोन्यानाण्याचा काय उपयोग? रात्रंदिवस तिची आणि धनराजची भांडणं चालतात. तुझ्या डॅडींनी माझ्यावर कधी असा प्रसंग आणला नाही, याचं कारण त्यांच्या मनाचा शुद्धपणा! असा शुद्ध आचरणाचा नवरा मिळाला, याबद्दल मी जीजसची अत्यंत कृतज्ञ आहे. तात्पर्य, चांगल्या माणसानं पोलिसात नोकरी करू नये. वाईट माणसानं तर नयेच नये. तेव्हा, तू पोलीसखात्यात भरती होण्याचा विचार ताबडतोब डोक्यातून काढून टाक.

तुझी प्रिय - अम्मा.

ताजा कलम : यांची पॉंडिचेरीला बदली झाली आहे. राहायला पोलीस क्वार्टर्स दिलेले आहेत. सोमवारीच आम्ही कुंभकोणम सोडून निघत आहोत. - अम्मा.

मी पत्र वाचून सुन्न झालो. डॅडींची तत्त्वनिष्ठा पुन्हा एकदा माझ्या करिअरच्या आड आली होती!

कॉलेजात मी स्टार असल्यामुळे मुलींना माझं आकर्षण होतंच. पण मलाच माझ्या सबंध दिवसाच्या ॲक्टिव्हिटीज सांभाळून जिथं अभ्यासासाठी सवड काढणं कठीण जात होतं, तिथं मुलींशी प्रकरणं कोण करणार? त्यातून नुसता जाताजाता एखादीशी शरीरसंबंध ठेवावा, असं आता वाटणं कठीण होतं. पूर्वीची गोष्ट वेगळी होती. तेव्हा मला या विषयात एक प्रकारचे कुतूहल होतं. पण नंतर ते शमलं होतं. या वयात एखाद्या मुलीचं आपल्यावर खरंच प्रेम असावं, असं वाटणं साहजिकच होतं. पण अशा प्रेमात गुंतायलाही मला सध्या वेळ नव्हता. म्हटलं असतं, तर जमुना किंवा राजुल या माझ्या मैत्रिणींपैकी कोणीही माझ्या प्रेमात आनंदानं गुंतली असती, पण मी त्यांना फारशी दाद दिली नाही. तरीदेखील गंमत म्हणजे या दोघींनाही माझ्यावरून एकमेकींचा सतत संशय यायचा. आणि त्या संशयातून काय निष्पन्न झालं, तर दोघींनीही माझी मैत्री तोडून टाकली! राजुलचं पुढे दलिप मुखर्जी नावाच्या, मला एक वर्ष ज्युनिअर असलेल्या मुलाशी लग्न झालं. दलिपला माझ्याविषयी कौतुकमिश्रित आदर होता. मी म्हणेन त्या वेळेस कुठल्याही कार्यक्रमात भाग घ्यायला तो हजर असायचा. मी सांगेन ते काम करायला तयार व्हायचा. राजुलशीसुद्धा त्यानं जमवलं, ते मुळात ती माझी मैत्रीण, म्हणूनच!

शेवटच्या वर्षी मात्र मी सगळ्या ॲक्टिव्हिटीज बाजूला ठेवल्या आणि नुसता, अभ्यास एके अभ्यास करत राहिलो. त्याचा परिणाम माझ्या अपेक्षेबाहेर चांगला झाला. बीएस्सीच्या परीक्षेत मी पहिल्या वर्गात आणि माझ्या विषयात पहिला आलो.

डॅडी आणि अम्मा यांच्या आनंदाला पारावार राहिला नाही. आयुष्याचं सार्थक झालं, असं त्यांना वाटलं. खाटमांडूहून लिलीची आणि दिल्लीहून वसंताची (तिच्या नवऱ्याची बदली आता दिल्लीला झाली होती.) अशा अभिनंदनाच्या तारा आल्या.

बीएस्सीनंतर पुढं काय करावं, याचा योग्य निर्णय लगेच घ्यायला हवा होता, तर बीएस्सीमधल्या यशाचा खरा उपयोग होता. महाराष्ट्रात मुंबईजवळच्या पवईच्या आय.आय.टी.मध्ये अप्लाइड जिऑलॉजीचा कोर्स होता, मी त्यासाठी ॲडमिशनचा फॉर्म मागवला. परीक्षेत या विषयात मी पहिला आलेला असल्यामुळे ॲडमिशन जवळजवळ माझ्या खिशातच होती. पण पॉंडेचेरीला एकदा अम्मा-डॅडींना भेटून यावं आणि आपला निर्णय त्यांच्या कानावर घालावा, म्हणून मी पॉंडिचेरीला गेलो.

या वेळेस, कसे कोण जाणे, पण डॅडी माझ्याशी खूप आपुलकीनं वागले. आयुष्यात प्रथमच ते अम्माच्यातर्फे न बोलता सरळ माझ्याशी बोलले. मला म्हणाले, शाबास बेटा! परीक्षेत पहिला आलास! राजनायक घराण्याचं नाव राखलंस. तुझा गौरव बघायला जरूर येईन मी! कॉन्व्होकेशन कधी आहे ते कळव. तू डिग्री घेताना, बक्षिसं घेताना, सगळे तुझं कौतुक करतीलच. पण या म्हाताऱ्या बापाच्या टाळ्याही त्यात असतील. तुझ्यासारखा मुलगा मला जीजसनं दिला - आय ॲम रिअली ग्रेटफुल टु हिम. असं म्हणून बराच वेळ ते माझी पाठ थोपटतच बसले.

माझ्या डोळ्यात पाणी आलं. सबंध जन्मात करायचं राहिलेलं प्रेम डॅडी माझ्यावर त्या एकाच वेळा करून घेत होते मग इतके दिवस आमच्यात दुरावा कां होता? मी नालायक निघणार होतो, असं वाटून का डॅडी माझ्यावर माया करताना हात आखडता घेत होते? की पोलीस ऑफीसरनं मुलावर माया करणं हा त्यांना दुबळेपणा वाटत होता? आणि मी तरी का त्यांच्यापासून दूर राहात होतो? ते पोलीसस्टेशनवर जसा हात चालवायचे, तसा माझ्यावर चालवतील, या भीतीनं? की त्यांची टोकाची तत्त्वनिष्ठा मला टोचत होती? की मी त्यांच्याइतका धार्मिक नसल्यामुळे त्यांची जीजसवरची आत्यंतिक श्रद्धा मी समजू शकत नव्हतो?

पण मग आमच्यातले हे सगळे भेद आता कुठं गेले होते? केवळ मी परीक्षेत पहिला आल्यामुळे ते नाहीसे झाले? आणि नसतो पहिला आलो, तर? तर डॅडींनी कधीच का मला जवळ घेऊन माझी पाठ थोपटली नसती? नसती कदाचित! पण याचा अर्थ असाही नव्हता, की केवळ मी पहिला आलो म्हणून ते माझ्यावर प्रेम करत होते! कधीकधी अस्तित्वात असलेली गोष्टदेखील उघड व्हायला निमित्त लागतं एवढाच त्याचा अर्थ!

बस् - ठरलं! डॅडींना कॉन्व्होकेशनला बोलावून घ्यायचं! अर्थात त्यांच्याबरोबर अम्मालाही! दोघांचीही चार दिवस चांगली बडदास्त राखायची. त्यांना अगदी तृप्त करून सोडायचं. ठरलं! अगदी सेंट पर्सेंट!

डॅडींना मी मुंबईला आय.आय.टी.मध्ये ॲडमिशन घेणार असल्याचं सांगितलं. पण त्यांना मी एकदम परप्रांतात जाणार, ही कल्पना आवडली नाही. मला मुंबई कितपत आवडेल, तिथं माझं कसं काय बस्तान बसेल, परक्या लोकांशी कसं काय जमेल, अशा सतरा अडचणी त्यांनी काढल्या आणि शेवटी मी चिदम्बरम्‌मध्येच एमेस्सी करावं असा सल्ला दिला. त्या दोघांनी कधी नव्हे तो जिव्हाळा दाखवला. यामुळंच मी इतका भारावून गेलो, की त्यांचं म्हणणं मान्य करूनच मी पाँडिचेरी सोडली.

आजवर डॅडी एकदाही माझ्या कॉलेजात आले नव्हते, की नुसते मला धीर देण्यापुरते परीक्षेच्या हॉलमध्येसुद्धा आले नव्हते. म्हणून ते पदवीदान समारंभाला

हजर राहून, माझा गौरव पाहण्यासाठी एवढ्या लांबून येताहेत, ही माझ्या दृष्टीनं अपूर्वाईची घटना होती. म्हणून समारंभाच्या पंधरवडाभर आधी पत्रापत्री करून मी त्यांच्या येण्याची तारीख, गाडी सगळं नक्की करून ठेवलं. 'तुम्हाला आणायला मी स्वत: स्टेशनवर येतोय, तुम्ही काही काळजी करू नका', असं पत्रातून बजावून ठेवलं.

अठरा तारखेला पदवीदान समारंभ, त्याच्या एक दिवस आधी ते चिदम्बरमला येणार - म्हणजे सतराला! पंधरा तारखेच्या रात्री अचानकपणे माझ्या होस्टेलवरच्या रूमचं दार धडाधडा वाजलं. मी घाईघाईनं उठून ते उघडलं. बघतो तर दारात चिन्नाथन बेसिल! बेसिल अंकल! त्यांच्या हातात एक वर्तमानपत्राच्या कागदात गुंडाळलेली बाटली!

बेसिल अंकल! तू कसा काय आलास? – मी हर्षभरित होऊन विचारलं.

तो आत आला न् त्यानं बाटली टेबलवर ठेवली. मला मिठी मारून म्हणाला, सनी, आय लव्ह यू! पेपरात वाचलं मी, तुझा फर्स्ट नंबर आला, तुला गोल्ड मेडल मिळालं, ते! तेव्हा म्हटलं, फार दिवस पाह्यलं नाही पोरग्याला! आता जाऊनच भेटायचं!

यू आर ग्रेट अंकल! तू आलास, ते इतकं बरं वाटलं मला! - पण इतका उशिरा कसा आलास? रिझल्ट लागून तर खूप दिवस झाले.

बेसिल अंकल त्याच्या खास पद्धतीनं किडके दात दाखवीत हसला.

म्हणाला, आधी तू कुठं असतोस, त्याची माहिती काढली. कुंभकोणमहून इथपर्यंत यायला किती पैसे लागतात, ते विचारून घेतलं. पण ते काय लगेच जमा होतात?

म्हणजे हा - इतके दिवस - मला भेटण्यासाठी - पैसे जमवत होता?

कमॉन - लेट्स सेलिब्रेट युवर सक्सेस! मी व्होडका घेऊन आलोय. त्यानं तिथली दोन ग्लासेस स्वत:च्या घरीच असल्याप्रमाणं धुऊन घेतली आणि बाटली उघडून ग्लास भरले.

टु युअर फोर्थकमिंग सक्सेसेस! असं म्हणून त्यानं ग्लास माझ्या ग्लासवर आपटला आणि प्यायला सुरुवात केली.

माझ्या डोळ्यांसमोर कुंभकोणममधली ती रात्र उभी राहिली - मी जीजसच्या तसबिरीसमोर घेतलेली शपथ - डॅडींनी मला दिलेला तो पहिला आणि अजूनपर्यंत शेवटचा मार!

अंकल, डॅडी येणारेत परवा – कॉन्व्होकेशनसाठी – मी त्यांना सांगितलं.

डोन्ट वरी, मी जाणारेय उद्या सकाळीच.

असं कसं? एवढ्या लांबून आलायस. आता कॉन्व्होकेशनला हजर राहा.

सनी, मला तू भेटलास, म्हणजे सगळं मिळालं. कॉन्व्होकेशन पाहून आणखी काय मिळणार?

वा! असं कसं? मी मेडल घेताना तू टाळ्या नकोत का वाजवायला?

टाळ्या ना - आता वाजवतो. आणि तो खरंच मोठमोठ्याने टाळ्या वाजवत सुटला. हे होस्टेल आहे, वेळ रात्रीची आहे, असं सांगून त्याला थांबवता थांबवता माझी पुरेवाट झाली!

थोड्या वेळानं बेसिल अंकल मला म्हणाला, तुला इथली माहिती असेलच ना! चल, जाऊ या.

कसली माहिती? मग सावकाशीनं माझ्या डोक्यात शिरलं. – माहिती अशी नाही. कारण मी अजून कधी गेलो नाहीये. पण एकदोन पत्ते आहेत माझ्याकडे.

मग चल ना! जाऊ या. बेसिल अंकल घाईला आला होता.

मी खरोखरच अशा एखाद्या जॉइन्टमध्ये अजून गेलो नव्हतो. चल, म्हणणारी कंपनीही भेटली नव्हती. नाही म्हणायला एकदा दलिपनं एकदोन पत्ते दिले होते. पण ते तसेच माझ्या ड्रॉवरमध्ये पडून होते.

पण आजची गोष्ट वेगळी होती. बेसिल अंकल माझा पाहुणा होता. माझ्यासाठी तो इतक्या लांबवरून आला होता. तेव्हा त्याचं आदरातिथ्य करणं हे माझं काम होतं.

आम्ही रस्त्यावर येऊन काही वेळ तसेच थांबलो. बऱ्याच वेळानं एक ऑटोरिक्षा आली, ती मी थांबवली. "कुठं जाणार?" रिक्षावाल्यानं विचारलं. मी रस्त्याचं नाव सांगितलं. तशी त्यानं संशयानं विचारलं. "त्या रस्त्यावर कुठं?" मी पत्ता सांगितला. म्हटलं, बहुधा हा रस्ता तुला माहीत असेल!

हां! तो म्हणाला - दारातच नेऊन सोडतो. पण पाच रुपये जास्त पडतील.

पाच रुपये जास्त कशासाठी?

साहेब, त्या एरियात जात नाही आम्ही रात्री. परत येताना गिऱ्हाईक भेटत नाही साहेब.

हे सगळं खोटं होतं. रात्रीच तर त्या भागात खरी येजा! आणि इतकी माणसं तिथं ये-जा करीत असताना गिऱ्हाईक कसं मिळणार नाही! पण वेगळ्या शब्दांत तो म्हणत होता, तुम्ही घाईला आलाय ना? मग तुमची नड असेल, तेव्हाच तुम्ही मला पैसे देणार आणि नाहीतरी तुम्ही मज्जाच करायला निघालाय. मग हात थोडा सैल सोडा की!

मी मुकाट्यानं रिक्षात बसलो. बेसिल अंकल धडपडत येऊन बसला. वाटेत एका पानवाल्यासमोर रिक्षा उभी करून मी निरोधची पाकिटं विकत घेतली. परत रिक्षात येऊन बसलो. रिक्षावाल्यानं इमानदारीत एका एकमजली इमारतीसमोर आणून उभं केलं. मी पैसे दिल्यावर त्यानं रिक्षा सुरू केली. पण कोपऱ्यापर्यंत जाऊन तिथं उभी केली.

रस्त्यावर एक म्युनिसिपालिटीचा दिवा होता. पण बाकी रस्ता अंधारलेला आणि जरा आडबाजूचा होता. हा भाग नेहमीचा वेश्यावस्तीचा नव्हता. संभावित इमारतींमध्ये एखाद्याच इमारतीत पोलिसांच्या सौजन्यानं जसा चालतो, तसा हा अड्डा होता. थोडा महाग, पण ज्यांना वेश्यावस्तीत उघडपणे फिरता येणार नाही, अशा अब्रूदार गिऱ्हाइकांसाठी खास चालवलेला.

खालचा दरवाजा बंद होता. मी तो हलकेच ठोठावला. दोनदा ठोठावल्यावर तो उघडला आणि डोक्यावरून पदर घेतलेल्या एका काळ्या राकट बाईने विचारलं, कोन पायजे?

दलित मुखर्जींकडून आलो – मी म्हटलं.

थांबा हां - ती म्हणाली आणि आत विचारून आली. म्हणाली - या, आत या.

आम्ही आत गेलो. खोली अगदी अरुंद होती. एक मोठा आणि एक लहान असे दोन लाल रेक्झिनच्या कव्हरचे कोच तिच्यात दाटीवाटीनं मांडले होते. एक खिडकी होती.तिला भडक फुलाफुलांचा पडदा लावला होता. जमिनीवर गालिच्यासारखं रंगवलेलं लिनोलियम घातलं होतं. एकूण सजावट म्हणजे 'अड्डा भारीपैकी आहे', असं भासवण्याचा एक न जमलेला प्रयत्न होता.

मी बेसिल अंकलला म्हटलं - अंकल, मी अशा ठिकाणी पहिल्यांदाच येतोय. तेव्हा बोलणी-बिलणी तूच करायची.

एक झिरझिरीत पाचवारी साडी गुंडाळलेली, नाकात चमकी, आणि डोळ्यात भरपूर काजळ घातलेली बाई खोलीत आली आणि म्हणाली– नमस्ते. पयल्यांदाच आलात तुम्ही!

मग मघाच्या त्या काळ्या बाईनं एका ताटलीत दोन सरबतांचे पेले भरून आणले. आम्ही म्हटलं – नको! आम्ही व्होडका घेऊन आलोत!

व्हिस्की हवी असेल तरी पण आहे आमच्याकडे. पण दारूचे पैसे वेगळे घेतो आम्ही – ती म्हणाली.

मग तिच्याबरोबर बेसिल अंकल शेजारच्या खोलीत गेला. तिथं मुली बसलेल्या असाव्यात. मला नक्की माहीत नाही. तो येईपर्यंत मी तिथं कोचावर पडलेलं चित्रवल्ली मासिक चाळत बसलो.

बेसिल अंकल बाहेर आला आणि मला खूण करून वरच्या मजल्यावर घेऊन गेला. तिथं रांगेनं पाचसहा खोल्या होत्या. आत्ता त्यातल्या दोन बंद होत्या. मी आणि बेसिल अंकल एकेका खोलीत गेलो.

खोली अगदीच अरुंद म्हणजे फारतर आठ बाय सहाची आणि गडद आकाशी रंगानं रंगवलेली होती. तिच्यात एक सिंगल बेडहून किंचित मोठा असा पलंग होता. एका लहानशा मोरीत पाण्याची बालदी होती. मोरीला तारेवरचा एक पडदा होता.

तो आता एका बाजूला ओढून घेतलेला होता. खोलीत एक अरुंद पण उंच आरसावालं ड्रेसिंग टेबल पण कसंतरी बसवलं होतं. ही खोली माणसाला मोकळं वाटावं, यासाठी नसावी. इथं त्यानं आपला एक नैसर्गिक विधी उरकून घ्यावा, त्यानंतर त्याला आपसूकच मोकळं वाटेल, अशी कल्पना असावी.

मी त्या खोलीकडे काहीशा तिटकाऱ्यानं (फारशा नव्हे, कारण त्या खोलीविषयी माझी अपेक्षा काही याहून फार वेगळी नव्हती!) पाहात उभा होतो, एवढ्यात माझ्या पाठीमागे चाहूल लागली. मी वळून पाहिलं, तर ती एक बुटकीशी पण तरुण (माझ्याहून दोनचार वर्षांनीच मोठी असेल, असं मला त्या क्षणी वाटलं. खरोखर तिचं वय काय होतं, कुणास ठाऊक!) मुलगी होती. तिनं वळून दार लावून घेतलं. (ही जरा महागाची आणि एक बाजारात नसलेली जागा - त्यांच्या शब्दांत 'हायक्लास जागा', म्हणून इथं बहुधा दार असावं. नाहीतर पडद्यावरच भागवलं असतं.

ती मुलगी दार लावून वळली आणि सरळ कपडे उतरू लागली. रूपानं तशी ती वाईट नव्हती; पण चेहऱ्यावर एक मद्दड, थंड असा भाव होता. स्मित अजिबात नव्हतं. या मुलीनं प्रत्येक गिऱ्हाइकाच्या प्रेमात पडावं, अशी अपेक्षा नव्हती; परंतु निदान आपल्यासमोर एक माणूस आहे, याची आठवण ठेवून त्याला तसं वागवायला हरकत नव्हती.

तिच्या अंगावर फक्त परकर आणि पोलका एवढंच होतं. दोन्हीच्या आत काहीच नव्हतं. त्यामुळं संपूर्ण उघडं व्हायला तिला एक मिनिटही लागलं नाही. ती तशीच पलंगाशी गेली आणि दोन्ही पाय पसरून पाठीवर पडून राहिली.

आजवर मी स्त्रीशरीर अगदी हपापून पाहत आलो होतो. ते वस्त्रानं झाकलेलं असलं, तरी कल्पनेनं वस्त्र बाजूला करून त्याची मजा लुटत आलो होतो. पण या क्षणी मात्र मला हे पूर्ण नग्न शरीर बघवेना. ते शरीर सैल मुळीच झालेलं नव्हतं, त्याला जागोजागी पुरेशी उभारी होती, पुष्टताही होती. एक टवका उडालेल्या जांभळ्या बेकॅलेटच्या शेडमधून पडणाऱ्या प्रकाशात त्या शरीराला आलेल्या निळसर तकाकीवरून ते नितळ, गुळगुळीतही असावं आणि तरीही, ती ज्या तऱ्हेनं पाय पसरून त्या पलंगावर पडली होती, त्यावरून तिथं मातीचा एक निर्जीव ढिगारा पडला होता, असंच मला वाटत राहिलं. ती कल्पना असह्य होऊन मी तो जांभळा दिवा तत्क्षणी मालवला.

काळोखातच मी अंगावरचे कपडे काढून टाकले आणि तिच्याशेजारी जाऊन पडलो. मी एकदम तिच्या अंगावरच झेप घेणार, या कल्पनेनं तिनं त्या अरुंद पलंगावर शेजारी झोपायला फारशी जागा शिल्लक ठेवली नव्हती. निदान माझ्या बांध्याला तरी ती पुरेशी नव्हती. खाली न पडण्याचा प्रयत्न करत मी कुशीवर वळलो.एक पाय तिच्या अंगावर टाकला आणि हातानं तिची छाती कुरवाळू लागलो.

तिच्याकडून कसलाही प्रतिसाद नव्हता. कधी एकदा मी अंगावर येतो आणि काम आटपून तिला मोकळं करतो, याची वाट पहात ती थंडपणे पडली होती. तिची अपेक्षा एकदा पुरी करून टाकावी, असा विचार मी केला; इतक्यात एक धक्कादायक गोष्ट माझ्या अचानक ध्यानात आली.

माझ्या मांड्यांमध्ये कसलीही हालचाल नव्हती! एकदम मला घाम फुटला. 'असं कसं झालं? आजवर नुसत्या एका विचारासरशी खडबडून उठून बसणारा माझा तो जिवलग साथीदार आज मोक्याच्या क्षणी निर्जीव कसा झाला? आपल्या शेजारी झोपलेला माणूस पुरुषच नाही, या कल्पनेनं ती मनातल्या मनात खदखदा हसणार!'

माझ्या मनात जितके असे भीतीचे विचार यायला लागले, तितकी माझ्या मलूल पडलेल्या साथीदारामध्ये चेतना येण्याची शक्यता दूर जाऊ लागली. मी त्याला हातानं चोळू लागलो. मनात नवनीतमचे विचार आणले - पण नाही! माझ्या पायात जसं काही एक चिमणीचं पिल्लू गारठ्यानं मरून पडलं होतं आणि त्याला आता कितीही ऊब दिली तरी काही उपयोग नव्हता.

मी उठून बसलो. ''येंदू पत्ती?'' तिनं उठून बसत मल्याळीमध्ये विचारलं. मी काहीच बोललो नाही. सरळ कपडे घालण्यासाठी उभा राहिलो.

''येंदू पत्ती? उभं रहात नाहीये का? यंदा तुरूच नी कातय्?'' तिनं काळजीनं नव्हे, पण केवळ जाणून घेण्यासाठी विचारलं आणि माझ्या उत्तराची वाट न पाहता ती माझ्या पायांमध्ये हात घालून खात्री करून घेऊ लागली.

''वांडा - वांडा!'' मी तिच्या स्पर्शापासून झटक्यानं दूर होत ओरडलो. ती काड्यापेटीएवढी अरुंद निळी खोली, तो नागडा बीभत्स देह, मी त्याच्याशी पैसे देऊन संग करावा ही अपेक्षा आणि या सगळ्यामुळं माझा मलाच न जुमानता अधिकाधिक लाजून माझ्या पायात दडणारा माझा अवयव! मला उलटी होणारसं वाटलं. मी मोरीशी गेलो आणि दोन आचके दिले - पण उलटीदेखील होईना.

आता गप्प असलेली ती बुटकी पोरगी उद्या तिच्या बरोबरीच्या मुलींना माझी फजिती कशी वर्णन करून सांगेल, याचं चित्र मला दिसत होतं. मोरीशी उभं राहिल्यामुळं निदान माझी तब्येत बरी नाही, बाकी माझ्या पौरुषात काही घोटाळा नाही, असं तिला वाटलं तरी पुरे! मी दिवा लावला, कपडे घातले, काहीच न बोलता तिच्या हातावर, माडीवर येताना बेसिल अंकलनं मला सांगून ठेवलेले पैसे आणि वर दोन रुपये ठेवले आणि त्या गडद आकाशी खोलीतून एकदाचा बाहेर आलो...

काही वेळ मी कठड्याला धरून तसाच उभा राहिलो. तोंडात व्होडकाची चव अधिकच उग्र होऊन घुटमळत होती. आणि घसा थंडगार पाण्याची जोरदार मागणी करत होता. माझा साथीदार अजूनही रुसलेलाच होता. मी पँटवरून त्याला थोपटत

राहिलो. त्याची समजूत घालत राहिलो. 'सॉरी, मी तुला भलत्या ठिकाणी जायला लावणार होतो, पण रागावू नकोस. तू माझी फजिती केलीस, तरी मी तुझ्यावर रागावत नाहीये - इट्स ओके बॉय - ओके - फरगिव्ह अँड फरगेट!'

ती मुलगी तिथंच उभी होती. खालून कोणीतरी एक जण आला, आणि तिच्याबरोबर आत गेला. दार पुन्हा बंद झालं. मी तसाच उभा होतो. इतका वेळ न जाणवलेली व्होडकाची नशा आता अचानक जाणवायला लागली.त्या नशेत माझ्या डोक्यात एक मजेशीर कल्पना आली. आपल्या मांड्यांच्या मधे हा जो एक जण राहतो - नेहमी मैत्रीनं राहात असला, तरी कधी एकदम वैर पुकारतो; कधी एकदम, आत्ताच पाहिजे - आत्ताच पाहिजे, म्हणून लहान मुलासारखा हट्ट धरतो तो! त्याला स्वत:चं एक चिमुकलं मन असेल का? बहुतेक वेळा आपल्या मनाला साथ देणारं- पण वेळ पडली, तर आपल्याला झुगारून देणारं? आज आपण केलेला बेत त्याच्याच त्या चिमुकल्या मनानं उधळून लावला असेल का? यापुढं आपण अधिक लक्ष ठेवलं पाहिजे? त्याचं मन फार बंडखोरी करणार नाही, याची खबरदारी घेतली पाहिजे!

आणि जसा काही हा विचार समजल्यासारखा तो एकदम रागानं तरारून फुगत गेला. माझ्या अंडरवेअरच्या आतल्या बाजूवर धाडधाड डोकं आपटून घेऊ लागला. तोंडाला फेस येईपर्यंत! मी माझ्या हातानं त्याला दाबून धरलं – नाउ नाउ - बी अ गुड बॉय! क्वाएट - प्लीज क्वाएट!

एवढ्यात शेजारच्या खोलीचं दार उघडलं आणि बेसिल अंकल डुलत डुलत बाहेर आला. मला म्हणाला - यू एंजॉइड? कम् ऑन! लेट्स गो! त्याच्या खोलीच्या दारात उभ्या असलेल्या मध्यमवयीन बाईला एक फ्लाइंग किस देऊन माझ्या खांद्यावर हात ठेवून तो चालू लागला. सबंध रिक्षाभर त्याचं "दीज मल्याळी गर्ल्स् - डॅम गुड!" असं चाललं होतं.

आज माझ्या शेजारी बसलेला बेसिल अंकल आणि कुंभकोणममध्ये व्हायोलीन वाजवणारा बेसिल अंकल - हे दोघे एकच होते का? मग मला तेव्हा इतका आकर्षक वाटलेला, एक नवं तत्त्वज्ञान सांगणारा तो माणूस - आज इतका सामान्य कसा वाटत होता? शरीराच्या भुका कुठल्याही गलिच्छ परिस्थितीत पुऱ्या करून घेणारा आणि त्यात मजा वाटून घेणारा असा, हलक्या प्रतीचा कां वाटत होता?

मधल्या काळात बेसिल अंकल बदलला असेल का? की मीच बदललो असेन?

सहा

आम्ही होस्टेलच्या दारात रिक्षा थांबवली, मी पैसे दिले आणि आम्ही आत जाऊ लागलो. एवढ्यात एक पोलीस कॉन्स्टेबल समोरून चालत माझ्याकडे आला आणि मला म्हणाला, वर्धन राजनायक तुम्हीच ना?

हो – मी म्हटलं.

तो आणखी काही न बोलता आवारातच उभ्या केलेल्या पोलीसजीपच्या रोखानं चालू लागला. जीपमधून एक पोलीस अधिकारी उतरले. माझ्याकडे आले नि म्हणाले, मी सब-इन्स्पेक्टर लोबो. तुमचीच वाट पाहत थांबलो होतो. आपल्याला पाँडेचेरीला जायचंय. ताबडतोब.

पाँडिचेरीला? मला धक्काच बसला. म्हणजे डॅडींचं काही -

ही इज सिरियस.

माझ्या पायातली शक्तीच गेल्यासारखं झालं. हे सिरियस म्हणताहेत म्हणजे बहुधा - डॅडी -

तुमचे कपडे-बिपडे काय घ्यायचे ते लवकर घेऊन या. आपल्याला वेळ थोडा आहे...

मी आणि बेसिल अंकल खोलीवर आलो. मी सुचतील त्या वस्तू आणि हाताला लागतील ते कपडे एका सूटकेसमध्ये टाकले. पाव शिल्लक राहिलेली व्होडकाची बाटली बेसिल अंकलच्या हातात देत म्हटलं - तू येणार बरोबर?

सॉरी. मी आलेलं तुझ्या डॅडी-अम्मांना आवडणार नाही. यू कॅरी ऑन! मी उद्या कुंभकोणमला परत जाईन.

आम्ही दोघे बाहेर आलो. मी कुलूप लावलं आणि वॉचमनकडे चावी दिली. लगेच जीपमध्ये उडी टाकून बसलो. बेसिल अंकल जीप वळेपर्यंत, एका हातात बाटली धरून दुसऱ्या हातानं मला 'बाय बाय' करत होता. मग लक्षात आलं, त्याला तू रात्री राहणार कुठं? हेसुद्धा आपण विचारलं नाही.

पहाटेकडे आम्ही पाँडिचेरीला पोचलो. माझी अटकळ खरी ठरली होती, डॅडी या जगात राहिले नव्हते...

खरं तर चार-पाच वर्षांपूर्वी आलेला एक सौम्य झटका सोडला, तर डॅडींची प्रकृती दृष्ट लागण्यासारखी होती. अजूनही त्यांच्या डोळ्यांना चष्मा लागलेला नव्हता. नाही म्हणायला त्यांचं चारमिनार ओढणं अलीकडे खूपच वाढलं होतं. पण व्यायामाचं वेडही अजून पूर्वीसारखंच होतं. मग अतिव्यायामानंच त्यांचा बळी घेतला की काय, कोण जाणे! सकाळीच ते नेहमीचा व्यायाम करून त्यानंतर सायकलवरून फिरायला गेले होते. आऊटपोस्टपर्यंत गेले आणि त्यांना थबथबा घाम यायला लागला. सायकल तशीच टाकून ते रस्त्यात बसून राहिले. गावात सगळेच त्यांना ओळखायचे. कुणीतरी हॉस्पिटलमध्ये न्यायला म्हणून उठवायला लागलं, तर त्यांना उठवेचना. मग चाकाची खुर्ची आणली. 'तर मला काय झालंय? मी नाही खुर्चीत बसणार,' असा हट्ट ते करायला लागले.कशीबशी त्यांची समजूत घालून त्यांना हॉस्पिटलमध्ये नेलं तर इंजेक्शन घेईनात. 'आजपर्यंत मी कधी सुई टोचून घेतली नाही, आता कशाला घेऊ?' असं म्हणून नर्सला प्रतिकार करायला लागले. मी तुम्हाला मानत नाही, जीजसवर माझी श्रद्धा आहे, तोच मला मार्ग दाखवील – असं म्हणता म्हणता त्यांची शुद्ध गेली.

मला बघताच अम्मानं मला मिठी मारली आणि रडू लागली. तिच्या तोंडून रडण्याचा आवाज येत नव्हता; पण ती जशी काही आतल्या आत रडत असावी, कारण तिचे डोळे अविरत पाझरत होते.

रडण्याचा आवेग कमी झाल्यावर ती मला म्हणाली, डॉक्टरलोक म्हणतात की हार्टअॅटॅक येऊन गेला. स्मोकिंग कमी करायला हवं होतं. व्यायाम कमी करायला हवा होता. पण मी म्हणते, हा हार्टअॅटॅक नाही. हे इच्छामरण आहे. जीजस ग्रँटेड हिम हिज विश! त्यांना रिटायरमेंटच्या आधी मरायचं होतं. या महिन्याच्या एकोणतीसला रिटायर होणार होते - पंधराला गेले. कुणी त्यांना अडवू शकलं नसतं - अगदी डॉक्टर विल्यम्स आला तरी!

मी काहीच बोललो नाही. रिटायरमेंटच्याआधी जाण्याची इच्छा होती, म्हणून ते गेले म्हणावं; तर माझ्या कॉन्व्होकेशनला हजर राहून टाळ्या वाजवण्याचीही त्यांची इच्छा होती. त्या इच्छेचं काय? पण अम्माच्या मते मी पाखंडी होतो. मला कुठल्याही धार्मिक श्रद्धा नव्हत्या आणि जीजसवर माझा पुरेसा विश्वास नव्हता. मी जर तिची इच्छामरणाची थिअरी खोटी ठरवली असती, तर ती म्हणाली असती, मग जन्मभर व्यायाम करावा, म्हणजे माणसाला काहीही होण्याची भीती नाही, असं म्हणणारा, धडधाकट तब्येतीचा हा माणूस, वयाची साठीसुद्धा गाठू शकला नाही, याला तरी सांगता येण्यासारखं काय कारण आहे?

पाँडिचेरीच्या सिमेटरीत सगळ्या पोलीस इतमामासकट डॅडींना पुरलं गेलं.

फ्युनरलला लिली किंवा वसंता यांच्यापैकी कोणीच येऊ शकलं नाही. वसंताचा नवरा आता ब्रँच मॅनेजर झाला होता आणि घराची जबाबदारी एकट्या तिच्यावर होती. शिवाय दिल्ली म्हणजे अगदी कुठंच्या कुठं पडतं, म्हणूनदेखील! लिलीचा नवरा आता अंदमान हार्डवेअर वर्कस्‌चा मॅनेजर म्हणून पोर्ट ब्लेअरला पोहोचला होता. दोघींनीही अर्थातच अम्माला कन्डोलन्सेस पाठवले. वसंतानं तर एक हजार रुपयेसुद्धा फ्युनरलच्या खर्चासाठी पाठवले.

डॅडी गेल्यानंतर अम्मा अगदीच एकटी झाली. फिलिप जेमतेम सहा वर्षांचा झाला होता. त्याची तिला फारशी सोबत नव्हती. तो लहानपणच्यासारखा आता वरचेवर आजारी पडत नव्हता, याच्यातच तिला समाधान होतं. आम्ही तिघंही मुलं गेली पाचसहा वर्षं अम्मा-डॅडींपासून लांबच होतो. त्यामुळं अम्माला डॅडींची एकट्याचीच सोबत होती. आता तीही गेली, म्हणजे अम्माचं जगणंच एकदम रिकामं रिकामं झालं.

अर्थात मी समजत्या वयाचा मुलगा आणि त्यातल्या त्यात जवळ मीच, त्यामुळं आता अम्माची काळजी घेणं मलाच भाग होतं. तिच्या या पुढच्या आयुष्याच्या दृष्टीनं काही हालचाली करायला हव्या होत्या. तिच्याकडे पैसे फारसे नव्हतेच. आपण गरीब आहोत, हे तिचं म्हणणं आम्हाला लहानपणी खरं वाटायचं नाही. पण कॉलेजच्या दिवसापासून मला ते थोडं थोडं पटायला लागलं होतं. पोस्टल सेव्हिंगमध्ये तिचे चार हजार रुपये होते, तेवढंच काय ते सेव्हिंग! पण डॅडींची ग्रॅच्युइटी, प्रॉव्हिडंट फंड वगैरेचे छत्तीस-सदतीस हजार आले. त्यातनं राहण्याच्या जागेचा प्रश्न सोडवायचा होता. कारण पाँडेचेरीत ती राहत होती, ते पोलीस क्वार्टर्स आता लवकरच रिकामे करून द्यावे लागणार होते.

मी माझ्या कॉलेजच्या जवळ एखादी जागा बघावी, असा विचार करत होतो. कारण नाही म्हटलं, तरी अजून दोन वर्षं मला काढायची होती. पण अम्मा म्हणाली – आता मी कुठं जायची नाही. हे इथं या पाँडेचेरीत आहेत, त्यांना सोडून मला कुठं जायचं नाही. मी मेले की त्यांच्याशेजारीच मला पुरा. इथनं बाहेर जायला मला कुणी सांगू नका. पोलीस खात्यातला माणूस इतका फिरतो, की त्याला घर असं नसतंच. तो जिथं मरतो, ते शेवटी त्याचं घर! आम्ही इतकं फिरलो, पण शेवटी आम्हाला जीजसनं या मातीत पुरायचंच ठरवलं. त्याच्या मनात असेल तसं होऊ द्या!

मग मी गुरू हेन्रीला म्हटलं, गुरू, स्नेहितन् म्हणवतोस, तर जरा अम्मासाठी जागा शोधायला मदत कर. गुरू हेन्रीनं पीटर झकेरिया नावाच्या एका जमीनदाराशी गाठ घालून दिली. साठी उलटलेला, जाडाजुडा पीटर फार गोड माणूस होता. मला

म्हणाला – सन, इतक्या लहान वयात अम्माच्या कामासाठी तू धडपडतोयस, याचं फार कौतुक वाटतंय मला. आजकालच्या जागेच्या निम्म्या दरानं तुला जागा देतो. तुझ्या अम्माकडे पैसे नाहीएत म्हणून! जॉर्ज भलताच चांगला पोलीस ऑफीसर होता. त्याची बायको माझ्या जागेत राहिली, तर मला आनंदच होईल.

चार हजार रुपयात त्यानं आम्हाला घर बांधण्याइतका एक मोठा प्लॉट दिला. वर आपल्या एका आर्किटेक्ट नातेवाइकाला गळ घातली, की माझ्या बहिणीचं काम आहे. निव्वळ सामानाचे पैसे घेऊन चार भिंती उभ्या करून दे. आर्किटेक्ट रॉडरिग्जनं सामानातही पैसे वाचवले, तरी वीस हजारापर्यंत खर्च केलाच. अम्माकडे बारा-चौदा हजार शिल्लक होते. ते कुठंतरी व्याजी लावावेत आणि रोजच्या खर्चाची सोय करावी, असा तिचा विचार होता. पण गुरू हेन्री म्हणाला, आजकाल बेअकली लोक तेवढे पैसे व्याजाला लावतात. दिवसेंदिवस जागांचे भाव वाढताहेत. आज एक खोली घेतली, तरी उद्या तो सोन्याच्या तुकडा होईल. त्यानंच मद्रासमध्ये एक-दोन खोल्यांची जागा बघून दिली. जागेची किंमत पंचवीस हजार होती. पण दहा हजार रुपये बँकेकडून कर्ज मिळालं. जागेचं जे भाडं यायला लागलं, त्यातनं बँकेच्या कर्जाचा हप्ता जाऊनही बचत व्याजी लावण्यापेक्षा अधिक पैसे अम्माच्या हातात यायला लागले.

अम्माची ही सगळी कामं मार्गी लावताना माझं एमेस्सी मात्र खुंटीला टांगल्यासारखं झालं होतं. पाँडिचेरीचं घर आणि चिदम्बरम कॉलेज या दोन्ही ठिकाणांमधे गुरू हेन्रीच्या मोटारसायकलवरून माझी शटल सर्व्हिस चालू होती. त्यांतही पाँडिचेरी अधिक आणि कॉलेज कमी, असाच प्रकार होता. प्रिन्सिपॉल नायरनं एकदा मला बोलावून भरपूर दम दिला. बीएस्सीला पहिलं आलं, म्हणजे एमेस्सीला उनाडक्या करण्याचं लायसन्स मिळालं असं नाही, उलट जगाच्या अपेक्षा वाढलेल्या असतात, वगैरे खूप मोठ्ठं सरमन दिलं.

माझ्याकडून कॉलेजच्या अपेक्षा सर्वच बाबतीत वाढलेल्या नसल्या, तरी निदान पूर्वीइतक्याच होत्या. फुटबॉल टीम माझा सल्ला घ्यायला यायचीच, पण आता अय्यंगार इंग्लिश डिबेटिंग सोसायटीनंही मला सेक्रेटरी केलं होतं. डिबेटिंगमध्ये मी स्वत:ही भाग घ्यायचा. चांगल्या तावातावानं भांडून आपली बाजू दणक्यात मांडायचा.

एके दिवशी 'आर्ट फॉर आर्ट्स सेक' या जुन्याच विषयावर आम्ही डिबेट ठेवलं होतं. मी विरुद्ध बाजूनं बोललो. जी जीवनाचं दर्शन घडवीत नाही आणि जीवनाला उपयोगी पडत नाही, ती कला कुचकामी आहे; असं जोरात ठोकून दिलं. वर उदाहरण दिलं आपल्या नृत्यकलेचं. म्हटलं – आपल्याकडे नृत्यकला इतकी विकसित झाली आहे, अगदी बालवयापासून वृद्धावस्थेपर्यंत नृत्याचं शिक्षण घेणाऱ्या

नर्तकी आहेत - पण त्यांचा जीवनाला काय उपयोग? राधाकृष्णाच्या प्रेमकथा त्यांनी करून दाखवाव्यात, बस!

माझ्या भाषणाला जबरदस्त टाळ्या मिळाल्या. पण तो कडकडाट विरून जायच्या आत एक घट्ट वेणी घातलेली, सडपातळ पण बांधेसूद अशी तरतरीत मुलगी स्टेजवर चढली आणि म्हणाली, मिस्टर राजनायक यांनी आपले शब्द परत घ्यावेत. दगडाधोंड्यांचा अभ्यास करणाऱ्यांना नृत्यातले दगडधोंडेदेखील कळत नाही. अशा लोकांनी, देवानं जीभ दिलीये, म्हणून ती वाट्टेल तशी वापरू नये.

हे जरा जास्तच होतं. डिबेटमध्ये कितीही वाद झाले, तरीही ते तात्त्विक असत. वैयक्तिक पातळीवर कधी येत नसत. मी उभा राहिलो आणि माझ्या बाजूच्या मायक्रोफोनवरून म्हटलं – या बाईनी आपले मॅनर्स सांभाळावेत आणि वैयक्तिक उणीदुणी काढू नयेत; अशी मी एक वक्ता आणि सोसायटीचा सेक्रेटरी या नात्यानं त्यांना नम्र विनंती करतो. कला कलेसाठी की जीवनासाठी, या विषयावर त्यांना जे वक्तव्य करायचं असेल; ते त्यांनी तात्त्विक पातळीवरून जरूर करावं. आम्ही ते ऐकायला तयार आहोत.

त्या मुलीचा खूप जळफळाट झाला. तरीही मी दिलेल्या संधीचा फायदा घेऊन तिनं एक लांबलचक भाषण केलं. त्यात मुद्दे कमी होते, आवेश जास्त होता. परंतु तिच्या आवेशाला विद्यार्थ्यांनी वेळोवेळी टाळ्या वाजवून प्रचंड दाद दिली. मला त्यात काही अपमान वाटला नाही, उलट अशा रीतीनं वादविवाद होऊन डिबेट रंगल्यामुळे मी सोसायटीचा सेक्रेटरी म्हणून खूष होऊन गेलो.

पण आगंतुकपणे स्टेजवर येऊन मला शिव्या देणाऱ्या त्या आगाऊ मुलीचा मात्र मला राग आल्याशिवाय राहिला नाही. "ही कोण शिष्ट मुलगी?" डिबेट संपल्यावर मी जमुनाला विचारलं.

तुला माहीत नाही? ती श्यामला नटराजन. ज्युनियर एमेस्सीला आहे. स्टॅटिस्टिक्स घेतलंय.

स्वतःला समजते कोण ती? म्हणे दगडधोंड्यांचा अभ्यास करणाऱ्यांना नृत्यात काही कळत नाही. हिला तरी काय कळतं?

जमुना खुद्कन हसली. असं म्हणू नकोस हं. ती म्हणाली ती भरतनाट्यम शिकलेली आहे. तेसुद्धा कुणाकडे माहितेय? जगप्रसिद्ध नर्तकी बालशारदाम्मांकडे. आरंगेत्रमदेखील झालंय तिचं. स्वतःच्या डान्सचा फार गर्व आहे तिला! खरं म्हणजे ती आपल्याला दोन वर्षं सिनियर! पण मध्येच तिच्या डोक्यात काय आलं, ते सरळ कॉलेज सोडून डान्स शिकायला गेली. म्हणून आता आपल्याबरोबर -!

पण म्हणजे डिबेटमध्ये माझंच बरोबर होतं!

काय बरोबर होतं?

इतकी वर्षं डान्स शिकूनसुद्धा जर ही स्वभावानं अशी शिष्ट आणि गर्विष्ठ राहिली असेल, तर ती कला काय जाळायची आहे?

माझ्यासमोर बोल – पण तिच्यासमोर असलं काही बोलू नकोस. तुलासुद्धा जाळायला कमी करायची नाही ती!

हो- मला बसलीये जाळायला! एक ना एक दिवस मी नाही तिला -

काय करणारेस?

माझ्या मनात आलेली कल्पना जमुनाला फारशी सभ्यपणाची वाटली नसती, म्हणून ती पुष्कळच सौम्य करत मी म्हटलं, नाही तिला धडा शिकवला, तर बघ!

पण मनात आलेली ती असभ्य कल्पना काय अशी लगेच जाते? मी बराच वेळ त्या कल्पनेशी खेळत बसलो. बाकी अशी कल्पना करण्यासारखी होतीच श्यामला नटराजन! दक्षिणेत न शोभण्याइतकं धारदार रूप आणि कृश शरीरावर सुद्धा योग्य त्या जागी भरपूर मांस! बांधा इतका चांगला नृत्यामुळं होत असेल का?

पण नको रे बुवा! त्या संतापी आणि उद्धट मुलीचा विचारदेखील नको!

पाँडिचेरीला गेलो असताना, एके दिवशी संध्याकाळच्या वेळी पीटर झकेरिया आला. अम्माशी आणि माझ्याशी खूप वेळ बोलत बसला. गप्पांचा विषय बहुतेक वेळा असायचा, तोच - डॅडींची पोलीसखात्यातली नोकरी. त्यावरून एकदम आठवण होऊन मी अम्माला विचारलं-

त्या धनराजच्या स्कँडलचं पुढं काय झालं ग?

कुठली स्कँडल?

तू नव्हतंस का मागं मला पत्रात लिहिलं? धनराजचे न् एका बाईचे संबंध-त्याला काढून टाकायला निघाले होते नोकरीतून!

हो बाई. खूप दिवस चाललं होतं ते! त्याला शो कॉज नोटीससुद्धा दिली होती. तशा पोलिसांत पुष्कळांच्या बायकांच्या भानगडी! सगळ्यांच्यावर काही शेकत नाही. पण याची बायको आहे ना रत्नम्मा - तिचा सख्खा चुलतभाऊ कमिशनरच्या ऑफिसात! त्याच्यामार्फत ती नवऱ्याला सरळ करायला बघत होती! पण धनराजसुद्धा काही कमी नाही. त्यानं कशी पलटी खाल्ली बघ! त्यानं त्या मर्सीच्या पोरीशी दिलं लग्न लावून आपल्या पोराचं!

कुणाचं? सुंदरराजचं?

हो रे - हा तुझ्याबरोबरचा! आता बापानं पोलिसात नोकरी लावून दिलीये. पोरगं सरळ नाही. बापाच्याच वळणावर गेलंय. पण एवढ्यात लग्न म्हणजे - ती मर्सीची पोरगी तर सतरा वर्षांची असेल नसेल! पण धनराजनं नोकरीवर सांगितलं, की बघा, मर्सी माझ्या रिलेशनमधली आहे, म्हणून माझं तिच्याकडे जाणं-येणं! लोक काय

करणार? गप्प बसले झालं. त्या रत्नम्मानं मात्र आक्रोश केला मर्सीच्या नावानं शिव्या दे दे देऊन!

पीटर अंकल हसले. म्हणाले – असले हुशार लोकच हवेत पोलीसखात्यात! नाहीतर तुझ्या जॉर्जसारखा सरळ माणूस - काय उपयोगाचा?

एवढं बोलून ते जायला निघाले. पण दारातच थांबले. म्हणाले, अजून आला नाहीये ड्रायव्हर. मी जाऊ कसा?

बाहेर अंधारायला लागलं होतं. त्यांना फार वेळ थांबवणं बरोबर नव्हतं. मी म्हटलं, चला, मी पोचवतो तुम्हाला घरी.

तू? पीटर अंकल आश्चर्यानं म्हणाले, तू मोटार ड्रायव्हिंग कधी शिकलास?

ड्रायव्हिंग खरं तर मला वयाच्या चौदाव्या वर्षांपासूनच येत होतं. डॅडी जरी मला गाडीला हात लावू देत नसत, तरीदेखील त्यांच्या पश्चात मी हात साफ करून घेतच असे. कारण आमची गाडी जसे डॅडी वापरत, तसेच ती कधीकधी पोलीस ड्रायव्हर्सही गावातल्या गावात कामासाठी नेत. अशा वेळी डॅडींचा डोळा चुकवून मी त्या ड्रायव्हर्सच्या शेजारी बसून गाडी चालवायची माहिती करून घेई. पुढं पुढं चाकाशीही मी बसू लागलो. साहेबाच्या पोराला 'नाही' म्हणायची पोलिसांची शामत नसे. उलट त्या वयात मी गाडी चांगली चालवायचो, याचं त्यांना कौतुक वाटायचं. अर्थात हे कौतुक डॅडींसमोर करू नका, अशी ताकीद मी त्यांना दिलेलीच होती. नंतर नंतर डॅडींना घरातून बाहेर पडायला अवकाश आहे, याची खात्री करून मी राउंड मारून येत असे. कारण गाडी चालवायला मला खरंच आवडायचं. कधी डॅडींनी एखाद्या कामाला पोलीस ड्रायव्हरला पाठवलं, की मी त्याच्याबरोबर जातो म्हणायचो आणि घर सोडलं की ड्रायव्हरला उतरवून चाकाचा कब्जा घ्यायचो. परत येताना घर दिसलं, की ड्रायव्हर चाकाशी आणि मी शेजारी - काचेतून समोर बघत!

पण असल्या गोष्टी कायम छपून थोड्याच राहतात? डॅडींनी कधीतरी रस्त्यातून जाताना, मी गाडी चालवतोय, असं पाहिलं. संध्याकाळी अम्माकडे कडकडाट! असं वाटलं; की हे अम्माला तरी मारणार, नाहीतर मला तरी! 'लायसन्स मिळायला अजून तीन वर्षं आहेत आणि हा पोरगा गाडी चालवतो! पोलीस ऑफीसरचा मुलगा आणि नियम मोडून गाडी चालवतो. उद्या कोणी याच्या गाडीखाली आलं, तर माझी नोकरी जाईल. वाट लावणार हा कार्टा आमची आणि स्वत:ची!' असा पुष्कळ उद्धार झाला. मी हे सगळं जिन्यात बसून ऐकलं आणि पुन्हा एकदा अम्माकडून शब्दश: तेच ऐकून घेतलं. एकही अक्षर न बोलता!

दुसऱ्या दिवशी मी आर.टी.ओ.च्या ऑफिसात गेलो. तिथल्या चीफना भेटलो.

मी वर्धन राजनायक. माझे डॅडी डेप्युटी पुलीस सुपरिंटेंडंट आहेत.

जॉर्ज ना - माहिताय! त्यांचा का तू मुलगा?

हो, मला लायसन्स हवंय. गाडी चालवण्याचं!

चालवतोस तू गाडी?

हो. गेलं वर्षभर चालवतो. फोर्ड आहे आमची. फॉर्टीची.

ठीक आहे, जॉर्जसाहेबांच्या ऑफीसवर लायसन्स पाठवून देतो.

नको, नको! माझ्याकडेच द्या. मी बसतो तयार होईपर्यंत.

त्यांनी हाताखालच्या माणसाला बोलावलं. माझं नाव सांगितलं.

वय काय? त्या माणसानं विचारलं.

मी डोळे मिचकावले, चीफ हसले.

अठरा लिहा – त्यांनी हाताखालच्या माणसाला सांगितलं.

असं लायसन्स मिळालं. डॅडींना ते खूप उशिरा समजलं. आधी समजलं असतं, तर काय केलं असतं? लायसन्स परत केलं असतं? फाडून टाकलं असतं? ठाऊक नाही!

डॅडींच्या नावाचा मी स्वत:हून उपयोग करण्याची ती पहिली आणि शेवटची वेळ!

पीटर अंकलची जुनी स्टँडर्ड पेनन्ट कार होती. मॉडेल चौसष्टचं होतं. गाडी माझ्या माहितीची होती. मी म्हटलं, चाव्या द्या.

मी गाडीशी गेलो आणि चमकलो. 'नक्की हीच ना पीटर अंकलची गाडी?' कारण एक मुलगी त्या गाडीला टेकून उभी होती. तिची प्रमाणापेक्षा अधिक मोठी वक्षस्थळं माझ्या सर्वात आधी लक्षात आली. त्यानंतर तिनं डोक्यावर ऋषिमुनी बांधतात, तशी केलेली हेअरडू.

तेवढ्यात पीटर अंकल गाडीशी आले. त्या मुलीला आश्चर्याने म्हणाले, तू कधी आलीस?

आत्ताच! ती म्हणाली, इकडून जाताना आपली गाडी दिसली, म्हणून थांबले.

सनी, ही माझी मुलगी. इव्हॅन्जेलिन. पीटर अंकल म्हणाले.

हॅलो - तिनं माझ्याशी हस्तांदोलन केलं. मी गाडीत बसण्यासाठी वळलो. आणि तिचा, अगदी ताणून बसलेल्या स्कर्टमधून बाहेर पडेल की काय, असं वाटण्याइतपत गच्च भरलेला पार्श्वभाग माझ्या नजरेत घुसला. इतका वेळ ही गाडीला टेकून उभी होती, तरी गाडीला पोचा कसा आला नाही, असा वात्रट विनोद मला सुचला.

पण काहीच न बोलता मी मुकाट्यानं इंजिन सुरू केलं.

माझ्या मनात येत होतं, पीटर अंकलकडे आपण इतक्या वेळा गेलो.आपल्याला ही कधीच कशी दिसली नाही?

माझे विचार वाचल्याप्रमाणे माझ्या शेजारी बसलेले पीटर अंकल म्हणाले, इतकी वर्षं ही तिच्या मॉमबरोबर राहत होती, बंगलोरला. आता रिबेका देवाघरी

गेली, म्हणून ही माझ्याकडे परत आली.

पीटर अंकल आणि त्याची बायको इतकी वर्षं वेगवेगळी राहत होती? मी चमकलो. पण का? इतकं गोड वागणारा हा माणूस! त्याच्या बायकोचं आणि त्याचं कां पटलं नसेल? माझ्या विचारापासून मी विचलित झालो, तो पाठीमागच्या सीटवरून माझ्या उजव्या खांद्याला झालेल्या स्पर्शानं. तो स्पर्श चुकून झाला असेल, की मुद्दाम? चुकून होणं जरा कठीण! कारण तरुण मुली या बाबतीत बरीच काळजी घेतात, असा माझा अनुभव होता. मग?

पंचवीस मिनिटांत मी त्या दोघांना घरी सोडलं. पण त्या पंचवीस मिनिटांत माझ्या सीटच्या पाठीवर ठेवलेल्या इव्हॅन्जेलिनचा हात दहा-पंधरा वेळा तरी माझ्या खांद्याला, दंडाला चाटून गेला. कदाचित तिला खरंच त्याची जाणीव नसेल आणि नकळतच तो स्पर्श होत राहिला असेल. पण तसं नसून तो हेतुपुरस्सर केलेला असला तर - ही मुलगी जर इतकी तयार असेल, तर ती प्रथम दिसल्याबरोबर आपण तिच्या छातीकडे ज्या नजरेनं पाहिलं, ती तिच्या लक्षात आलीच असेल!

मला ओशाळवाणं वाटू लागलं.

दोन दिवसांनी मी आणि गुरू हेन्री सेन्ट्रल पार्कमध्ये बसलो होतो. संध्याकाळची वेळ होती. गुरू हेन्री दाढी खाजवत खाजवत त्याच्या अँग्लो-फ्रेंच टेक्सटाइलमधल्या अंत:स्थ भानगडी सांगत होता. बोलता बोलता तो थांबला. मला म्हणाला, तुला कुणीतरी बोलवतंय. मी त्याच्या नजरेच्या रोखानं पाहिलं. पार्कच्या कठड्यावर इव्हॅन्जेलिन बसली होती. तिच्याबरोबर एक चार-पाच वर्षांची मुलगी होती.

मी तिकडे पाहताच इव्हॅन्जेलिननं मान हालवून मला जवळ बोलावलं.

मी उठलो आणि पँटला लागलेली गवताची पाती झटकत झटकत तिच्याकडे गेलो.

मला थोडं बोलायचं होतं तुमच्याशी. इव्हॅन्जेलिनचा आवाज किंचित घोगरट होता, असं मला जाणवलं. मी काही बोलायच्या आत तिच्याबरोबरीची मुलगी रडू लागली. ''मला घरी जायचंय! मला घरी जायचंय!''

तिला गप्प बसवीत इव्हॅन्जेलिन म्हणाली– माझ्या बहिणीचं घर इथून जवळच आहे. तिथं येता?

एव्हाना गुरू हेन्री उठून आमच्या दिशेनं यायला लागला होता. मी लांबूनच हातवारे करून त्याला 'हिच्याबरोबर जातोय, उद्या भेटू' असं सांगितलं आणि तिच्याबरोबर चालू लागलो. एक पद्धत म्हणून मी तिच्याबरोबरच्या मुलीचा हात धरला. पण ती हात झटकून इव्हॅन्जेलिनच्या दुसऱ्या बाजूने चालू लागली.

इव्हॅन्जेलिननं सायकलरिक्षा ठरवली.

मी विचारलं, लांब आहे तुमच्या बहिणीचं घर?

बीचवर आहे. ती म्हणाली.

आम्ही सायकलरिक्षात बसलो. रिक्षावाल्यानं हूड ओढून घेतलं. आता आम्ही रस्त्यावरच्या माणसांना दिसत नव्हतो.

इव्हॅन्जेलिनबरोबरची मुलगी अगदीच कंटाळली होती. ती तिला लाथा मारत होती, ओरबाडत होती; पण तिच्याकडे लक्ष न देता इव्हॅन्जेलिन अगदी शांत बसली होती. तिचा खांदा आणि पायांची कडा माझ्या अंगाला घासली जात होती. रिक्षाच्या गतीनं माझ्या जवळ येत होती ...लांब लांब जात होती ...

या घर्षणापासून मन बाजूला करीत मी विचारलं, कोण कोण असतात तुमच्या बहिणीकडे?

कुणी नाही. लुइसा एकटीच असते. तिची मन:स्थिती ठीक नाही. ती माझ्याहून मोठी. तिचं लग्न एक सोल्दाँशी झालं. पण तो एके दिवशी त्यांच्या युनिटबरोबर बॉर्डरवर जो गेला, तो परत आलाच नाही. कुणी म्हणतात, त्यानं एका नेपाळी मुलीबरोबर संसार सुरू केला. कोण जाणे! तेव्हापासून लुइसाचं कशात लक्ष नाही... आपल्याच विचारात ती असते. मी दिवसातून एकदा येऊन जाते. तेवढीच सोबत होते बिचारीला.

सायकलरिक्षाला बरोबर सूचना देत इव्हॅन्जेलिननं ती थेट बीचवरच्या त्या एकाकी घरापर्यंत नेली. आता काळोख पडला होता. ओहोटी असावी. एखादं जनावर निपचित पडावं, तसा दूर कुठंतरी समुद्र पडून राहिला होता.

घर बैठं होतं. रंग बहुतेक पिवळा असावा, असं भिंतीला लागून जळणाऱ्या दिव्याच्या उजेडात मला वाटलं. पाँडिचेरीमधल्या घराला म्हणजे नुसतंच एक प्रचंड दार असतं. ना मोकळी मुथरम, ना बसायला प्रशस्त थिन्नाई.

आम्ही दारावरची गोल पितळी कडी वाजवली. जिनं दार उघडलं, तीच बहुधा लुइसा असावी. पिवळसर रंगाचा एक लांब गाउनवजा झगा तिनं घातला होता आणि केस पाठीमागे बुचड्यासारखे बांधले होते. नाकीडोळी ती इव्हॅन्जेलिनपेक्षा अधिक रेखीव होती. पण तिचे डोळे सुजल्यासारखे जड होते, त्यामुळं ती मोर्निंगमध्ये आल्यासारखी वाटत होती. रूप बऱ्यापैकी असूनही तिचा चेहरा रिकामा रिकामा वाटत होता, इतका तो निर्विकार होता.

इव्हॅन्जेलिननं बरोबरच्या त्या रडक्याचिडक्या मुलीला लुइसाच्या हवाली केलं आणि ती मला म्हणाली, हुश्श्! शांत वाटलं हिची रड ऐकू येईनाशी झाल्यावर! चल, आतल्या खोलीत बसू या!

आम्ही आतल्या खोलीत गेलो. इव्हॅन्जेलिननं पडदा ओढून घेतला. खोली छोटीशीच पण अतिशय सुरेख होती. भिंतींना मंद मोतिया रंग दिला होता. दारावरचा एक आणि दोन उंच खिडक्यांचे दोन असे पडदे संपूर्ण लेसचे होते.

भिंतीवर एक मोठं वाळवंटाचं पेंटिंग होतं. त्यातल्या वाळवंटाच्या वाळूला नग्न स्त्रीदेहाचा आकार हेतुपुरस्सर दिलेला होता. उभ्या स्टँडवरचा दिवा मंदपणे जळत होता. पलंगावर स्वच्छ गुलाबी चादर आणि सॅटीनच्या दोन गुलाबी उश्या टाकलेल्या होत्या. शेजारीच ठेवलेल्या एका गादीच्या, कोरीव काम केलेल्या खुर्चीतही एक गुलाबी सॅटीनची उशी ठेवलेली होती.

इव्हॅन्जेलिन पलंगावर जाऊन बसली, पाय पलंगावर घेऊन, पण फ्रॉक काळजीपूर्वक दोन्ही पायांमध्ये आवरून घेत! मी खुर्चीवर बसलो. साहजिकच, तिच्या फुगीर पोटऱ्यांकडे पाहात.

तशी ती मला म्हणाली, माझ्या शेजारी का नाही बसत?

मी एकदा दारावरच्या लेसच्या पडद्यांकडे पाहिलं. त्या झिरझिरीत पडद्यातून आतलं कितपत दिसतं, हे मला माहीत नव्हतं.

ती शांतपणे म्हणाली, लुइसा डॉलीला झोपवायला गेली. आता इकडे कुणीच येणार नाही.

इव्हॅन्जेलिननं मला काय बोलण्यासाठी इथं आणलं, याची मला आता चांगलीच कल्पना आली होती. पण आता माघार घेणं हा बावळटपणा दिसला असता. म्हणून मी धीटपणे तिच्या शेजारी जाऊन बसलो आणि डावा हात तिच्या गळ्यात टाकला.

तशी ती माझ्या बाजूला वळली आणि तिनं माझ्या ओठांवर ओठ ठेवले. मी दुसरा हात तिच्या पाठीमागे टाकला आणि मिठी अधिक गच्च केली. आता मीच तिच्या ओठांवर ओठ दाबून धरले आणि तिच्या तोंडातून जीभ फिरवू लागलो.

एखाद-दोन क्षणांनी ती वळली आणि माझ्याकडे पाठ करून बसली. त्याचा अर्थ समजून मी तिच्या फ्रॉकची झिप खाली खेचली.

तिचं वरचं अंग उघडं पडलं, पण फ्रॉक कमरेतून निघाला नाही. मी पाठीमागून दोन्ही हात तिच्या आता उघड्या पडलेल्या विशाल स्तनांवर दाबून धरले आणि तिच्या घामेजलेल्या पाठीची चुंबनं घेऊ लागलो. पण ती मला हलकेच बाजूला करून उठली आणि तिनं फ्रॉक काढून टाकला. आत कसलंच वस्त्र नव्हतं. ती तशीच येऊन माझ्या कुशीत शिरली आणि एका हातानं माझ्या शर्टची बटनं काढू लागली...

आता बाहेर समुद्राची गाज ऐकू येऊ लागली... बहुधा भरती येऊ लागली असावी... नक्कीच!

थोड्या वेळात किनाऱ्यावर वेगानं येऊन आपटणाऱ्या लाटांच्या आवाजांनी आसमंत भरून गेला.

सात

मी अंगात कपडे चढवून बाहेर आलो, तेव्हा घर अगदी शांत झालं होतं. संध्याकाळी कंटाळलेली डॉली बहुतेक जेवल्याबरोबर झोपी गेली असावी.

इव्हॅन्जेलिन एक गाऊन अंगाभोवती बांधत बाहेर आली.

मी तिला म्हटलं, लुइसानं आपल्या मुलीला झोपवलेलं दिसतंय.

ती लुइसाची मुलगी नाही काही– इव्हॅन्जेलिन म्हणाली. लुइसाचा नवरा तिला लगेच सोडून गेला, म्हटलं ना! ही मेरीची मुलगी.

मेरी कोण! मी विचारलं.

मेरी, माझी धाकटी बहीण. पाँडिचेरीतच असते. तिचा नवरा एलायसीमध्ये डेव्हलपमेंट मॅनेजर आहे.

मी जायला निघालो. 'व्हिस्की घेणार?' तिनं विचारलं. मी म्हटलं, आज नको. घरीच जातोय. अम्माला वास येईल. त्यावर ती म्हणाली, मग जातोस कशाला घरी? इथंच का नाही राहात आजची रात्र?

मी म्हटलं, अम्मा काळजी करील. मी तिला घरी सांगितलं नाहीये. उद्या येईन मी, राहाण्याच्या तयारीनं.

दुसऱ्या दिवशी मी अम्माला 'चिदम्बरम्‌ला जातो' असं सांगून संध्याकाळी थेट लुइसाच्या घरीच गेलो.

माझ्या अपेक्षेप्रमाणे इव्हॅन्जेलिन माझी वाटच पाहात होती. लुइसा किचनमध्ये सरंग्याचे तुकडे तळत होती, त्याचा वास बाहेरपर्यंत दरवळत होता. आज डॉली मात्र त्या दोघींच्याबरोबर नव्हती.

आज रात्र मी इथंच राहणार होतो. त्यामुळं इव्हॅन्जेलिननं फार घाई केली नाही. तिनं व्हिस्कीचे ग्लासेस भरून आणले आणि त्याच्याबरोबर तळलेले किंग प्रॉन्स. माझ्याबरोबर ती व्हिस्की पीत बसली खरी. पण तिच्याकडे बोलण्यासारखं फारसं काही नसावं. तिच्या आवडीनिवडीही फार मर्यादित होत्या. मीच बराच वेळ बोलत

राहिलो आणि ती गप्प राहून ऐकत बसली.

जेवण झाल्यानंतर मात्र आम्ही वेळ फुकट घालवला नाही. आम्ही लगेच झोपायला गेलो. बाहेर लुइसा काम उरकत होती, त्याची चाहूल थोडा वेळ लागत राहिली - पण नंतर तीही कमी झाली आणि बाहेरचे दिवे गेले... लुइसा झोपायला गेली असावी.

जे चाललं होतं, ते मला एक स्वप्नच वाटत होतं. अचानक भेटलेली इव्हॅन्जेलिन, तिचे किंचित उतरते पण विलक्षण भरदार स्तन, एका हाताच्या कवेत न मावणारा पार्श्वभाग, आनंद देण्या-घेण्यासाठी रतिक्रीडेत काहीही करण्याची तिची तयारी, कान शांत करून टाकणारा तो लाटांचा आवाज, ते चिमुकलं घर, चविष्ट जिन्नस आणि भरून राहिलेली व्हिस्कीची नशा...

मध्यरात्र उलटून गेली होती. माझा पहिला भर संपला होता आणि दुसरा येण्याआधी मधे थोडा कालावधी जायला हवा होता. मी पाठीवर पडलो होतो आणि इव्हॅन्जेलिन दोन्ही गुडघे माझ्या दोन्ही बाजूंना घट्ट भिडवून माझ्या कमरेवर बसली होती, माझ्या छातीवरच्या केसांमधून हात फिरवत होती...

अचानक मला भास झाला, की दारावरच्या पडद्यामागे कुणीतरी उभं होतं. मी पाहात राहिलो... पडद्यामागची व्यक्ती निश्चल उभी होती.

इव्ह, ती बघते आहे - मी हलकेच म्हटलं.

इव्हॅन्जेलिननं बसल्याबसल्या वळून पाहिलं. कुणी नाहीये. तुला भास झाला. ती म्हणाली, म्हणून मी तसंच अर्धवट उठून पाहिलं. खरंच, पडद्यामागं कुणी नव्हतं. कदाचित मघाशीही नसेल. नाहीतर कुणीही झालं, तरी इतकी निश्चल कसं उभं राहील?

तरीही मी अस्वस्थ झालो. इव्हॅन्जेलिनला म्हटलं - या खोलीला दार का नाही?

कशाला हवंय दार? ती किंचित तिरसटपणे म्हणाली. तिचं जे चाललं होतं, तिकडे माझं पुरतं लक्ष नव्हतं, म्हणून ती चिडली होती.

मी तिला बाजूला केलं. तुला असं नाही वाटत इव्ह - मी म्हटलं, लुइसाचा नवरा तिला सोडून गेला. तिची सगळी आशा तशीच राहिली - असं असताना आपण हे... हे तिच्या समोर करणं बरं नाही...

समोर कुठं करतोय?

पण ती केव्हाही या खोलीत येऊ शकते... बाहेर उभी राहून पाहू शकते...

दिवा काढल्यावर लेसमधून काहीही दिसत नाही – इव्हॅन्जेलिन मूळ मुद्दा लक्षात घ्यायला तयार नव्हती. ती लुइसाशी जाणूनबुजून क्रूरपणे वागत होती, असं नाही; पण आपलं वागणं तिला त्रासदायक होईल, हे समजण्याची बुद्धीच तिच्यात

नसावी. तिची हरकत नसेल, तर तिची जागा या कामासाठी वापरण्यातली सोयच फक्त तिला दिसत होती. शिवाय या क्षणी तरी ती आपला वेळ विचार करण्यात किंवा बोलत बसण्यात वाया घालवणार नव्हती. तिनं आपलं उघडं अंग माझ्या अंगाला गच्च भिडवून पुढं बोलणंच मला अशक्य करून टाकलं...

त्या रात्रीनंतर मी इव्हॅन्जेलिनला लुइसाच्या घरात वरचेवर भेटायला लागलो. दोन दिवसाआड मी अम्माला दर्शन देत असे. त्याच संध्याकाळी चिदम्बरमला जातो, असं सांगून घरातून निघत असे, आणि रात्र लुइसाच्या घरी घालवून सकाळी चिदम्बरमला जात असे. इव्हॅन्जेलिन स्वत: माझ्या सेवेला हजर असायचीच, शिवाय ती आणि लुइसा चिकन, पोर्क, मासे, रम, व्हिस्की असं सगळं माझ्या तृप्तीसाठी तयार ठेवीत. सर्वच प्रकारच्या शरीरसुखाचं नंदनवन मला अचानकपणे गवसल्यासारखं झालं होतं.

लुइसा काहीच बोलत नसे. एखाद्या फिकट अतिमानवी आकृतीसारखी ती घरभर वावरायची आणि एकेक काम उरकायची. तिनं तयार केलेली एखादी डिश चांगली झाली आहे, असं मी म्हटलं, तरी ती स्मितसुद्धा करीत नसे. तरीही तिला माझं येणं आवडतं, हे ज्या उत्साहानं ती माझ्यासाठी निरनिराळे पदार्थ तयार करायची, त्यावरून कळून यायचं. आमच्या खोलीत ती कधी येत नसे - पण माझी खात्री होती की, पडद्याआड उभी राहून ती अंधुक उजेडात आमचा शृंगार जितका दिसेल तितका पाहते...

कधीतरी या गोष्टीची शहानिशा करून घ्यायचीच, असं मी ठरवलं.

त्या रात्री एक उशी उलटया बाजूला ठेवली गेली होती (किंवा आम्हीच लोळता लोळता केव्हातरी ती तिकडे टाकली होती). इव्हॅन्जेलिनचं डोकं त्या उशीवर होतं आणि दुसरी उशी तिनं कमरेखाली घेतली होती.. मी तिच्या मांड्यांमध्ये बसून, मुळीच घाई न करता तिला संथ धक्के देत होतो, आणि ओठ विलग करून, पण पापण्या मिटून ती त्याचा आनंद घेत होती...

आणि याच वेळी मला पडद्यामागे एक आकृती दिसली. नक्की - नक्कीच तिथं लुइसा उभी होती!

मी दुसरातिसरा विचार न करता बिछान्यावरून उठलो. तिथं पडलेला एक टॉवेल कमरेभोवती लपेटून घेतला आणि बाहेर आलो.

बाहेर कोणीच नव्हतं.

मी भराभर आणखी तीन-चार खोल्यांत नजर टाकली. किचनमध्येही डोकावलो, पण लुइसा कुठंच नव्हती.

परत येताना खोलीच्या दारात इव्हॅन्जेलिन तशीच विवस्त्र येऊन उभी राहिलेली

मी पाहिली. रतिक्रीडा अर्धवट टाकून मी सुरू केलेल्या धावपळीचा जाब तिला मला विचारायचा होता. पण तो द्यायला न थांबता मी बाहेरच्या दरवाजापर्यंत आलो. दरवाजा उघडून बाहेर आलो, लुइसा कुठंच नव्हती!

माझी आता खात्री झाली होती. ज्या अर्थी लुइसा कुठंही झोपलेली दिसली नाही, त्या अर्थी पडद्याबाहेर नक्की तीच उभी होती. पण मग ती एवढ्यातल्या एवढ्यात गेली कुठं?

आणि याच वेळी मला चांदण्यात दूरवर वाळूतून धावत सुटलेली एक छायाकृती दिसली. नक्की नक्की ती लुइसाच होती!

तसं धावत सुटण्यामागं तिचा काय हेतू होता, हे कळायला मार्ग नव्हता. पण मी विचार करत थांबलो नाही. तिला गाठायला वाळूतून पळत सुटलो.

काही क्षणातच मला ती आकृती स्पष्ट दिसू लागली. ती लुइसाच होती! तिचे केस मोकळे सुटले होते, आणि तिच्या अंगावर वस्त्र नव्हतं. ती सरळ रेषेत धावत नव्हती. तिचा रोख पाण्याच्या दिशेने होता.

चांदण्यात समुद्राच्या लाटा पिशाच्चांसारख्या पांढऱ्याफेक दिसत होत्या. रांगत रांगत येणारी ती पिशाच्चं गर्जना करून वाळूवर झेपावत होती-तिच्या अंगावर लोळत होती.. तिथंच विरत होती...

लुइसा हात पसरून धावत त्या पिशाच्चांना भेटायला निघाली होती.

एका क्षणात सगळा प्रकार माझ्या लक्षात आला. आयुष्यात शरीरसुख कधीच न मिळालेली लुइसा आम्हाला त्या सुखात दंग असलेलं पाहून भुकेनं पेटली होती. देहाची ती प्रचंड आग कधीच विझणं शक्य नाही, या भावनेनं, ती विझवायला समोरच्या अथांग पाण्यात शिरत होती.

मी जीव खाऊन पळत तिच्या मागे गेलो. "लुइसाऽ इरू! इरू लुइसाऽ" मी ओरडत होतो, पण तिला जसे काय माझे शब्द ऐकू येत नव्हते. तिच्या समोरच्या लाटांची गरजणारी पिशाच्चं तिला आपल्यात सामावण्यासाठी बोलावत होती. त्यांची हाक तेवढी तिला ऐकू येत होती.

एक मोठी लाट आली. लुइसा त्या लाटेवरच पुढे झेपावली. एका क्षणात ती दिसेनाशी झाली असती, एवढ्यात मी तिच्यावर उडी घेतली आणि तिला गच्च कवटाळून धरलं. आम्ही दोघंही त्या लाटेवर पडलो. लाटेच्या प्रचंड जोरामुळं दूर भिरकावलो गेलो. लुइसाही माझ्या हातातून सुटली.

लाट विरून गेली, तेव्हा लुइसा माझ्यापासून हातभर अंतरावर पडली होती. मी तसाच उठलो आणि तिचे दोन्ही हात धरून तिला दुसरी लाट येण्याच्या आत उठवण्याचा प्रयत्न करू लागलो. पण तेवढ्यात परत एक लाट आली आणि तिनं

मला ढकलून दिलं. मी गुडघ्यावर पडलो; पण या वेळी मी मात्र लुइसाला सोडलं नाही-तसंच खेचत खेचत किनाऱ्याकडे नेऊ लागलो. लाटांनी माझ्या कमरेचा टॉवेल केव्हाच फेडून नेला होता. आणि मीही तिच्यासारखाच विवस्त्र झालो होतो.

मी तिला खेचत परत नेत होतो, हे पाहून लुइसा प्रतिकार करायला लागली. हातांनी, पायांनी मला झटकून टाकू लागली. तिच्या कृश देहात आता जबरदस्त शक्ती आली होती-पण हे जाणून मी तिच्याभोवती घातलेली मिठी केव्हाच सैल सोडली नाही! प्रचंड बळ लावून मी तिला कशीबशी वाळूत आणून टाकली आणि थकून जाऊन आम्ही दोघांनीही वाळून अंग टाकलं...

दुसऱ्याच क्षणी लुइसा उठून बसली, पण आता ती पाण्याच्या दिशेने धावली नाही. या उलट माणसाळवण्याचा प्रयत्न करणाऱ्या माणसावरच एखादा प्राणी जसा उलटावा, तशी ती माझ्यावर चाल करून आली. माझे केस ओढू लागली, माझे गाल ओरबाडू लागली, माझी छाती कुसकरू लागली. त्या क्षणी तरी तिच्यात कुठलंही माणूसपण आहे, असं वाटत नव्हतं. एखादा दांडगट प्राणी जसा माणसाला जमिनीवर लोळवून त्याच्या शरीराचे हाल हाल करेल तसं तिनं माझं चालवलं होतं. ह्या वेळेपर्यंत तिनं स्वत:ला माझ्या अंगावर पूर्णपणे घालून घेतलं होतं आणि आपले स्तन माझ्या छातीवर जोराजोराने घासत ती माझा चेहरा चुरगाळू लागली होती. तिची कंबर माझ्या कमरेखाली वर, खाली, डावीकडे, उजवीकडे अशी वेडीवाकडी घासली जात होती. पण या अवांतर हालचालींनी काहीच साध्य होत नव्हतं. आणि तिच्या जिवाची तगमग मात्र वाढत होती. उलट त्यामुळंच त्या हालचालीही अधिकच वेड्यावाकड्या होत होत्या.

लुइसा, बी क्वाएट-लुइसा! यू वील गेट इट लुइसा-जस्ट बी क्वाएट! मी एखाद्या प्राण्याला चुचकारावं, तसं तिला शांत करू लागलो. तिच्या ओल्या केसांवरून हात फिरवू लागलो.

क्षणभर तिनं माझ्या छातीवरून आपला चेहरा वर करून माझ्याकडे पाहिलं. नेहमी विझलेल्या दिसणाऱ्या डोळ्यात आज आग पेटली होती. मी तिचं सांत्वन करणारं स्मित केलं आणि हलकेच पलटी घेतली. त्याबरोबर तिची पाठ वाळूत टेकली आणि माझं शरीर तिच्यावर पडलं.

'जस्ट बी क्वाएट लुइसा! डोन्ट डू एनीथिंग! जस्ट बी क्वाएट!' तिच्या लहानशा स्तनांवरून अगदी हळुवारपणे हात फिरवत म्हटलं, नाऊ – देअर इज अ गुड गर्ल!

माझ्या शब्दांची गुंगी हळूहळू तिच्यावर चढायला लागली. किंवा इतक्या वेळच्या झगडण्यानंतर आलेला हा थकवाही असावा. काहीही असो, पण तिची हालचाल हळूहळू थांबली...

मी तिच्या ओल्या शरीरावरून सावकाश हात फिरवत राहिलो... तिच्या कमरेखाली... त्या खालच्या उंचवट्यावरून... भिजलेल्या केसांमधून... ती हळूहळू तृप्तीच्या मार्गाला लागली. या क्षणी माझ्या दृष्टीनं ती नुसती एक स्त्री नव्हती. एक अजाण लहान मूल होती-एक नुसत्या वासनांचा बनलेला निरागस प्राणी होती-मरणाच्या जवळ नेणारं प्रचंड वेड अंगात जिरवणारी एक दुखणाईत होती. तिला शांत करणं माझं काम होतं. तिची भूक भागवून तिला परत माणसात आणणं हे माझं काम होतं.

मी तिच्या मांड्यांमधल्या पाकळ्या किंचित विलग केल्या आणि सावकाश-अगदी सावकाश-तिला जराही न दुखवता अगदी तिच्या आत प्रवेश केला.

आम्ही घराच्या दिशेनं परतलो, तेव्हा लुइसा पुरती शांत झाली होती. माझ्या कमरेभोवती एक हात टाकून, माझ्या खांद्यावर डोकं ठेवून, माझ्या आधारानं, माझ्या शरीराचाच एक भाग असल्यासारखी ती चालत होती.

इव्हॅन्जेलिन दारातच उभी होती. आता तिनं अंगात नाइट गाउन चढवला होता. एकूण प्रकाराचा अर्थ तिच्या लक्षात आला होता. ती काहीच बोलली नाही. ती रागावलेलीही नव्हती. घडलं त्याचा फार गंभीरपणे विचार करावा, असंही तिला वाटलं नसावं. तिनं आम्हाला अंग पुसायला टॉवेल दिले आणि ती झोपायला गेली.

नंतर मी क्वचित लुइसाबरोबरही झोपू लागलो. ती इव्हॅन्जेलिनइतकी आक्रमक नव्हती. नुसतं मी जवळ घेतलं, इतक्यानंही तिचं समाधान व्हायचं. खरं तर, माझ्या नंतर ध्यानात आलं की, प्रत्यक्ष शारीरिक संबंधापेक्षा तिला खरी गरज होती, ती कुणी पुरुषानं तिला जवळिकीनं वागवण्याची. ती माझ्या दंडावर डोकं ठेवून झोपली असताना किती तरी वेळा मला एखादं लहान मूल किंवा एखादा पाळीव प्राणी यांच्यापैकी कोणी आपल्याजवळ विश्वासानं झोपलं आहे, असा भास व्हायचा.

गंमत म्हणजे मी केव्हाही तिच्याजवळ झोपलो, तरी इव्हॅन्जेलिनची त्याबद्दल तक्रार नसायची. आपल्या वाट्याचं सुख आपल्याला मिळालं की बस्- अशी तिची वृत्ती होती. मत्सरबित्सरासारख्या क्षुद्र गोष्टींनी ती आमचा हा रंगलेला खेळ मोडू देणार नव्हती!

एके दिवशी आम्ही व्हिस्की पीत बसलो असताना इव्हॅन्जेलिन मला म्हणाली, मेरीला तुला भेटायचंय!

मेरी म्हणजे - डॉलीची आई?

हो.

मला कशाला भेटायचंय तिला?

सहज. मी तुझ्याविषयी तिला इतक्या चांगल्याचांगल्या गोष्टी सांगितल्या

आहेत, की तिला खूप वाटतंय, तुला भेटावंसं.

हात्तेच्या, मग भेटू दे की.

उद्या चालेल?

उद्या - उद्या मी येणार नाही! परवा चालेल.

त्यानंतर तिसऱ्या दिवशी संध्याकाळी मी लुइसाच्या घरी आलो आणि इव्हॅन्जेलिन जेव्हा मला आमच्या नेहमीच्या खोलीत घेऊन गेली, तेव्हा तिथं खुर्चीवर भुऱ्या केसांची एक तरुणी बसली होती.

ही मेरी – मी कॉटवर बसल्यानंतर इव्हॅन्जेलिननं आमची ओळख करून दिली – हा वर्धन. तुला सांगितलं होतं ना मी याच्याबद्दल! तोच हा.

मेरी त्या तिघीही बहिणींत दिसायला सर्वांत उजवी होती. इव्हॅन्जेलिन इतकी ती भरलेली नव्हती. काहीशी किरकोळच होती. पण तिच्यापेक्षा अधिक बुद्धिमान वाटत होती.

मी आलेच हं! असं म्हणून इव्हॅन्जेलिन बाहेर गेली. दोनच मिनिटांत ती एका लाल रंगाच्या पेयानं भरलेले दोन प्याले घेऊन आत आली. आम्हा दोघांच्या हातात देत ती म्हणाली, ब्लडी मेरी. आज मेरी येणार, म्हणून मी खास बनवलीये.

मेरीसाठी ब्लडी मेरी? मी शब्दाला लोंबकळत विचारलं.

मेरी किंचित हसली. पण शब्दातली गंमत इव्हॅन्जेलिनच्या लक्षात आली नाही. ती पुढं म्हणाली, मेरीचा स्वभाव फार संकोची आहे. ती काही केल्या सांगायची नाही, म्हणूनच मीच तिची माहिती देते. त्यांच्या घरची परिस्थिती फार चांगली आहे. नवरा एलायसीत चिक्कार पैसे कमावतो. पण त्याला एकसारखं बाहेरगावी जावं लागतं. हिला, इथं ये कधी, म्हटलं तर म्हणते, तिथं काय आणि इथं काय? तू न् लुइसाच भेटणार ना? मग कशाला यायचं? म्हणून तिला आज तुला भेटायला आणलं.

तुझा ग्लास कुठाय ब्लडी मेरीचा? मी इव्हॅन्जेलिनला विचारलं.

मी नंतर घेईन. आता जेवणाचं बघते जरा आत. तुम्ही बसा बोलत – असं म्हणून इव्हॅन्जेलिन निघून गेली. जाताना तिनं लेसचा पडदा पूर्ण ओढून घेतला.

मला मेरीशी काय बोलावं, ते समजेना. ती नुसती माझ्याकडे टक लावून पाहत बसली होती. त्याहीमुळं मी थोडासा गोंधळलो. काहीतरी बोलायचं, म्हणून बोलून गेलो, तुमचे मिस्टर फिरतीवर जातात, तेव्हा तुम्हाला करमत नसेल नाही?

खरं तर यात मी नवीन काय सांगितलं होतं! अगदी बावळटासारखा होता माझा प्रश्न! पण तिनं त्याचं बरंच गंभीर उत्तर दिलं.

रेक्स इथं असला तरी काय, रात्रंदिवस ऑफीसचं काम, काम आणि काम! रात्री घरी येतो, तोच मुळी इतका थकून, की कधी एकदा बिछान्याला पाठ लावतो,

असं होऊन जातं त्याला! कशाला आम्ही लग्न केलं, कुणास ठाऊक!

तिनं आपली व्यथा एवढ्या उघडपणे सांगितली, की मीच ओशाळल्यासारखा झालो.

लुइसाचा नवरा तिला सोडून गेला होता, हिचा तिच्याबरोबर असून उपयोगाचा नव्हता.

मेरी खाली पाहत म्हणाली, तो पुरुष आहे, याचीच मला खात्री नाही.

असं कसं? डॉली तर त्याच्याचपासून झालीये ना?

डॉली माझी मुलगी नाही. मी फक्त तिला सांभाळते. स्वत:चं मूल नाही म्हणून!

म्हणजे - तुम्ही तिला -

ती इव्हची मुलगी आहे – मेरी सरळपणे म्हणाली. मी एकदम चमकलो!

इव्हची? आपण ऐकलं ते बरोबर आहे, याची खात्री करण्यासाठी मी परत विचारलं.

हो. इथल्या इंटिग्रल कोच फॅक्टरीमध्ये होता इव्हचा नवरा. डॉलीच्या जन्मानंतर तो इव्हचा संशय घ्यायला लागला. कदाचित इव्हचं वागणंही त्याला जबाबदार असेल! कोण जाणे! पण त्यांची भांडणं व्हायला लागली आणि एक दिवस त्यानं तिला सोडूनच दिलं. ती मॉमकडे राहायला गेली. पुढं तिच्या नवऱ्याचीही ट्रान्स्फर झाली. इव्ह वाढवायला तयार आहे डॉलीला. पण तिची राहणी अजून लग्न न झालेल्या मुलीसारखी आहे. राहतेही वडिलांकडे. तेव्हा लहान मूल पदरात, म्हणजे त्रासच होणार नाही का? म्हटलं, आमची फॅमिली आहे. राहील आमच्याकडे!

मी थक्क होऊन ऐकत होतो. इतरांना जे कधीच जमणार नाही, ते या तिघी बहिणी सहज करत होत्या. इव्हॅन्जेलिनच्या प्रियकरासाठी लुइसानं स्वैपाकपाणी करायचं, तिची मुलगी मेरीनं वाढवायची, त्या दोघींना कंपनी मिळावी, याची काळजी इव्हॅन्जेलिनं घ्यायची - जगावेगळे स्वभाव होते या तीन बहिणींचे!

आजवर इव्ह फार दु:खी होती – मेरी म्हणाली – तू तिला खूप सुखी केलंस, म्हणत होती ती! खूप सुखी...

बोलता बोलता मेरीनं माझ्या मांडीवर हात ठेवला. हळूहळू तिनं बोलणं थांबवलं आणि ती नुसतीच तिथं सावकाश चोळत राहिली. माझ्या पँटच्या झिपच्या आजूबाजूला होणाऱ्या सूक्ष्म हालचालींकडे टक लावून कुतूहलाने पाहत राहिली. ती पाहतेय, या जाणिवेनं तिथले चढउतार वाढले. हळूहळू तिचा हात तिथपर्यंत पोहचला आणि तिथंच फिरू लागला. मी दोन्ही पाय जवळ घेतले, तशी तो नाजूक हात माझ्या राकट मांड्यांच्यामध्ये बंदिस्त झाला.

गोड सरबतासारखं भराभर प्यायलेल्या ब्लडी मेरीमधल्या संमिश्र मद्यांची

जोरदार किक आता एकदम डोक्यात बसली. क्षणभर आजूबाजूचं सगळं खोटं वाटायला लागलं. पण जाग्यावर नसलेल्या मनाच्या कुठल्याही हुकमासाठी न थांबता शरीर आपसूक हालचाली करू लागलं.

मी मेरीच्या कमरेकडचा हूक सोडवून तिचा स्कर्ट जमिनीवर ओघळू दिला आणि तिला पलंगावर ओढलं. झिप खाली ओढून माझ्या पायात आकांतानं फडफडणाऱ्या पक्ष्याला एकदाचं मोकळं केलं. मेरीनं माझ्या कमरेभोवती आपल्या पायांची इतकी गच्च मिठी मारली, की ती किती दिवसाची उपाशी होती, हे माझ्या तत्काळ लक्षात आलं.

बऱ्याच वेळानंतर आम्ही जेवणासाठी बाहेर आलो, तेव्हा इव्हॅन्जेलिन लुइसाबरोबर शांत झोपी गेली होती.

मी लुइसाच्या घरी जायचो, तेव्हा मेरी नेहमीच तिथं असायची असं नाही. चारपाच वेळांतून कधीतरी एकदा ती असायची. पण ती आली, की इव्हॅन्जेलिन आपणहूनच मला तिच्या स्वाधीन करायची. क्वचित मीच स्वत:हून लुइसाला खोलीत घेऊन जायचा. त्याबद्दलही इव्हॅन्जेलिनची काही तक्रार नसायची. मात्र दोनचार वेळा आम्ही सगळेच व्हिस्की नाही तर ब्लडी मेरी घेऊन हवेत तरंगत असताना तिनं हा उपचार मोडला. मी मेरीबरोबर असताना ती खुशाल आत शिरली आणि मेरीच्या आनंदात वाटेकरी झाली. मी दोघींनाही एकाच वेळी समाधान देऊ शकत होतो, याचा मला उलट अभिमानच वाटला. ख्रिसमसच्या आदल्या रात्री तर मी पॉप म्युझिकच्या तालावर तिघींबरोबरही नाचलो आणि स्कॉचच्या नशेत, जमिनीवर गाद्या घालून, अंगावरचे कपडे फेकून देऊन आम्ही चौघंही एकत्रच झोपलो...

पण हळूहळू मला लुइसाच्या घराचा कंटाळा येऊ लागला. सुखसुद्धा अति झालं की खुपतं, तसं व्हायला लागलं. पीटर अंकलचं आणि लुइसाचं काय भांडण होतं, हे मला शेवटपर्यंत कळलं नाही. पण ते कधीच लुइसाकडे यायचे नाहीत. एखादा निरोप द्यायचा असल्यास, ते तो इव्हॅन्जेलिनकडेच देत. असं असतानाही एखाद वेळी ते आले तर काय होईल, अशी भीती मला वाटायचीच. प्रत्यक्ष नाही आले, तरी हा सगळा प्रकार कधी ना कधी तरी त्यांच्या कानावर जाईल, अशीही शक्यता होतीच. शिवाय मेरीचा तो एलायसीवाला नवरा कधीतरी मेरीचा संशय येऊन लुइसाच्या घरापर्यंत पोचेल, याचीही धाकधूक असायचीच. कितीदातरी मेरी आणि मी एकमेकांच्या कुशीत वस्त्रहीन झोपलो आहोत आणि तो पोलिसांना घेऊन आमच्या बिछान्यापाशी उभा आहे, असं दुष्ट स्वप्न मला पडायचं आणि मी घामानं चिंब भिजून जागा व्हायचा. त्या स्वप्नांतल्या पोलिसाचा चेहरा आमच्या डॅडींसारखा

दिसायचा, तेव्हा तर माझ्या भीतीला पारावार राहायचा नाही.

लुइसा तर स्वत:च्या एका वेगळ्याच जगात वावरत असल्यासारखी अबोल असायची, परंतु इव्हॅन्जेलिन आणि मेरीदेखील गप्पा मारायला फारशा उत्सुक नसत. मेरी थोडंतरी इकडंतिकडचं बोलायची; पण इव्हॅन्जेलिनची बुद्धी इतकी बेताची होती, की कुठलाही विषय ती चारदोन वाक्यांत आटपून टाकायची. कशाचाही खोलात जाऊन तर सोडाच, पण थोड्या गंभीरपणानं विचार करावा, असंही तिला वाटायचं नाही! तेव्हा आमचा सगळा भर दारू पिणं, खाणं, संगीत ऐकणं आणि मुख्य म्हणजे बिछाना गरम करणं यातच जात असे. बोलताना अगदी मद्दड आणि निर्जीव वाटणाऱ्या त्या मुली बिछान्यात मात्र एकदम जिवंत व्हायच्या आणि सर्वांगानं बोलू लागायच्या. वासनेचे निखारे फुलवत फुलवत त्याची एक प्रचंड ज्वाळा बनवायच्या आणि त्या ज्वाळेत मला आणि माझ्याबरोबर स्वत:ला पावन करून घ्यायच्या.

अर्थात शरीराचं हे सुख मला बघवेना. ते पुन:पुन्हा आक्रोश करून विचारायला लागलं - तू काय जनावर आहेस स्वत:ला खाणं, पिणं आणि झोपणं एवढ्याच गोष्टींमधे विसरून जायला?

- तर मग आणखी कशासाठी माणूस झगडत असतो? - पैसा मिळवत असतो? मी मुर्दाडपणे विचारी.

आणखी कशासाठी? मन ओरडून म्हणे - अरे, तुला काही बुद्धी आहे की नाही? काही विचार करणारा माणूस म्हणून जगावं, असं तुला वाटतं की नाही? सोड - सोड आधी तो चैनविलासाचा नरक आणि पुन्हा जरा वरच्या हवेत श्वास घ्यायला लाग.

शरीराचे जमलेले सांधे मन मोडतं ते असं! आपलं वर्चस्व ठेवून, शरीराला शरमिंदं करून, त्या बापड्याची सगळी सुखं खेचून घेतं, आणि उच्च विचारांच्या नावाखाली जगातल्या सगळ्या दु:खांची ताटं त्याच्यासमोर वाढून ठेवतं.

जमुनानं मला श्यामला नटराजनविषयी सांगितल्यापासून श्यामलेची मी बुद्धिमान मुलींमध्ये गणना करायला लागलो होतो. जरी मी तिच्या शिष्टपणावर तोंडसुख घेत असे, तरी असा शिष्टपणा करण्यासाठी का होईना; पण ती आपल्याला वरचेवर भेटावी, अशी एक प्रकारची विरोधी भक्ती माझ्या मनात तयार होऊ लागली होती.

अर्थात एमेस्सीचे विद्यार्थी, विशेषत: वेगवेगळ्या विषयांचे विद्यार्थी एकमेकांना भेटणं फारसं सोपं नसतं. एमेस्सीचा विद्यार्थी हा कॉलजसारख्या गोष्टींनाही पोरकट समजायला लागून, त्यांच्याविषयी अधिकाधिक उदासीन होऊ लागलेला असतो. तरीही यंदा चिदम्बरम कॉलेज शताब्दीमहोत्सव साजरा करत होतं, म्हणून महोत्सवाच्या

वेगवेगळ्या समित्यांवर पोस्ट ग्रॅज्युएशनच्या मुलांना त्यांच्या अनुभवाचा फायदा मिळावा, यासाठी मुद्दाम विनंती करून नेमलेलं होतं. सांस्कृतिक समितीवर, मला डिबेटिंग सोसायटीचा माजी सेक्रेटरी म्हणून आणि श्यामला नटराजनला नृत्यनिपुण म्हणून घेण्यात आलेलं होतं.

संस्थेचा शताब्दीमहोत्सव असल्यामुळं काम बरंच होतं. निदान तीन-चार महिने तरी योजना ठरवून प्रत्येक गोष्ट मार्गी लावण्यात जाणार होते. त्यासाठी प्रत्येक समितीच्या बैठकी बऱ्याच आधीपासून सुरू झाल्या. सांस्कृतिक समितीच्या प्रत्येक बैठकीला श्यामला नटराजन अगदी आवर्जून हजर राहायची आणि प्रत्येक गोष्टीचा गंभीरपणे विचार करायची. (अशा वेळी मला इव्हॅन्जेलिन आणि मेरीची हटकून आठवण व्हायची आणि त्या दोघी नि श्यामला यांच्या बुद्धिमत्तेतली तफावत तीव्रपणे जाणवायची.) तिचं ज्या ज्या गोष्टीचा कीस पाडणं जरा अति होत असलं, तरी ती बोलायची त्यात तथ्य असायचं.

मात्र आमचं दोघांचं कुठल्याच विषयावर कधी पटायचं नाही. प्रमुख पाहुणा कोण बोलवायचा, काय आयटेम्स ठरवायचे, प्रत्येक आयटेमला किती वेळ द्यायचा, बाहेरचे कलाकार बोलवायचे की कॉलेजातलेच, निमंत्रणपत्रिका कशी काढायची, प्रसिद्धी कशी करायची - प्रत्येक विषयात मी काहीही म्हटलं, की तिचा विरोध हा ठरलेलाच असायचा. विशेषत: या सगळ्या गोष्टींमधली उत्तम अभिरुची आपल्याला आहे, आणि या गावंढळ मुलाची जाण अतिसामान्य आहे, असं दाखवण्याचा तिचा पवित्रा असे. म्हणजे शताब्दी कार्यक्रमाच्या प्रसिद्धीसाठी आपण चांगले बॅनर्स करून घेऊ या, असं मी म्हटलं; की तिनं कुत्सितपणे हसून गप्प व्हायचं. मग चेअरमन असलेल्या प्रि. नायरांनी म्हणायचं, येस, मिस नटराजन, तुम्हाला काही म्हणायचं आहे? त्यांनी असं विचारलं की, तिनं अत्यंत गांभीर्याचा देखावा करत, खानदानी रुबाबात सावकाश म्हणायचं, आय मे बी रॉंग, सर, पण कॉलेजची शताब्दी हा काही निवडणुकीसारखा चीप प्रकार नाही, की आपण त्यासाठी बॅनर्स - मला तसले बॅनर्स म्हणायचे नाहीत, सर! असं मी ताडकन उसळून बोलायला लागल्यावर, मला हातानं थांबवत चेअरमन, 'लेट इट कम्प्लीट' असं म्हणायचे, की लगेच स्वत:चा विजय झाल्याप्रमाणे स्मित करून श्यामला नटराजन तिला कशा प्रकारची प्रसिद्धी अभिप्रेत आहे, हे समजावून सांगायची. मला मुळात तेच म्हणायचं असे आणि तिनं फक्त ते वेगळ्या शब्दांत आणि अधिक डौलदारपणे मांडलेलं असायचं. शेवटी त्या कल्पनेचं श्रेय प्रिन्सिपॉल तिला देऊन मोकळे व्हायचे आणि मी हताशपणे चडफडायचा.

शेवटी शेवटी तर माझा हताशपणा आणि संताप इतका वाढत गेला, की मी तडक प्रिन्सिपॉल नायरकडे गेलो आणि सांस्कृतिक समितीवर एक श्यामला

नटराजन राहील, नाही तर मी तरी – असं सांगून लेखी राजीनामा दिला.

प्रिन्सिपॉल नायरनी माझी बराच वेळ समजूत घातली. पण त्यांनी माझा हट्ट हा थोडासा पुरुषी अहंकारामधून आलेला आहे आणि आजकालच्या दिवसांत स्त्रियांना बरोबरीची संधी दिली पाहिजे, वगैरे जे सांगितलं; ते काही मला पटलं नाही. शेवटी त्यांनी श्यामला नटराजनला बोलावून आमच्यात समझोता घडवून आणला. त्या वेळी तर ती अत्यंत उदारपणे वागली - इतकी की असल्या उदारहृदयी मुलीशी भांडण उकरून काढणारा मी, किती नालायक असलो पाहिजे, असंच कोणालाही वाटावं!

हा सगळा प्रकार मी रामनाथ मुरिक्कनला सांगितला. रामनाथ केरळी होता. तो आमच्या कॉलेजात नव्हता, केमिकल इंजिनिअरिंगला शेवटच्या वर्षाला होता. पण फुटबॉल मॅचेसच्या निमित्तानं माझी ज्या इतर कॉलेजमधल्या मुलांशी मैत्री झाली हाती, त्यांतला तो एक होता. मला भेटायला तो खूप वेळा कॉलेजात येत असे.

सगळं ऐकून घेऊन तो मला म्हणाला, पोरगी इंटरेस्टिंग दिसतेय!

दिसायला तर इंटरेस्टिंग आहेच! त्यानं दिलेली विल्स मी पेटवत म्हटलं.

मग तू असं काय वागतोस तिच्याशी? तुझा ॲप्रोच कुठं तरी चुकत असला पाहिजे. तुला बायकांमधलं काही कळत नाही.

मला? हा!! - धुराचा भपकारा सोडत मी म्हटलं.

म्हणजे तुला कदाचित आय डोन्ट नो, मे बी, त्यांची शरीराची माहिती असेल –

असेल नाही – आहे!

त्यांचं शरीर पुरुषांच्यापेक्षा थोडं वेगळं असतं...

सम इन्फर्मेशन!

- पण त्यांचं मन पुरुषांच्यापेक्षा अगदीच वेगळं असतं. तू धसमुसळेपणानं वागतोस. एखाद्या अडाणी बाईच्या बाबतीत ठीक आहे. पुरुषानं हुकूम करावेत, आणि आपण ते झेलावेत, अशीच तिच्या मनाची घडण असते - पण श्यामलेसारख्या मुलीशी वागताना आपण खूप मृदू झालं पाहिजे.

मृदू? माझं अडलंय -

हेच! हेच सांगतो मी.

एवढ्यात श्यामला कॉरिडॉरमधून जाताना दिसली. मी त्याला कोपरानं ढोसलं-हीच!

ती अर्थातच माझ्याकडे पाहून, न पाहिलंसं दाखवत समोरून जाऊ लागली, पण रामनाथला एकदम काय सणक आली कोण जाणे! तो एकदम तिच्याकडे

गेला आणि तिला म्हणाला, एक्स्क्यूज मी मिस नटराजन, मी आपल्याशी दोन मिनिटं बोलू शकतो का?

आपण कोण?

मी रामनाथ मुरिक्कन. इंजिनिअरिंग कॉलेजमधे लास्ट इअरला आहे. मुद्दाम आपल्याला भेटायला आलो होतो.

कशासाठी?

आमचं कॉलेजचं गॅदरिंग प्रेस्टिजिअस असतं. व्हेरी मॅच्युअर ऑडियन्स! मोजकेच, पण चांगले आयटेम्स देतो आम्ही. बहुतेक वेळा बाहेरचे एस्टॅब्लिश्ड आर्टिस्ट्स बोलावतो. नो रॉ टॅलेंट फ्रॉम द कॉलेज! म्हणून तर आमचं स्टँडर्ड आत्तापर्यंत टिकून राहिलंय.

हो - पण मी काय करायचंय?

तुम्ही एक क्लासिकल डान्स आयटेम द्यावा, असं सांगायला मी आलो होतो.

मी? माझ्याबद्दल तुम्हाला कोणी सांगितलं?

सांगायला कशाला हवं? तुम्हाला कोण ओळखत नाही? इतकी वर्षं तुम्ही बालशारदाम्मासारख्या महान नर्तकीकडे शिकताय - तुमची माहिती मला होतीच! पण तुम्ही आमच्याकडे आयटेम द्यायला नाही म्हणणार नाही, असं मात्र तुमच्याच एका मित्रानं मला सुचवलं. इन फॅक्ट, आम्ही तुमचा आयटेम करावाच, म्हणून त्यानं इन्सिस्ट केलं.

रिअली? - श्यामलाचा चेहरा खुलला. - कोणी केलं?

वर्धन राजनायक! माझ्या दिशेनं हात करत रामनाथ म्हणाला.

ओ! यांनी? - शक्यच नाही! हे माझं नाव कधीच सजेस्ट करणार नाहीत!

गैरसमज आहे तुमचा! तुमच्या पाठीमागं हा तुमची खूप तारीफ करत असतो. इन् फॅक्ट, आज मी कॉलेजवर येऊन तुम्हाला पर्सनली विचारावं, ही आयडिया याचीच! मग –

मला जरा सविस्तर कल्पना देऊ शकाल का कार्यक्रमाची?

विथ प्लेझर! इफ यू डोन्ट माइंड, खाली कॅन्टीनमध्ये जाऊ या का? आइल गिव्ह यू ऑल द डीटेल्स ओव्हर अ कप ऑफ कॉफी!

या प्रसंगाचा शेवट कॅन्टीनमध्ये आम्ही तिघं कॉफी पीत बसण्यात झाला. रामनाथनं पुन्हा भेटण्याचा वायदा करून आमचा निरोप घेतला आणि मी व श्यामला कॅन्टीनमधून परत वर्गांकडे निघालो. आम्हाला बोलत बोलत जिना चढताना पाहून, समोरून येणारे प्रिन्सिपॉल नायर मात्र भलतेच चमकले.

मी होस्टेलच्या रूमवर गेलो, तेव्हा तिथं माझ्या नावाचं एक पत्र येऊन पडलं होतं.

पत्रावरचं अक्षर अनोळखी होतं. काही कारण नव्हतं, पण मनाला अंदेशा आल्यासारखं झालं. पत्र इव्हॅन्जेलिननं तर लिहिलेलं नसेल? अलीकडे माझं लुइसाच्या घरी जाणं खूपच विरळ होत गेलं होतं.

पाकीट फोडून पत्राखालची सही पाहिली. आतल्या आवाजानं बरोबर खबर दिली होती! पत्र इव्हॅन्जेलिनचंच होतं.

डिअरेस्ट वर्धन - गेल्या सबंध महिन्यात तू एकदाही आला नाहीस. तुझी फार आठवण येते. तुझ्याशिवाय चैन पडत नाही! आम्हा बहिणींवर तू रागावला आहेस का? बिचाऱ्या मेरी आणि लुइसा! त्या पूर्वीसारख्याच दुःखात असतात. मी मात्र खूप आनंदात आहे. का ते सांगू? माझ्या पोटात तुझं बाळ आहे! आणखी सातच महिन्यांनी मी तुला, तुझ्यासारखंच देखणं आणि मस्ती करणारं बाळ देणार आहे. मग येणार ना मला भेटायला? तुझीच -

माझ्या डोळ्यासमोर काजवे चमकले. बापरे! हे काय भलतंच होऊन बसलं होतं?

आठ

इव्हॅन्जेलिनबरोबर मजा करताना, हे काही लफडं त्यातून तयार होईल, याचा विचारच मी केलेला नव्हता. खरं तर तो न करणं अगदी चुकीचं होतं. पण गर्भधारणेची शक्यताच मी जमेला धरली नव्हती, हे खरं. वेश्येकडे जाताना प्रतिबंधक साधनं वापरावीत, हे मला माहीत होतं - पण ते रोग लागू नये म्हणून! मूल न होण्यासाठी ती वापरायला हवीत, हे मला सुचलंच नव्हतं! कदाचित ती काळजी त्या मुलीच घेत असतील, असंही कुठंतरी माझ्या डोक्यात असेल!

पण इव्हॅन्जेलिनच्या पत्रानं मी हादरलो. बाप रे, हिची जर ही परिस्थिती, तर मेरी आणि लुइसा यांनाही दिवस जाऊ शकले असते. मेरी एक वेळ ते मूल नवऱ्याचं म्हणून वाढवू शकली असती. पण लुइसाचं काय? मी काय तिच्याशी लग्न करणार होतो? आणि इव्हॅन्जेलिन तरी काय? तिच्याशी तरी मी थोडाच लग्न करणार होतो? अजून लग्नाचा विचारसुद्धा मी केलेला नव्हता. अजून माझं एमेस्सी व्हायचं होतं - त्यानंतर जॉब! मग लग्न! तेही माझ्या बुद्धिमत्तेला शोभेल अशा मुलीशी! इव्हॅन्जेलिन वॉज डेफिनेटली आऊट ऑफ क्वेश्चन!

पत्रात लिहिल्याप्रमाणे मी तिला जाऊन भेटलो. पण तिनं कौतुक केलं नाही. उलट खडसावून विचारलं -

हे काय नाटक आहे?

मला जवळजवळ दोन महिने गेलेत. आपल्याला लवकर लग्न करायला हवं डार्लिंग. पोट दिसायला लागण्याच्या आत – इव्हॅन्जेलिन लडिवाळपणे म्हणाली.

लग्नबिग्न विसरून जा – मी आतून ढेपाळलो असलो, तरी तिला ते कळू न देणं धोक्याचं होतं - मी तुझ्याशी कधीच लग्न करणार नाही! - मी तिला जोरात सांगितलं.

ती रडू लागली. प्रथम स्फुंदून, मग मुक्तपणानं.

इव्ह, रडण्याबिडण्याची गरज नाहीये. मी, तुला, लग्न करीन, असं कधीच सांगितलं नव्हतं. तू स्वतःच तसं धरून चाललीस.

मला वाटलं -मला वाटलं, तू मला फसवणार नाहीस. रडतरडतच ती म्हणाली.

फसवत नाहीच आहे मी तुला! तुला मजा करायची होती. तू मला गाठलंस. मी तुला दाद दिली. मजा मीही केली. नाही म्हणत नाही. पण ती दोघांनीही केली. दोघांनाही हवी होती, म्हणून! वुइ हॅड अ गुड टाइम! इजन्ट दॅट इनफ?

पण माझ्या पोटातल्या बाळाचं काय?

तुझ्या पोटात बाळ आहे, हेच आधी मला खरं वाटत नाही. मला लग्न करायला लावण्यासाठी तू हे काहीतरी रचून सांगतेयस. - आता मी पुरताच आक्रमक पवित्रा घेतला होता.- खरं सांगू? मी येईनासा झाल्यावर तुझ्या डोक्यात आलं – मी परत यायला लागावं, म्हणून हे सगळं ढोंग आहे.

तुला मेडिकल सर्टिफिकेट हवंय, मला दिवस गेले असल्याचं? ती एकदम चिडून म्हणाली.

नको.- मी तिला थंडपणे सांगितलं. ते मला सिद्ध करून देण्याची काही एक गरज नाही. तुझं मूल हा तुझा प्रश्न आहे. आय हॅव नथिंग टू डू विथ इट! पण मला विचारशील, तर तू शक्य तेवढ्या लवकर ॲबॉर्शन करून घ्यावंस, हे बरं!

मी तुझ्या अम्माला सांगेन, की तू मला फसवलंस.

अम्माच्या उल्लेखानं खरं तर माझे धाबे दणाणले. पण ब्लॅकमेलर्सच्या धमक्यांना बळी पडायचं नसतं, हे मला ठाऊक होतं. म्हणून उसनं अवसान आणून मी तिला सांगितलं – खुशाल जाऊन सांग अम्माला. मला ब्लॅकमेल करता येईल, असं तुला वाटत असेल, तर ते साफ चूक आहे.

तिला असं बजावून मी पाँडिचेरीहून चिदम्बरमला परतलो. पण माझी खात्री होती, की हा या प्रकरणाचा शेवट नाहीये, इव्हॅन्जेलिनला गप्प बसवणं इतकं सहजासहजी जमणार नव्हतं.

त्याप्रमाणेच झालं.

आठ दिवसांनी, मी लायब्ररीत बसलो असताना कॉलेजचा वॉचमन सांगत आला - तुम्हाला भेटायला बाहेर कुणीतरी आलंय.

मी बाहेर येऊन पाहिलं, तर इव्हॅन्जेलिन! तिच्या खांद्याला एक झोळीवजा पिशवी होती, आणि हातात पर्स! दुसऱ्या हातात बॅग!

मी माझं सामान घेऊन आल्येय.

वॉचमनचं आमच्याकडे लक्ष होतं, म्हणून मी तिला कॉलेजच्या बाहेर घेऊन गेलो.

मी आता तुझ्याकडेच राहणार आहे – इव्हॅन्जेलिन म्हणाली.

या वेळी रागावून काम भागण्यासारखं नव्हतं. निर्विकार राहणंच बरोबर होतं.

म्हणून मी शक्य तितक्या शांतपणे म्हणालो – माझ्याकडे म्हणजे कुठं राहाणारेय? होस्टेलवर?

तू राहत असशील तिथं – इव्हॅन्जेलिन तिच्या नेहमीच्या मठ्ठपणानं, समजून न घेण्याचा प्रयत्न करत म्हणाली.

मला राहायला जागाच नाही. मी होस्टेलवर राहतो. म्हणजे आणखी तिघा जणांबरोबर रूम शेअर करतो. आणखी तीन पुरुषांच्या बरोबर राहायला तुझी हरकत नसली, तरी कॉलेज मॅनेजमेंट तसं करू देणार नाही.

मग मी काय करू आता?

परिणामाचा विचार तू पूर्वीच करायला हवा होतास. आपल्या संबंधात पुढाकार कोणी घेतला? तू का मी? तू मला खोटं सांगितलंस - डॉली मेरीची मुलगी आहे म्हणून. ती तुझीच मुलगी आहे. तुझ्या बेताल वागण्यानं तुझा नवरा तुला सोडून गेला. मला ठाऊक नाही, असं समजू नकोस. पण मी बोललो नाही, कारण माझा त्याच्याशी संबंध नव्हता. आता तू मला अडकवायला निघालीयस, म्हणून हे सगळं काढावं लागलं. मला अम्माची धमकी दिलीस - पण पीटर अंकलना हे सगळं मी सांगितलं तर - तू मला काय करायला लावलंस, हे त्यांना कळलं, तर ते तुझं तोंड तरी बघतील का?

मी खूप काय काय बोललो. तोंडाला येईल ते. त्यातलं सगळंच बरोबर नव्हतं. तर्काला धरूनही नव्हतं. मला फक्त तिला एवढंच दाखवून द्यायचं होतं; की मी घाबरून जाऊन, ती म्हणेल त्या गोष्टीला कबूल होणार नाही.

शेवटी ते तिच्या लक्षात आलं. काहीही सांगितलं, तरी याच्या हृदयाला पाझर फुटणार नाही, हे समजून चुकलं, तेव्हा ती रडतरडत निघून गेली.

तिची ती सूटकेसच्या वजनानं उजवीकडे किंचित कललेली पाठमोरी आकृती दूर जात असलेली पाहताना माझ्या गळ्यात आवंढा दाटून आला. माझ्यासारखंच तिलाही माहीत असावं, की आमचं लग्न हाऊ शकणार नाही. झालं तरी टिकू शकणार नाही! पण तिला काही सुचत नव्हतं. कसंही करून तिला, मला दूर जाऊ द्यायचं नव्हतं. कारण तिच्या शरीराला पुरुषाची अतिशय गरज होती. बेताची बुद्धी फारशी वाढ न झालेलं मन! तिला समजत होतं, ते फक्त शरीराचं सुख! त्यावरच जशी काही ती जगत होती! तीच नव्हे - तर तिच्या आणखी दोघी बहिणीही! परप्रांतात कायमच्या वस्तीला गेलेल्या सोल्दाँची, कामात गुंतून शरीराचा अपुरेपणा विसरणाऱ्या मॅनेजरची आणि डॉलीला जन्म देऊन संशयावरून निघून गेलेल्या नवऱ्याची - एका हरवलेल्या पुरुषाची वाट पाहात त्या तिघीही समुद्रावरच्या त्या चिमुकल्या घरात बसल्या होत्या. चमत्कारानं त्यांना असा पुरुष मिळाला होता! त्यांना ठाऊक होतं, की तो निघून गेला, तर आपली आयुष्यं पुन्हा पूर्वीसारखीच

उजाड होतील! कदाचित या तिघींच्या नवऱ्यांसारखंच पीटर अंकलनं त्यांच्या मॉमला सोडलेलं त्यांनी पाहिलं असेल! तिचं आयुष्य उजाड झालेलं पाहिलं असेल! त्या एकट्या आयुष्याची त्यांनी धास्ती घेतली असेल! स्वत:च्याच शरीरातून निर्माण होणाऱ्या पुरुषस्पर्शाच्या आसक्तीच्या झळा त्यांना भाजत असतील! त्या शांत करण्यासाठी त्यांना फक्त एक पुरुष - त्या तिघींमध्ये मिळून झालं तरी एक पुरुष हवा असेल. म्हणून त्याला अडकून ठेवण्यासाठी मूल होण्याचं हे नाटक-

आणि खरंच इव्हॅन्जेलिनला माझं मूल होणार असेल तर? माझं मूल! त्या कल्पनेनं माझ्या अंगावर शहारा आला. समजा, इव्हॅन्जेलिन गर्भपात करून घेऊ शकली नाही तर? तर काय? तर ते मूल जन्माला येईल! पहिल्यांदा इव्हॅन्जेलिनबरोबर डॉली मला दिसली होती; तसंच हेही रडत, चिडत, आपल्या मॉमचं लक्ष वेधून घेण्याचा प्रयत्न करत राहील आणि ती त्याला कुणाच्याही हवाली करून म्हणेल - हुश, थांबली एकदाची रड! त्या मुलाच्या नशिबात आपल्या आईची माया नसेल. कारण त्याच्या आईला मूल नकोच असेल! हवा असेल - फक्त एक पुरुष!

मी काही काळ तो पुरुष होऊन त्यांच्या आयुष्यातल्या चार घटका सुसह्य केल्या होत्या! तिघींच्याही आयुष्यातल्या! पण - पण माझं आयुष्य तिथंच खोळंबून पडणं अशक्य होतं!

रामनाथ मुरिक्कनच्या कॉलेजमधलं गॅदरिंग काहीतरी कारणानं बेमुदत स्थगित झालं आणि श्यामलाच्या नृत्याचा कार्यक्रम व्हायचा राहूनच गेला; पण या निमित्तानं रामनाथची श्यामलाशी दोस्ती झाली, ती झालीच! तो वरचेवर आमच्या कॉलेजात यायला लागला आणि तिच्याशी गप्पा मारायला लागला. अर्थात याच्यात माझा फायदाच होता. कारण तो आला की आधी माझ्याकडे यायचा आणि मग आम्ही तिघं मिळून होटेलमध्ये, कधी एखाद्या इंग्रजी सिनेमाला, तर कधी नुसतेच फिरायला जात असू, तर कधी कॉलेजच्याच लॉनवर बसून गप्पा मारीत असू.

आमच्या या गप्पांमध्येही श्यामला सतत माझ्या विरोधात असे. त्यामुळं आमची भांडणं व्हायची काही टळत नसत. बऱ्याच वेळा रामनाथ गोड आवाजात, कुणालाही न दुखावता मध्यस्थी करी. श्यामला त्याचं पटवून घ्यायची. त्याच्या शांत, मृदू बोलण्याचा खरोखरच तिच्यावर मंत्रासारखा परिणाम व्हायचा. मनातून मला त्याचा हेवा वाटायचा. श्यामलानं त्याच्यासारखंच माझ्या बाजूनं बोलावं, माझं ऐकावं, माझ्याविषयी आस्था दाखवावी, असं मला फार वाटायचं. तरीही मी त्याचं तंत्र वापरायचो नाही. असं कृत्रिम वागण्यानं आपण अधिकच उघडे पडतो, असं माझं मत होतं. त्यामुळं त्याचा मृदुभाषीपणा त्याच्याकडे, आपला रोखठोकपणा आपल्याकडे, असं मी ठरवून टाकलं होतं.

एवढं मात्र खरं, की रामनाथच्या निमित्तानं का होईना, आणि वितंडवाद घालण्यासाठी का असेना, पण कॉलेजात इतर कुणाहीपेक्षा श्यामला मलाच अधिक वेळा भेटायची. सांस्कृतिक समितीच्या सुरुवातीच्या बैठकींमध्ये आमचं वितुष्ट पाहिलेल्या मंडळींना याचं माफक आश्चर्यदेखील वाटायचं.

शताब्दीसोहळा जवळजवळ सहा महिने चालला. शेवटच्या दिवशी सांस्कृतिक कार्यक्रमात श्यामलाचं नृत्य ठेवलेलं होतं. पण हॉलवर आल्यानंतर मला कळलं, की श्यामलाची तब्येत ठीक नव्हती आणि तिचं आजचं नृत्य रद्द झालं होतं!

मला धक्काच बसला. आजचा सांगता समारंभाचा कार्यक्रम अतिशय महत्त्वाचा होता. प्रमुख पाहुणे यायचे होते ते आजच! त्यासाठीच तर, कॉलेजचं एक भूषण समजल्या जाणाऱ्या श्यामलाचं नृत्य याच कार्यक्रमात ठेवलं गेलं होतं. किंबहुना तिनं ते समितीमध्ये वाद घालून हक्कानं मागून घेतलं होतं. तिनं ते रद्द करावं, याचा अर्थ तिची प्रकृती खरोखरच फार बिघडली आहे, असा असणार! मला श्यामलाची काळजी वाटू लागली.

कार्यक्रमाची सगळी व्यवस्था चोख झाली आहे की नाही, हे मी बघितलं. माझं आभाराचं भाषण एका प्राध्यापकांच्या, ते त्यांनीच करणं कसं योग्य होतं, हे पटवून, गळ्यात बांधलं, दोनतीन कार्यक्रम सुरळीत झालेले बघितले, आणि श्यामलाच्या चौकशीसाठी निघालो...

श्यामलाचे वडील श्रीलंकेत होते. आणि सध्या श्यामला मद्रासमध्ये, तिच्या नृत्यातल्या गुरू विख्यात नर्तकी बालशारदाम्मा यांच्याकडेच राहत होती.

मला घरी आलेलं पाहून श्यामलेला खूपच आश्चर्य वाटलं. त्याहूनही अधिक आश्चर्य तिला घरात व्यवस्थित हिंडताफिरताना पाहून मला वाटलं.

शारदाम्मा मद्रासमध्ये नव्हत्या. घरात एका चौदा-पंधरा वर्षांच्या केरळी नोकराशिवाय दुसरं कुणीच नव्हतं. श्यामलेनं माझ्यासाठी कॉफी केली आणि कॉफीचा एक कप माझ्या हातात देऊन, दुसऱ्या कपातून स्वत: कॉफी पीत ती उंजलवर बसून राहिली...

मी तिला म्हटलं, मला वाटलं, तू खूप आजारी आहेस. म्हणून मी तुझी चौकशी करायला धावत आलो.

नेहमीपक्षा अगदी वेगळ्या, अत्यंत प्रेमळ नजरेनं माझ्याकडे बघत श्यामला म्हणाली, थँक यू! थँक यू व्हेरी मच.

पण तू - तू तर आजारी नाहीयेस!

कोण म्हणतं, मी आजारी नाहीये? आजार नुसता शरीराचाच असतो का वर्धन? मी बिछान्यात पडून राहिले असते, तर तू मला आजारी समजला असतास. कारण माझं पडून राहिलेलं शरीर तुला दिसलं असतं - पण माझं मन मलूल होऊन पडून राहिलंय, ते तुला कुठं दिसतंय?

पण एवढं- म्हणजे तुझं नृत्य हा आजचा प्रेस्टिज आयटेम असताना तो रद्द करण्याएवढं -

तुम्हा लोकांना समजत नाही ते हेच – तिचा नेहमीचा, मला शिकवण्याचा पवित्रा तिनं घेतला – अरे नर्तकी नृत्य करते, ती काय नुसत्या हातापायांनी? तिचं मन नाचत असतं वर्धन - मन नाचत असतं! ज्याला तुम्ही नृत्य समजता ना, ती असते तिच्या मनानं लावलेली समाधी! मन आजारी असताना ते कसं रे समाधी लावू शकेल? माझा पाय एक वेळ मोडला असता ना, तरी मी मनाच्या शक्तीच्या जोरावर नाचू शकले असते. पण नाही वर्धन! मन ठीक नसताना नाही मी नाचू शकणार. नाचण्याचा प्रयत्न जरी मी केला ना, तरी तो नटराजाच्या दरबारात गुन्हा ठरेल.

श्यामलेनं इतकं परोपरीनं सांगितल्यावर मी काय बोलणार? पण मला आपलं वाटत राहिलं, की निव्वळ मूड गेला म्हणून काही तिनं कार्यक्रम रद्द करायला नको होता. पण हा झाला माझ्यासारख्या सर्वसामान्यांचा हिशेब! तिच्यासारख्या कलावंतांच्या अडचणी त्यांच्या त्यांनाच माहीत!

श्यामला उठली आणि कॉफीचे कप ठेवायला आत गेली. जरा वेळ उंजल नुसताच हलत आणि किरकिरत राहिला...

ती परत आल्यावर मी तिला विचारलं - सिगरेट ओढली तर चालेल ना इथं?

तुझ्याच्यानं अगदी राहवणारच नसेल, तर चालेल. पण शक्यतो नको – असं तिनं म्हटल्यावर मी खिशातून काढलेलं पाकीट परत खिशात ठेवलं – हे घर आहे ना शारदाम्माचं- ते नुसतं घर नाही वर्धन! ते मंदिर आहे कलेचं, मंदिर! त्याचं पावित्र्य राखायलाच हवं.

मी खजील झालो. कुठून सिगरेटचं विचारलं, असं मला झालं.

पण तुझा इतका मूड जायला झालं काय, ते तर सांग - मी विचारलं.

मला वाटलंच तू विचारणार. दुसऱ्या कोणी विचारलं असतं, तर मी त्याला 'इट्स नन् ऑफ युअर डॅम बिझनेस,' असं उत्तर दिलं असतं. बट यू आर अ फ्रेंड. इतक्या लांबून, फंक्शन सोडून तू माझ्या समाचाराला आलास. सो यू हॅव अ राइट टू नो.

ती थांबली. कसं बोलावं, काय बोलावं, अशा विचारात पडली. मी गप्पच राहिलो.

तुला माहितेय - रामनाथ इज एन्गेज्ड. एम्पोज टू मॅरी अ व्हेरी ऑर्डिनरी गर्ल. जिला आर्ट माहीत नाही - ब्यूटी माहीत नाही - अशी अगदी सामान्य मुलगी - त्याच्या नात्यातली! वेल, दॅट्स हिज लूकाउट ऑफ कोर्स! त्याची बायको कशी असावी, हे मी कसं सांगणार? तो म्हणतो, त्याच्या घरच्यांनी ठरवलं - त्याला भाग आहे लग्न करणं! वेल - पुढं ती गप्पच.

उघड कळत होतं, तरीही मी स्वत:ला पटू देत नव्हतो. मी विचारलं - तुझं प्रेम होतं रामनाथवर?

असा बालिश प्रश्न केल्याबद्दल मला पुन्हा बरंच काही ऐकून घ्यावं लागणार, असं वाटत होतं. पण तिनं सरळच उत्तर दिलं -

- सॉर्ट ऑफ! म्हणजे मला तो आवडायचा, नाही असं नाही. पण प्रेम वगैरे या फार मोठ्या टर्म्स झाल्या. माणूस परमेश्वरावर प्रेम करतं, कलेवर प्रेम करतं, पण दुसऱ्या माणसावर - एनी वे, खरं तर त्याला माझी अधिक गरज होती. माझ्यात तो काही काही आदर्श पाहत होता. एका खूप वरच्या पातळीवरून तो खाली फेकला गेला. आता त्याचं सगळं आयुष्यच एका खालच्या थरावर जगावं लागेल त्याला. त्याला हे माहित्येय! पण नाइलाज -! घरच्या माणसांसाठी! त्याच्या अम्मासाठी! आप्पांसाठी! सो कोल्ड ऑब्लिगेशन्स! आपण कल्पनेनं तयार केलेली कर्तव्यं! हा:! त्याला मान्य आहे हे! रडत होता काल मला सांगताना! मी म्हटलं - तुझी बंधनं - तुला तोडता यायला हवीत, नाही का? मी - मी काय करणार? तिनं पदरानं डोळे टिपले. नाकानं सूंऽ केलं.

मी गप्पच बसून होतो.. रामनाथ यातलं काहीही माझ्याकडे बोलला नव्हता.

- आणि हे सगळं सांगायला त्याला मुहूर्त कधी मिळाला? नेमका काल संध्याकाळचा! त्याला एवढं नको होतं कळायला, की काल ते बोलणं झाल्यावर आज मी नाचू शकणार नाही? माझ्यासाठी नाही - पण त्याच्या अध:पातासाठी मी राहून राहून जिवाला लावून घेईन - समजायला हवं होतं त्याला - पण तो तरी बापडा काय करणार रे? तो हे मनात कसं ठेवणार? नाही का? कसं सहन करणार होता तो हे? त्याला ठाऊक होतं - मी सहन करीन! मी सहन करीन!

काही क्षण काळोखात आम्ही तसेच बसून राहिलो. झोपाळा किरकिरत राहिला. मग मीच उठून दिवा लावला. म्हटलं – मी जातो. आत्ता निघालो तर निदान प्रोग्रॅम संपेपर्यंत तरी पोचेन.

ती मला दारापर्यंत पोचवायला आली. म्हणाली – थँक्यू. थँक्यू वन्स अगेन. आलास, फार बरं झालं.

आणि एकदम रडण्याचा उमाळा झाकण्यासाठी ती घरातच निघून गेली.

शताब्दीमहोत्सव संपला आणि सगळ्या समित्यांचं विसर्जन झालं. आम्ही सगळे अभ्यासाला लागण्याचा प्रयत्न करू लागलो. त्यामुळं महिना-दीड महिन्यात माझी आणि श्यामलेची गाठच पडली नाही. रामनाथदेखील अलीकडे आमच्या कॉलेजवर फिरकला नव्हता.

एके दिवशी होस्टेलवर एक मुलगी आली. पाहूनपाहून मला माहीत झालं होतं, की ही श्यामलेची मैत्रीण सरोजिनी. बऱ्याच वेळा तिच्याबरोबर असते.

सरोजिनी म्हणाली – कॉलेजच्या लेडीज कॉमन रूममधे श्यामला बसलीये. तुम्हाला तिथं यायला सांगितलंय.

मी गेलो. सरोजिनी श्यामलेला घेऊन बाहेर आली. श्यामलेच्या हातात एक टेलिग्राम होता. तो मला वाचायला देऊन ती मुसमुसत म्हणाली - आप्पा आजारी आहेत. कॅन्सर आहे. कुठली स्टेज आहे, ते माहीत नाही. मला श्रीलंकेला जाऊन त्यांना बघावंसं वाटतं. काय करावं, तेच समजत नाही. एवढ्या गडबडीत सगळं कसं जमणार? श्रीलंकेला मी कशी पोचणार?

मी भराभर थोडे हिशेब केले आणि तिला म्हटलं, काही काळजी करू नकोस. चिदम्बरमपासून त्रिचीपर्यंत मी तुला रेल्वेने सोडायला येतो. त्रिचीहून श्रीलंकेला जायला सकाळची फ्लाइट आहे असं वाटतं. मी चौकशी करून सांगतो. फ्लाइट असली, तर तिकीट बुक करतो.

पुढच्या दोन तासांत सगळी धावपळ करून मी वेळा नक्की माहीत करून घेतल्या आणि तिकिटं काढली. श्यामलेकडे पासपोर्ट होताच.

त्रिचीपर्यंत श्यामलेला सोडायला सरोजिनीदेखील माझ्याबरोबर आली. सबंध वाटभर श्यामला आपल्या आप्पांविषयीच बोलत होती. आप्पा कसे धार्मिक आहेत, त्यांचं सोवळंओवळं कसं कडक असतं, मांसमच्छी त्यांना कशी निषिद्ध आहे, आपलं एकूणच कुटुंब कसं कर्मठ आहे, वगैरे वगैरे. मधून मधून ती मला गेल्यावर माझे आप्पा दिसतील ना, असं म्हणून हुंदके द्यायची. आम्ही दोघंही काहीच न बोलता तिचं हे सगळं ऐकत बसलो होतो.

त्रिचीहून परत येताना मात्र सरोजिनी खूपच गप्पा मारू लागली. तीदेखील मूळची श्रीलंकेचीच. मद्रासमध्ये संगीत घेऊन ग्रॅज्युएशन करत होती.

बोलता बोलता ती म्हणाली, श्यामला तशी चांगली मुलगी आहे.

हो ना! मी म्हटलं. पण काहीही झालं की अगदी आकाश कोसळल्यासारखं करते. थोडाही धीर निघत नाही तिला.

ती कलावंत आहे ना - कलावंत असेच असतात! जी ती गोष्ट मनाला लावून घेणारे! त्या उत्कटतेमुळंच तर त्यांच्या हातून कलानिर्मिती होते.

तिच्या सहवासात राहून तूही तिच्यासारखंच बोलायला लागलीस! मी हसत हसत म्हटलं.

तुमच्या मनात उगाचच तिच्याविषयी अढी आहे – सरोजिनी फुरंगटून म्हणाली.

उगाचच कशी? मी विचारलं. आजवर प्रत्येक गोष्टीत ती मला विरोध करीत आलीये.

तो तात्त्विक पातळीवर! खरं म्हंजे तुम्ही तिला खूप जवळचे वाटता.

इट्स अ न्यूज टू मी! मी खरोखरच आश्चर्यानं म्हटलं.

चेष्टा नाही! तुम्ही जवळचे वाटत नसता, तर या प्रसंगात तिनं मुद्दाम तुम्हाला बोलावून घेतलं असतं का?

मला एकदम शताब्दीचा शेवटचा दिवस आठवला. त्या दिवशी श्यामला मला म्हणाली होती, आलास, फार बरं झालं!

मी सरोजिनीला म्हटलं, एवढं खरं की ती पूर्वी माझ्याशी अगदीच तोडून वागायची, त्यापेक्षा आता जरा बरं वागते.

नुसतं बरं काय घेऊन बसलात? काल ती तुमची खूप तारीफ करत होती. वेळेवर अगदी देवासारखे धावून आलात, म्हणत होती. आणखी म्हणत होती - कधीही कुठलंही काम तुम्ही अंगावर घेतलंत, तर ते पार पाडल्याशिवाय राहणार नाही. यू आर मोस्ट रिलायेबल!

मुखास्तुती पण्णादेऽ!

आता कसं सांगू तुम्हाला? तुम्ही विश्वास ठेवणार नाही - पण काल ती काय म्हणत होती सांगू? मग ती थांबली आणि म्हणाली, मी तुम्हाला हे सांगितलं, असं तुम्ही सांगणार नाही ना तिला?

एवढं काय म्हणाली ती? मला फारच कुतूहल वाटायला लागलं.

ती म्हणाली - ती म्हणाली, की लग्न करावं तर अशाच माणसाशी!

काय सांगतेस? मी आजूबाजूचं भान विसरून एकदम ओरडलो. खरंच ती असं म्हणाली?

डब्यातले लोक माझ्याकडे पाहायला लागले. पण मला त्यांची पर्वा नव्हती. श्यामला - श्यामला माझ्याबद्दल असं म्हणाली? तिला माझ्याशी लग्न करावंसं वाटतं असं? ग्रेट! आजपर्यंत सहवासात आलेल्या प्रत्येक स्त्रीला मी हवाहवासा वाटलो होतो - फक्त श्यामलानं पहिल्यापासून माझ्याशी उभा दावा मांडला होता, आणि हीच गोष्ट मला लागून राहिली होती. आजवर माझ्या हाती लागलेल्या सगळ्या जणी शरीरानं कितीही आकर्षक असल्या, तरी बुद्धीनं यथातथाच होत्या. आणि जी एक बुद्धिमान मुलगी मला पहिल्या क्षणापासून आवडली होती (हो - हे तर कबूल करायलाच हवं), ती मात्र कायम मला दूर ठेवत आली होती! हे मला, माझ्या बुद्धीला, माझ्या पौरुषाला लांच्छनास्पद वाटत होतं. म्हणून आज जेव्हा सरोजिनीनं मला ही बातमी दिली, तेव्हा ते एकमेव लांच्छनही पुसल्यासारखं झालं आणि मला आकाश ठेंगणं वाटायला लागलं.

ऐकताय ना तुम्ही? सरोजिनी सांगत होती - श्यामला काल मला म्हणाली, की मला अशाच माणसाशी लग्न करायला आवडेल - पण त्याच्या मनात माझ्याविषयी फार गैरसमज आहेत! अगदी ढिगांनी! सांगताना बिचारीच्या डोळ्यात, बरं का, पाणी आलं होतं म्हणून म्हणते, तुम्ही तुमच्या मनातली तिच्याविषयीची अढी काढून टाका.

मी काहीच बोललो नाही. नुसतं एक स्मित केलं. मला एकदम फार प्रसन्न, अगदी पाऊस पडून गेल्यानंतर सगळीकडे लख्ख उजाडावं, तसं वाटत होतं.

श्रीलंकेला गेल्यागेल्या श्यामलेनं मला एक पत्र पाठवलं. मी तिला केलेल्या मदतीबद्दल माझे अंत:करणपूर्वक आभार मानणारं. पत्र औपचारिकच होतं. पण ते तिनं इतक्या तातडीनं, विशेषत: वडील आजारी असताना, विमनस्क अवस्थेतसुद्धा लिहिलं होतं हे विशेष!

त्यानंतर आठवडाभरातच श्यामलेचं दुसरं पत्र आलं. हे जरा अधिक सविस्तर आणि कमी औपचारिक होतं. अत्यंत दु:खी मन:स्थितीत तिनं ते लिहिलं होतं. त्यात तिचे आप्पा वारल्याची बातमी होती. त्यांच्यावर तिचं इतकं प्रेम होतं की, ते आपल्याला सोडून गेले, अशी कल्पनाही ती करू शकत नव्हती. श्यामलेची आई तीन वर्षांपूर्वी गेली होती. आता आप्पाही गेल्यानंतर श्यामला जवळजवळ निराधारच झाली होती. नाही म्हणायला तिचे एक लांबचे, मूर्ती म्हणून काका श्रीलंकेतच वेलावट्टेला राहात, त्यांचाच थोडाफार आधार आता तिला राहिला होता. सध्या ती मूर्तींकडेच राहात होती. या दु:खाघातांतून किंचित सावरल्यावर मगच ती कॉलेजात परत येणार होती.

परीक्षा आता अगदी तोंडावर आल्या होत्या, तेव्हा पुस्तकांशी थोडीशी चुंबाचुंबी करणं भागच होतं. त्या कारणानं लायब्ररीत अभ्यास करत बसलो होतो...

अचानक श्यामला आली आणि टेबलाच्या दुसऱ्या बाजूच्या खुर्चीवर बसली. (लायब्ररीत समांतर ठेवलेल्या कपाटांमुळे छोटी छोटी क्युबिकल्स तयार झालेली होती. त्यात प्रत्येकी एक टेबल आणि त्याच्या दोन बाजूला दोन खुर्च्या, अशी सोय केलेली होती.) तिला पाहून मला एकदम अकल्पित आनंद झाला. उत्साहानं उठून उभं राहात मी विचारलं – कधी आलीस?

आजच – ती म्हणाली. आल्यावर तुलाच पहिल्यांदा भेटतेय.

पहिल्यांदा तिच्याशी कसं बोलावं, हेच मला कळत नव्हतं. कारण ती एवढ्या लांबून, एक जबरदस्त दु:ख पचवून आलेली - काय बोललं म्हणजे तिला बरं वाटेल?

पण तो प्रश्न तिनंच सोडवला, तीच मोकळेपणानं बोलत राहिली. आप्पांच्या आजाराविषयी, गेलेल्या अम्माविषयी, श्रीलंकेतल्या त्यांच्या घराविषयी, मूर्ती अंकलविषयी...

त्या दिवसापासून आम्ही खूपच जवळ आलो. रोज मी त्याच टेबलापाशी बसायचो. दुपारी कधीतरी श्यामला यायची. माझ्या टेबलापाशी अभ्यासाला बसायची, काळोख पडायच्या आत घरी परत जायची. लायब्ररीत बसल्या वेळातला तिचा अर्धा

वेळ माझ्याशी गप्पा मारण्यात जायचा. अर्धा आपल्याच तंद्रीत इकडेतिकडे बघण्यात, नाहीतर पुस्तकाचं एकच एक पान धरून त्यावरच्या ओळींकडे शून्यपणे बघण्यात जायचा. अशा वेळी मी हटकलं तर – मी काय करू रे? माझी मन:स्थितीच ठीक नाही! असं ती दु:खानं म्हणायची.

तिच्याशी गप्पा मारण्यात माझाही बराचसा वेळ वाया जायचाच. पण तिचा सहवास मिळणं, ही माझ्या दृष्टीनं इतर कशाहीपेक्षा महत्त्वाची गोष्ट होती. दिवसा वाया गेलेला वेळ मी रात्री भरून काढायचा प्रयत्न करीत असे, परंतु पुन्हा श्यामलेचेच विचार डोक्यात येत राहिल्यामुळं तो निष्फळ ठरत असे.

या विचारांमध्ये, आश्चर्य म्हंजे, तिच्या शरीराचा विचार अजिबात नसे. अजूनपर्यंत मी तिला स्पर्शही केला नव्हता आणि करावा, असं मला वाटलंही नव्हतं. तिचं बोलणं, तिचे विचार, तिचं चिडणं आणि शांत झाल्यानंतर माझ्याकडे अनुग्रहाचा कटाक्ष टाकणं किंवा स्मित करणं याच गोष्टी माझ्या जाणिवेत भरून राहिलेल्या होत्या. इतक्या चोखंदळ आणि इतरांपेक्षा स्वत:ला खूपच उच्च पातळीवरच्या समजणाऱ्या तरुणीनं मला स्वत:चा मित्र निवडावं, आणि तसं कॉलेजात उघडपणे वागावं, याचीच मला धुंदी चढली होती. तिच्या सहवासाचे अधिकाधिक क्षण मिळवून तिला खूष ठेवणं, तिला राग येऊ न देणं, तिचा मूड सुधारणं आणि मैत्री वाढती ठेवणं हीच मी मोठ्यात मोठी कर्तबगारी समजत होतो आणि शारीरिक संबंधांच्या विचाराचं गालबोट तिला लागू देत नव्हतो. (इव्हॅन्जेलिन प्रकरणाचा जो शेवट झाला, त्यानंही मी थोडा पोळल्यासारखा झालो होतो आणि शरीरसुखाविषयी मला त्याच वेळी स्मशानवैराग्य आलं होतं, हेही त्याचंच एक कारण असावं.)

माझी आणि श्यामलेची मैत्री कॉलेजमधल्या लोकांच्या, विशेषत: प्राध्यापक मंडळींच्या नजरेतून सुटणं शक्यच नव्हतं.आमच्याविषयी चाललेली कुजबूज माझ्या लक्षात यायची, पण मला त्यात स्वत:चा गौरवच वाटायचा. शेवटी एकदा मला प्रिन्सिपॉल नायरांनी बोलावून विचारलं,

मिस्टर राजनायक, तुमची जबाबदारी तुम्हाला कळते - तुम्ही कुणाशी किती मैत्री ठेवावी हा तुमचा प्रश्न आहे! परंतु, तुम्ही कॉलेजचे एक ब्रिलियंट विद्यार्थी आहात. अशा मुलाचं वर्तन कसं असतं, यावर कॉलेजची इमेज ठरत असते, म्हणून -

आपण माझ्या आणि श्यामलाच्या संबंधात बोलताय सर?

यू गेट माय पॉइन्ट. तुम्ही दिवसाचा प्रॅक्टिकली सगळा वेळ बरोबर असता. तुम्हाला नाही वाटत, मैत्रीच्या काही मर्यादा असतात? त्या ओलांडून तुमची मैत्री पुढं जाऊ नये-

सॉरी सर. मी तसा प्रयत्न करीन, असं म्हणून मी बाहेर जाईन, अशी त्यांची अपेक्षा असावी. पण तसं काही न म्हणता, मी एकदम बोलून गेलो - सॉरी सर, आमच्या मैत्रीनं त्या मर्यादा यापूर्वीच ओलांडल्या आहेत. आम्ही लग्न करणार आहोत!

हे मी, प्रिन्सिपॉल नायरांकडे कसं आणि का बोलून गेलो, की माझ्या मुखातून त्या क्षणी दुसरंच कुणी बोललं, हे मला अजूनही सांगता येणार नाही. सरोजिनीनं मला श्यामलेचं जे बोलणं सांगितलं होतं, त्यावरून मी असं गृहीत धरून चाललो होतो, की श्यामलेला माझ्याशी लग्न करावंसं वाटत होतं. पण तिच्यासारख्या तऱ्हेवाईक मुलीच्या बाबतीत काहीही गृहीत धरून चालणं धोक्याचं होतं. तिला काय वाटतं, हे तिच्याच तोंडून मला कळायला हवं होतं. पण तो विषयच काढायचं धाष्टर्य आजवर मला झालेलं नव्हतं. आणि प्रिन्सिपॉल नायरांकडे मात्र मी जाहीर करून बसलो होतो, की आम्ही लग्न करणार होतो! हे कसं घडलं- कुणास ठाऊक!

माझ्या तोंडून माझा जाहीरनामा ऐकल्यावर प्रिन्सिपॉल नायरांचे डोळे आश्चर्यानं विस्फारले. नाकपुड्या रुंद झाल्या. 'डू आय गेट यू करेक्टली?' त्यांनी परत एकदा विचारून खात्री करून घेतली – तुम्ही खरोखरच लग्न करायचं ठरवलंय?

खरोखरच ठरवलंय – असं आता ठामपणे म्हणण्यावाचून मला गत्यंतरच नव्हतं.

वेल - इन् दॅट केस! एनी वे, यू नो युअर रिस्पॉन्सिबिलिटी! तुमचे पर्सनल प्लॅन्स काहीही असले, तरी कॉलेजातला डेकोरम सांभाळायलाच हवा. वगैरे बरंच काही ते बोलले, पण आता मूळच्या त्यांच्या बोलण्यातली हवाच गेल्यासारखं झालं होतं.

आयत्या वेळी जोरात कसलीही थाप लगावून वेळ मारून नेण्याचा माझा स्वभाव नेहमीच उपयोगी पडत आला होता. मात्र बहुतेक वेळा ती निष्पाप थापेबाजी- इनोसंट ब्लफिंग असायचं. तिच्यापासून कुणाचंच फारसं नुकसान नसायचं. पण या वेळची गोष्ट तशी नव्हती. श्यामलेसारखी अभिमानी मुलगी यात गुंतलेली होती. तिच्या मान्यतेशिवाय मी तिच्याविषयी इतकी महत्त्वाची वैयक्तिक गोष्ट जाहीर करणं बरोबर नव्हतं. प्रिन्सिपॉलकडे जाऊन तिनं आकाशपाताळ एक केलं असतं, मला कॉलेजातून काढून टाकायला लावलं असतं किंवा माझ्यावर बदनामीचा दावा लावला असता; तरीही ते तिच्या स्वभावाला शोभून दिसलं असतं. पण यातलं काहीही होणार असलं, तरी आता त्याला तोंड देण्यावाचून दुसरा इलाज नव्हता. त्यातल्या त्यात, हे तिला बाहेरून कळण्यापेक्षा माझ्याच तोंडून कळणं अधिक सभ्यपणाचं ठरलं असतं.

म्हणून, त्या दिवशी ती टेबलापाशी येऊन बसल्यानंतर मी तिला, तिचा मूड

बऱ्यापैकी आहे, असं पाहून म्हटलं, आज प्रिन्सिपॉलसाहेबांनी मला बोलावून घेतलं होतं.

कशासाठी?

अंगावर येऊन कोसळणारी लाट फुटण्याच्या आत आपण जास्तीत जास्त उंच खडक शोधून काढावा, तशा सावधगिरीने मी हळूच बोललो– आपल्याविषयी विचारायला!

आपल्याविषयी काय? - येतेय - लाट येतेय!

हेच. आपली मैत्री आहे, हे त्यांना जरा - खटकतं -

शांतता! लाटेचा आवाज तेवढा मला आतल्या आत ऐकू येतोय.

मग एकदम श्यामला चिडून म्हणाली - त्यांचा संबंध काय पण यात? आम्ही मैत्री ठेवू नाहीतर अगदी लग्न करू-

हेच - हेच सांगितलं मी त्यांना.

काय सांगितलंस? लाट उसळून उंच गेलेली.

हेच - तू आत्ता म्हणालीस ते -

लग्नाचं?

होय!

क्षणभर शांतता. लाट हवेतल्या हवेत तशीच निश्चल झालेली. - चमत्कार!

मग त्यावर ते काय म्हणाले? - आवाज बराच खाली उतरवून श्यामला म्हणाली...

लाट दूरवर, सावकाश, आवाजही न करता फुटली. पाणी सगळीकडे विखरून गेलं. खडक सुरक्षित राहिला... त्यावरचा मी, अंगावर पाण्याचा थेंबही न उडता सहीसलामत...

त्यांनी अर्थातच काँग्रॅच्युलेशन्स दिली! - माझ्या अंगात विलक्षण उत्साह. माझी रसवंती वाहू लागली – पण क्षणभर मला वाटलं, आपण बोलावं की न बोलावं! म्हणजे आपण दोघं - डायरेक्टली, कधी बोललोच नव्हतो ना या विषयावर? पण नसतं त्यांना काही सांगितलं, तर तुझ्या इमेजचा प्रश्न होता! तुझ्याविषयी त्यांनी वाटेल ते समज करून घेतलेले मला सहन झाले नसते.

ती काहीच न बोलता नुसती ऐकत होती. दोघांच्याही वाट्याचा एक महत्त्वाचा निर्णय मी घेऊन टाकला होता. तिला काहीच करावं लागलं नव्हतं.

त्या दिवशीही, आम्ही नेहमीप्रमाणेच अभ्यास करत बसलो. आपण आज लग्न करायचं पक्कं केलं, ते सेलिब्रेट करूया, कुठं लांब फिरायला जाऊया, असं काहीही आम्हा दोघांपैकी कुणीच म्हटलं नाही. जसं काही या नाजूक विषयाला हात न लावणंच ठीक होतं. जसं काही मी या विषयावर परत बोललो नि तिनं लग्न

करायचं नाकारलं, तर - असं भय मला वाटत होतं. आणि ती? तिनं आपल्याला झालेला आनंद उघडपणे का दाखवला नव्हता? ती इतर चारचौघी मुलींसारखी उथळ नसल्यामुळं? की आणखीच कसल्या विचारांमध्ये गढल्यामुळं?

आता मागं पाहताना जाणवतं की; त्या क्षणी दोघांनीही विलक्षण आनंदानं बहरून येणं, दिवसभर वेड्यासारखा आनंदोत्सव साजरा करणं, काहीतरी स्वर्गीय सुख हाती आल्याच्या अपूर्व भावनेनं थरारून जाणं आणि आपलं हे परमभाग्य उच्चरवानं जगाला सांगायला धावणं हेच - हेच योग्य होतं, नॉर्मल होतं! ती उत्कटता, तो आनंद, ती एक्स्टसी न अनुभवताच आम्ही लग्न करायचं ठरवलं, हे गैर होतं. इट वॉज व्हेरी ऑड... व्हेरी ऑड इनडीड!

नऊ

तरीही लग्न करायचं आम्ही ठरवलेलंच होतं. तसं पाहिलं, तर आमच्या लग्नाला अडचणी काही कमी नव्हत्या. मुख्य अडचण धर्माची. श्यामलेचं घराणं कर्मठ हिंदू होतं आणि मी नाडा ख्रिश्चन होतो. आमचं लग्न दोन्ही बाजूच्या कुटुंबाला पटण्यासारखं नव्हतं. त्यातून श्यामला तीन वर्षांनी माझ्यापेक्षा मोठी होती. (म्हणून तर मधे नृत्यासाठी दोन वर्षं कॉलेज सोडूनही ती माझ्याबरोबर शिकत होती) पण या सगळ्या अडचणींचा विचार प्रत्यक्ष लग्नाच्या वेळी करू, असं म्हणून आम्ही सध्या संपूर्ण लक्ष अभ्यासावर केंद्रित करायचं ठरवलं.

पण श्यामलेचं लक्ष अभ्यासाकडे कुठं लागत होतं? गेले सबंध वर्षभरच या ना त्या निमित्तानं तिचा अभ्यास राहून गेला होता. मन:स्थिती तर इतकी विचलित झाली होती, की वाचलेलं काही डोक्यातच शिरत नव्हतं, मग तिथं ते टिकून राहणं, ही वेगळीच गोष्ट! तेव्हा तिनं पंधरा दिवस राहिले असताना परीक्षेला न बसण्याचा निर्णय घेतला. माझंही एकंदर श्यामला प्रकारानं अभ्यासावरचं लक्ष चांगलंच उडालं होतं (तरीही, माझ्या धुंदीत, मला श्यामलेचा लाभ हा अभ्यासाच्या नुकसानापेक्षा अधिक किमतीचा वाटत होता.) त्यामुळं मी परीक्षेला बसलो, पण माझा फर्स्ट क्लास हुकला. हायर सेकंड क्लास मिळाला, इतकंच. माझ्या रिझल्टनंतर थोड्याच दिवसात अम्माचं पत्र आलं – यापुढं फार फार तर तीन महिने मला तुझा खर्च चालवता येईल आणि त्याहून अधिक नाही. तेव्हा तू लवकरात लवकर नोकरी बघावीस हे बरं. मे गॉड बी विथ् यू वगैरे वगैरे.

आता प्रश्न आला, की एकदम नोकरी कुठून मिळणार? जवळपासच्या कॉलेजमध्ये चौकशी केली, पण माझ्या विषयातल्या टीचिंग जॉबसाठी जागा रिकामी नव्हती. एमेस्सी करण्यापेक्षा, अम्मा-डॅडींचं न ऐकता महाराष्ट्रात जाऊन आय.आय.टी मध्ये जिऑलॉजीत स्पेशलायझेशन केलं असतं, तर जॉब मिळायला सोपं गेलं असतं, असं आता वाटायला लागलं.

नोकरीबरोबर जागेचाही प्रश्न उभा राहिला. एमेस्सी पुरं झाल्यावर अर्थातच मला होस्टेल सोडावं लागलं होतं. नाइलाजानं मी मद्रासमध्ये माझा एक मावसभाऊ होता - विश्वनाथ रेमंड म्हणून, त्याच्याकडे राहायला गेलो. विश्वनाथ इंडियन ऑइलमध्ये नोकरीला होता आणि त्याची परिस्थिती चांगली होती. तरीही आमचा फारसा घरोबा नव्हता आणि गरजेपलीकडे जाणंयेणंही नव्हतं, म्हणजे विश्वनाथ मला तसा परकाच होता. म्हणून त्याच्याकडे अगदीच पैसे न देता राहाणं माझ्या जिवावर यायला लागलं. पण पैसे तर हाती अजिबात नव्हते आणि कुठंतरी राहण्याची सोय व्हायला हवीच होती.

शेवटी मला एके दिवशी मार्ग सापडला. विश्वनाथचा ड्रायव्हर काहीतरी बोलाचाली होऊन नोकरी सोडून गेला. तो इतका उर्मट होता, की आज ना उद्या त्याला घालवावं लागणारच होतं. तो गेल्यावर विश्वनाथला तत्काळ ड्रायव्हरची गरज तयार झाली आणि त्यानं चार ठिकाणी शब्द टाकायला सुरुवात केली. त्याबरोबर मी त्याला म्हटलं, रागावणार नसलास, तर मी एक सुचवतो. मी तुझ्याकडे ड्रायव्हरचं काम करतो. ड्रायव्हरला जो पगार देणार, तो माझ्या तुझ्याकडे राहण्याच्या खर्चापोटी जमा कर.

एमेस्सी मावसभावाला ड्रायव्हर म्हणून नोकरीला ठेवायचं विश्वनाथला कसंतरीच वाटायला लागलं. पण मी त्याला म्हटलं, थोड्या दिवसांसाठी रे - मला कुठंतरी जॉब मिळेपर्यंत. एकदा जॉब मिळाला, की मी कुठंतरी माझ्या राहाण्याची सोय करू शकेन. एवढं काय वाटून घेतोस? ॲक्चुअली यू विल बी डुइंग मी अ फेव्हर!

त्यानं मला ड्रायव्हर म्हणून ठेवलं, पण वागवताना भावासारखं वागवलं. भला माणूस!

अशा रीतीनं माझा पहिला जॉब मिळाला. जिऑलॉजीमधल्या बीएस्सीच्या फर्स्ट क्लासवर किंवा एमेस्सीच्या सेकंड क्लासवर नाही - तर डॅडींचा डोळा चुकवून जे मोटार ड्रायव्हिंग मी चोरून शिकलो, त्यावर!

विश्वनाथला आणि त्याच्या कुटुंबाला वेळोवेळी डॉक्टरकडे जावं लागायचं. त्यामुळं डॉक्टर वेदनायकमच्या कुटुंबाशी माझी चांगली ओळख झाली. डॉक्टरसाहेबांना दोन मुलगे होते. त्यातला मनोहरन डॉक्टर होता. तो डॉक्टरांना मदत करायचा. चांगला हुशार डॉक्टर होता तो!

दुसरा चलदराय - त्याला मात्र अभ्यासात काही गती नव्हती. हे ओळखून डॉक्टर वेदनायकमनी त्याला टॅक्सीचा धंदा काढून दिला होता. चल्ला हा आरामात राहणारा प्राणी होता. जिवाला जास्त दगदग करून न घेता जेवढा जमेल तितका धंदा तो करायचा.

जरी मनोहरनशीसुद्धा माझ्या चांगल्या गप्पा चालायच्या, तरी चल्लाची आणि

माझी खास दोस्ती जमली. बहुधा माझा स्वत:चा स्वभाव झगडण्याचा असल्यामुळे आरामात जगणाऱ्या चल्लाबद्दल, मला विरोधातून येणारं विशेष आकर्षण वाटू लागलं असावं.

ही मैत्री वाढीला लागण्याचं आणखी एक कारण झालं. एके दिवशी चल्लानं मला विश्वासात घेऊन आपलं एक गुपित सांगितलं. त्याच्या बंगलोरच्या मामाची मुलगी शिक्षणासाठी मद्रासला राहत होती, तिच्या प्रेमात तो पडला होता आणि तिनं त्याला प्रतिसाद दिला होता. पण तिच्या घरच्या मंडळींना फारसं न शिकलेला चल्ला 'जावई' म्हणून पसंत पडला नसता. यशस्वी डॉक्टरांच्या घरात जन्माला येऊन टुरिस्ट टॅक्सीचा धंदा जेमतेम करणाऱ्या चल्लाविषयी त्यांना फारसा आदर नव्हता. म्हणून चल्ला आणि सुनीती यांचं प्रेमप्रकरण चोरून मारूनच चाललेलं होतं. अर्थात असली प्रकरणं चोरून करायची, म्हणजे माणसाला मित्रमैत्रिणींचं साहाय्य लागतंच! असं साहाय्य वेळोवेळी मिळावं, म्हणूनच चल्लानं माझ्याकडं आपलं मन उघडं केलं होतं.

सुनीती होस्टेलवर राहत असल्यामुळं तिची आणि चल्लाची भेट होणं सोपं नव्हतं. पण मी संध्याकाळचा विश्वनाथनं सांगितलेली सगळी कामं एकत्र करून गाडी बाहेर काढायचा आणि सुनीतीच्या होस्टेलवर जायचा. तिथं सुनीती माझी वाटच पाहात असायची. तिच्या पालकांची सही केलेली चिठ्ठी माझ्या खिशात असायची (सही अर्थात मीच केलेली असायची. - इनोसंट ब्लफिंग!) ती दाखवल्यावर आणि ड्रायव्हर गाडी घेऊन आलेला पाहिल्यानंतर हॉस्टेल ऑथॉरिटिज रात्री परत येण्याच्या बोलीवर तिला घरी पाठवायला तयार व्हायच्या. मी गाडी घेऊन चल्लाच्या दुकानावर यायचा. चल्लाला गाडीत घालून त्या दोघांना प्रणय करण्यासाठी बीचवर वाळू, खडक, समुद्र यांच्या स्वाधीन करून विश्वनाथची कामं उरकायला जायचा. सगळी कामं उरकली, की मी परत येऊन लांबूनच हॉर्न वाजवायचा. लगेच कुठल्यातरी खडकाआडून कपडे सारखे करत चल्ला आणि सुनीती उगवायचे. कधीकधी चल्ला खोट्या रागानं म्हणायचा - साल्या, तू भलत्या वेळी हॉर्न वाजवून रंगाचा बेरंग करतोस!

मग मी अस्सल भाडोत्री ड्रायव्हरच्या पावित्र्यात त्याला सुनवायचो - एवढं असेल तर उद्यापासून दुसरा ड्रायव्हर शोधा. ही गाडी विश्वनाथ रेमंडची आहे. आमच्या सोयीनं परवडत असलं तर बघा, नाहीतर उद्यापासून त्या टुरिस्ट टॅक्स्या गिऱ्हाइकांवाचून बेकार पडलेल्या असतात, त्यांच्या ड्रायव्हर्सपैकी कुणाला तरी बोलवा!

बरं,बरं– चल्ला पण उत्साहानं भांडण वाढवायचा - हुशारी नको! नाहीतरी सकाळी एकदा चक्कर मारून आलं, की रिकामीच पडलेली असते तुझी गाडी! आम्ही तुला थोडा तरी कामधंदा देतोय, ते कुठंच गेलं. अधिक गडबड केलीस,

तर विश्वनाथला सांगून तुला काढून टाकायला लावीन.

आमच्या खोट्या भांडणांमध्ये खूप मजा यायची. पण सुनीती मात्र कधीकधी काकुळतीला येऊन आमची भांडणं थांबवायची. तिला वाटायचं, की यांचं कधीतरी खरंच भांडण होणार आणि चल्ला माझ्यासारख्या एका भरंवशाच्या मित्राला मुकणार!

विश्वनाथकडे चार-पाच महिने काम केल्यानंतर मला राजस्थानमध्ये एक जॉब मिळाला. खेत्रीमधल्या जिऑलॉजिकल सर्व्हे ऑफ इंडिया या संस्थेतर्फे राजस्थानमधल्या कॉपर माइन्सचे नकाशे तयार करायचे होते. काम इंटरेस्टिंग होतं, ज्ञान वाढणारं होतं. पगार महिन्याला चारशे रुपये, शिवाय राहायला झोपडीवजा का होईना, पण क्वार्टर्स आणि दिमतीला जीप, एक ऑर्डर्ली असा सगळा थाट होता.

वाईट एवढंच होतं, की जॉब टेंपररी होता. त्यामुळं तो सगळा थाट फक्त तीन महिने टिकणार होता.

अर्थातच तीन महिन्यांनी मद्रासला परत आल्यावर पुन्हा एकदा नोकरीसाठी वणवण सुरू झाली.

या तीन महिन्यांच्या काळात मी श्यामलीला आठवड्यातून दोन पत्रं लिहायचो. तिला पत्र लिहिण्याच्या कंटाळा - तिच्यातल्या कलावंताच्या वृत्तीला नेमस्तपणाचं वावडं. त्यामुळं तिचं महिना-पंधरा दिवसांनी एखादं पत्र यायचं. पण यायचं ते अतिशय टापटीप लिहिलेलं आणि लांबलचक! तिच्या नृत्यशिक्षणाविषयी, शारदाम्माविषयी आणि वाचलेल्या नव्या पुस्तकाविषयी भरमसाट मजकूर त्यात असायचा. आणि शेवटी मला स्टेडी जॉब कधी मिळणार, आणि आपण लग्न कधी करणार, ही विचारणा हटकून केलेली असायची.

लग्नासाठी सोडाच, पण नुसतं जिवंत राहण्यासाठीसुद्धा मला जॉबची गरज होतीच. दररोज डेक्कन हेरल्ड वाचायचा, त्यातल्या सिच्युएशन्स व्हेकंट आणि वॉन्टेडमधले आपल्याजोगे जॉब्स शोधायचे आणि अर्ज पाठवत राहायचं, असा मी तडाखा लावला होता.

शेवटी मद्रासमधल्या मॅन्सफिल्ड टायर्स (नंतरची एमारेफ) कंपनीमध्ये सुपरवायझरच्या जॉबकरता इंटरव्ह्यू देण्यासाठी मला बोलावणं आलं. पर्सोनेल मॅनेजरनं विचारलेल्या सगळ्या प्रश्नांची उत्तरं मी हुशारीनं दिली. कदाचित थोड्या ज्यादाच हुशारीनं. कारण इंटरव्ह्यू संपताना मला पर्सोनेल मॅनेजर म्हणाला, यू सीम टू बी इंटेलिजन्ट, बट टू बी फ्रँक विथ यू, धिस जॉब इज नॉट मेन्ट फॉर इंटेलिजन्ट पर्सन्स!

मी थंडच झालो!

खरं सांगायचं, तर हा जॉब तुझ्यासारख्या एमेस्सी झालेल्या लोकांसाठी नाहीच आहे – पर्सोनेल मॅनेजर म्हणाले – हा अंगमेहनतीचा जॉब आहे...

मी रडकुंडीला आलो. काहीही झालं तरी जॉब मला हवाच होता. त्याशिवाय आज रात्रीच्या जेवणाचासुद्धा प्रश्न सुटला नसता.

मी अंगमेहनतीला मागं पाहणारा माणूस नाही – मी ठासून सांगितलं

वेल - यू सर्टनली हॅव गॉट गुड फिजिक. बट् व्हॉट अबाउट फिजिकल ट्रेनिंग?

मी एनसीसीत बेस्ट कॅडेट होतो. फुटबॉलच्या टीममध्ये होतो – मी सुचेल ते ते सांगत गेलो. पर्सोनल मॅनेजरने सगळं शांतपणे ऐकून घेतलं. मी बोलायचा थांबल्यावर म्हटलं, आय स्टिल फील दॅट यू आर ओव्हरक्वालिफाइड! अ बीएस्सी विथ अ फर्स्ट क्लास - अँड एमेस्सी विथ अ हायर सेकंड क्लास? वुइ सिम्पली कान्ट अफोर्ड यू यंग मॅन!

डिग्ऱ्या विसरून जायची माझी तयारी आहे! - अखेरचा प्रयत्न म्हणून मी म्हणालो.

मग तसं ॲप्लिकेशन द्यावं लागेल. पर्सोनेल मॅनेजर कावेबाजपणे म्हणाला.

या सगळ्या बोलण्याचा अर्थ माझ्या आत्ता लक्षात आला. माझ्या क्वॉलिफिकेशन्सप्रमाणे मला त्यांना पगार द्यायचा नव्हता. पण त्या बाबतीतल्या नियमांमध्येही अडकायचं नव्हतं. बेगर्स आर नो चुजर्स! मी नवा अर्ज दिला. त्यात मला इंग्रजीचं, गणिताचं ज्ञान होतं, एवढंच लिहिलं होतं. एनसीसी आणि फुटबॉलवर भर दिलेला होता.

पदव्यांचा उल्लेख गाळताना, यक्षगानात पाहिलेल्या, कवचकुंडलं उतरवणाऱ्या कर्णासारखं मला वाटत होतं. आयुष्याच्या मागणीचा आपण केलेला अंदाज, त्याप्रमाणे केलेली तयारी आणि प्रत्यक्षात आयुष्यानं केलेली मागणी यांच्यात किती तफावत असते! माझ्यासाठी शब्द टाकावा न लागता, परीक्षेत मिळवलेल्या पहिल्या वर्गाच्या जोरावर मला आता चांगली नोकरी मिळेल, असं वाटून हरखून गेलेले डॅडी - मी पदवी घेताना टाळ्या न वाजवताच ते गेले, हे मला आज बरंच वाटत होतं.

नव्या अर्जाला उत्तर म्हणून मला इंटरव्ह्यूचा कॉल आला.

या वेळेस, बहुधा माझी चिकाटीच पाहून पर्सोनेल मॅनेजरने माझी निवड केली.

नोकरी मिळाली.आता ती जास्तीत जास्त नेटकेपणानं करायची, या भावनेनं, पहिल्या दिवशी मी पांढरा शुभ्र शर्ट, पांढरी कॉर्डोरायची पँट आणि गळ्याला राखाडी नेकटाय अशा रुबाबात नोकरीवर हजर झालो. इतके चांगले कपडे नेहमीच घालणं सध्या तरी मला परवडण्यासारखं नव्हतं. पण पहिलंच इम्प्रेशन चांगलं

व्हायला हवं, म्हणून मी माझ्याकडची एकमेव पांढऱ्या कपड्यांची जोडी आज इरेला घातली होती.

बॉसनं - त्याचं नाव आठवत नाही, पण त्याचा खडूस चेहरा अजून डोळ्यांसमोर आहे - मला एकवार केसांपासून बुटापर्यंत न्याहाळलं, मी घातलेल्या पांढऱ्या कपड्यांची डोक्यात नोंद करून घेतली आणि मला कारबन ब्लॅक गोडाऊनमध्ये सामान लावण्यासाठी पाठवून दिलं.

संध्याकाळी मी कारबन ब्लॅक गोडाऊनमधून बाहेर आलो, तेव्हा माझे कपडे काळ्या रंगात डाय करून आणावेत तसे झाले होते. कॉर्डोराय पँटच्या कापडाच्या पोतामधल्या उभ्या रेषांमध्ये गेलेली कोळशाची भुकी तर कितीही धुतली, तरी जाणं शक्य नव्हतं. माझ्या एकुलत्या एक चांगल्या पांढऱ्या पँटची अशी कायमची वाट लागल्याचं दु:ख मी मनात जिरवत असताना एकीकडे बॉसची मल्लिनाथी चालू होती - आपल्या कंपनीत पोशाखीपणाला महत्त्व नाही! महत्त्व आहे ते कामाला! नुसते व्हाइट कॉलर्ड जॉब्स लोकांना हवेत! त्यांना वाटतं, आपण शिकलो की झालं. बसल्या बसल्या सगळे चैन, आराम आपल्याला मिळायला पाहिजेत. मग श्रमांची कामं करायची कोणी? यू हॅव लर्न्ट युअर फर्स्ट लेसन टूडे, यंग मॅन - कुठलंही काम हलकं नसतं, ते मन लावून केलं पाहिजे इतकंच.

बॉसने सांगितल्यामुळे नव्हे, पण स्वत:च मुळात ठरवल्यामुळे मी पहिल्या दिवसापासून मन लावून काम करायला लागलो होतो. जिथं आपल्या पदव्यांचं चीज नाही, तिथं काम करायचंच कशाला? ते जितक्या लवकर सोडता येईल, तितक्या लवकर सोडून देऊन आपल्या शिक्षणाला शोभेलशी नोकरी पाहावी, असा विचार न करता मी इथंच प्रामाणिकपणे श्रम करायचं ठरवलं होतं आणि त्याची फळं लगेच दिसायला लागली. मुळात माझा जॉब फक्त दीडशे रुपये स्टायपेंडचा होता. पण माझं काम बघून सहा महिन्यांत माझा पगार शंभर रुपयांनी वाढवला गेला.

नव्या नोकरीवर खूप वेळ जात असल्यामुळे मला विश्वनाथ किंवा डॉक्टर वेदनायकम यांच्यापैकी कुणाकडे जायला फारशी सवड झालेली नव्हती. चल्लाही बरेच दिवसांत भेटला नव्हता. पण एके दिवशी, अर्धवट दाढी वाढलेली, कपडे बिनइस्त्रीचे, अशा अवतारात तो माझ्याकडे आला आणि म्हणाला,

प्रॉब्लेम झालाय यार. कायतरी मार्ग काढायला हवा!

कसला प्रॉब्लेम ते तर सांग. मी म्हटलं. मार्ग काढायचं नंतर बघू!

चल्लानं खूप पाल्हाळ लावून आपला प्रॉब्लेम सांगितला. पण तो थोडक्यात असा होता, की सुनीतीच्या घरी चल्लाप्रकरणाचा सुगावा लागला होता. तिला हॉस्टेलमधून काढून तिचे ममी-पपा तिला बंगलोरला, तिच्या घरी घेऊन गेले होते.

तिथं ती सगळा वेळ त्यांच्या नजरकैदेत होती, म्हटलं तरी चालेल. चल्लानं तिला पाठवलेली पत्रंदेखील घरच्यांनी तिला मिळू दिली नव्हती. म्हणून तो हैराण होऊन शेवटी माझ्याकडे आला होता.

बोल ना - कसं काय सोडवायचं तिला त्या राक्षसांच्या तावडीतून?

सोडवायला तर हवंच! मी म्हणालो! सुनीतीहरणम् आणि चलदरायकल्याणम्!

मी हे काम मनावर घेतलं, असं पाहून चल्लाला खरंच उत्साह आला. त्याची रडकी चर्या एकदम पालटली दुसऱ्या दिवशी स्वच्छ दाढी करण्याचंदेखील त्यानं कबूल केलं.

मित्रकर्तव्य म्हणून मी चल्लाला उत्साहित केलं खरं, पण काम तेवढंसं सोपं नव्हतं. वाघाच्या गुहेतून शेळीला सोडवून आणायचं आणि आपल्या अंगणात बांधायचं, या प्रकारातलं होतं. कुठेही बावळटपणा झाला, तर हातकड्या पडायची भीती होती. म्हणून मी कसलीही हालचाल करण्याआधी एका वकील मित्राचा सल्ला घेतला.

त्याच्या सल्ल्याप्रमाणे दोन दिवसांनी मी चल्लाला घेऊन रोयापेट्टामधल्या रजिस्ट्रार्स ऑफीसमध्ये गेलो आणि पहिल्यांदा तीस दिवसांची लग्नाची नोटीस द्यायला लावली. त्याप्रमाणे लग्नाचा दिवस पक्का केला आणि त्याला म्हटलं -

हे बघ चल्ला - मी सगळी मदत करीन. पण तूदेखील थोडीशी हुशारी दाखवायला हवीस. नाही तर सुनीती तुला सोडून माझ्याशीच लग्न करील. ॲज इट इज, तिचं तुझ्या कर्तृत्वाबद्दल फारसं चांगलं मत नाहीये.

चल्ला हिरमुसला झालेला पाहून मी म्हटलं - पयतियकारन! केली पण्णीना पुरियलम? - गंमतसुद्धा कळत नाही?

बरं - पुढं सांग. तो त्याच मूडमध्ये म्हणाला.

माझी नोकरी नवीन आहे - मी म्हटलं – त्यामुळं मला दोन दिवसांची रजा कशीही मिळणार नाही. पण मी नाइट शिफ्ट आणि वीकली ऑफ ॲडजस्ट करून एक अख्खा दिवस मोकळा काढू शकेन. आपण बंगलोरच्या तिच्या त्या तुरुंगावरच सरळ हल्ला करायचा. तू मुलीची सोय करू शकशील?

मुलीची सोय? चल्लाला भलतंच काहीतरी वाटलं.

तसली नाही रे. एक मुलगी हवी. जी आपल्याबरोबर येऊ शकेल, आणि सुनीतीच्याही ओळखीची असेल. मात्र आपल्या इकडली हवी - सुनीतीच्या पप्पामम्मींनी तिला ओळखायला नको.

कशाला पण? अजून चल्लाच्या डोक्यात प्रकाश पडत नव्हता.

त्या तुरुंगाला खिंडार पाडायला! त्याशिवाय सुनीती त्यातून बाहेर कशी येणार?

चल्लानं माझी मालतीशी ओळख करून दिली. सावळी पण मोठ्या डोळ्यांची, बुटकी पण चुणचुणीत अशी मुलगी होती ती! तिची सुनीतीशी चांगली मैत्री होती. पण सुनीतीच्या घरच्यांनी मात्र तिला कधी पाहिलेली नव्हती.

मी मालतीला सगळा प्लॅन समजावून दिला.

आम्ही ऑपरेशन बंगलोरचा दिवस पक्का केला.

ठरलेल्या दिवशी मी, चल्ला आणि मालती बंगलोरला पोहोचलो. मी आणि मालती सुनीतीच्या घराच्या दारात जाऊन उभे राहिलो. बेल वाजवली.

सुनीतीच्या ममीनंच दार उघडलं. (मी कुठं याआधी पाहिलं होतं तिला? पण अंदाज करता येतोच की!)

प्रोफेसर अड्ड्याळ इथंच राहातात का? - मी तिला विचारलं.

नाही. कुठला पत्ता दिलाय तुम्हाला?

इथलाच. पत्ता देणाऱ्यानं घराचं अगदी हेच वर्णन केलं – आता माझी रसवंती फारच जोरदार वाहू लागली. पाच मिनिटात मी ते अस्तित्वात नसलेले प्रोफेसर अड्ड्याळ आणि त्यांचं काल्पनिक घर, यांचं अगदी तपशिलासकट सविस्तर वर्णन केलं. नक्की याच भागात राहणारा हा प्रोफेसर आपल्या माहितीचा कसा नाही, याविषयी बिचारी ममी बुचकळ्यात पडली.

तेवढ्यात मालतीनं चेहऱ्यावर अगदी अडचणीत सापडल्याचा भाव आणून विचारलं, प्लीज, मी जरा बाथरूमला जाऊ का? पत्ता कधी सापडेल कोण जाणे!

ममीनं तिला दिशा दाखवली. ती स्वत:च तिच्याबरोबर निघाल्याचं पाहून मी 'एक्स्क्यूज मी', असं म्हणून आणखी एक-दोन खुणा विचारल्या. या एकंदर वस्तीत अड्ड्याळ कुठे असण्याची शक्यता आहे, इत्यादी विचारत राहिलो. मालती माझी कोण, आमचं त्यांच्याकडे काम काय, अशी तिनं न विचारलेलीही पुष्कळ खोटी माहिती मी ममीला दिली. वक्तृत्वस्पर्धांमधल्या प्रावीण्याचा उपयोग, वाट्टेल त्या विषयावर पाच मिनिटं अखंड बोलत राहण्यासाठी सहज होऊ शकतो!

पाच मिनिटांत मालती परत आली. मम्मीची क्षमा मागून आणि बाथरूमची सोय करून दिल्याबद्दल पुन:पुन्हा आभार मानून, आम्ही 'आता कुठं शोधायचं या प्रोफेसर अड्ड्याळांना' अशा विवंचनेत, तिथून काढता पाय घेतला.

सुनीतीच्या घरापासून वीस पावलं चालल्यावर मी मालतीला विचारलं – भेटली सुनीती?

हो. पत्र तिच्या हातात दिलं मी. मालती स्वत:च्या गुप्तहेरगिरीवर खूष होती. आता पत्राप्रमाणं तिनं वागायला मात्र हवं!

पत्रात चल्लानं लग्नाची तारीख दिली होती आणि आम्ही न्यायला कधी येऊ, कसे येऊ, याचा तपशील! शिवाय आम्ही घेतलेल्या वकिली सल्ल्याप्रमाणे

सुनीतीनं एक पत्र पोलीसकमिशनरना लिहायचं होतं आणि त्याची प्रत मम्मी-पपांसाठी ठेवायची होती. या पत्रात तिनं, ‘मी सगळे दागदागिने काढून ठेवून लज्जारक्षणापुरते कपडे घेऊन जात आहे. मी सज्ञान आहे. स्वत:च्या इच्छेनं घर सोडून जात आहे’, असं लिहायचं होतं.

ऑपरेशन बंगलोरची दुसरी फेज प्रत्यक्ष लग्नाच्या आदल्याच रात्री पार पाडायची होती.

त्या रात्री मी आणि चल्ला, त्याची काळी ॲम्बॅसिडर टूरिस्ट टॅक्सी घेऊन बंगलोरला पोहोचलो. तिथल्या हॉटेल वृंदावनमध्ये चेक इन केलं आणि शांतपणे बिअर पीत बसलो.

रात्री तीन वाजता बिलकूल आवाज न करता मी गाडी सुनीतीच्या घराच्या मागच्या रस्त्यावर उभी केली. ठरल्याप्रमाणे गाडीच्या हेड लाइट्सनं सहा सिग्नल्स दिल्याबरोबर, घराचं मागचं दार, आवाज न करता उघडलं आणि सुनीती गाडीत येऊन बसली. गाडी लगेच सुरू झाली. मी ती अशी जोरात हाणली, की आम्ही सात वाजता परत मद्रासला येऊन पोचलो.

सुनीती म्हणाली, वरदा, मला खात्री होती - तू आहेस म्हणजे सगळं नीट पार पडेल!

म्हटलं, अजून कुठं पार पडलंय? खरा महत्त्वाचा भाग तर अजून व्हायचाच आहे.

करुणानिधीमध्ये खोली बुक करून आम्ही तिघं रजिस्ट्रारच्या ऑफीसवर गेलो. लग्न नऊ वाजता लागायचं होतं. माझा आणि चल्लाचा शिवा नावाचा एक मित्र मद्रासमध्ये होता. त्याला साक्षीदार आणायला सांगून ठेवलं होतं. त्यानं किती माणसं आणावीत? चक्क पन्नास!

लग्न लागताच आम्ही, शिवानं आणलेल्या त्या पन्नासही साक्षीदारांना कोल्ड्रिंक पाजलं.

मी चल्लाला एक ड्रायव्हर बघून दिला, आणि त्याला नि सुनीतीला कांचीपुरमच्या वाटेला लावलं. ‘असशील तिथून मला उद्या फोन कर,’ असं सांगून!

दुसऱ्या दिवशी सकाळी डॉक्टर मनोहरन माझ्या खिश्चन असोशिएशनमधल्या रूमवर हजर! हा बिचारा अतिशय शांत, सज्जन माणूस! मी म्हटलं – डॉक्टर, तू कशाला आलास? काम होतं तर मला बोलावून घ्यायचं.

वरदा, चल्ला कुठाय तुला माहितेय? त्यानं काळजीच्या सुरात विचारलं.

एकदा वाटलं या सज्जन माणसापासून काही लपवून ठेवू नये; पण मग म्हटलं, नकोच ते! नाही रे! - मी जोरात सांगितलं – का? तो सापडत नाहीये का?

मग त्यानं सगळी हकीकत सांगितली.

गेले दोन दिवस चल्लाचा पत्ता नव्हता. पण काल म्हणे सुनीतीच्या ममी-पप्पांना, तिनं लिहून ठेवलेलं एक पत्र सापडलं होतं. ते घेऊन सुनीतीचे पपा तडक बंगलोर पोलीसस्टेशनवर गेले होते. पण पोलीस सुपरिंटेंडंटनं त्यांना सांगितलं होतं, की या संबंधात तुमच्या मुलीनं कालच आम्हाला एक पत्र पाठवलंय. तिनं पैसाअडका, सोनंनाणं काही नेलंय का? नाही, असं सांगितल्यावर पोलीस सुपरिंटेंडंट म्हणाले, मग आम्ही काय करू शकणार? मुलगी सज्ञान आहे. फार फार तर मिसिंगची केस करू शकतो...

त्यावर सुनीतीचे पपा सरळ मद्रासला चल्लाच्या घरी आले होते. चल्ला दोन दिवस घरीच नाही, हे कळल्यावर ते अधिकच चवताळले. नक्कीच त्याच्याबरोबर सुनीती गेली असणार, अशी त्यांची खात्री झाली. डॉक्टर वेदनायक मद्रासमध्ये नव्हते, पण बिचारा मनोहरन त्यांच्या कचाट्यात सापडला. त्याच्याकडे त्यांनी बरंच तारांगण केलं. पण तो बिचारा चल्लाबद्दल काहीच सांगू शकत नव्हता. अगदीच निरुपाय झाला, तेव्हा तो त्यांना माझ्याकडे घेऊन आला होता.

आहेत कुठं ते? मी किंचित गोंधळून विचारलं.

पोलीसस्टेशनवर गेलेत. त्यांच्या इथं काही ओळखी आहेत. पोलिसांना घेऊन येतो, म्हणून गेलेयत. मी पुढं आलो, तुला सावध करायला.

सावध कशाबद्दल? मला तर काहीच माहीत नाहीये – मी मख्खपणानं म्हणालो.

तेवढ्यात सुनीतीचे पप्पा एका पोलीस अधिकाऱ्याला घेऊन आले. अद्वातद्वा बोलू लागले – पूर्वी तू गाडीत घालून त्यांची भेट घडवून आणायचास, त्या अर्थी यात तुझाच काहीतरी हात असला पाहिजे – असे आरोप करायला लागले. त्यांच्याबरोबरचा पोलीस अधिकारीदेखील – चल्ला कुठं आहे ते ठाऊक असलं, तर बऱ्या बोलानं सांगून टाका, नाहीतर जड जाईल – अशी दमदाटी करायला लागला. पण मी सरळ कानावर हात ठेवले. म्हटलं, पूर्वी कधीकधी ती दोघं माझ्या गाडीतून फिरायची हे खरं. पण अलीकडे मी ती गाडी चालवत नाही आणि नव्या नोकरीपायी मला चल्ला महिनोनमहिन्यांत भेटतही नाही...

अशी सत्य आणि असत्य यांची भेळ मी त्यांना पचेल अशी करून दिली. डॉक्टर मनोहरननं पण मला दुजोरा दिला. मी शेवटी सांगितलं की – हा माझा ऑफीसचा पत्ता - हा फोन नंबर! तुम्हाला काही गरज पडली तर मला कॉन्टॅक्ट करा. तुमच्या उपयोगी पडायला मला फार आवडेल. पण कृपा करून आता माझा वेळ घेऊ नका. मला कामावर जायला उशीर होतोय.

डॉक्टर मनोहरन त्या दोघांना घेऊन गेला. पण दोन दिवसांनी पुन्हा माझ्याकडे आला. मला शांतपणे म्हणाला, या प्रकरणाशी तुझा काही संबंध नसेलही कदाचित; पण चल्लानं तुला कॉन्टॅक्ट केलं, तर त्याला म्हणावं, काही प्रॉब्लेम येणार नाही.

तू सरळ निघून ये. मी सुनीतीच्या पप्पांची समजूत घातल्येय. इथं रीतसर चर्च वेडिंग करू.

मी म्हटलं– बरं. आलाच फोन तर सांगेन.

आठवड्याभरानं चल्ला सुनीतीला घेऊन कांचीपुरमहून परत आला. नंतरच्या आठवड्यात त्यांचं मद्रासमधल्याच सेंट पॉल चर्चमध्ये वेडिंग झालं.

वेडिंगनंतर चार दिवसांनी तो माझ्यासाठी एक मोठं चौकोनी पार्सल घेऊन आला.

मी विचारलं, काय आहे?

ट्रान्झिस्टर कम् रेडिओ आहे. घे. माझं वेडिंग प्रेझेंट.

वेडिंग तुझं झालंय. वेडिंग प्रेझेंट कोणी कोणाला द्यायचं? मी तुला की -

भांडण नको करू नेहमीसारखं. ही सुनीतीची आयडिया. तुला ट्रान्झिस्टर देण्याची. घेतला नाहीस तर तिला वाईट वाटेल.

तिला वाईट वाटेल म्हणून घेतो. पण याची काही गरज नव्हती.

नाही कशी? तू आमचं लग्न घडवून आणलंस. त्या उपकारांची फेड कशानंच व्हायची नाही - पण फक्त त्या प्रसंगाची आठवण म्हणून ही वस्तू - खरंच वरदा, तुझ्यासारखा मित्र नसता तर -

त्याच्या डोळ्यांत पाणी आलं. मी त्याला मिठी मारली.

दहा

कंपनीमध्ये माझं बस्तान चांगलं बसायला लागलं होतं. त्या मंडळींना श्रमांची कदर होती. माझं काम पाहून त्यांनी मला बरंच उत्तेजन द्यायला सुरुवात केली होती. कंपनी सध्या सायकल टायर्सचं नवीन प्लँट टाकत होती. त्याच्या पायलट प्लँटचा सुपरवायझर-इन्-चार्ज, असा त्यातल्या त्यात सन्मानाचा हुद्दाही मला कंपनीनं देऊन टाकला होता. नोकरीत असं थोडंसं स्थैर्य आल्यामुळे आता लग्नाचा विचार करायला हरकत नव्हती.

त्याच सुमाराला लिलियन मद्रासला आली. हीच वेळ हालचाल सुरू करायला चांगली आहे, असं ठरवून मी तिला श्यामलेविषयी सांगायचं ठरवलं. मधल्या काळात आम्ही भावंडं एकमेकांपासून दूर फेकलो होतो. तरीसुद्धा अजूनही लिली मला माझ्या बाजूची वाटायची. वेळ पडली तर अम्माशी ती माझ्या बाजूनं भांडेल, असं वाटायचं.

पण मुळात तिलाच मी हिंदू मुलीशी लग्न करण्याची कल्पना फारशी पसंत पडली नाही.

मी बोलेन अम्माशी पाँडिचेरीला जाईन तेव्हा - मी विनवण्या केल्यावर ती म्हणाली - पण अम्माला हे पटायचं नाही. आपल्या नाडा लोकांत काहीही झालं, तरी जातीबाहेर लग्न करत नाहीत. आणि इथं तर तू धर्मच बुडवायला निघालायस!

मद्रासहून लिली सरळ पाँडिचेरीला गेलो आणि जो हलकल्लोळ माजलाय म्हणून सांगू?

पहिल्यांदा फिलीपची तार आली - अम्मा मद्रासला येतेय म्हणून! त्यापाठोपाठ अम्माचं मद्रासला निघून येणं! डोकं फोडून रडणं! 'जन्मभर मी चर्चला भिऊन राहिले, त्याचं चांगलं चीज केलंस! तुझ्या डॅडींच्या आत्म्याला काय वाटेल? तुझं हे कळल्यापासून रोज मी त्यांच्या थडग्याशी जाऊन रडतेय' - हे न् ते! तीन दिवस अम्मा सारखी बडबडत होती.

मग कंपनीत वसंताचा ट्रंक! - मला समजत नाहीये वरदा, तू इतका बेशरम का झालायस ते! आपल्या जातीत काय मुली नव्हत्या, म्हणून तू हिंदू मुलगी निवडलीस! आता सबंध फॅमिलीला जगात तोंड दाखवायला नको. मी ऐकलं की, ती इंडियातलीसुद्धा नाहीये. श्रीलंकेची आहे! म्हणजे परदेशातली मुलगी शोधण्यापर्यंत तुझी मजल गेली? हाच वाटतं तुझ्या शिक्षणाचा उपयोग? वगैरे वगैरे वगैरे.

अम्माचे जुने विचार मी समजू शकत होतो. पण माझ्या दोन बहिणीदेखील इतक्या मागासलेल्या असतील, याची मला कल्पनाच नव्हती. त्यांच्या त्या नवऱ्यांच्या मोठमोठ्या हुद्द्यांनीसुद्धा त्यांना जगाचा व्यापक विचार करायला शिकवलेलं नव्हतं. श्यामलेचं घर श्रीलंकेत असलं, म्हणून ती काय परदेशी मुलगी? आम्ही दोघंही तामीळ बोलतो; मद्रासमध्ये राहातो; साहित्य, कला, संस्कृती यांचा एकसारखाच विचार करतो, असं असताना केवळ ती व्यंकटेशाची पूजा करते आणि मी जीजसपुढे गुडघे टेकतो, म्हणून काय आम्ही एकत्र यायचं नाही?

मी कुणाकडेच लक्ष द्यायचं नाही, असं ठरवलं. नाहीतरी आमचं कुटुंब आता एक राहिलंच होतं कुठं? जो तो आपापलंच आयुष्य जगत होता.

आमच्या कुटुंबात माजलेल्या या कल्लोळाबद्दल मी श्यामलेला काहीच सांगितलं नाही. उगाच आत्तापासून ती त्यांच्याविषयी बिथरून जायला नको. मी सरळ तिच्या मूर्तीअंकलना श्रीलंकेला पत्र लिहून कळवलं की, मला तुमच्या पुतणीशी लग्न करायचं आहे. तिची या लग्नाला संमती आहे. गेली काही वर्षं आमची घनदाट मैत्री आहे. तरी तुमचा या लग्नाला आशीर्वाद असावा...

उलटटपाली मूर्तीअंकलचं पत्र आलं – मी आणि माझी बायको कमला दोघंही भारतात येतो आणि तुला पाहतो. मग आपण पुढच्या गोष्टी ठरवू.

मूर्तीअंकलचं पत्र मी श्यामलेला दाखवलं, तेव्हा ती म्हणाली – अय्यो माऽ मूर्तीअंकल येणार -?

मग काय झालं?

तुला समजत कसं नाही! त्यांना तुझी ही फाटकी नोकरी, ही ख्रिश्चन असोसिएशनमधली रूम - हे - हे का दाखवणार आहेस तू?

मग? सत्य त्यांना समजायला नको?

ते त्यांना समजायला हवं असेल, तर तू श्यामला नटराजनला विसरून जा.

मला समजत नाही -

तुला समजत नाही हेच खरं! आमचं घराणं श्रीलंकेतलं अतिशय श्रीमंत म्हणून नावाजलेलं आहे. मूर्तीकाकांचीही मोठी इस्टेट आहे. त्यांना सामान्य स्थितीतला कोणीही सटरफटर जावई चालणार नाही. तुझी खरी परिस्थिती कळली, तर ते मला

तुझ्याशी लग्नच करू देणार नाहीत.

मी गप्प राहिलो. श्यामलेचा हा पवित्रा मला आवडला नव्हता.

दुसरं - ती धर्माची अतिशय चाड असणारी माणसं आहेत. त्यांना तू ख्रिश्चन असल्याचं कळता कामा नये.

दॅट इज इम्पॉसिबल!

काय इम्पॉसिबल आहे त्यात? तू सरळ आपण तामीळ हिंदू आहोत, असं सांग - नाहीतरी तू हिंदूच दिसतोस!

तुझं म्हणणं, मी ते इथं आल्यावर त्यांना खोटं सांगू? मी एक मध्यम परिस्थितीतला ख्रिश्चन नसून श्रीमंत हिंदू आहे, असं नाटक करू?

नाहीतर आपलं लग्न अशक्य आहे!

पण हा अप्रामाणिकपणा होईल श्यामी.

तुला तो करावा लागेल. माझ्यासाठी!

मी हादरून गेलो. अधूनमधून थापा मारणं वेगळं - पण सबंध आयुष्याशी निगडित असलेल्या लग्नासारख्या गोष्टीत इतकं खोटं बोलायचं?

आणि तो - नेमका तोच माझ्या आयुष्यातला निणर्याचा क्षण होता, असं मला आता वाटतं.मी त्या वेळी श्यामलेला सांगायला हवं होतं, की मोडलं आपलं लग्न तरी चालेल, पण मी अप्रामाणिकपणा करणार नाही.तिच्यासाठी नाही - कुणासाठीच नाही! आणि जी मला असा अप्रामाणिकपणा करायला सांगेल, ती स्त्री माझं भलं चिंतणारी नसेल! माझी प्रेयसी नसेल!

गप्प का बसलास? श्यामला मला डिवचत म्हणाली - तूदेखील तुझ्या धर्माच्या इतर लोकांसारखाच आहेस वाटतं? एरवी मोठ्यामोठ्या गोष्टी बोलायच्या सेक्युलरिझमच्या! पण आपण ख्रिश्चन नाही, असं म्हणायची तुझी तयारी नाही! आणि मी तरी कुठं सांगतेय तुला, आपण ख्रिश्चन नाही, असं म्हणायला? तू फक्त जातीधर्माविषयी काही बोलूच नकोस, म्हणजे झालं! मूर्तीअंकल तुला सरळच हिंदू समजतील.

श्यामलेनं असं बरंच काही काही सांगून शेवटी स्वतःचं म्हणणं माझ्या गळी उतरवलं. अखेरीस मी तिला हवं होतं, तसं वागायचं कबूल केलं.

मी चुकीचा निर्णय घेतला होता. विचार करण्याची शक्ती अंगात होती - पण शक्ती कमी पडली, ती श्यामलेला नाकारायची. श्यामलेचा लाभ कधीकाळी होईल, असं सुरुवातीला मला वाटलंच नव्हतं. नंतर वाटायला लागलं, की आपली सहचरी असायला हवी, ती अशी बुद्धिमान स्त्री! आणि ती आपली होणार, हे कळल्यापासून माझा स्वत:विषयीचा, स्वत:च्या कर्तृत्वाविषयीचा आदर पराकोटीनं वाढला होता. श्यामला त्या आदराचा मूळ बिंदू होती. तिच्याभोवती गेल्या दोन

वर्षांत मी माझ्या श्रेष्ठत्वाचं काल्पनिक वर्तुळ काढलं होतं. तिला कुणी माझ्यापासून हिरावून घेतलं असतं, तर ते वलय पुसलं गेलं असतं. मी केविलवाणा झालो असतो. मग का मी मूर्तीअंकलना तिला माझ्यापासून हिरावू देऊ? असं काय त्यांचं महत्त्व? मी त्यांना खरं सांगणं किंवा खोटं सांगणं हे गौण होतं. महत्त्व होतं ते फक्त श्यामीला. मी श्यामीचा नवरा असण्याला, श्यामी माझ्या आयुष्यातली माझ्या सर्वांत जवळची स्त्री असण्याला!

ओके – मी म्हटलं – आय शाल इम्प्रेस मूर्तीअंकल!

अध:पाताचं बीज नकळत येऊन पडत नाही. ते बीज पडल्याचं आपल्याला कळतं; पण तो अध:पात आहे, हे ओळखायला आपण जाणूनबुजून नकार देतो.

श्रीमंतीचं नाटक करायचं ठरवलं खरं, पण नाटक करण्यापुरता तरी पैसा आणायचा कुठून? सगळा पगार असोशिएशनचं भाडं आणि दोन वेळचं जेवण यातच जात होता.

मला एकदम चल्लाची आठवण झाली. त्याचं लग्न मी जमवून दिलं होतं. आता तो माझं लग्न जमवायला मदत करील का?

मी चल्लाकडे गेलो. माझा प्रॉब्लेम सांगितला.

बस - एवढंच? आपल्याकडं लागलं ते – चल्ला उदारपणे म्हणाला.

मूर्तीअंकल येणार होते, त्या दिवशी त्यानं मला आपल्याकडची पांढरी फिआट टुरिस्ट टॅक्सी पेट्रोल भरून दिली आणि वरखर्चासाठी तीन हजार रुपये दिले.

मी त्या कारनं मिस्टर अँड मिसेस मूर्तींना एअरपोर्टवरून आणलं. आयव्हरी पॅलेस या महागड्या होटेलात त्यांची राहण्याची व्यवस्था केली.

आम्ही खूप गप्पा मारल्या. टायर इंडस्ट्रीवरदेखील! मॅनफील्डमध्ये मी एक्झिक्युटिव्ह आहे, असाच त्यांचा समज झाला.

मिस्टर अँड मिसेस मूर्ती तीन दिवस मद्रासमध्ये होते. माझ्या मॅनर्सवर, सफाईदार इंग्रजीवर, जनरल नॉलेजवर, विनोदबुद्धीवर ते फार खूष झाले. मी कुठल्या जातीधर्माचा आहे, याची चौकशी त्यांनी केली नाही. राजनायक हे आडनाव त्यांच्याही जातीत असतं, त्यामुळं त्यांनी हा आपल्यातलाच, असा सोयीचा समज करून घेतला. जाताना ते मला म्हणालेसुद्धा की, मला खात्री होतीच, माझ्या पुतणीचा चॉइस चुकणार नाही, याबद्दल!

श्यामला काही दिवसांसाठी त्यांच्याबरोबर श्रीलंकेला गेली.

थोड्या दिवसांनी तिचं पत्र आलं – मूर्तीअंकलना तू पसंत आहेस. आता इतर नातेवाइकांचं समाधान झालं की बस्!

मी ठरवून टाकलं, की आता काहीही झालं, तरी हा प्रश्न एकदा धसाला लावून

टाकायचाच!

मी कंपनीतून पंधरा दिवसांची रजा घेतली, आणि श्रीलंकेला जाण्यासाठी पासपोर्ट काढला. चल्लानंच पैसे खर्चून माझं तिकीट काढलं. श्रीलंकेतल्या खर्चासाठी बरोबर पैसेही दिले. एअरपोर्टवर तो मला पोचवायलादेखील आला.

तासा-दीड तासात मी कोलंबोला पोचलो आणि तिथल्या ब्लू लगून होटेलमध्ये उतरलो. तिथून चोवीस-पंचवीस किलोमीटरवरच्या वेलावट्टेमधल्या श्रीमंत वस्तीत मूर्तीअंकल रहात होते. आता रात्रीचे बारा वाजून गेले होते. तरीसुद्धा मी मूर्तीअंकलना फोन केला -

सॉरी अंकल. तुम्हाला झोपेतून उठावं लागलं. दॅट्स ऑल राइट. किंचित चिडलेल्या आवाजात ते म्हणाले - हू इज स्पीकिंग?

मी वर्धन बोलतोय. वर्धन राजनायक.

कुठून बोलतोयस?

इथूनच. होटेल ब्लू लगूनमधून. आत्ताच आलो मी मद्रासहून.

असा कसा अचानक आलास?

फक्त पंधरा दिवसांची रजा मिळालीये मला. आत्ता घेतली नाही, तर आणखी वर्षभर मिळणार नाही. मला या पंधरा दिवसांत लग्न आटपून परत जाणं भाग आहे-

काय म्हणालास? लग्न?

होय अंकल. फक्त पंधरा दिवसांचा व्हिसा मिळालाय मला श्रीलंकेचा. एवढ्या दिवसांत लग्नाचं जमलं, तर बरंच आहे. नाही तर मी श्यामलेला तशीच घेऊन जाईन आणि मद्रासमध्ये रजिस्टर...

वेट! मी दिलेल्या अल्टिमेट्सनं मूर्तीअंकल चांगलेच हादरून गेले होते. ते माझी समजूत काढत म्हणाले, असा हातघाईवर येऊ नकोस. मी बघतो, काय जमतं ते.

आमच्या लग्नासाठी आणखी दहा दिवसांनंतरचा मुहूर्त मूर्तीअंकलनं शोधला. त्यांची तयारीची एकच गडबड उडाली.

राजनायक आडनावामुळे श्यामलेच्या सगळ्या नातेवाइकांचं जरी समाधान झालं होतं, तरी लग्नात अम्मा किंवा फिलिपला बघितल्यावर माझा धर्म त्यांच्या लक्षात आल्याशिवाय राहणार नव्हता. माझी लपवाछपवी अम्मालाही सहन झाली नसती. खोटं बोलण्यावरून तिनं माझे चारचौघांत वाभाडे काढले असते. आणि शब्दश: समरप्रसंग तयार झाला असता... लग्न कदाचित मोडलंही असतं.

आता काय करायचं, हा मोठाच प्रश्न माझ्यासमोर येऊन उभा राहिला.

त्याच्यावरही श्यामलेनंच मार्ग काढला. तिचं म्हणणं – लग्न होणार असल्याचं अम्मा आणि फिलिप यांना कळवायचंच नाही. अम्मा येणार आहे, असंच मी

शेवटच्या दिवसापर्यंत भासवत राहायचं आणि ती आयत्या वेळी येऊ शकली नाही, असं जाहीर करायचं. त्यात आहे काय न् नाही काय?

आता ही सगळी योजना कमालीची धाडशी होती. एक तर मूर्तीअंकलसारख्या वयस्कर सज्जन माणसाला फसवत राहणं, हे पाप होतं; पण ते तर मी श्यामलेच्या सांगण्यावरून पहिल्यापासूनच करत आलो होतो. त्यातून जर का माझा खोटेपणा उघडकीला आला असता, तर ते मला चीटिंगसाठी सरळ पोलिसात देऊ शकले असते, निदान बदनाम तर करू शकलेच असते. लग्न मोडलं असतं, ते वेगळंच!

पण आता मी पुरताच गुंत्यात सापडलो होतो. गोष्टी या थरापर्यंत आल्यानंतर आता मी सत्यही सांगू शकत नव्हतो. माझी परतीची वाट बंद झाली होती. श्यामला सांगेल, तसं वागण्यावाचून मला दुसरा मार्ग राहिलेला नव्हता.

अम्मा लग्नाच्या आधी दोन दिवस पाँडिचेरीहून येईल, असं मी सर्वांना सांगितलं. दोन दिवस राहिले, तेव्हा तिची वाट पाहिल्याचं नाटक केलं आणि आदल्या रात्री जाहीर केलं, की वसुदेव (फिलिप नव्हे -) चा पाय फ्रॅक्चर झाल्यामुळं त्या दोघांना पाँडिचेरीमधून निघणं अशक्य झालंय, असं अम्मानं लाँग डिस्टन्स करून कळवलंय. माझ्या लग्नाला हजर राहता येत नाही, याबद्दल तिचं अंत:करण दु:खानं भरून आलंय आणि जड अंत:करणानंच तिनं मला आणि नववधूला शुभाशीर्वाद पाठवल्यात.

अम्मानं माझ्या लग्नाला येऊन ब्लेसिंग्स द्यायला हवी होती, असं त्या संध्याकाळी मला फार वाटत राहिलं. जीजसवर खुळी श्रद्धा ठेवण्यात, डॅडींवर आंधळं प्रेम करण्यात आणि मुलांना नको इतक्या शिस्तीनं वाढवण्यात तिचं कसं चुकतं; हेच मी आजवर प्रत्येक प्रसंगामधून शोधत आलो होतो आणि तिला एका बेताच्या बुद्धीची असमंजस संसारी स्त्री समजत होतो. आज पहिल्याप्रथम मला जाणवत होतं, की या असमंजस स्त्रीच्या चुका मी का शोधून काढत होतो, तर ती माझी आई होती. माझ्या आयुष्यात आलेली पहिली स्त्री होती आणि मी तिच्यावर जन्मापासून आत्यंतिक प्रेम करत आलो होतो. मला ती माझी एकट्याचीच असायला हवी होती आणि तिनं डॅडींकडे, माझ्या बहिणींकडे, तान्ह्या भावाकडे, अगदी जीजसकडेसुद्धा माझ्याइतकं लक्ष द्यावं, हे मला सहन होत नसे. तिचं वागणं मला खटकत राहायचं ते यामुळं. मी तिच्यावर इतकं प्रेम केलं नसतं, तर कदाचित मी तिला वेळोवेळी माफ केलं असतं.

अम्मा येऊ शकणार नाही, याबद्दल मला दु:खाचं नाटक करावंच लागलं नाही. माझं मन खरंच खंतावलं होतं आणि डोळे पुन्हापुन्हा भरून येत होते... मी धार्मिक नाही, भावनाप्रधान नाही, हळवा नाही, शकुन-अपशकुनांवर विश्वास ठेवण्याइतका अंधश्रद्धाळू तर नाहीच नाही. आणि तरीसुद्धा मला वाटत राहिलं, की अम्माच्या

आशीर्वादांशिवाय माझं लग्न अपुरंच राहणार! लग्न लाभायला हवं असेल; तर त्याला माझ्या अम्माचे आणि तिच्या रूपांतून डॅडींचे आशीर्वाद मिळायलाच हवे होते. आणि नेमकं त्याच संदर्भात मी खोटं बोललो होतो. जन्मभरात कधीही कुठल्याही असत्याचा स्पर्श होऊ न देता, कितीही मोठी किंमत द्यावी लागली, तरी प्रामाणिकपणा न सोडता ज्यांनी संसार केला, त्यांच्या मुलाला आपल्या संसाराची सुरुवातच एका असत्याच्या आधारानं करावी लागत होती.

माझं पाऊल असहायतेतून वाकडं पडलं होतं. आता मी कुठं पोचतो, ते काळच ठरवणार होता.

दुसऱ्या दिवशी व्यंकटेशाच्या मंदिरात आमचं लग्न लागलं.

येशूच्या चर्चऐवजी व्यंकटेशाच्या मंडपामध्ये लग्न झालं, यामुळं त्यात काही फरक पडला नाही. व्यंकटेशाच्या दागिन्यांनी नटलेल्या, भरजरी कपड्यांतल्या प्रसन्न सुखासीन मूर्तीमध्ये मला क्रूसावरचा अर्धनग्न येशू दिसत होता. त्याचीच मी मनोमन प्रार्थना करीत होतो. मला फक्त लग्नाला जमलेल्या शेकडो नटलेल्या सजलेल्या मध्यमवयीन बायकांमध्ये, पिकलेल्या केसांची, साधी पांढरी साडी अव्यवस्थितपणे गुंडाळलेली माझी अम्मा दिसत नव्हती. आमचा संसार सुखाचा व्हावा, यासाठी तिची प्रार्थना मी करू शकत नव्हतो...

अकरा

मधुचंद्रासाठी मूर्तीअंकलनं आमचं रिझर्व्हेशन आधीच करून ठेवलं होतं, ब्लू सफायर होटेलमध्ये.

रात्री रिसेप्शनचा सोहळा आटपल्यानंतर आम्ही थकलेल्याच शरीरानं ब्लू सफायरमधल्या आमच्या एअरकंडिशन्ड ब्रायडल स्वीटवर परत आलो.

मूर्तीअंकलच्या आणि कमलाम्माच्या हौशी सूचनांप्रमाणे होटेल मॅनेजमेंटनं स्वीट फुलांनी सजवून ठेवला होता. या भिंतीपासून त्या भिंतीपर्यंत सोडलेले फुलांचे सर, पलंगावर तयार केलेलं फुलांचं छत, फुलांच्या सरांचाच पडदा, अगदी पलंगावर पसरलेल्या गुलाबांच्या पाकळ्यापर्यंत सारं काही, चित्रपटात दाखतात तसं तयार ठेवलं होतं... सगळ्या संमिश्र सुवासानं वातावरण विलक्षण उन्मादक होऊन गेलं होतं...

श्यामलेनं दागिने उतरवले आणि दुसऱ्या खोलीत जाऊन कपडे बदलले. मी बाथरूममधून वॉश घेऊन कमरेभोवती एक साधी लुंगी लावून बेडरूममध्ये आलो. श्यामला बाहेर येईपर्यंत खिडकीशी जाऊन, खालच्या लॉनकडे आणि चंद्रप्रकाशात चमकणाऱ्या झाडांच्या शेंड्याकडे पाहत राहिलो...

आजवर चित्रपटांमधून मी कितीतरी मधुचंद्राच्या रात्री पाहिल्या होत्या... कादंबऱ्यांमधून त्यांची वर्णनं वाचली होती. कामशास्त्राच्या पुस्तकांमधून धसमुसळेपण न करता, स्त्रीला कसं हळूहळू खुलवावं आणि तिची या विषयातली भीती घालवून सुखाचा संसार कसा करावा, याविषयीच्या सूचना वाचल्या होत्या.

एवढं सगळं असलं, तरी या विषयात एकाचा अनुभव दुसऱ्याच्या उपयोगी पडत नाही आणि प्रत्येक जोडप्याच्या बाबतीत हा अनुभव वेगवेगळाच असतो; हेही मला कळत होतं–

मला स्वत:ची गंमत वाटत होती. स्त्रीसुखाचा अर्थ कळण्याच्या आत मला ते लाभलेलं होतं - इव्हॅन्जेलिन आणि तिच्या बहिणी यांनी तर मला त्यात पारंगत

करून सोडलं होतं आणि तरीही शरीरसुखाचे ते सगळे अनुभव जसे काही आज माझ्या व्यक्तित्वातून गळून पडले होते, आणि आज पुन्हा एकदा त्या अनुभवाला मी नव्यानं सामोरा जाणार होतो. जसा काही त्या स्त्रियांबरोबरचा वर्धन हा कोणी दुसराच होता, आणि आजचा हा, एखाद्या स्त्रीशरीराशी पहिलाच परिचय करून घेण्यासाठी अधीर झालेल्या तरुणासारखा, आज रात्री काय होईल या आशंकेने थरारून गेलेला वर्धन वेगळा होता ...

असं का?

कारण श्यामला वेगळी होती ...

त्या केवळ शरीरसुखासाठी मला भेटणाऱ्या स्त्रिया होत्या. ही माझी पत्नी होती. सहचरी होती. आयुष्यातले सगळेच अनुभव, सगळी सुखदु:खं आम्ही यापुढं वाटून घेणार होतो, तसंच शरीरसुखही! ते सुख नुसत्या शरीरापुरतं राहणार नव्हतं. आमच्या मनात, आमच्या व्यक्तित्वात ते जिरणार होतं. त्याच्या सवयीवर आमचं साहचर्य उभारलं जाणार होतं. ते सुख या क्षणाचं असणार नव्हतं... आमच्या मुलांपर्यंत - त्यांच्यावर होणाऱ्या संस्कारांपर्यंत दूरवर ते पोचणार होतं.

कदाचित याच भावनेनं मी आजवर श्यामलेकडे कधी शारीरिक जवळीक केली नसावी. तिच्या बाबतीत तसा विचारसुद्धा माझ्या मनात कधी आला नव्हता. मला तिचं शरीर जिंकण्याची ओढ आजवर कधी लागली नव्हती. मला जिंकायचं होतं ते तिचं मन! जिद्दीनं मी ते जिंकलं होतं. अजूनपर्यंत जे स्त्रीदेह मी हाताळले, ते माझ्या दृष्टीनं नुसते देह होते. त्यांची मनं जुळण्याची तर राहोच, पण त्यांची नावंसुद्धा लक्षात ठेवण्याची गरज तिथं मला वाटली नव्हती. पण आज ज्या स्त्रीदेहाशी मी ओळख करून घेणार होतो, त्यात एक मन होतं. आणि आज रात्री शरीरं जुळल्यामुळे ते मन माझ्याशी कायमचं जुळणार होतं ...

आणि तरीही मला निव्वळ तिचं शरीर कसं असेल, याचं कुतूहल होतंच. सडपातळपण जागोजागी भरलेलं ते शरीर आज मला अनावृत पाहायला मिळणार, त्या शरीराशी स्वत:चं शरीर अगदी गच्च भिडवता येणार, त्या शरीरात प्रवेश करता येणार, या कल्पनेनं माझं पौरुष उचंबळून येत होतं...

मी खिडकीपासून दूर झालो आणि वळलो. श्यामला खोलीत येऊन मोठ्या सोफ्यावर बसली होती ...

मी तिच्याजवळ गेलो आणि तिच्या खांद्यावर हात ठेवला.

ती बाजूला सरकली. माझा हात तिच्या खांद्यावरून खाली ओघळला. तसा मी तिच्याजवळ सरकलो, तिच्या दुसऱ्या खांद्यावर हात टाकून तिला जवळ ओढू लागलो...

आणि ती एकदम ओक्साबोक्शी रडू लागली.

श्यामी - मी चमकून म्हटलं - श्यामी, काय झालं?

बराच वेळ ती काही बोलेना. नुसतीच रडत राहिली. हिच्यावर इतकी मोठी आपत्ती कसली कोसळली असेल, या विचाराने मी गोंधळून बसलो होतो. तिला विनवत होतो - मला सांग ना श्यामी? काय झालं -? मला नाही सांगणार?

रडण्याचा पहिला भर ओसरल्यावर ती म्हणाली - मी किती मोठी चूक करून बसले?

काय झालं? कसली चूक? मी काहीच न समजल्यामुळे विचारलं.

मी लग्न करायला नको होतं... ती स्फुंदतच म्हणाली.

का? काय झालं?

मी आप्पांना फसवलं... आप्पा म्हणायचे; की लग्न, संसार, या गोष्टी तुझ्यासारख्या असामान्य मुलीसाठी नाहीयेत. तू मीराबाई हो - आपल्या कलेत दंग होऊन राहा - त्यातच तुला तुझा श्याम भेटेल! तू विचार करू शकतेस - तू मोठी संतीण हो - नेहमी आध्यात्मिक विचारात तल्लीन राहा - स्वत: मोठी हो - जगाला प्रेरणा दे - आणि ते सगळं सोडून मी एखाद्या सामान्य मुलीसारखी लग्न करून बसले. माझ्या आप्पांचा विश्वासघात केला. आप्पा - माझे आप्पा -

आणि ती पुन्हा रडू लागली.

मी तिची समजूत काढू लागलो - श्यामी, हे तू काय बोलतेयस? ही वेळ आहे का असले विचार करण्याची?

पण तिला नवीननवीनच एकेक सुचू लागलं होतं ... मी मद्रासला कशी येऊ? शारदाम्मांना तोंड कशी दाखवू? तिनं मला एवढी मोठी कला शिकवली. आप्पा म्हणायचे, की तू या कलेचा जगभर प्रसार कर. संसाराच्या जंजाळात सापडून अंगातल्या दैवी गुणाची राखरांगोळी करू नकोस.

श्यामलेचं हे सगळं बोलणं ऐकून मी हैराण झालो. लग्नाच्या रात्रीच हे असलं बोलणं काढायचं, याला बेअकलीपणा म्हणायचं की आणखी काही? पण मी म्हटलं; हे सगळं अध्यात्माचं, कलेचं, मोठं होण्याचं जे काय खूळ असेल, ते तिच्या वडिलांकडे राहिलं. त्यासाठी आम्ही आजची रात्र वाया घालवणं बरोबर नव्हतं. म्हणून मी तिला चुचकारीत पण रोखठोक पद्धतीनं म्हटलं -

हे बघ श्यामी, त्या सगळ्याचा विचार उद्या सावकाशीनं करता येईल. तू आधीच दमली आहेस दिवसभराच्या दगदगीनं. चल बरं - झोपायला चल!

ती सावकाश उठली, आणि पलंगापाशी आली. एखादी नसती अडगळ बाजूला करावी, तसा तिनं पलंगावरचा फुलांचा पडदा बाजूला केला आणि बिछान्यावर धाडकन अंग टाकलं.

मी दुसऱ्या बाजूनं तिच्या शेजारी येऊन झोपलो. ती कपाळावर हात घेऊन

टकटकीत उघड्या डोळ्यांनी, त्या फुलांच्या छताकडे पाहत पडून राहिली होती.

मी तिच्या जवळ सरकलो. तिनं कुशी पालटली नाही - पण ती तिथल्या तिथं किंचित बाजूला सरकली...

मी माझे हात तिच्याभोवती टाकले. तत्क्षणी ती गुदमरून, श्वास कोंडल्यासारखं अं-हं असं करायला लागली. नाइलाजानं मी माझी मिठी सैल केली.

मला हा अनुभव नवीन होता. स्त्रीला मिठीत घेतलं, की ती अधिकच जोरानं बिलगते, असा माझा आजवरचा अनुभव होता. पण श्यामला माझ्या मिठीत विलक्षण अस्वस्थ होती. मिठीतून सुटण्यासाठी चळवळ करत होती.

मी किंचित उठून बसलो, आणि तिच्या ओठांवर ओठ दाबले. तिनं ऊंऽ करून चेहरा वळवला, आणि हातानं ओठ पसून टाकले.

असं काय करतेस श्यामी? प्लीज ... प्लीज श्यामी ...

मी सावकाश तिचा पदर बाजूला केला. तशी ती झटक्यानं उठून बसली, आणि म्हणाली – तुला शरम वाटते की नाही? दिवा मालव ना ...

असं ती का बोलत होती, हे मला कळलं नाही, पण ती वेळ वाद घालण्याची नव्हती, म्हणून मी उठून दिवा मालवला. परत येताना मी माझी लुंगी फेकून पलंगाखाली टाकली.

दिवा मालवल्यावर खिडकीतून येणारा चंद्रप्रकाश अधिकच जाणवायला लागला. त्या प्रकाशात श्यामला एखाद्या पांढरट मेणाच्या पुतळीसारखी दिसत होती. तितकी सुंदर... तितकीच निर्जीव ...

तिनं लपेटून घेतलेला पदर मी बाजूला केला - आणि तिची साडी परकरापासून अलग करू लागलो. तशी ती एखाद्या जनावराला सपकन चाबकाचा फटकारा मारावा, तशी उद्‌गारली - प्लीज ... सगळे कपडे काढू नकोस. मला कपडे काढलेले आवडत नाहीत.

खरं म्हणजे त्या क्षणी तिच्या त्या शब्दांनीच माझ्या उफाळलेल्या वासनेवर थंड पाणी पडलं आणि धगधगलेल्या निखाऱ्याचे कोळसे झाले.

पण इतक्या लवकर मी हार पत्करणार नव्हतो. हार पत्करून चालली नसती. कारण हा फक्त माझ्या त्या क्षणीच्या सुखाचा प्रश्न नव्हता. (जरी तिच्याइतकाच मीही थकलेला होतो, आणि तिनं माझ्या जिवाशी चालवलेल्या या खेळामुळे हैराण झालो होतो, आणि खरोखरच प्रसन्न रतिसुखाची मला त्या क्षणी अत्यंत गरज होती, तरीही.) आज रात्री आमचं नेमकं नातं ठरणार होतं. ही रात्र वाया गेली असती, तर कदाचित आमचं सारं जीवनच वाया गेलं असतं. म्हणूनच मला ही रात्र- माझ्या साऱ्या संसाराचं भवितव्य ठरवणारी ही रात्र, निराशेत संपू द्यायची नव्हती.

मी तिची साडी आणि परकर सोडण्याचा हट्ट धरताच (तिचे हे जे काय चुकीचे संस्कार असतील, किंवा लाजशरमेचे गैरहिशेब असतील, ते नंतर सवडीनं दुरुस्त करता येतील, अशा विचारानं) फक्त ते कपडे वर सारले आणि अंतर्वस्त्रदेखील एका पायातूनच फक्त बाहेर काढलं ... मला स्पर्शही न करता ती आपल्यावर अत्याचार होतोय आणि आपण तो कर्तव्यभावनेतून सहन करतोय, अशा भावनेनं नुसती पडून राहिली होती.

इतक्या खटाटोपानंतरही माझा इमानी साथीदार, माझ्या प्रामाणिक द्वंद्वात मला मदत करण्यासाठी, अजूनही अविचल उभाच होता. मी त्याला तिच्या पायांमध्ये ठेवलं. त्यानं आपला रस्ता शोधावा, म्हणून. पण त्याला तो सापडेना. म्हणून मी हातांनी त्याला तो शोधून देऊ लागलो.

पण कितीही प्रयत्न केले, तरी तो इंचभरही आत सरकेना.

आणि माझ्या वासनेच्या मर्मावर शेवटचा तडाखा हाणला गेला... दरवाजा बंद होता. बंदच होता. कितीही ठोठावलं, तरी तो उघडला जात नव्हता ... एका प्रचंड हट्टी विरोधानं स्नायूंनी तो गच्च मिटून घेतला होता... मुळीच न उघडण्यासाठी...

माझ्या साथीदारानं काही वेळ आंधळ्यासारखं चाचपलं ... त्याची असहाय अवस्था सहन न हाऊन माझे हात दरवाजाशी झटू लागले ...

हात नको ना लावू तिथं! मी किती घाणेरडा माणूस आहे, असं सुचवणाऱ्या स्वरात श्यामी चीत्कारली.

मी हार मानली - आणि पराभूतपणे तिच्या शेजारी कोसळलो. तिच्याकडे पाठ करून!

तत्क्षणी ती विजेसारखी उठली, आणि बाथरूमकडे पळाली. दुसऱ्या क्षणी शॉवर पाण्याचा आवाज ऐकू येऊ लागला. श्यामला नाहत होती! माझ्या स्पर्शानं जसा काही तिचा देह अपवित्र झाला होता. ते क्षणभरही सहन करणं अशक्य झाल्यामुळं ती तत्काळ पाण्याखाली उभी राहिली होती.

अपमानाच्या हजारो डंखांनी वेडा होऊन, मी माझ्या पराभवाच्या भूमीवरून उठलो. त्या पलंगावरचे फुलांचे सर हाताने ओरबाडून बाजूला केले, लुंगी कमरेभोवती नुसती गुंडाळली आणि खाली आलो. तसंच लॉनवर अंग टाकून दिलं.

डोळ्यांसमोर पूर्णचंद्र होता ... निळीशार रात्र होती ... ती दोघंही कमालीची खंतावलेली ... निराश झालेली ... म्लान दिसत होती ...

तळहाताला काहीतरी चिकटलं होतं. मी पाहिलं. एका फुलाच्या चिरडलेल्या दोन पाकळ्या ... हाताला लागलेली घाण टाकावी, तशी मी त्या दुसऱ्या हाताच्या टिचकीनं लांब उडवल्या.

तसाच गवतात डोकं टेकून पडून राहिलो - दुखणाईतासारखा ...

हे काय झालं होतं? स्त्रीचा हा अनुभव येईल, अशी मी कल्पनाही केली नव्हती. पण का? तिला त्यात कसला आनंद मिळाला होता? कसलं सुख मिळालं होतं? का तिला तो आनंद नकोच होता? तिच्या शरीरात त्या सुखाची गरजच निर्माण व्हायची राहून गेली होती? की त्याहून अधिक भयंकर, म्हणजे त्या सुखाची घाण वाटण्याची विकृती निर्माण झाली होती?

पण ते माझ्याच वाट्याला का? ज्याचं स्त्रीशरीरावर नितांत प्रेम होतं; जो त्या शरीराला खुलवायला, सुखवायला कायमच आतुर होता? त्यासाठी कसलंही साहस करायला तयार होता? त्या माझ्यासारख्या रसिक प्रेमिकालाच हे का सहन करावं लागत होतं?

दूरवरून समुद्राच्या लाटांचा आवाज येत होता ... कसला आवाज होता तो? त्यात काही शब्द होते का? तो आवाज त्याच समुद्राच्या दुसऱ्या किनाऱ्यावरच्या एका चिमुकल्या घरातून येत होता का? त्यात तीन स्त्रियांचे रुदनस्वर मिसळले होते का? तिघींच्या काळजातून, खालवरून येणारे विफल विलापाचे झुरते स्वर?

नीट ऐक... त्या स्वरातून शापवाणी उच्चारली जातेय... भुतांसारख्या एकट्या राहिलेल्या त्या तिघी तुझ्या पुरुषार्थाला शाप देताहेत...

माझ्या अंगावर काटा उभा राहिला. तो विचारदेखील असह्य होऊन मी मान फिरवली-

आणि मला तो दिसला. माझ्या समोरच हातभर अंतरावर गवतात, तो उभा होता. कसलीही हालचाल तो करीत नव्हता. फक्त चांदण्यात त्याची काळी फणा किंचित डोलताना दिसत होती...

आणि अगदी अकस्मात त्यानं, माझी हेटाळणी केल्याप्रमाणं माझ्या दिशेनं एक झटका मारला आणि फणा खाली करून तो गवतामधून सळसळत निघून गेला...

बारा

दुसऱ्या दिवशी सकाळी आम्ही ब्लू सफायरच्या रेस्टोराँमध्ये बसलो होतो.

मी स्वस्थपणे सिगरेट ओढत होतो. श्यामला न्यूजपेपर्स चाळत बसली होती. टोस्ट्स विथ स्क्रॅम्बल्ड एग्ज् आणि कॉफीची ऑर्डर तिनं देऊन ठेवली होती.

माझ्या मनात येत होतं... ही तीच स्त्री का, की जिनं काल रात्री माझ्या पाठीत खंजीर खुपसल्याइतकी दगलबाजी माझ्याशी केली होती? त्या क्षणी मरण येईल तर बरं, असं वाटण्याइतकी असह्य वेदना माझ्या मनाला दिली होती? तिच्याचमुळे का मी माझ्या लग्नाची पहिली रात्र, माझी फुलांनी सजवलेली शय्या सोडून एखाद्या बेघर माणसासारखी होटेलच्या लॉनवर अर्धनग्न पडून घालवली होती?

कथा-कादंबऱ्यांमध्ये, नाटक-सिनेमांमध्ये, अशा रीतीनं अपमानित झालेले पुरुष जन्मात पुन्हा त्या स्त्रीचं तोंडही न बघण्यासाठी तिला कायमचे सोडून गेलेले मी पाहिले होते. प्रत्यक्ष आयुष्यात मात्र माणूस तसं करत नाही, कारण कथेचा, चित्रपटाचा शेवट ठरलेला असतो. खऱ्याखुऱ्या आयुष्यात शेवट माहीत नसतो - किंबहुना माणसाला तो माहीत करून घ्यायचाच नसतो. त्याला आशा असते, की आज ना उद्या सारं काही सुरळीत होईल! तो गोड शेवट आपण आपल्या हातानं उधळून टाकू नये, या खुळचट समंजसपणानं माणूस लाचारीचं लाजिरवाणं जिणं जगत राहतो.

मीही तेच केलं. त्या पहाटे कधीतरी मी खोलीत परत आलो तेव्हा श्यामला आमच्या डबलबेडवर पांघरूण गळ्यापर्यंत ओढून आरामात पहुडली होती. मी दाढी केली, आंघोळ केली, आणि ही कामं करत असताना प्रत्येक क्षणी मनाशी म्हणत राहिलो - ठीक आहे! ज्यात तिला सुख, त्यातच आपल्यालाही सुख! दोघांपैकी निदान एक जण आरामात झोपलंय, हे काही वाईट नाही. हळूहळू तिच्या कलानं

घेऊ. तिलाही समजायला लागेल, संसारातलं सुख कशात असतं ते!

सगळी तयारी करून मी, ती झोपून उठायची वाट पाहात, लाउंजमधून वर्तमानपत्रं आणून ती चाळत बसलो. थोड्या वेळानं श्यामला उठली आणि आंघोळीपर्यंत सारी कामं उरकून सुरेख कांजीवरम साडी नेसून ब्रेकफास्टला जायला तयार झाली.

या सगळ्या वेळात ती माझ्याशी एक अक्षरही बोलली नव्हती. मग मी रात्र कशी घालवली, कुठं पडलो होतो, मला झोप आली का, हे विचारणं तर दूरच राहिलं! माझी अपेक्षा अशी होती, की ती रात्रीच्या प्रकाराबद्दल अगदी सरळ नाही, तरी कुठल्या ना कुठल्या मार्गानं दिलगिरी व्यक्त करेल! पण तिच्या गप्प राहण्याच्या पवित्र्यावरून असं वाटत होतं, की जसा काही मीच तिच्यावर भयंकर अन्याय केला होता. एखाद्या निष्पाप मुलीला काही कामाच्या निमित्तानं मी खोलीवर बोलावून घेतलं असावं आणि तिच्यावर बलात्काराचा प्रयत्न केला असावा! तसं!

शेवटी मीच तिला म्हटलं, लेट्स गो फॉर ब्रेकफास्ट. खरं तर ब्रेकफास्ट खोलीतच मागवून घेता आला असता. पण पुन्हा त्या खोलीत दोघांनीच गप्प बसून राहायचं, यापेक्षा रेस्टोरॉंच्या मोकळ्या वातावरणात थोडं बरं वाटण्याची शक्यता होती.

ब्रेकफास्ट आला आणि श्यामलेला बोलावंच लागलं. टोस्ट्सपैकी निम्मे टोस्ट अर्धे भाजलेले आहेत, तर निम्मे जास्त जाळलेले आहेत, अशी तक्रार करून तिनं वेटरला ते परत न्यायला लावले. खाताना मी किंचित जास्त आवाज केला, असं वाटून तिनं माझ्याकडे एकदोन त्रस्त कटाक्ष टाकले आणि पुन्हा वर्तमानपत्र वाचायला सुरुवात केली.

आमचे ते तिन्ही दिवस साधारण याच वातावरणात गेले. रोज सकाळी ब्रेकफास्ट आटोपून, ब्लू सफायरच्या आजूबाजूची प्रेक्षणीय स्थळं पाहण्यासाठी आम्ही निघत असू. फारसं संभाषण न करता यांत्रिकपणे ती पाहात असू. मधे कुठंतरी लंच घेत असू. रात्री रेस्टोरॉंवर जेवत असू. पण तेही एकमेकांशी फारसं न बोलता! लग्नाच्या आधी माझ्याशी तासचे तास बोलत बसणारी श्यामला जशी काही आता नाहीशीच झाली होती. एखादं जड ओझं डोक्यावर वागवत असल्यासारखी ती माझ्याबरोबर वावरत होती. हसणं, विनोद करणं, गुणगुणणं तर सोडाच - पण आमचं साधं बोलणंसुद्धा तुटक आणि जेवढ्यास तेवढं चाललं होतं. ते घुसमटलेलं वातावरण बदलावं, म्हणून मी उत्साहानं काहीतरी बोलायला जावं; तर ती माझं पुरतं सांगून होईपर्यंत गप्प बसेच, पण सांगून झाल्यानंतरही त्यावर कुठलीच प्रतिक्रिया देत नसे. मी जाणूनबुजून तिला बोलतं करण्यासाठी एखादा प्रश्न विचारला, तर ती तुसडेपणानं त्याचं एखाददोन शब्दांत उत्तर द्यायची.

खरं म्हणजे आमचा मधुचंद्र चाललेला होता. आम्ही श्रीलंका बघायला टुरिस्ट म्हणून आलेलो नव्हतो. केवळ ओळखीचे स्त्री-पुरुष एवढंच आमचं नातं नव्हतं. गेली दोनअडीच वर्षं आम्ही प्रियकर-प्रेयसी होतो आणि त्यानंतर आता पती-पत्नी झालो होतो. पण आमच्या भटकण्यात, रिक्षामध्ये बसण्यात, रेस्टोरॉंमध्ये जेवण्यात कुठंही ती जवळीक जाणवतच नव्हती. प्रेमात असलेली माणसं जशी सूक्ष्म जिव्हाळ्यानं एकमेकांशी स्मित करतात, कितीही पाहिलं तरी समाधान न झाल्यासारखी संधी मिळेल तेव्हा एकमेकांकडे पाहत राहतात, एकमेकांच्या शरीरावरचा आपला हक्क एखाद्या निसटत्या स्पर्शानंही सिद्ध करतात, जातायेता एकमेकांचा आधार घेतात आणि एक अगदी खाजगी गुपित जगाला कळू न देता एकमेकांतच वाटून घेतात; तसं इथं काहीच घडत नव्हतं. कारण त्या पहिल्या रात्री आम्हाला असं एखादं गुपितच सापडलेलं नव्हतं ...

पहिल्या रात्रीचा अनुभव दुसऱ्या रात्री येणार नाही, अशी मला खात्री होती. काहीही झालं तरी ती एक स्त्री होती. आणि स्त्रीचं शरीर काहीतरी प्रतिक्रिया आपसूक देणारच!

आम्ही जेवून आलो आणि मी कपडे बदलले. ती दिवा लावून, त्याच्या अपुऱ्या उजेडात वाचत बसली.

मी बिछान्यावर अंग टाकलं आणि तिला म्हटलं – कशाला वाचत बसल्येयस? झोपायला ये ना!

झोपू? तुझ्याजवळ -? ती एकदम उसळून म्हणाली. तू माझ्या आयुष्याचा सत्यानाश केलास!

मी -?

मग कुणी? प्रिन्सिपॉल नायरांना तू आपलं लग्न ठरल्याचं सांगितलंस. बेअब्रू होईल, या भीतीनं मला तुझ्याशी लग्न करावं लागलं.

मी चकितच झालो. आजवर श्यामला कधीच असं काही म्हणाली नव्हती. कारण ते आजवर तिला कधी तसं म्हणायचंच नव्हतं. तिनं तसं म्हटलं असतं, तर मी कधीही आमचं लग्न मोडून टाकलं असतं. तिलाही हे समजत नव्हतं, असं नाही. पण काहीतरी करून तिला मला दोष द्यायचा होता.

पण मला वाद घालायचा नव्हता. म्हणून मी तिला विचारलं – तू झोपायला येणारेयस की नाही?

तशी तिनं, काय याचा त्रास पडलाय! धड वाचूसुद्धा देत नाही! अशा पद्धतीनं पुस्तक फाडकन बंद केलं, दिवा काढला आणि धाडकन माझ्याशेजारी अंग टाकलं.

मी काही क्षण तसेच जाऊ दिले. बाहेरच्या रातकिड्यांचा आवाज ऐकत.

...काही क्षणांनी, मी तिच्या बाजूला कुशीवर वळलो, आणि तिच्या कपाळाचं चुंबन घेतलं.

तिनं हातानं घासून कपाळ पुसून टाकलं.

का? तुला मी तुझं चुंबन घेतलेलं आवडत नाही का? कळत असतानाही मी विचारलं.

असल्या गोष्टी फालतू माणसं करतात – ती म्हणाली.

मी तिच्या शब्दांनी गार झालो. तरीही निकरानं विचारलं – चुंबन घेणं हे फालतूपणाचं आहे?

हे बघ, मला असल्या किळसवाण्या गोष्टींवर चर्चा करायची नाही.

मला काय करावं ते सुचेना. मी नुसताच पडून राहिलो. मग लुंगी फेडून टाकली आणि तिच्या बाजूला वळलो. तिच्या अंगावर हात टाकून तिला जवळ ओढलं... आणि तिच्या अंगाला अंग गच्च भिडवलं.

माझ्या कमरेखालच्या शरीराचा स्पर्श झाल्याबरोबर ती चटका बसावा तशी माझ्यापासून दूर झाली, आणि "जनावर!" असं ओरडून अंथरुणात उठून बसली.

मग मात्र खरंच माझ्यातलं जनावर जागं झालं. मी तिला खाली ओढलं, आणि तिची पाठ अंथरुणाला लावली. तिचे कपडे वर सारले आणि अंतर्वस्त्र खसकन खाली खेचलं. ती स्फुंदून स्फुंदून रडत राहिली. पण तिच्या रडण्याकडेही लक्ष द्यायचं नाही, असं मी ठरवलं होतं.

फार वेळ न घालवता मी आत शिरण्याचा प्रयत्न करू लागलो... आणि पुन्हा!

पुन्हा काल रात्रीचाच प्रसंग! माझा निकराचा - काल रात्रीपेक्षा अधिक जोराचा प्रयत्न! आणि तिच्या शरीराचा संपूर्ण असहकार!

एकदम माझ्या डोळ्यांसमोर रुक्मिणी चमकून गेली. त्या वेळी तिच्या शरीरानं मला साथ दिली नव्हती, ती वाढ न झाल्यामुळे ... पण निदान तिचं मन - तिच्या मनाला तरी मी सुखी व्हावं, असं नक्कीच वाटत होतं.

माझं अंग घामानं चिंब भिजून गेलं. मी प्रयत्न सोडून दिला.

श्यामला बाथरूममध्ये पळाली आणि आपलं शरीर स्वच्छ करू लागली. शॉवरचा आवाज मला चिडवू लागला.

मी उशीवर डोकं टेकलं. झोप येणं शक्यच नव्हतं. काय असेल हे? आजवर मी असा प्रकार कधी ऐकला नव्हता. मद्रासला गेल्यावर डॉक्टर मनोहरनशी बोलायला हवं.

श्यामलेच्या असहकार पुकारणाऱ्या शरीराच्या बाबतीत एक वेळ डॉक्टर काहीतरी करू शकेल! पण तिच्या निष्प्रेम वागण्याला तो काय करणार? जिला चुंबन किळसवाणं वाटतं, त्या स्त्रीबरोबर आपण सबंध आयुष्य कसं घालवणार?

भवितव्याचा विचार, त्या काळोखात अक्राळविक्राळ रूप घेऊन मला भेडसावू लागला ...

मी उठलो आणि लाउंजमध्ये येऊन सिगरेट ओढत बसून राहिलो.

मध्यरात्री कधीतरी आत येऊन मी अंथरुणावर अंग टाकलं. श्यामला पांघरूण घेऊन दुसऱ्या बाजूला तोंड करून गाढ झोपी गेली होती.

तिसऱ्या दिवशी मला भटकण्याचा कंटाळा आला होता. काहीच करावंसं वाटत नव्हतं. तोंडाची चवच गेल्यासारखी झाली होती. तरीही, केवळ तेवढ्याच कारणानं श्यामलाचा विरस होऊ नये; म्हणून मी दिवसभर तिच्याबरोबर भटकून झू पाहिला, लेकमध्ये बोटिंग केलं, बुद्धमंदिरात जाऊन प्रार्थनासुद्धा केली.

संध्याकाळी तिला कपड्यांच्या खरेदीला जायचं होतं. मी म्हटलं – मी येत नाही. तू एकटीच जा -

हा कशाचा सूड आहे, तो मला माहितेय! ती म्हणाली.

सूड कसला? आय ॲम टायर्ड. दोन रात्री मला झोपदेखील नीट मिळाली नाहीये.

तो तुझाच दोष आहे! तुला जर जनावरांसारखे चाळे करायचे असतील, तर वेल, आज लवकर झोप! सकाळी फ्रेश वाटेल! मग - चलतोस ना?

नो - कपड्यांच्या खरेदीत मला इंटरेस्ट नाही.

ओ.के. लग्नाच्या तिसऱ्या दिवशी तू बायकोला खरेदीसाठी एकटी पाठवणार असलास तर -

लग्नाच्या तिसऱ्या दिवशीच्या बायकोच्या कर्तव्यांविषयी मला खूप बोलायचं होतं- पण ते बोलणं मूर्खपणाचं ठरलं असतं. झोपेचं सोंग घेतलेल्याला जागं करण्याचा तो प्रयत्न ठरला असता.

ती हट्टानं एकटीच गेली. वाटायला नको होतं, पण मला एकदम हायसं वाटलं. गेले तीन दिवस माझ्या डोक्यावर टांगलेला एक धुळीचा ढग बाजूला झाल्यासारखं वाटलं.

मी रेस्टॉरॉंच्या परमिट रूमकडे वळलो. एका कोपऱ्यातलं टेबल गाठून तिथं बसलो. टेबलावरच्या मंद जळणाऱ्या मेणबत्तीकडे पाहता-पाहता मला जरा हलकं वाटू लागलं. 'येस! स्टिल देअर आर सम ब्युटिफुल थिंग्ज इन लाइफ!' गेल्या दोन रात्री आणि तीन दिवसांच्या अनुभवानं मला सगळं काही कठोर, क्रूर, कुरूप वाटायला लागलं होतं. स्त्री इतकी थंड, इतकी भावनाशून्य, इतकी निर्जीव असू शकते; सगळ्या आनंदापासून, मौजमजेपासून इतकी लांब राहू शकते, या शोधांनी मी हादरून गेलो होतो. माझा आयुष्यावरचा विश्वास उडाल्यासारखा झाला होता. सगळं सौंदर्य आपल्यापुरतं संपलं आहे, असं वाटू लागलं होतं. परमिट रूममधल्या

त्या आनंदी वातावरणानं, वेटर्सच्या लगबगीनं, बँडमधल्या म्युझिशिअन्सच्या तल्लीन होऊन वाजवण्यानं आणि बँडच्या तालावर नाचणाऱ्या, झालरींचे पायघोळ झगे घातलेल्या तरुण मुलींच्या चेहऱ्यावरच्या असीम आनंदानं मला माझ्या जगात परत आल्यासारखं वाटलं.

मी ड्रिंक ऑर्डर केलं, आणि आजूबाजूची मजा पाहत बसलो.

माझा दुसरा पेग चालू असताना होटेलचा सिंहली मॅनेजर मला दिसला. तो नेगोम्बोचा होता. होटेलच्या कामातून वेळात वेळ काढून तो मधेच परमिट रूमला भेट द्यायला आला होता. मला पाहिलं आणि तो माझ्या टेबलावर येऊन बसला. त्यानं एक जिमलेट ऑर्डर केलं.

आय ॲम ऑन ड्युटी - तो हसतहसत म्हणाला - कान्ट ड्रिंक मच!

होटेल कसं वाटलं, झू कसा वाटला, रस्ते, देवळं काय काय पाहिलंत, वगैरे बरंच काही अवांतर बोलणं झाल्यावर तो मनाविरुद्ध एखादा विषय काढावा तसं म्हणाला - आर यू अलोन? व्हेअर इज युअर वाइफ?

ती खरेदीला गेलीये – मी सांगितलं.

इफ आय मिस्टेक नॉट, परवाच तुमचं लग्न झालं, होय ना? वुइ हॅड आस्कड फॉर अ ब्रायडल स्वीट. रागवणार नसाल, तर एक विचारतो - यू स्पेन्ट दॅट नाइट ऑन द लॉन - राइट? अँड यस्टरडे इन द लाउंज! इज एनीथिंग रॉंग? जस्ट अ मॅन टू मॅन टॉक. डोन्ट टेल इफ देअर इज एनीथिंग एम्बॅरॅसिंग!

एकदा वाटलं, या प्रेमळपणे चौकशी करणाऱ्या माणसाला सारं काही सांगावं. हा तरुण अननुभवी असेल, त्याची खरंच काही अडचण असेल, तर त्याला मार्गदर्शन करावं; अशा प्रामाणिक भावनेनं तो विचारत होता!- पण माझी जगावेगळी अडचण मी त्याला कशी सांगणार आणि कुठल्या शब्दांत? कदाचित त्यानंही मला खुळ्यात काढलं असतं! - तुझीच काहीतरी चूक होत असेल, असं म्हटलं असतं.

मी हसलो. त्याला म्हटलं - नथिंग सिरियस. लग्नाची तारीख ठरवताना जरा गोंधळ झाला.

ओ! आय सी. तोही मनावरचं ओझं उतरल्यासारखा खो खो हसला – तिच्या तारखा तुम्ही आधी विचारून घेतल्या नाहीत.

एक म्हणजे अगदी निश्चयानं एकच जिमलेट पिऊन तो गेला. जाताना मला 'हॅपी मॅरीड लाइफ' करायला तो विसरला नाही ...

रात्री आम्ही डिनर घेतलाच नाही. मी व्हिस्कीबरोबर सँडविचेस खाल्ले होते. श्यामला बाहेरून प्रचंड खरेदी करून आली होती. साड्या, नाइट गाउन्स, शाली, कशिद्याच्या चपला, पोवळी, किमोनो, बुद्धमंदिरांच्या छोट्या प्रतिकृती आणि खूप

काय काय! माझ्यावरचा तिचा राग मात्र होता तसाच होता. मी डिनर घेणार आहेस का, असं विचारलं – त्यावर तिनं– भूक नाही – असं तुटक उत्तर दिलं.

व्हिस्कीनं माझ्यात आज एक आत्मविश्वास आला होता. श्यामलेची जी, मला तुच्छतेनं वागवायची पद्धत होती, तिचा आज माझ्यावर काही परिणाम होणार नव्हता. गेले दोन दिवस मनाला आलेली मरगळ काहीशी कमी झाली होती आणि कुणी सांगावं, हळूहळू आपला संसार मार्गाला लागेलही, अशी एक धुगधुगती आशा मनात जागी झाली होती.

श्यामला नाइट गाऊन घालून खिडकीपाशी उभी होती. बाहेर पाहात. मीही तिच्या शेजारी जाऊन उभा राहिलो. क्षणभर बाहेर पाहात राहिलो. चंद्रप्रकाशात झाडं एका गूढ समाधीत उभी होती. त्यांच्या सावल्यांनी हिरवळीवर रहस्यमय आकृत्या काढल्या होत्या.

इजन्ट इट ब्यूटिफुल? मी श्यामलेला विचारलं.

ती म्हणाली – असं पाहिलं, की मला प्रार्थना करावीशी वाटते.

गेल्या तीन दिवसात ती पहिल्यांदाच काहीतरी न लागेलसं बोलली होती.

मी तिच्या चेहऱ्याकडे पाहत राहिलो. बाहेरून आत येणाऱ्या निळसर चंद्रप्रकाशात तो काहीसा धूसर, पारलौकिक वाटत होता. एरवी कधीच दिसणार नाही इतका नितळ - कल्पनेबाहेर सुंदर दिसत होता. छे! ही स्त्री नाही, हिला स्त्रीच्या भावना नाहीत, असं कोण म्हणेल? एका विलक्षण ओढीनं मी तिच्या चेहऱ्याजवळ माझे ओठ नेले.

शी:ऽ तोंड फिरवत ती म्हणाली. दारू पिऊन आलायस तू! दूर हो - दारूची घाण मला सहन होत नाही.

असं नको करू श्यामी – मी तिच्या खांद्यावर दोन्ही हात ठेवीत म्हणालो - सगळ्या सुंदर गोष्टींचा असा कचरा नको करून टाकूस. हे चांदणं सुंदर आहे - तू सुंदर आहेस - तशीच मधुचंद्राच्या रात्री दारूसुद्धा सुंदर असते.

तुला दारू चढलीये - यू आर ड्रन्क! ती मला दूर ढकलू लागली.

मग मात्र माझा संयम संपला. दारूनं हल्लक झालेल्या माझ्या डोक्यात वासना आणि संताप या दोघांचाही उन्मत्तपणे नाच सुरू झाला. मी तिला गच्च धरलं आणि तिच्या कपाळापासून सुरुवात करत खालपर्यंत तिच्या शरीराची चुंबनं घेत सुटलो.

यू ब्रूट! काय करतोयस तू? - सोड मला - आधी सोड - अंगावर झेप घेणाऱ्या एखाद्या मोठ्या जनावराला घाबरून हाकलीत सुटावं, तसं श्यामला करू लागली. कशीतरी तिनं माझ्या तावडीतून स्वत:ची सुटका करून घेतली, आणि ती बाथरूमकडे पळू लागली.

मी झेप घेऊन तिला वाटेतच अडवलं आणि गच्च कवटाळलं. ती जसाजसा

सुटकेचा प्रयत्न करू लागली, तसतसा मी अधिकच आवेगानं तिला लगटू लागलो. ओढत ओढत मी तिला सोफ्यावर नेऊन टाकलं आणि तिच्या अंगावर चढाई केली. ती विव्हळत माझा मारा चुकवण्याचा प्रयत्न करत होती, आणि मी, तिचा हाताला येईल तो अवयव कुस्करत सुटलो होतो.

अशातच केव्हातरी तिनं मला बाजूला ढकललं आणि बाथरूम गाठली. पण ती दार लावून घेणार एवढ्यात मी चपळाईनं आत शिरलो. माझ्या कमरेचं वस्त्र मी तिथंच टाकून दिलं आणि तिचा नाइट गाउन ओढून काढू लागलो. मी हे सारं दारूच्या नशेत करत आहे, अशा सोयीस्कर समजुतीनं; माझी दारू उतरावी, म्हणून तिनं शॉवर चालू केला आणि मला त्याखाली ढकललं. ढकललं जात असतानाच मी तिचा नाइट गाउन इतक्या जोरानं ओढला, की तो फर्ररकन् फाटला. त्याबरोबर मी तो अधिकच जोरानं ओढून त्याच्या चिंध्या तिच्या अंगातून काढून टाकल्या. बाथरूमच्या जमिनीवरच मी तिला खाली खेचलं आणि स्वत: तिच्या अंगावर पडलो. दोघंही शॉवरखाली भिजून चिंब झालो होतो... तरी शॉवर चालूच होता... अंगावर पडणाऱ्या धारांमुळं शरीर अधिकाधिक उत्तेजित होत होतं. एका झटक्यात मी तिचं तलम अंतर्वस्त्र खेचून काढून टाकलं आणि मांड्या दोन्ही बाजूला पसरल्या.

ओ गॉड! व्हिक्टरी! व्हिक्टरी ॲट लास्ट! मी आत प्रवेश केला होता - दोन रात्री जे अशक्य वाटत होतं, ते शेवटी प्रत्यक्षात आलं होतं. आनंदाच्या, विजयाच्या लहरी माझ्या सबंध शरीरात खेळू लागल्या... ती नको, नको, ओरडत होती - आणि मी माझ्या शरीरावर कधीपासून पडलेला तणाव तिच्या शरीरात सैर करीत होतो... एका नाठाळ वारूवर स्वार होणं मला जमलं होतं. माझ्या कब्जात असलेल्या त्या वारूसह मी उधळलो होतो. मला ठाऊक असलेल्या पण मध्यंतरी दिसेनाशा झालेल्या त्या सुखाच्या प्रदेशात वेगानं दौड करत निघालो होतो.

जे होत होतं, ते जितकं माझ्या स्वत:च्या आनंदासाठी होतं, तितकंच ते माझ्या अंगाखालच्या देहाच्याही कल्याणासाठी होतं. इतर देहांना लाभणारं सुख आज त्यालाही प्राप्त करून देणारं होतं... त्याचं सार्थक करणारं होतं - त्याचा गौरव करणारं होतं... आजवर पूर्ण स्त्री नसलेल्या एका व्यक्तीला पुरुषदेहाची ओळख करून देऊन, तिचं स्त्रीत्व मिळवून देण्याची नशा माझ्यात चढली होती - वाढत होती -वाढत होती आणि त्या नशेचीच अतिताणाने एक कमान तयार झाली आणि अखेरीस एकामागून एक असे अनेक टोकदार तीक्ष्ण तीर त्या कमानीतून सटासट सुटले.

एका सुखद थकव्यानं श्रांत होऊन मी तिच्या स्तनांवर डोकं ठेवून शॉवरचे तुषार अंगावर घेत पडून राहिलो. मला वाटलं, तीही शांतपणे हे सुख स्वत:मध्ये

जिरवून घेईल. पण नाही! त्याच क्षणी ती माझं डोकं बाजूला सारून उठली आणि तिनं शॉवर बंद केला. तिथल्या बारवरचा टर्किश टॉवेल अंगाभोवती पांघरून ती बाहेर पळून गेली.

मी सावकाश उठलो. पुन्हा एकदा शॉवर सुरू केला. त्याखाली उभा राहिलो. हळूहळू विझत चाललेली शरीराची आग त्या गारव्याखाली पूर्ण विझू दिली. मग शॉवर बंद केला आणि बारवरचा न वापरलेला टर्किश टॉवेल घेऊन शरीर अगदी संथपणे, फुरसदीनं कोरडं केलं. एखादं अतिशय सुंदर किमती पण तकलादू काचेचं भांडं काळजीपूर्वक पुसावं, तसं! उतावळीच्या, बंडखोरीच्या कल्लोळातून जोमानं पुढं होऊन, एक लढाई शर्थीनं लढून आणि तरीही आता त्यापासून पूर्ण अलिप्त होऊन, तत्त्वचिंतनात बुडून गेल्याप्रमाणे स्वतःच्याच तंद्रीत मान खाली घालून बसलेल्या माझ्या अवयवाला मी अगदी प्रेमानं पुसलं! त्याच्या माथ्यावरचा पाण्याचा थेंब न् थेंब पिंडीवरचं फूल हलकेच उचलावं, तशा भक्तिभावानं टिपला आणि त्याला मायेनं थोपटत म्हटलं - राजा, दोन रात्री आंधळं दुःख, असह्य अपमान तू सहन केलास; पण आज मिळवायचं ते मिळवलंस. मला तुझा अभिमान वाटतो, दोस्त! यापुढं तरी तुला सुखाचे दिवस येतील, अशी आशा आहे.

बाथरूममधून लुंगी लावून मी बाहेर आलो, तेव्हा श्यामला थकव्यानं म्हणा, किंवा मनाविरुद्ध का होईना, पण शरीरात अंकुरलेल्या एका नव्या संवेदनेची नशा चढून, शांत झोपली असेल, अशी माझी अपेक्षा होती. झोप तिला किती प्रिय होती, हे रोज रात्री मी पाहतच होतो.

पण माझी अपेक्षा चुकीची ठरली. मी हे लक्षात घ्यायला हवं होतं, की गेल्या दोन रात्री माझा जो पराभव होत होता, त्याच्यात वाटणाऱ्या सुखानंच श्यामलेला शांत झोप लागत होती. आज माझा विजय झाला होता. खरं म्हणजे तो माझ्या एकट्याचा विजय नव्हताच - आमचा दोघांचाही होता! सर्वसाधारणपणे कुठल्याही निरोगी स्त्रीपुरुषांना जी कृती सहज करता यावी, ती दोन रात्री आम्हाला साधली नव्हती आणि आज साधली होती! आता काळजी करण्यासारखी परिस्थिती राहिली नव्हती, श्यामलेत काही दोष नाही, हे सिद्ध झालं होतं. तेव्हा माझ्यापेक्षाही हा तिचाच मोठा विजय होता. पण हा झाला सर्वसाधारण स्त्रीचा दृष्टिकोन! श्यामला असामान्य होती! त्यामुळं ती जागीच बसून राहिली होती. गंभीरपणे विचार करत!

तुला झोप आली नाही? मी विचारलं. अतिशय मृदू स्वरात. गेले तीन दिवस माझ्या स्वभावात जो ताठरपणा आला होता, तो आता नकळत निघून गेला होता.

मला झोप येणार नाही. मी अपवित्र झाले आहे! कातडी सोलून टाकली, तरच आता मला स्वच्छ वाटेल. ती कडकडीत आवाजात म्हणाली.

पुन्हा तेच! कुठल्याही अनुभवानं श्यामला बदलणार नव्हती. कारण आपल्या

अहंकारापायी, ती कुठल्याही नव्या अनुभवाला स्वत:पर्यंत पोहोचूच देत नव्हती.

पावित्र्याचे तुझे काय हिशेब आहेत, मला समजत नाहीत. मी हा प्रश्न धसाला लावायचा म्हणून विचारलं. (खरं तर मस्तकात अजूनही पीटर स्कॉटची उदबत्तीच्या धुरासारखी किंचित रेंगाळणारी नशा असताना आणि त्यानंतर शरीर पुरेसं श्रमलं असताना मला वाद न घालता शांत झोपण्याचीच गरज होती.) मी तुझा कायदेशीर, तुझ्या त्या लॉर्ड व्यंकटेशाच्या साक्षीनं तुझ्याशी लग्न झालेला नवरा आहे - कोण परपुरुष नव्हे!

परकेपण हे मानण्यावर असतं. श्यामला फणकाऱ्यानं म्हणाली. मी तुला परकाच समजते.

का पण – का? आपली ओळख आजची नाही! गेली दोन - अडीच वर्षं प्रेम करून आपण लग्न केलं.

ते चुकलं. माझ्या आता लक्षात येतंय की माझं तुझ्यावर प्रेम नव्हतं – कधीच नव्हतं!

सबंध खोली माझ्याभोवती फिरतेय, असा मला भास झाला. गेल्या दोन रात्रीचा शारीरिक अपमान परवडला, इतका प्रचंड धक्का या मानसिक अवहेलनेनं मला दिला होता...

मीच कशाला, कुठलीही बुद्धिमान स्त्री तुझ्यावर प्रेम करील, असं मला वाटत नाही. मला इतका वेळ जो विजय वाटत होता, त्याचा बदला घेण्याच्या पूर्ण निश्चयानं शब्दाशब्दाला विष लावून श्यामला शापवाणी उच्चारल्याच्या थाटात बोलत होती. प्रेम ही गोष्टच तुझ्या समजुतीपलीकडची आहे. तुला कळते ती रानटी वासना! गलिच्छ माणूस आहेस तू! माणूसही नाहीस! पशू! माझ्यासारख्या उच्च आध्यात्मिक पातळीवर जगणाऱ्या स्त्रीशी तू एखाद्या माकडासारखे चाळे चालवलेयस आपल्या लग्नाच्या पहिल्या रात्रीपासून!

मग -? मग तुला नवरा तरी कसा हवा होता? नपुंसक? जो लग्नाच्या रात्री तुझी आध्यात्मिक प्रवचनं ऐकून डोक्यावरून पांघरूण घेऊन स्वस्थ झोपला असता, असा षंढ? जो कसलीही कृती करायला असमर्थ आहे, असा? ज्याच्यात पौरुषच नाहीये असा?

पौरुष? तुझ्या मांड्यांमध्ये वळवळणाऱ्या त्या ओंगळ गांडुळाला तू पौरुष समजतोस? हीच तुझी पौरुषाची सहा इंची व्याख्या! ते तुझं पौरुष माझ्या शरीराच्या कधीही जवळ आणू नकोस. ओकारी - ओकारी येते मला पुरुषाचं हिडीस नागडं शरीर बघून!

नाही! हे सगळं ती प्रत्यक्ष बोलली नाही! यातला एकही शब्द ती बोलली नाही. हे सगळे शब्द ती बोलल्याप्रमाणे माझ्या कल्पनेतून आले. पण प्रत्यक्षात

अधिकच भयंकर घडलं. ती बोलायची थांबली. 'माझं तुझ्यावर प्रेम नव्हतं! कधीच नव्हतं!' या शब्दांनंतर ती थांबली. तिच्या त्या शब्दांमधून काय सूचित होत होतं, ते मात्र बराच काळ माझ्या डोक्यात फिरत राहिलं. प्रत्यक्षात ती ते बोलली असती, तर मला वाद घालून माझी बाजू मांडता आली असती. ती पटवता आली नसती, पण पटवण्याची एक टक्का संधी मिळाली असती. पण ती संधीही तिनं मला दिली नाही. जमिनीवर वळवळणाऱ्या एखाद्या किड्याशी वाद घालणं निरर्थक आहे, असं मला जाणवून देऊन ती आपल्या मौनाच्या अभेद्य कोशात दडून बसली.

बहुधा ती सोफ्यावर झोपली. मी एकटाच बिछान्यावर पडलो. कुणीतरी माझं अस्तित्वच ठेचून टाकलंय, असं मला वाटत होतं. तिचं माझ्यावर प्रेम नव्हतं! कधीच नव्हतं! मग आमच्या लग्नाला काय अर्थ उरला होता? त्याहीपेक्षा, मी तिच्यावर जे वेड्यासारखं प्रेम केलं, त्यात काय तथ्य राहिलं होतं? त्रिची एअरपोर्टवर तिला पोचवायला जाणं, आत्मविश्वासानं प्रिन्सिपॉल नायरना आमच्या लग्नाविषयी सांगणं, तिचं नृत्य रद्द झालं म्हणून तिच्या चौकशीला जाणं, मूर्तीअंकलशी खोटं बोलणं, चल्लाकडे पैसे मागणं – श्यामलेच्या नादानं आजवर मी केलेल्या सगळ्या गोष्टी माझ्या डोक्यात फिरायला लागल्या – जी मी आजवर माझ्या उत्कट प्रेमाची स्मृतिचिन्हं म्हणून मनाच्या कोशात जपून ठेवली होती, ती काय होती? केवळ माझ्या खुळेपणाच्या खुणा?

आणि तरीही मी त्या रात्री पुन्हा तोच खुळेपणा केला. उत्तररात्री जेव्हा मला जाग आली, तेव्हा माझ्या लक्षात आलं - माझ्या शेजारी कुणीच नाही. ती जागा रिकामी आहे. संपूर्ण डबलबेडवर एका बाजूला मीच झोपलो होतो. मग लक्षात आलं... श्यामला सोफ्यावर झोपली होती... एकटीच झोपली होती... हे बरोबर नव्हतं. लग्नानंतरच्या तिसऱ्याच रात्री माझ्या पत्नीनं असं एकटंच सोफ्यावर झोपणं ठीक नव्हतं. ही तिची उपेक्षा ठरली असती - मला माझ्या पत्नीची उपेक्षा करायची नव्हती.

मी सोफ्याजवळ गेलो. ती पाय पोटाशी घेऊन झोपली होती. पांघरूण बाजूला झालं होतं आणि खोली एअरकंडिशंड असल्यामुळं तिला थंडी वाजत असावी. तिला उचलावं आणि बिछान्यात आणून ठेवावं, असं मला वाटलं. पण कुणीतरी माझा हात धरून ठेवला. 'मी तुला परकाच समजते. माझं तुझ्यावर प्रेम नाही! कधीच नव्हतं!' अशा शब्दांचं एक वलय माझ्याभोवती तयार झालं. मला ते ओलांडता येईना. ते तोडून श्यामलेला स्पर्श करता येईना.

मी माझ्या बाजूचा रग उचलला आणि तिच्या अंगावर घातला. तिच्या झोपेतल्या शांत चेहऱ्याकडे पाहिलं. कधी ना कधीतरी तिला 'प्रेम' या शब्दाचा अर्थ

कळेल, अशी आशा मला त्या मिटलेल्या पापण्यांकडे पाहताना वाटली.

आणि हीच माझ्या अध:पाताची दुसरी पायरी होती. जिचं आपल्यावर प्रेम नाही, अशा स्त्रीला तत्काळ जळत्या निखाऱ्यासारखं हातातून टाकून दिलं नाही, उलट हृदयाशी धरलं तर हृदय जळूनच जाणार! पण एकतर्फी प्रेम हे प्रेम नसून ज्यात रोगी नष्ट होण्याखेरीज दुसरा इलाजच नाही, असा एक लाचारीचा रोग आहे, हे लक्षात घेऊन, आपल्यावर प्रेम न करणाऱ्या स्त्रीला – भले ती आपली पत्नी असली – तरी सोडून देऊन दुसरीकडे आपल्या भावनांची कदर आहे, तिथं जाणाऱ्या सुज्ञ पुरुषांसारखा मी वागलो नाही. तिचं माझ्यावर प्रेम नसलं, तरी माझं तिच्यावर आहे, असं त्या पहाटे, तिला पांघरूण घालताना मी स्वत:च्या मनाला सांगण्याची चूक केली आणि स्वत:भोवती कायम गुलामीचं एक अलिखित बंधन घालून घेतलं. कॉलेजच्या शताब्दीमहोत्सवात मी पुरूरवा-उर्वशीचं नृत्यनाट्य पाहिलं होतं. तुझं नग्न शरीर मला कधीच दिसता कामा नये, अशी लोकविलक्षण अट आपल्या पतीला घालणाऱ्या आणि ते दिसताच त्याला तत्काळ सोडून जाणाऱ्या अप्सरेच्या वंशातल्या ज्या स्त्रिया असतात, त्यांच्यावर प्रेम करणाऱ्या पुरुषांची काय गत होते, हे त्यात दाखवलेलं होतं. उर्वशीसाठी विलाप करत फिरणाऱ्या आणि भ्रमिष्टपणे लतावृक्षांना मिठी मारणाऱ्या पुरूरव्याचं उदाहरण डोळ्यांसमोर असतानाही, काही पुरुष आपल्यावर प्रेम न करणाऱ्या स्त्रियांवर अनन्यभावानं प्रेम करतातच. का? इतर पुरुषांप्रमाणे सोयीनुसार चंचल न वागता एकाच स्त्रीवर जन्मभर प्रेम करण्याचा शाप त्यांना मिळालेला असतो का? ते त्या स्त्रीवर व्यक्ती म्हणून प्रेम न करता, आपली स्त्री या कल्पनेवरच प्रेम करतात का? की ते प्रेम करण्याच्या कल्पनेवरच प्रेम करतात?

कोण जाणे! या प्रश्नांची उत्तरं त्या तरुण वयात, माझ्या प्रेमाला लागलेल्या पहिल्या ठेचेनं कळवळत असताना माझ्याकडे कुठून असणार? पण आता वाटतं, की एखादा शापित पुरुष जे करेल तेच मी केलं. तिला तिथं ब्लू सफायरमध्ये सोडून एकट्यानंच मद्रासला निघून येण्याऐवजी मी तिच्या गारठलेल्या शरीरावर प्रेमानं पांघरूण घातलं.

मी बाहेर आलो आणि लाउंजमध्ये उभा राहिलो. लाउंजमधले दिवे मंद वाटू लागले होते. बाहेर उजाडू लागलं होतं. आकाश राखाडी रंगाचं झालं होतं. एक उदासवाणी सकाळ थकलेल्या, आंबलेल्या चेहऱ्यानं उठून बसली होती.

निदान एकच समाधानाची गोष्ट होती. कालच्या शेवटच्या रात्रीबरोबर, आमचा तो भयाण मधुचंद्र संपला होता.

पण त्याच वेळी आमच्या संसाराची काळरात्र सुरू होत होती, याची मला कल्पना असती, तर तेही समाधान फार काळ टिकलं नसतं.

तेरा

मद्रासमध्ये मला राहायला अजून स्वत:ची जागा नव्हती. मी ख्रिश्चन असोसिएशनच्या लॉजमधेच राहात होतो. पण श्यामलाला घेऊन तिथं राहणं शक्य नव्हतं.

पुन्हा चल्लाच मदतीला आला. त्याचा मावसभाऊ ब्रायन कूपर इंडियाच्या मद्रास ब्रँचचा मॅनेजर होता. त्याचा फ्लॅट चांगला मोठा होता. मुख्य म्हणजे त्या फ्लॅटला स्वतंत्र बाथरूम आणि स्वतंत्र दरवाजा असलेली एक खोली होती. त्यानं ती आम्हाला तात्पुरती वापरायला दिली.

चल्लाकडे एक त्रेसष्ट सालची उत्तम कंडिशनमधली जावा होती. ती त्यानं मला फक्त तेवीसशे रुपयांना (आणि तेही – एकदम देऊ नकोस. जमतील तसतसे, तुझ्या सवडीनं दे – असं सांगून) देऊन टाकली. चल्लाच्या कृपेनं, जागा आणि वाहन यांचा प्रश्न असा चुटकीसरशी सुटला.

लग्न करून मद्रासला आल्यावर पहिलं काम अर्थातच बालशारदाम्मांचा आशीर्वाद घेण्यासाठी त्यांच्या घरी जाणं, हे होतं. मी यापूर्वी त्या घरात गेलो होतो, पण तेव्हा या ना त्या कारणानं माझी आणि शारदाम्मांची भेट झाली नव्हती. तसं मी त्यांच्याविषयी खूप ऐकलं होतं, वाचलं होतं. श्यामलेच्या तोंडून तर त्यांचा उल्लेख दररोज व्हायचा. पण श्यामलेचा स्वभाव आणि तिची कला यांची सांगड घातल्यावर मनात कुठंतरी तिच्या गुरूविषयी – विशेषत: ती एक कलावती स्त्री आहे हे लक्षात घेता – अढी बसली होती. त्यामुळं त्यांना भेटायला मला फारसा उत्साह नव्हता. पण भेटणं भागच होतं.

मद्रासमध्ये परत आल्याच्या दुसऱ्याच दिवशी सकाळी आम्ही बालशारदाम्मांकडे गेलो. मला बाहेरच बसवून ठेवून श्यामला शारदाम्मांना, मी आल्याचं सांगायला आत गेली. आतून त्यांच्याकडचा केरळीय मुलगा (आता तो चांगलाच मोठा दिसत होता.) तांब्याच्या फुलपात्रात पाणी देऊन गेला. भिंतीवरच्या वीणावादिनी सरस्वतीच्या

भव्य चित्राकडे मी पाहत बसलो. एवढ्यात...

एवढ्यात प्रत्यक्ष सरस्वतीच माझ्यासमोर अवतरल्याचा मला भास झाला. फक्त ती वीणा वाजवत नसून दरवाजात उभी होती. मला म्हणत होती - इदू यन्ना? तुम्ही पाहुण्यासारखे बाहेरच बसलात? विरंदाळी मादरी वेळीले निरक्केल! चला ना - घरात चला! वांगो! उल्ले वांगो!

मी उठून हात जोडले. खरोखरच पाहताक्षणी कुणाचेही हात जोडले जावेत, असंच बाईंचं व्यक्तिमत्त्व होतं. इतकं शांत, इतकं प्रसन्न सौंदर्य मी आजवर कुठल्याही स्त्रीमध्ये पाहिलेलं नव्हतं. मोत्यासारखी गोरी गुलाबी कांती, चमकदार डोळे, विशाल कपाळ, बुद्धिमान सरळ नाक, (त्यात दोन हिऱ्याच्या चमक्या), आणि भरगच्च, पण आता वयोमानानं चंदेरी होऊ लागलेले केस - विशेष म्हणजे या सगळ्या सौंदर्याला उजळून टाकणारं अत्यंत प्रेमळ, वत्सल असं स्मित! सतत नृत्याच्या तालमीनं या वयातही बाईंचा बांधा चांगला राहिला होता. फक्त त्याचा कल किंचित स्थूलतेकडे झुकू लागला होता. कदाचित आता विस्कळीत झालेल्या रेशमी पोडूवयमुळंही तसा भास होत असावा.

घरात चला - त्या अतिशय गोड आवाजात, खूप दिवसांनी भेटलेल्या मुलाशी आईनं बोलावं, तशा मायेनं म्हणाल्या, मी थोडं काम करते आहे. तिथंच बसू -

बाजूच्या छोट्या मोरीत मी हातपाय धुतल्यानंतर त्या मला स्वैंपाकघरात घेऊन गेल्या. तिथं त्या खांबाला दोरी बांधून मूकू चाळत होत्या. एवढी जगप्रसिद्ध नर्तकी घरात मूकू चाळत बसली आहे, याचं मला त्या क्षणी आश्चर्य वाटलं. (शारदाअम्मांना स्वत: चविष्ट स्वैंपाक करण्याची अतिशय आवड होती, हे मला श्यामलेनं कधीही सांगितलं नव्हतं, परंतु पुढं मला ते चांगलंच ठाऊक झालं.) मी ते बोलून दाखवलं, तशी त्या मनापासून हसल्या. आणि म्हणाल्या – मूकू चाळताना बघा, नृत्याची तालीमच होऊन जाते. दोरीबरोबर हात पाहा कसे मागंपुढे होतात - उभं पाहा कसं राहावं लागतं. सगळ्या शरीराचा तोल सांभाळून - त्यात जास्तीत जास्त सौंदर्य कसं आणायचं, डौल कसा आणायचा, हा प्रयत्न मी करते - तीच तालीम! स्टेजवर यशोदा दधिमंथनम् करताना आम्ही किती वेळा हे दाखवतो - पण नाही हो, अजून नाही ते इतकं प्रत्यक्षातल्या सारखं जमत! तुम्हाला सांगते बघा - परमेश्वरानं ही दुनिया निर्माण केली आहे ना, तिच्याइतकं सुंदर काही नाही बघा. कलावंत काय हो करणार इतकी सुंदर दुनिया उभी? माणूसच ना तो शेवटी? पण आपल्या ताकदीप्रमाणे कलेतून दुनियेचं रूप दाखवण्याचा तो प्रयत्न करतो, इतकंच! परमेश्वराची नक्कल म्हणून नाही हो. नाही ग बाई! त्याची नक्कल कशी करायची? पण त्यानं निर्माण केलंय, त्याचा गौरव करायचा, त्याबद्दल कृतज्ञता दाखवायची म्हणून! पूजा असते ती एक प्रकारची!

मला श्यामलेच्या पहिल्या परिचयाची आठवण झाली. 'कला आणि जीवन' यावर आम्ही किती वाद घातला होता. पण शारदाम्मांनी तो वाद आता किती नेमका सोडवला होता. श्यामलेनं मात्र त्या वेळी दाखवली होती ती कलावंताची आढ्यता! मी शारदाम्मांना हे सांगितलं. त्या मोकळेपणानं हसल्या. म्हणाल्या, अच्छा, अशी झाली होय तुमची पहिली ओळख?

श्यामला काही बोलली नाही. मात्र तिची कानशिलं लाललाल झाली.

शारदाअम्मांनी चांदीच्या भांड्यात ओतून मूकू प्यायला दिलं. प्रत्यक्ष देवी सरस्वतीनं दिलेलं तीर्थ समजून मी ते प्यायलो. (त्या पहिल्या दिवशी प्यायलेल्या मूकूची मला इतकी गोडी तयार झाली, की पुढं कधीही मी त्यांच्या घरी गेलो, की आपणहून मूकू मागून घ्यायचा. त्याही ते आईनं मुलाचा हट्ट पुरवावा, तसं द्यायच्या.)

ताकानंतर मुरुकु आलं, थोड्या वेळानं कॉफी आली. आमच्या गप्पा तर मी त्यांच्याकडे नेहमी येत-जात असल्यासारख्या चालल्या होत्या. माझं शिक्षण, नोकरी सगळं ठाकठीक आहे, हे कळल्यावर त्यांना बरं वाटलं. बरं झालं – म्हणाल्या – श्यामलीला तुझ्यासारखा नवरा मिळाला ते!

मी म्हटलं, तिच्या मनातून लग्न न करता अध्यात्माची साधना करायची होती. श्यामला माझ्याकडे डोळे वटारून पाहू लागली. पण तिकडे लक्ष न देता मी पुढं म्हटलं, तिनं मला हे लग्नानंतर सांगितलं. उपयोग काय?

अम्मा! श्यामला तिरसकसपणे म्हणाली, प्रत्येक माणसाचा आनंद वेगवेगळ्या गोष्टीत असतो, नाही का?

मला अध्यात्म समजत नाही पोण्णू, शारदाम्मा नम्रपणे म्हणाल्या, मला कळतं ते एवढंच, की संसारात नवऱ्यानं बायकोला, बायकोनं नवऱ्याला आणि दोघांनी मिळून मुलांना आनंद द्यायचा प्रयत्न करावा. तीच साधना मोठी कठीण असते. ज्यांना हा आनंद तयार करता आला, त्यांना ब्रह्मानंद वेगळा शोधायला नको.

पण स्वतःच्या उद्धारासाठी काही करूच नये का माणसानं? आपल्या आत्म्याचा शोध -

हे जडजड शब्द आहेत पोण्णू. तुम्ही मुली शिकला सवरलात - वाचता पुष्कळ! तुम्हाला ते कळतात. मला अडाणी बाईला कुठून कळणार? हे स्वतःच्या उद्धाराचं काय म्हणतेस? ते मला काहीसुद्धा कळत नाही. आपण नृत्य करतो. कुणासाठी? दुसऱ्यांना रिझवण्यासाठीच ना? अगदी एकटीनं घरातल्या घरात नाचतानासुद्धा हा भाव दुसऱ्याला काय सांगतो नि ही मुद्रा पाहणाऱ्याला कशाची आठवण देते, हाच विचार आपण करतो की नाही? दुसऱ्याला आनंद देतानाच कधी परमेश्वर भेटला तर भेटला - नाही तर त्याचीही काळजी करायचं कारण नाही! आमचा धर्म हा एवढाच! तुझं अध्यात्म वगैरे करतेस ते जरूर कर - पण संसार

चांगला कर! नवऱ्याला आनंद दे. त्यानं तुला त्रास दिला तर, माझ्याकडे घेऊन ये-मी चांगली बडवून काढीन त्याला. तुझा नवरा तो मला मुलासारखा – होय ना? शेवटचा प्रश्न त्यांनी मला विचारला.

निघताना मी त्यांच्या पायांना हात लावून नमस्कार केला. श्यामलेनं श्रीलंकेहून आणलेली शाल त्यांना दिली. त्यांनी आत जाऊन सकाळच्या पूजेच्या फुलांमधली दोन फुलं मला प्रसाद म्हणून दिली. आणि लग्नाची भेट म्हणून मुद्दाम आणून ठेवलेला एक चांदीचा बटुवेशधारी गणेश दिला. तेवढ्यात शारदाम्माची मुलगी गजलक्ष्मी बाहेरून आली. तिच्याशी पाच मिनिटं बोलून आम्ही निघालो.

घरी परतताना, वाटभर माझ्या डोक्यात शारदाम्मांचेच विचार येत होते. मला जसा काही एक साक्षात्कार झाला होता. कलावंतांविषयीची माझी अढी कायमची निघून गेली होती आणि माझ्या लक्षात आलं होतं की कलावंता-कलावंतामध्ये फरक असतो. नृत्याचं शिक्षण घेतलेली प्रत्येकच नर्तकी कलावती असते, असं नाही. कला हाच मुळात एक आध्यात्मिक अनुभव असतो आणि शारदाम्मासारख्या थोर निरहंकारी कलावंतांना कुठलीही आध्यात्मिक साधना न करताच लाभलेला असतो. श्यामलेसारखी माणसं मात्र अंगात जी काही थोडीफार कला असेल, तिचा उपयोग स्वतःचा अहंकार वाढवण्यासाठी करतात. अशा माणसांच्या कलेचा लोकांना तिटकारा वाटतो. ही माणसं कलेबरोबर मोठी होत नाहीत. ती कलेला आपल्यासारखं खुजं बनवतात.

जावावर माझ्या मागं बसलेली श्यामला एकदा या, तर एकदा त्या बाजूला अशी अस्वस्थपणे हलतेय, असं वाटत होतं. मी एकदोनदा तिला, काय होतंय? असं विचारलं; तर त्यावर तिनं – काही नाही – असं उत्तर दिलं.

घराशी उतरल्यावर स्कूटर लावून ठेवताना मी परत विचारलं, काय झालंय ग? तुला बसायला त्रास होत होता? सीट निघालीये का?

नाही – ती शांतपणे म्हणाली, मी स्कूटरवरून उडी टाकण्याचा प्रयत्न करीत होते.

मी हतबुद्ध झालो. एवढं काय वाईट झालंय जीव देण्यासारखं? मी विचारलं.

काय चांगलं झालंय? तिनं उलट विचारलं.

वर आल्यावर, खोलीत पाऊल ठेवता ठेवता ती मला म्हणाली, माझ्याविषयी शारदाम्मांकडे बोलायचं काम नाही - सांगून ठेवते.

का? तू त्यांची विद्यार्थिनी आहेस ना? माझ्यापेक्षा त्या तुला अधिक चांगलं ओळखतात.

दॅटस नन ऑफ युअर बिझनेस! - श्यामला कर्कशपणे म्हणाली.

ब्रायनकडे चल्ला आणि सुनीती पुष्कळदा यायची. शेजारच्या खोलीत आम्ही राहात होतो, म्हणून आमची विचारपूस करायला आमच्याहीकडे यायचे.

पहिल्यांदा चल्ला आला, तेव्हा रमची बाटली घेऊन आला. ब्रायनही आमच्याच खोलीत येऊन बसला. आम्ही तिघेही व्यवस्थित पिणारे - सुनीती उगाचंच पहिलाच राउंड शेवटपर्यंत घेऊन बसणारी.

आमचं पिणं आणि त्याबरोबर हसणंखिदळणं सुरू झालं, तशी श्यामला बाहेरच्या छोट्या गॅलरीत जाऊन उभी राहिली.

थोड्या वेळानं चल्ला म्हणाला, मन्नी घेतील का एखादा पेग?

मी म्हटलं, नाही, ती कधीच घेत नाही.

मग सॉफ्ट ड्रिंक तरी घेईल का? मी बघतो फ्रिजमध्ये. ब्रायन म्हणाला.

नको, मला शेवटी सांगावं लागलं. तिला पिणंच आवडत नाही. आपल्या कंपनीत ती येऊन बसायची नाही.

सगळ्यांना अवघडल्यासारखं झालं. ब्रायन म्हणाला, आपण आमच्या घरी जाऊ.

नको आता. मी म्हणालो, बसा इथंच.

ती तिघं तिथं होती, तेवढ्या वेळात श्यामला फक्त एकदा आत आली. तीही बाथरूममध्ये जाण्यासाठी. तिचे डोळे रडून सुजल्यासारखे दिसत होते.

ती परत बाहेर जायला निघाली, तेव्हा ब्रायन म्हणाला, मन्नी, बसा ना. आमचं होतच आलंय.

ती म्हणाली, नको, तुमचं चालू द्या. आणि परत बाहेर जाऊन काळोखाकडे पाहात उभी राहिली.

सुनीती म्हणाली – त्या कलावंत आहेत ना? मग कसं बाई त्यांना आमच्यासारख्या सामान्य माणसांमध्ये बसायला आवडणार?

सुनीतीला असं तिरकस बोलायला आवडायचं. तिला प्यायला, मजा करायला, मोठ्यामोठ्यानं हसायला आवडायचं. तिची एक लकब होती. बोलण्याच्या, हसण्याच्या रंगात आली; की ती माझ्या खांद्यावर, दंडावर, पाठीत अशा चापट्या मारायची. ड्रिंक्स घेतल्यावर तर तिचं हे चापट्या मारणं अधिकच वाढायचं. माझ्या मनात यायचं, 'बायकाबायकांमध्ये किती फरक असतो पहा! ही माझ्यासारख्या परपुरुषाला खुशाल चापट्या मारू शकते. आणि प्रत्यक्ष माझी बायको मात्र, चारचौघांत तिच्या अंगाला चुकून माझा हात लागला, तरी अंग आक्रसून घेते.'

अर्थातच पुढच्या वेळेपासून आम्हाला दारू प्यायची असली, की आम्ही ब्रायनच्याच जागेत बसू लागलो. तिथंही मी थोडा प्रमाणाबाहेर अधिक वेळ बसतो, असं दिसलं; की श्यामलेचं तिकडे येऊन जाणं, आमच्या बाजूचं दार बंद करून

घेणं, न जेवताखाता झोपून जाणं, असले प्रकार चालायचेच. मी तिकडे दुर्लक्ष करणं हळूहळू साध्य करून घेतलं. तरीही श्यामलेचं समाधान व्हायचं नाही. चल्ला गेल्यावर, त्याला निरोप देऊन मी परत आलो; की तिचं सुरू व्हायचं -

- किती मोठमोठ्यानं आरडाओरडा चालला होता तुमचा– आजूबाजूचे लोक बघत होते.

- चल्ला अलीकडे फार प्यायला लागलाय! आणि चढते त्याला लगेच! झेपत नाही इतकी प्यावी कशाला माणसानं?

- ब्रायनला म्हणावं बारच काढ आता एक!

- त्या सुनीतीला दारुड्यांच्या बरोबर येऊन बसायला लाज कशी वाटत नाही कोण जाणे! तिचं काय म्हणा? ती त्यांच्यातलीच आहे.

- आणि तिला एकदा सांगून ठेव! तिनं येताजाता तुझ्या अंगचटीला आलेलं चल्लाला चालत असलं, तरी मला चालणार नाही!

हे आणखी एक विशेष! माझा स्पर्शही नकोसा वाटणाऱ्या श्यामलेला दुसऱ्या कुठल्या स्त्रीचा स्पर्श मात्र माझ्या अंगाला झालेला अजिबात चालत नव्हता!

मला सुनीतीविषयी काही विशेष आकर्षण होतं, अशातला भाग नाही. किंबहुना चल्ला तिच्या किती प्रेमात होता, हे पाहिलेलं असल्यामुळं आणि स्वतःच नाना प्रयत्न करून त्यांचं लग्न घडवून आणलेलं असल्यामुळे माझी तिच्याकडे पाहण्याची दृष्टी अधिकच अलिप्तपणाची होती. तरीही मनात यायचं की, श्यामला ही कुणीतरी असामान्य व्यक्ती होती, असं समजून तिला प्राप्त करून घेण्यात धन्यता मानल्यामुळे; आज मी ताणतणावाचं आयुष्य जगतोय. त्याऐवजी सुनीतीसारखी सामान्य बायको मिळाली असती; तर तिच्याबरोबर हसताना, गप्पा मारताना, भटकताना, दारू पिताना आणि अखेरीस बिछान्यात कधी तिच्या मनासारखं करताना, कधी माझ्या मनासारखं करताना मी निश्चित कितीतरी सुखी झालो असतो.

श्यामलेबरोबर बिछान्यातलं सुख तर मला अंतरलंच होतं. क्वचित कधीतरी, महिना-दोन महिन्यांतून एखाद्या वेळी, तिची लहर लागलीच तर; ती मला अंगाला अंग लावू देत असे. त्या सगळ्या क्रियेत ती कपाळावर हात घेऊन प्रेतासारखी थंड पडून राहायची. माझ्या इंद्रियाला तर सोडाच, पण एकूण कुठेही माझ्या शरीराला हातसुद्धा लागू द्यायची नाही. मी शेवटचा बिंदू गाळला रे गाळला, की ती मला जवळजवळ ढकलूनच बाजूला करायची आणि आपल्या शरीराचा तेवढाच भाग धुऊन टाकायला घाईघाईनं बाथरूममध्ये पळायची. त्या नाइलाजानं केलेल्या शरीरसंबंधाची अत्यंत कडवट चव तोंडात घेऊन मी उरलेली रात्र काढायचो – हा अपमान सहन करूनही संभोगाची भीक मागण्याइतकं आपलं शरीर लाचार, दुबळं का होतं; या

प्रश्नाचं उत्तर शोधत!

या उलट श्यामलेच्या दृष्टीनं ती माझा बलात्कार सहन करणारी एक दुर्दैवी असहाय भारतीय स्त्री होती आणि मी तिच्या इच्छेविरुद्ध तिचा उपभोग घेणारा असंस्कृत नरपशू- टिपिकल भारतीय नवरा होतो. कुठल्याही स्त्रीचा तिच्या इच्छेविरुद्ध उपभोग घेतला जाणं वाईटच; मग तिच्या अनिच्छेची कारणं कुठलीही असोत. पण त्याच वेळी पुरुषाला त्याच्या इच्छेविरुद्ध उपभोगाशिवाय उपाशी राहावं लागणं, त्यावाचून तडफडावं लागणं हा तरी कुठला न्याय? ज्या सुखावर त्याचा अधिकार आहे, त्या सुखासाठी त्याला बलात्कार करावा लागणं, हाही त्याच्यावर अन्यायच नाही का?

मला असे अनेक प्रश्न पडायचे. पण जेमतेम तिशीच्या वयात मला त्या प्रश्नांची उत्तरं कुठून मिळणार? आणि आधी त्या सगळ्या प्रश्नांना उत्तरं असतीलच का?

अशा वेळी मला एकदम बेसिल अंकल आठवायचा. त्याच्या अस्ताव्यस्त पडलेल्या खोलीत मी पहिल्यांदा गेलो, तेव्हा मला दारूचा पहिला ग्लास पाजताना तो म्हणाला होता, मी लग्नच केलं नाही. कशाला करायचं रे?... एकदा लग्न केलं, की तुझ्या शरीराच्या व्हायोलीनची ती जी करेल ती दशा! - अगदी तार तोडून फेकून दिलं, तरी तू काहीही करू शकणार नाहीस!

लग्न न करताच बेसिल अंकलला हे कसं कळलं असेल?

घरी ही अशी परिस्थिती असली, तरी निदान नोकरी चांगली चालली होती. माझ्यावर अधिकाधिक जोखमीची कामं टाकली जात होती आणि पगार दिवसेंदिवस वाढत होता. ब्रायनकडची एक खोली सोडून आम्ही आता तीन खोल्यांची जागा बझार स्ट्रीटवर घेतली होती.

एके दिवशी, शारदाम्मांकडे गेलो असताना त्यांनी मला सहज विचारलं, वरदा, तुला पगार किती?

मी म्हटलं, नऊशे.

चांगला मिळतो तुला वयाच्या मानानं. बघ श्यामली, कसा हुशार आहे वरदा. पुढं चांगल्या मोठ्या पदाला पोचेल बघ.

तुमच्या आशीर्वादानं, शारदाम्मा. मी खरोखरच भारावून म्हटलं.

त्याला नीट सांभाळ हो - शारदाम्मा श्यामलेला म्हणाल्या. उगाच भांडूतंडू नको त्याच्याशी. आणि रागराग करू नकोस ग त्याचा! आता मारे भांडून वेगवेगळीसुद्धा व्हाल एकमेकांपासनं. तेवढा संतापीपणा असतो या वयात. पण पुढं काय कराल? पुढं एकटीच पडाल की नाही दोघंही जण? मग वाटेल, लहान सहान चुकांवरून भांडलो, तेवढ्या महत्त्वाच्या नव्हत्या त्या - जरा सांभाळून घेतलं असतं तर? पण

तेव्हा वेळ निघून गेलेली असेल. मी सांगते बघ, म्हातारपणात फार गरज असते आपल्या माणसाची! दुसरं कोणी विचारत नाही - आपल्याच माणसाला आपलं दुःख कळतं. म्हणून सांभाळून ठेवावं लागतं बये आपल्या माणसाला तरुणपणातच!

श्यामला यावर काही बोलली नाही. पण दारातून स्कूटरपर्यंत जायच्या आत मला म्हणाली, शारदाम्मांकडे माझ्या कागाळ्या करत होतास वाटतं?

मी कशाला कागाळ्या करू? तुझ्याबद्दल एक अक्षर मी कधी बोलत नाही. इतर अधिक चांगले विषय आहेत की मला.

माझ्या उपरोधाकडे दुर्लक्ष करत ती म्हणाली, त्याशिवाय अम्मा आज एकमेकांना सांभाळून घ्या, म्हणत होती? आपलं पटत नाही, हे तिला ठाऊक असल्याशिवाय?

श्यामी, शारदाम्मांना तू समजली काय? त्यांनी डिग्ऱ्या घेतल्या नाहीत. पण त्यांची विचारशक्ती, त्यांचं निरीक्षण असामान्य असल्याशिवाय का त्या एवढ्या मोठ्या आर्टिस्ट झाल्या? अशा माणसांना काही सांगायची गरज नसते आणि त्यांच्यापासून काही लपवायची शक्यताही नसते. शारदाम्मा नुसत्या शब्दावरून, नजरेवरून माणसाला उघड्या पुस्तकासारखं वाचू शकतात. त्यातून तुला तर काय, त्या पहिल्यापासूनच ओळखतात.

श्यामला फणकाऱ्यानं स्कूटरवर बसली.

विल्सन स्ट्रीटवरून जाताना तिनं म्हटलं, गाडी थांबव. मला इथल्या दुकानात जायचंय. इथंच - इथंच -

हिला इथं कुठं जायचं असणार, याचं नवल करत मी स्कूटर थांबवली. समोर मुदलियार अँड सन्स, गोल्डस्मिथ अँड ज्युवेलर्स अशी पाटी असलेलं दुकान होतं.

आत्ता आलेच! असं म्हणून श्यामला त्या दुकानात शिरली.

तब्बल पंधरा मिनिटांनी बाहेर आली. तिच्या पाठोपाठ आडवं गंध लावलेला एक काळा काटकुळा सेल्समन.

श्यामला मला म्हणाली, मी कुड्या घेतल्या. तीनशे रुपयांच्या. मला पैसे हवेयत.

पैसे? मी दचकून विचारलं – माझ्याकडे कुठून आत्ता तीनशे रुपये असणार?

मग नंतर दे – श्यामला सेल्समनकडे वळून म्हणाली – हे साहेब पैसे घेऊन येतील. त्यांच्याकडे कुड्या द्या.

सेल्समननं मान डोलावली. तो आत निघून गेला.

मी श्यामलेला विचारलं, आता मधेच तीनशे रुपयांच्या कुड्या घेण्याचं कारण-

कारण? तू मला विचारतोस? तिनं एकदम चिडून विचारलं. तुझा पगार किती आहे म्हणून सांगितलंस शारदाम्माला?

नऊशे.

अय्योयोऽ खोटं सांगितलंस?

मी शारदाम्माकडे कधीच खोटं बोलत नाही.

म्हणजे खरंच तुझा पगार नऊशे रुपये आहे? दोन महिन्यांपूर्वी सहाशे होता.

- पण एकदम वाढवायचं ठरलंच होतं. त्याप्रमाणे गेल्या महिन्यात आठशे केला. आणि या महिन्यात नऊशे.

मग तीनशे रुपयांनी पगार एकदम वाढला, हे शारदाम्माला पहिल्यांदा का सांगितलंस? मला का सांगितलं नाहीस?

त्यात काय सांगायचं? तुला कळलंच असतं की आज ना उद्या?

मला काय सांगायचं, असं तुला वाटतं ना? त्याचीच पेनल्टी तीनशे रुपयांच्या कुड्या. मला तू सांगितलं नाहीस - म्हणजे ते पैसे तुझ्याकडे राहायची गरज नाही. मग - देशील ना नेऊन पैसे मुदलियारना?

श्यामलेचं हे खुनशी तर्कशास्त्र मला नवीन नव्हतं.

मी सरळ, पैसे देणार नाही, मुदलियारना तू काय वाटेल ते जाऊन सांग – असं म्हणू शकलो असतो. पण मग पुन्हा अबोला... रडणं... रात्री वेगळी चटई घालून झोपणं... बाल्कनीमध्ये जाऊन काळोखात उभं राहणं... ते सगळं मला सहन करावं लागलं असतं. त्याशिवाय तिच्या हौतात्म्याचा आव... हा माणूस क्षुद्र आहे, यानं पैसे द्यायला नकार दिला, म्हणून माझी मुदलियारांकडे शोभा झाली; या नीच माणसापायी माझ्यासारखीला हे सहन करावं लागतंय, हा आविर्भाव...

या सगळ्यापेक्षा मी स्वत:च हुतात्मा व्हायचं ठरवलं, आणि मुकाट्यानं पैसे देऊन कुड्या घेऊन आलो.

चौदा

मी हे सगळं कां सहन करत होतो, असा प्रश्न इतरांनाच कां, मलाही आज पडतो. पण आयुष्यात अशा अनेक गोष्टी असतात, की ज्यांना काही स्पष्टीकरणच नसतं. तरीही ते शोधायचं, तर असं म्हणता येईल; की ज्या जोडप्यांचं एकमेकांत पटत नाही, त्यांनाही एकमेकांची सवय होते. न पटण्याचीही सवय होते. परदेशातल्या जोडप्यांच्या मानानं आपण खूप सोशीक असतो. किंबहुना सोसणं हीच आपली संस्कृती आहे. आपल्या घराची पाळंमुळं जरी उंदीरघुशींकडून उकरली जात असली, तरी आपण घरावर गुढ्यातोरणं उभारतो. स्त्रीपुरुषांनी अन्याय सहन करू नयेत, तत्काळ उठून बंड करावं; असं जरी माझी पिढी सभांमधून सांगत असली, वृत्तपत्रांमधून लिहीत असली, तरी जो तो आपापल्या व्यक्तिगत आयुष्यात कुणावर तरी अन्याय करत असतो किंवा कुणीतरी केलेला अन्याय सहन करत असतो. आणि सहन न करून सांगणार कुणाला?

श्यामलेशी घटस्फोट घेण्याचा विचार एक-दोनदा माझ्याही मनात आला. नाही असं नाही. पण एक तर त्यासाठी गंभीरपणे काही हालचाली करण्याइतका वेळ मला नव्हता. नोकरीमध्ये दिवसाचा जास्तीत जास्त वेळ मी घालवीत असे. रात्री घरी येई, तोच थकलेल्या अंगाला विसावा शोधीत! (प्रत्यक्षात त्याऐवजी झोपेवाचूनची रात्र वाट्याला येई, ही गोष्ट वेगळी!) अशा वेळी कुठे आणखी घटस्फोटाचा उद्योग करणार? हे अगदी सामान्य, कुणालाच पटणार नाही असं, पण अत्यंत वास्तव कारण तर होतंच! शिवाय, खऱ्या अर्थानं स्त्रीसहवास मिळाला नाही, तरीही घरात एक स्त्री वावरत असण्याची सवय झाली होती. एकटा राहिलो असतो, तर घर मला खायला उठलं असतं. आणि दुसरी स्त्री शोधत बसण्याइतकी सवड मला सध्या नव्हती, तशी संधीही नव्हती. श्यामला भेटली, तेव्हा मी कॉलेजात होतो, आजूबाजूला समवयस्क मुली होत्या. आज मी श्यामलेला सोडून माझ्या बरोबरीच्या कुठल्या बाईला हुडकायला जाणार होतो? शिकार शोधीत

वासावर हिंडण्याचं माझं वय नव्हतं असं नाही - पण त्यासाठी मी शरीरानं आणि मनानंही मोकळा नव्हतो.

मनानं मोकळा नव्हतो! - हेच तिसरं, आणि सर्वात खरं कारण होतं, जे मी स्वत:शीदेखील कबूल करायला घाबरत होतो. कारण, तिनं केलेल्या इतक्या छळानंतरही मी श्यामलेवर प्रेम करीत होतो - तिच्यात मनानं गुंतून पडलो होतो. कुठल्याही क्षणी ती माझ्याशी चांगलं वागली असती, तरी मी पूर्वीचं सारं तिला माफ करून त्या क्षणापासून नवं आयुष्य सुरू करायला तयार होतो. माझ्याशी चांगलं वागणं सोडाच - ती स्वत:च नुसती आनंदानं राहिली असती, तरी मला ते पुरेसं होतं. त्यासाठी मी कसलीही किंमत द्यायला तयार होतो.

तिचा माझ्या धर्मावर राग होता. लग्न तर तिनं मला माझ्या धर्माचं नाव न घेताच करायला लावलं होतं. पण ख्रिश्चन असल्यामुळं मी तिच्याबरोबर देवळात यायचा कंटाळा करतो, असा तिचा दावा असायचा. तेवढ्यावरून भांडण नको, म्हणून मी अगदी तामीळ ब्राह्मणासारखे कपडे करून तिच्याबरोबर सणावारी मुरुगनच्या, गणपतीच्या देवळात जाऊ लागलो. तर त्यावर तिचं म्हणणं असायचं - नुसते कपडे ब्राह्मणासारखे करून काय उपयोग? तुला एक साधा मंत्र येत नाही, की विष्णुसहस्रनाम येत नाही.

शारदाम्मांकडे गुरुपौर्णिमेची पूजा होते, तेव्हा विष्णुसहस्रनाम पाठ म्हणून दाखवून श्यामलेला चकित करायचं असं मी ठरवलं. त्यासाठी, तिला कळू न देता मी विष्णुसहस्रनामाची एक छोटी पोथी विकत आणली आणि शाळा-कॉलेजात असताना केमिस्ट्रीचे फॉर्म्युले जसे पाठ केले, तशी त्या लॉर्ड विष्णूची हजार नावं पाठ करून टाकली. गुरुपौर्णिमेला मी एखादा परफॉर्मन्स करून दाखवावा, तशी ती घडाघड म्हणून दाखवली आणि स्वत:च्या कर्तबगारीवर अगदी खूष होऊन गेलो. शारदाम्मांनी तर अगदी पाठीवरून हात फिरवून माझं कौतुक केलं. पण श्यामला काहीच बोलली नाही. ती निदान कौतुकाचा एक शब्द तरी बोलेल, म्हणून घरी पोचेपर्यंत वाट पाहिली आणि शेवटी मीच कोडग्यासारखं विचारलं - आज बरोबर म्हटलं ना मी विष्णुसहस्रनाम?

त्यावर श्यामला तिच्या नेहमीच्या थंड स्वरात म्हणाली - कशाला उगाच पाठ केलंस ते? ते शब्द महत्त्वाचे नाहीत. त्यामागची भावना महत्त्वाची आहे. भक्तीची भावना मनात नसताना निव्वळ म्हटलं, म्हणून सहस्रनाम पाठ करून काय होणार? हा ढोंगीपणा झाला. अँड आय हेट हिप्पोक्रिट्स!

आता आमची परिस्थिती सुधारली आहे, हे श्यामलेनं चांगलंच डोक्यात घेतलं होतं. तिचं म्हणणं, आता आपल्याला स्कूटर शोभत नाही, आपण कार घ्यायला हवी-

कार परवडण्याइतके आपण श्रीमंत झालो आहोत, असं मला वाटत नव्हतं. पण श्यामलेची नेहमीची पद्धत अशी, की नुसता कशासाठी हट्ट धरून थांबायचं नाही. ती गोष्ट मिळायलाच हवी, यासाठी कारणांची एक प्रचंड पलटण उभी करायची. तसंच तिनं याही वेळेस केलं.

तिचं एमेस्सी अजून बाकी राहिलंच होतं. स्टॅटिस्टिक्सचे काही पेपर्स बाकी होते. त्यासाठी तिला चिदम्बरमला जावं लागणार होतं.

मला आता चिदम्बरमला वरचेवर जावं लागणार! त्यासाठी प्रायव्हेट कार हवी - तिनं हट्ट धरला.

मी इतक्यात कार घेणार नाहीये.

का नाही? कंपनी अलाउन्स देते ना? मग का घेत नाही?

घेणारेय - पण कार म्हणजे काय अशी दुकानातून शर्टचं कापड घेतल्यासारखी घेतात? सेकंडहँड घ्यायची, तेव्हा तसंच चांगलं मॉडेल नजरेत येईपर्यंत थांबायला नको?

हाच - हाच तुझा दरिद्रीपणा नडतो सगळीकडे. बघणार असशील कुठं शंभर-दोनशे रुपये वाचतात का ते.

शेवटी एकसारखं टोचून टोचून तिनं चार-पाच दिवसांत मला कार घ्यायला लावली आणि तिच्यात बसूनच ती चिदम्बरमला गेली. (सिक्स्टी एटची फियाट होती ती - पण इतक्या घाईघाईत घेतली, की धड तिचं इंजिनसुद्धा एखाद्या जाणकाराला दाखवून आणता आलं नाही. घेतल्या दिवसापासून त्या कारच्या तक्रारी सुरू झाल्या आणि सहा महिन्यांनंतर ती विकता विकता माझ्या नाकी नऊ आले. त्या एकंदर व्यवहारात पाच हजारांची खोट बसली, ती वेगळीच!)

फियाट विकून टाकल्यावर सहाच महिन्यांच्या आत कंपनीनं एक ॲम्बॅसिडर माझ्या दिमतीला दिली. कंपनीकडून मला असे अनेक पर्क्स मिळतच होते, पण केवळ पगारही आता अडीच हजाराच्या वर गेला होता.

आता आम्ही मद्रासपासून नव्वद किलोमीटर्सवर कांचीपुरमला राहायला आलो होतो. घरही चांगलं प्रशस्त होतं. (अगदी माझ्या लहानपणी आमची भुताटकीची घरं असायची, तसं!) श्यामला श्रीमंतीची हौस भागवून घेत होती. खरेदी करायची, तर ती स्पेन्सर्समधूनच, अशा तिच्या प्रतिष्ठेच्या महागड्या कल्पना होत्या.

ती एमेस्सी पास झालीच नाही, पण आता नृत्याची आराधना गंभीरपणे करायची, असं तिच्या मनानं घेतलं. नृत्याचे जाहीर कार्यक्रम करण्याबाबत तिनं शारदाम्माचा सल्ला विचारला.

श्यामलेचा बेत ऐकल्याबरोबर त्या गंभीर झाल्या - पोण्णू, त्या म्हणाल्या, आपली कला जनतेपुढं ठेवायची, म्हणजे महासागरात उडी घेण्यासारखं आहे.

एकदा उडी घेतली की, अधेमधे थकून चालायचं नाही - थांबून चालायचं नाही. वादळं आली, वेडेवाकडे प्रवाह आले, तरी घाबरून चालायचं नाही. या प्रवासात कुणीकुणी वाचवायला येत नाही. आजूबाजूला आपल्या बरोबरीनंच होड्या चाललेल्या असतात - पण त्या आपल्याला वाचवणाऱ्या नसतात. वल्ही डोक्यात घालून खलास करायला निघालेल्या मारेकऱ्यांच्या असतात.

शारदाम्मा असं का म्हणत होत्या, हे मला ठाऊक होतं. दोन महिन्यांपूर्वी गजलक्ष्मीच्या नृत्याचा जाहीर कार्यक्रम झाला होता आणि टीकाकारांनी तिला फाडून खाल्लं होतं. केवळ बालशारदाम्माची मुलगी म्हणून आम्ही हिचं नृत्य खपवून घ्यायचं की काय, अशा शब्दांत अजूनही टीकेची झोड उठत होती. बिचारी गजलक्ष्मी! या सगळ्या माऱ्यानं इतकी भेदरून गेली होती, की तिची अवस्था पाहून शारदाम्माचा जीव गलबलून गेला होता. आपणच हिला उत्तेजन दिलं आणि त्या फाडून खायला टपलेल्या लांडग्यांच्या पुढ्यात टाकलं, या भावनेनं त्या आजही अस्वस्थ होत्या. आता आणखी एक शिष्येचा बळी जायला नको, म्हणून त्या श्यामलेला जाहीर कार्यक्रम करण्यापासून थोपवून धरत होत्या.

तरीही श्यामलेनं हट्ट चालूच ठेवला, तेव्हा त्या म्हणाल्या – तुला संधीच हवी असेल, तर एक आहे. कांजीवरममधल्या शाळेच्या इमारत निधीसाठी फंड उभा करायचा आहे. त्यासाठी प्रोग्रॅम कर.

श्यामलेनं ही संधी घेतली. प्रोग्रॅम चांगला झाला. श्यामलेला दहा हजार मिळाले. पण इमारत निधीसाठी साठ हजार जमा झाले.

आपला पहिलाच जाहीर कार्यक्रम म्हणून श्यामलेनं मूर्तीअंकलना मुद्दाम श्रीलंकेहून बोलावून घेतलं होतं. त्याप्रमाणे मूर्तीअंकल आणि कमला आँटी आली. आमच्याचकडे राहिली.

पति-पत्नीपैकी कुणातरी एकाचं दुसऱ्यावर प्रेम नाहीये, असं जोडपं, त्यांच्याबरोबर काही तास काढले, की सहज ओळखू येतं. कसं? - असंख्य खुणा असतात! ज्याचं प्रेम नसेल, त्याच्या बोलण्यात आपल्या जोडीदाराचा उल्लेख सहसा येत नाही. त्याची नजर किंवा स्पर्श जोडीदाराला काहीच सांगत नाही. हे संसारातले जोडीदार नसून निव्वळ रूम-पार्टनर्स आहेत आणि एकत्र उठतात, बसतात, जेवतात-झोपतात, या पलीकडे त्यांच्यात कसला म्हणून अंतर्गत ऋणानुबंध नाहीये, हे लहानसहान प्रसंगांतून लक्षात येतं. मूर्तीअंकल आणि कमला आँटी या अनुभवी जोडप्याला तर आमच्या संसाराला गेलेला तडा दिसून यायला एक दिवससुद्धा लागला नाही.

त्या दोघांना माझा बराच लळा लागला होता. आजच्या घडीला माझी सांपत्तिक परिस्थिती मुळात त्यांना सांगितलं होतं, तितकीच चांगली होती. त्यामुळं मलाही

बोलताना त्यांच्याशी अपराधी वाटत नव्हतं. आमच्या अगदी मनमोकळ्या गप्पा होत असत.

या गप्पांमध्येच कधीतरी श्यामला जवळ नसताना मला मूर्तीअंकलनी विचारलं,

वरदा, राग येणार नसेल तर एक विचारतो - अगदी खरंखुरं उत्तर देशील?

माझ्या आणि श्यामलीच्याबद्दल विचारणार असाल -

करेक्ट. तू कसं ओळखलंस?

इट्स ऑबव्हियस. तुम्ही आल्यापासून निरीक्षण तर करतच असणार.तुमच्यासारख्या जाणत्या माणसाच्या लक्षात या गोष्टी आल्याशिवाय कशा राहतील?

वेल - व्हॉट्स रॉंग?

मी त्यांना सगळंच सांगितलं. डॉक्टरांकडे गेल्यानंतर पेशंटनं काही लपवून ठेवू नये. मूर्तीअंकलशी बोलताना माझी तीच भावना होती. शिवाय, माझ्या अडचणींमधून मला मार्ग दिसत नव्हता. कुणाला तो विचारावा, हेही कळत नव्हतं. अनायासे मूर्तीअंकलसारख्या जवळच्या माणसाचा सल्ला मिळत होता, तो नाकारण्याइतका मी मूर्ख नव्हतो, शिष्ट तर नव्हतोच नव्हतो.

तुझ्या बोलण्यावरून वाटतं, की ती पूर्णपणे फ्रिजिड आहे, थंड आहे! मूर्तीअंकल बराच वेळ विचार करून म्हणाले.

यू गॉट इट! मी म्हटलं.

पय्यन, स्त्रीनं असं फ्रिजिड असणं - शरीरसुखाविषयी निरासक्त असणं, हा दोष तर आहेच. पण पुरुषाच्या षंढत्वाइतका तो भयंकर नाही. फ्रिजिडिटी ही हजार दिशांनी मानसिकच असते. आपल्याच मनात अडचणी निर्माण करून स्त्री थंड होत जाते.

वेल, श्यामीला तुम्ही ओळखताच. तिचे तर असंख्य मानसिक गोंधळ आहेत... तिचा अहंकार... नवऱ्याला कमी लेखणं... अध्यात्माविषयीची बडबड... आणि पुरुषशरीराचा तिटकारा - या सगळ्या गोष्टी एकात एक मिसळल्या आहेत. काय करावं तेच मला समजत नाही अंकल. आयुष्याकडून माझ्या फार मोठ्या अपेक्षा नाहीत. पण प्रामाणिक मेहनत करून नोकरी करावी, एक सुरेखसं व्यवस्थित घर असावं, त्या घरात आपल्यावर प्रेम करणारी बायको असावी, आणि आपणही तिच्यावर जीव तोडून प्रेम करावं, एवढंच एक सामान्य स्वप्न आहे माझं. पण प्रयत्नांची पराकाष्ठा करूनसुद्धा तेवढंही का साध्य होऊ नये?

सगळ्या सामान्य गोष्टी एकत्र मिळणं हेच असामान्य आहे. पय्यन, मला वाटतं, तुम्हाला मूल झालं असतं, तर कदाचित श्यामीचा स्वभाव बदलला असता... घरात थोडा ओलावा आला असता -

मला हवंच आहे मूल, अंकल. पण श्यामीला 'बाळंतपण' याही गोष्टीचा

तिटकारा आहे. स्त्री म्हणजे काय मुलं तयार करणारं यंत्र आहे का, असा वाद ती नेहमी घालते. त्यातून बाळंतपणानंतर आपली फिगर खराब होईल, याचीही तिला भीती वाटते.

मी बघतो तिच्याशी बोलून! मूर्तीअंकल म्हणाले. त्याचा काही उपयोग होईल असं नाही - पण पाहायचं प्रयत्न करून!

मूर्तीअंकलच्या प्रयत्नांना अर्थातच काही फळ आलं नाही. उलट, अंकलना तू माझ्याविषयी वाटेल ते सांगत होतास, यावरून श्यामलेनं एक भांडण मात्र उकरून काढलं.

तरीही मूर्तीअंकलच्या बोलण्यानं माझ्या विचारांना चालना दिलीच होती.

मी शारदाम्मांना मध्यस्थ घालायचं ठरवलं आणि एकदा श्यामलेसमोरच त्यांच्याकडे विषय काढला -

शारदाम्मा, मी विचारलं – बाळंतपणानंतर फिगर नृत्याच्या उपयोगाची राहत नाही का हो?

कुणी सांगितलं? उलट बाळंतपणानंतर लगेच नृत्याची तालीम सुरू केली, तर शरीर सुटण्याची भीतीच नाही.

पण अम्मा, नुसत्या शरीरावर काय आहे? एकदा मुलं झाली, की बाईचं सगळं लक्ष त्यांच्यात गुंतून पडणार. कलासाधनेमध्ये व्यत्यय नाही का तो? दोन्हीकडे लक्ष ठेवणार कसं, कुणीही झालं तरी?

हे तू दोन्ही म्हणतेस ना, त्यामुळंच ते कठीण जातं – शारदाम्मा म्हणाल्या – कला आणि कलावंताचं जगणं - ही काय दोन आहेत? निर्माण करायची शक्ती ही परमेश्वरानं दिलेली सिद्धी आहे श्यामली - पण तिचा उपयोग करायचा, तर कलावंतानं आधी सगळ्या अंगांनी जगलं पाहिजे. आई होणं हा कलावतीच्या दृष्टीनं फार मोठा अनुभव आहे. पोण्णू, या अनुभवाला जाणूनबुजून मुकली, तर ती आपल्या कलेमधनं काय दाखवणार?

शारदाम्मा थांबल्या. गुंफत असलेला बकुळीचा हार सगळीकडून सारखा झालाय का, हे त्यांनी निरखून पाहिलं. मग पुन्हा श्यामलीला म्हणाल्या - माझं हे कृष्णानी बेगने नृत्य घे. यशोदा कृष्णाला बोलावतेय. म्हणते, ये रे - लांब जाऊ नकोस असा रागानं - दही खाल्लंस म्हणून मी तुला बोलले, ते चुकलं माझं! तू नाहीच खाल्लंस दही - कोणीतरी चांडाळानं ते मुद्दाम तुझ्या तोंडाला फासलं - सगळं कबूल! पण माझ्यावर रागावून असा दूर पळू नकोस - तुला माहीत नाही... या गोकुळाच्या अवतीभोवती असुर संचार करतात, असं मी ऐकलंय. ते तुला घेऊन गेले, तर मी काय करू? - आणि अशी भीती दाखवूनसुद्धा तो येत नाही, तेव्हा यशोदा शेवटी काय म्हणते, माहितेय? - कृष्णा, माझ्या कृष्णा, अरे देवानं

भक्ताची अडचण दूर करायची असते ना? मग तुझ्यासाठी माझा पान्हा खोळंबून राहिलाय न् त्यामुळं माझे स्तन तटतटून गेलेत, तर का नाही माझ्या पदराखाली येत आणि एकदाची माझी सोडवणूक करत?

बसल्या बसल्या, हातातल्या हारासकट शारदाम्मा इतक्या सुंदर हस्तमुद्रा करू लागल्या, की मी मंत्रमुग्ध होऊन त्यांच्याकडे पाहतच राहिलो. पाहता पाहता एक चमत्कार घडला... शारदाम्माचं रूप पूर्णपणे पालटलं. शारदाम्मा नाहीशा झाल्या आणि तिथं यशोदाच प्रकट झाली - बाळाच्या मिठीसाठी आतुर झालेली आणि तो आपल्यापासून दूर जातोय, या कल्पनेनं व्याकुळ झालेली! युगायुगांची माता त्या दैवी प्रकाशानं उजळलेल्या चेहऱ्यातून समूर्त झाली.

हे कृष्णानी बेगने– यशोदा पुन्हा शारदाम्मा होऊन सांगू लागली– आता हे नृत्य कधीपासून करीत आले? वयाच्या बाराव्या वर्षापासून! गुरूंनी शिकवलं - मी केलं... हस्तमुद्रा, भाव, पदलालित्य - सगळं सगळं अगदी देखणं करायची. लोक वाखाणणी करायचे, काय पोरगी कृष्णानी बेगने नाचते, म्हणून! पण तो नाच - आणि गजलक्ष्मीच्या जन्मानंतर मी करायला लागले तो कृष्णानी बेगने - तुला सांगते श्यामली - दोन अगदी वेगवेगळे अनुभव! विभ्रम तेच - अगदी तेच! पण आधी करायची, तेव्हा यशोदा काय करते, ते मी लोकांना सांगायची आणि नंतर... नंतर मी स्वतःच यशोदा व्हायचे! हा फरक! माझी स्वतःची छाती भरून यायची श्यामले - वाटायचं गजीला आता पदराखाली घ्यावं! आणि ती तर कुठे दिसत नाहीये. जीव गलबलून जायचा. त्या वेळी मला त्या नाचाचा खरा अर्थ कळला पोण्णू! आज युगं लोटली, जग चंद्रावर गेलं - तरी आम्ही अजून तेच तेच यशोदा कृष्णाचे नाच का करतो? जोवर बाईच्या मनातलं आई होण्याचा ध्यास जाणार नाही, तोवर कृष्णानी बेगने संपणार नाही... हे कळलं असतं, श्यामले मला? तुझ्यासारखी खुळं डोक्यात घेतली असती तर?

आणि त्यांनी आपला गर्भरेशमी पदर डोळ्यांना लावला.

पंधरा

अलीकडे श्यामलेनं एक नवीनच पवित्रा घेतला होता. तिचं म्हणणं – मी कुठं म्हणतेय, आपल्याला मूल नको म्हणून? पण तुझ्यातच दोष आहे, त्याला काय करणार? माझ्यात का, तर तिच्या नेहमीच्या तर्कशास्त्राप्रमाणे ती स्वत: सर्व दोषांच्या पलीकडे होती.

त्यावर मी श्यामलेला म्हटलं – की आपण दोघंही तपासणी करून घेऊ या. डॉक्टरांनी काही उपाय सांगितला तर तोही करूया. बऱ्याच डोकेफोडीनंतर ती या गोष्टीला तयार झाली.

तपासणीमध्ये माझी शारीरिक रचना नॉर्मल असल्याचं सिद्ध झालं. पण श्यामलेच्या शरीरातल्या दोन वीर्यवाही (फॅलोपिअन) नलिकांमधली एक बंद होती आणि दुसरी दिवसेंदिवस आकुंचन पावत चालली होती. शिवाय तिच्या युट्रसचा आकार लहान होता, त्यामुळं गर्भ राहाणं कठीण होतं. राहिला, तरी गर्भपाताची वारंवार भीती होती. थोडक्यात, मूल होण्यासारखी श्यामलेची शरीररचना नव्हती.

इतके दिवस जरी मुलाशिवाय घर सुनंसुनं आहे असं मला वाटायचं; तरी मूल आज ना उद्या होईल, अशी खात्री असल्यामुळे मला ते सुनेपण फारसं जाणवायचं नाही. शिवाय मूल ही रतिक्रीडेतल्या समाधानाची पुढची पायरी! मी पहिल्याच पायरीवर अडकून पडलेला असल्यामुळे त्या पुढचा विचार स्वाभाविकच माझ्या मनात येत नसे. पण आता श्यामलेला कधीच मूल होणं शक्य नाही, म्हटल्यावर मात्र माझं धाबं दणाणलं.

शिवाय तपासणीमध्ये श्यामलेच्याच शरीरात दोष निघाल्यामुळं, या विषयावर घरात बोलायचीही सोय राहिली नाही. (हेच उलट ठरून माझ्या शरीरात दोष आहे, असं सिद्ध झालं असतं; तर श्यामलेनं येताजाता मला कायकाय ऐकवलं असतं, याची कल्पनाही करवत नाही. सुदैवानं तो धोका टळला. थँक द लॉर्ड फॉर स्मॉल मर्सीज!) जे दु:ख दोघांचं मिळून होतं ते, अशा रीतीनं, नेमकं जोडीदाराकडेच बोलून

हलकं करण्याचीही चोरी झाली.

तरीही एका उदास संध्याकाळी, व्हिस्कीच्या अंमलाखाली दु:ख अधिकच टोचायला लागून मी हळवा झालो आणि श्यामलेला म्हटलं – अलीकडे कुणीही सुविद्य स्त्री-पुरुष मूल झालं नाही, तर रडत बसत नाहीत. जगात इतक्या मुलांना आसऱ्याची गरज असते. त्यातलं एखादं मूल घेऊन येतात आणि त्यालाच माया लावतात. आपण असंच एखादं दत्तक घेतलं तर?

तशी श्यामला विलक्षण संतापली. 'मला नकोय घरात कुणाचं बेवारशी मूल!' ती ओरडली – त्यापेक्षा मी एखादं कुत्रं-मांजर पाळीन!

आणि खरोखरच दुसऱ्या दिवशी ती एक पांढरं शुभ्र पॉमेरियन जातीचं कुत्रं विकत घेऊन आली आणि येता-जाता त्याला 'कॅडबरी दे, चीज दे' असं करून त्याच्यावर आपल्या मायेचा वर्षाव करू लागली.

नंतर याबद्दल मी जीजसचे आभार मानले. मद्याच्या धुंदीत (कारण त्या वेळी श्यामलेच्या हातात ग्लास होता! पूर्वीचा दारूवरचा राग सोडून श्यामला आता तिच्या सहवासातल्या सोसायटी लेडीजप्रमाणे 'स्टेट्स सिम्बॉल' म्हणून मद्य पिऊ लागली होती.) तिनं खरोखरच जर मला एखादं अनाथ मूल आणायला परवानगी दिली असती, आणि दुसऱ्या दिवशी मी असलं मूल घेऊन आलो असतो तर - तर त्या मुलाचे तिने काय हाल केले असते, याची कल्पनाही करवत नाही.

कंपनीनं मला आता फॅक्टरी मॅनेजरचा हुद्दा दिला होता. माझी बेसिक सॅलरी पस्तीसशे झाली होती. शिवाय कार आणि इतर अलावन्सेस दीड हजार मिळून पाच हजार रुपये मला महिन्याकाठी मिळायला लागले होते. कांचीपुरममध्येच, पण आता एक स्वतंत्र बंगला मला कंपनीनं दिला होता. नवीनच बांधलेलं एक देखणं वास्तुशिल्प होतं ते! समोर छोटंसं लॉन, बाजूला गॅरेज, आजूबाजूला माम्मरमची झाडं... लांबून बघितलं तरी मन प्रसन्न व्हायचं.

गायनॅकॉलॉजिस्टनं केलेल्या तपासणीपासून श्यामला थोडी अधिकच खुनशी वागायला लागली होती. माझ्या शरीरसुखाविषयीच्या असमाधानाचं कारण ती स्वत: असूनही त्याबद्दल ती किंचितही सहानुभूती दाखवायची नाही.उलट, शरीरसुख न घेण्याच्या आपल्याच मार्गानं आपण याला यायला लावत आहोत, याचा तिला एक सूक्ष्म आनंद आणि अभिमान होता. (अशा बायकांनी, आपल्या नॉर्मल नवऱ्यांची आयुष्यं वाया घालवण्यापेक्षा, जगात इतके नपुसंक पुरुष आहेत, त्यांच्यापैकी कुणाशी लग्नं केली, तर त्या आणि त्यांचे नवरे दोघेही सुखी होणार नाहीत का?) माझ्या उपाशीपणाला कळत-नकळत डिवचण्यात तिला नेहमी सुख वाटायचं.

अशीच एके दिवशी ती मला म्हणाली– उद्यापासून मी दोन तरुण मुली

आपल्या बंगल्यात आणून ठेवणारेय.

'तरुण', या शब्दावर तिनं जरा जास्तच जोर दिल्यासारखं वाटलं.

म्हणा– तुझ्याबाबतीत मला काही प्रॉब्लेम वाटत नाही. तू थोडाच आता तरुण आहेस? चाळिशीला आलास तू!

त्या वेळी मी जेमतेम पस्तीस वर्षांचा होतो. पण मला वृद्ध बनवण्याची श्यामलेला घाई झाली होती.

तिच्या कुजकट बोलण्याकडे दुर्लक्ष करून मी विचारलं, कशासाठी आणून ठेवणारेय त्यांना?

ही एक श्यामलेची नवीन कल्पना होती. जाहीर कार्यक्रम करण्यासाठी शारदाम्मांनी प्रोत्साहन न दिल्यामुळे तिनं आता नृत्याचं शिक्षण देण्याचं ठरवलं होतं, पण त्यासाठी क्लासेस घेणं किंवा ठरावीक वेळीच विद्यार्थिनींना शिकवणं हे तिला मान्य नव्हतं. अगदी अभिजात पद्धतीनं ती त्यांना शिकवणार होती. पूर्वीच्या गुरुकुल पद्धतीप्रमाणे विद्यार्थिनींनी आमच्याच घरी येऊन राहायचं, गुरूची सगळी सेवा करून गुरू देईल तसतशी विद्या हस्तगत करायची आणि त्याबद्दल गुरुदक्षिणा म्हणून वर्षाला पंधरा हजार द्यायचे, अशी तिची योजना होती. तिच्या या योजनेप्रमाणे वासुगी आणि रोझी आमच्या घरी यायच्या होत्या.

आता ही योजना ठरवताना श्यामलेनं माझा काय विचार केला होता? जो मनुष्य ऐन तारुण्यात स्त्रीसुखासाठी हपापलेला आहे, दीर्घकाळ उपाशी आहे, त्याच्यासमोर सतत दोन तरुण मुलींनी वावरणं, याचा काय परिणाम होणार होता?

परिणाम तिच्या दृष्टीनं दोहोंपैकी एक होता. मी रात्रंदिवस अधिक जळत राहिलो असतो, (माझ्यातल्या समागमेच्छू पुरुषाला शिक्षा योग्य होती!) किंवा त्यांच्यापैकी एकीवर किंवा दोघींवरही मी हात टाकला असता. तसं झालं असतं तर माझ्या चारित्र्यहीनतेविषयी सगळीकडे डंका पिटायला श्यामला मोकळी झाली असती.

श्यामलेच्या योजनेप्रमाणे वासुगी आणि रोझी आमच्या घरी आल्या. घरच्यासारखं राहू लागल्या. वासुगी सतरा-अठरा वर्षांची होती. सावळी, पण नाकीडोळी नीटस होती. अंगानं उफाड्याची होती. रोझी मात्र अंगयष्टीनं किरकोळ होती. अगदीच लहान दिसायची. पण बोलायला गोड होती. दोघी घरातलं सगळं काम बघायच्या. त्यातून सवड मिळेल आणि श्यामलाम्माचा मूड असेल, तेव्हा नृत्यसाधना करायच्या.

मला आणि वासुगीला खूप वेळा एकटं ठेवून मद्रासला म्युझिक ॲकॅडमीच्या कामासाठी श्यामला जायची. परत येण्याच्या सांगितलेल्या वेळा बदलून अचानक येई. पण नाव ठेवावं, असं काही तिला दिसत नसे. ती परत यायची, तेव्हा आम्ही

वेगवगळ्या खोल्यांमध्ये आपापल्या कामात गढलेलो असू किंवा एका खोलीत असलो, तरी आम्हा दोघांच्या मधे मैलभर अंतर असे. कित्येकदा तर वासुगी घरात रोझीबरोबर नृत्याचा सराव करत बसलेली असायची आणि मी दोन घरं पलीकडे कर्नल गॅब्रिएलशी गप्पा छाटायला गेलेला असायचो.

आणि असं असूनही माझ्यात आणि वासुगीमध्ये एका अतिशय कोमल नात्याचा तंतू वाढत होता. मला का कोण जाणे, वासुगी माझी मुलगी असल्यासारखं वाटायचं. आमच्यात वयाचं अंतर असलं, तरी ते अगदी बाप-मुलीसारखं नव्हतं; तरीही वासुगी मला वडिलांसारखं अतिशय आदरानं आणि तरीही अत्यंत प्रेमानं वागवायची. मला तिच्याशी बोलताना खूप समाधान वाटायचं. जीव शांत व्हायचा.

आमच्यातल्या या सुंदर नात्याला एका परीनं श्यामलाच कारण होती. श्यामलेच्या बाबतीत मी दु:खी होतो, हे वासुगीला जाणवलेलं होतं. या दु:खी माणसाशी आपण जमेल तेवढं चांगलं वागून त्याचं दु:ख थोडंफार हलकं करावं, यासाठीच जशी काही ती माझ्याशी प्रेमानं वागायची - मीही तिच्याशी वात्सल्यभावनेनं बोलताना अपत्यहीनतेचं दु:ख काहीसं विसरायचो.

तशी आमच्या घरात वर्दळ काही कमी नव्हती. वासुगी आणि रोझी तर होत्याच; शिवाय त्यांच्या तालमींसाठी तबलजी नटुवनार आणि गायक रामय्या बराच वेळ आमच्याकडे असायचे. श्यामलेचं मद्रास म्युझिक अॅकॅडमीत जाणं-येणं, तिचं ते लाडकं कुत्रं, शॉपिंग, नृत्याच्या तालमी यांतून आमची क्वचितच गाठ पडे. अर्थात गाठ पडली; तरी एकमेकांशी बोलण्यासारखं फारसं काही नसायचंच. एखादवेळीच ती मद्रासहून परत आल्यावर, रंगात येऊन तिथं काय कामं केली, हे सांगायची. शनिवार-रविवार तिच्या नृत्याच्या क्षेत्रातल्या, नाहीतर माझ्या कंपनीतल्या लोकांपैकी कुणीतरी येई. मग ड्रिंक्सच्या पार्टीज होत. थोडक्यात, बाहेरून अत्यंत यशस्वी (बंगला, गाडी, कॉकटेल पार्टीज, सुंदर नर्तकी पत्नी) असं आयुष्य मी जगत होतो. आमच्या ऑफीसमधल्या कुरियन जोसेफसारखे लोक पार्टीला आले की (आणि आता, दारूला नाक मुरडत बाहेर जाऊन काळोखात उभं न राहता, हातात ग्लास घेऊन अशा बड्या लोकांत कसं मिसळावं आणि गोड गोड बोलत त्यांच्यावर स्वत:ची छाप टाकावी, याचं तंत्र श्यामलेनं चांगलं साधलं होतं. अर्थात अर्धं काम तर तिच्या रेखीव चेहऱ्यानं आणि सडपातळ बांध्यानंच होई.) माझ्या या सुखाचा, यशस्वितेचा आणि वैभवाचा ते हेवा करीत. त्यांना काय माहीत, की आमच्या संसाराची बाहेरून सुंदर दिसणारी ही इमारत आतून इतकी पोखरली होती, की ती कधीही ढासळून पडेल?

एके दिवशी रविवारी दुपारी चल्ला माझ्याकडे आला. इतक्या लांब तो

अचानक आला, याचं मला जरा आश्चर्यच वाटलं; पण अलीकडे तो चांगल्या मूडमध्ये नसायचा. तेव्हा तशीच अडचण असल्यामुळं तो आला असेल, असं मी स्वत:शीच ठरवलं. श्यामला मद्रासला गेली असल्यामुळं तो जरा आरामात बसला. मी स्कॉच काढली. दोघंही रंगात येऊन गप्पा मारत बसलो.

कसं काय चाललंय तुझं? मी चल्लाला विचारलं.

खरं म्हणजे या विचारण्याला काही अर्थ नव्हता. चल्लाचं वाईट चाललंय, हे सगळ्यांना माहीत होतं. त्याचा टुरिस्ट टॅक्सीचा धंदा मुळातच घाट्यातला होता. चल्लामधेही धंद्याची हुशारी नव्हती. पण वडील होते, तोवर त्यांच्याकडून पैशांची भर घालीत त्यानं तो कसाबसा चालवला होता. पण आता ते वारल्यापासून तो अगदीच कोसळत गेला होता.

तेच सांगायला आलोय मी तुला. चल्ला म्हणाला, मी बंगलोरला राहायला जातोय.

मद्रास सोडून? मी आश्चर्यानं विचारलं.

हो. नाहीतरी धंदा आता बंदच झाल्यात जमा आहे. बंगलोरमध्ये एक नोकरी शोधली आहे. इंपीरिअल टोबॅकोमध्ये.

कसली आहे नोकरी?

फारशी चांगली नाही. सांगितलं तर हसशील - लिफ्ट मेकॅनिकची आहे. पण काय करणार? माझं शिक्षण जेमतेम चार यत्ता - आता या वयात आणखी कसली नोकरी मिळणार? जनरल मॅनेजरची? तो केविलवाणा हसला.

माझा ऊर भरून आला. चल्ला नेहमी मठ्ठपणे, पण आपल्याच रुबाबात राहात आला होता. परिस्थितीपुढं तो इतका असहाय झालेला मी कधीच पाहिला नव्हता.

काय करणार? पोट आहे ना? शिवाय आपल्यावर दोन माणसं अवलंबून आहेत - बायको, एक मुलगा...

मी चरकलो. चल्लाच्या परिस्थितीबद्दल मी त्याची कीव करीत होतो. त्याला निदान त्याच्यावर प्रेम करणारी बायको होती - अनंतसारखा चुणचुणीत मुलगा होता- माझ्याकडे यातलं काय होतं? कुणी आयुष्यं बदलून देऊ शकलं असतं, तर मी या क्षणी आनंदानं चल्लाचं आयुष्य घेतलं असतं.

तुझं काय चल्ला, तू जाशील तिथं मजेत राहशील. मी डोळ्यांतलं पाणी लपवीत, उगाच हसण्याचा प्रयत्न करीत म्हणालो.

ते तर झालंच रे! तोही खोटंखोटं हसत म्हणाला – आपला स्वभावच असा आहे! मजेत राहण्याचा! कधी काही लागलं तर येईन तुझ्याकडे मदत मागायला!

अर्ध्या रात्री आलास, तरी तस्सा धावेन चल्ला! आजवर तू वेळोवेळी माझ्यामागे कसा उभा राहिलायस, ते विसरलो नाहीये मी!

स्कॉचचा अंमल चढत होता, तसतसे आम्ही दोघेही अधिकाधिक सेंटिमेंटल होत चाललो होतो. तसं पाहिलं, तर चल्ला मद्रासमध्ये असला; तरी आमची भेट अलीकडे खूप अंतराअंतरानंच व्हायची. पण आता तो बंगलोरला जाणार, म्हणजे जसं काही माझंच घर सोडून चाललाय, असं मला भरून आलं होतं.

आणखी एक सांगायचं होतं तुला. सांगावं की नाही, असं इतके दिवस वाटत होतं! या गोष्टी नाजूक! बोललं की ऐकायलाही कशाशाच वाटतात, म्हणून बोलत नव्हतो. पण आता दूर जातोय, मनात काही ठेवायला नको, म्हणून बोलून टाकतो.

माझ्या छातीत धस्स झालं! काय सांगणारेय हा? सुनीतीचं तर काही -

रागावू नकोस. सांगतोय ते खोटं ठरलं, तर मला आनंद होईल! पण बहुधा खोटं नसावं -

काय ते?

रामनाथ मुरिक्कन नावाच्या माणसाविषयी तुला माहिती आहे?

रामनाथ मुरिक्कन? - ओ हो! रामनाथ! होऽ तर! माझा चांगला मित्र होता तो कॉलेजमध्ये! तो, मी, आणि श्यामला - आम्ही तिघं जाम मजा करायचो. मला नक्की माहीत नाही, पण त्याला इंटरेस्ट होता श्यामलेमध्ये!

चल्ला माझ्याकडे असं काही बघत राहिला, की त्या बघण्यातच मला अभद्राची चाहूल लागली. मी बोलता बोलता गप्प झालो.

इंटरेस्ट होता, नाही! - चल्ला एकेक शब्द ठासून म्हणाला - अजून आहे! हा माणूस क्लोराइड इंडियाच्या बंगलोर ब्रँचचा मॅनेजर आहे. त्यानं आपल्या दोन मुलींना मद्रासच्या म्युझिक अ‍ॅकॅडमीत घातलं आहे.

यू मीन - पायाखालची जमीन सरकतेय, असा भास मला होऊ लागला - श्यामला मद्रास अ‍ॅकॅडमीत - त्याला भेटते?

शक्य आहे - तिथं तो मुलींच्या निमित्तानं येत असणार - पण तिथं भेटते की आणखी कुठं, हे मला माहीत नाही. तीन-चार वेळा मी त्या दोघांना त्याच्या गाडीतून हिंडताना पाहिलं - आज - आज लंच घेताना पाहिलं कोहिनूरमध्ये - राहवलं नाही सांगितल्याशिवाय, म्हणून लगेच इथं आलो.

मी यांत्रिकपणे ग्लास उचलला आणि तोंडाला लावला - मला ग्लास दिसत नव्हता, त्यातलं मद्य दिसत नव्हतं, चल्ला दिसत नव्हता; दिसत होतं ते समोर दात विचकत उभं असलेलं माझं दुर्दैव!

दोनतीन वेळा ते एकत्र दिसल्यावर मी माहिती काढली. ते गाडीत, त्यामुळं त्यांनी मला पाहिलं नाही. पण मी -

कधीपासून तुला सांगावंसं वाटत होतं. पण वाटलं, तू म्हणशील, तुला

पहिल्यापासूनच राग आहे तिचा. ती शिकलेली, हुशार - आणि तू अशिक्षित म्हणून... मद्रासमध्ये खूप कुजबूज आहे या दोघांविषयी. तुझ्या कसं नाही आलं अजूनपर्यंत कानावर?

अशा गोष्टी नवऱ्याला सर्वात शेवटी कळतात, असं म्हणतात चल्ला – मी जडपणे म्हणालो.

सोळा

ऊन कमी झालं, सावल्या लांब व्हायला लागल्या आणि चल्ला कधीतरी निघून गेला.

मी जड शिशाचा बनवल्यासारखा एका जागी बसून होतो. पाऊण बाटली होती, ती संपली होती. मला नवी बाटली काढण्यासाठीही उठवत नव्हतं.

व्हाय? व्हाय धिस? - हे काय आहे? काय झालंय? ही श्यामलेच्या वागण्यातल्या विसंगतीची हद्द आहे, की ही माझ्या दुर्दैवाच्या चाळ्यांमधली सुसंगती आहे? एका बाजूला, लग्न झालं म्हणून पश्चात्तापानं तडफडणारी, पुरुषाचं शरीर किळसवाणं वाटतं, म्हणून प्रत्यक्ष नवऱ्याला एका स्पर्शाला महाग करणारी ही स्त्री - त्याच्या आयुष्याची होळी पेटवते. यामागचा हट्ट कितीही खुळा असला, तरी सुसंगत होता. थंडपणा हा तिच्या शरीरातला दोष म्हणून मान्य करता आला असता. पण प्रत्यक्ष नवऱ्याला अशा रीतीनं जळत ठेवून ही स्त्री दुसऱ्या एका माणसाबरोबर मजेत फिरू शकते? लोक कुजबुजतील, इतकी जवळीक दाखवते? हे कसं शक्य आहे? परमेश्वरा, इतके दिवस तू दिलास तो शारीरिक छळ मी सहन केला! आता हा मानसिक छळ सहन करायला मी शक्ती कुठून आणू?

सगळ्यांना माहीत आहे... मी सोडून सगळ्यांना माहीत आहे... अख्ख्या मद्रासला माहीत आहे... कांचीपुरमलाही माहीत असेल... या घरात - वासुगी - रोझीलाही माहीत असेल... सगळे माझी हेटाळणी करत असतील! हा पुरुष - याचा अधिकार याच्या बायकोनं दुसऱ्या पुरुषाला दिला... आणि हा नुसता असहाय होऊन पाहात राहिलाय! याचं रक्त पेटत कसं नाही? आपल्या पौरुषाचा याला मोठा अभिमान! मग आता कुठं गेलं याचं पौरुष - हा काही करीत कां नाही? जाऊन त्या रामनाथला ठार कां नाही मारत? त्यानंतर त्याला फसवणाऱ्या त्या व्यभिचारी बायकोचा जीव कां नाही घेत? आणि त्यानंतर स्वत:लाही–?

माझ्याभोवती जमलेले असंख्य अदृश्य लोक एका आवाजात हे प्रश्न विचारायला

लागले. एकमेकांत हसायला लागले, माझ्याकडे पुन्हा पुन्हा बोटं रोखायला लागले.

मला भीती वाटू लागली. त्या सगळ्या हसणाऱ्या, हेटाळणी करणाऱ्या, सवाल विचारणाऱ्या लोकांमध्ये एकटंच बसायची भीती वाटायला लागली - पण जाणार कुठं? कुणाच्या आधाराला? सगळ्यांनाच हे माहीत आहे... सगळ्यांनाच...

कर्नल गॅब्रिएल! कर्नल नाही हसणार! त्याला हे माहीत असलं तरी नाही हसणार! त्याची उमर गेली सैन्यात! सैनिकांच्या व्यभिचारी बायकांच्या कितीतरी हकीकती कर्नलला पाठ होत्या. कर्नलची बायको फार लवकर वारली - तिच्या मागं त्यानं एकट्यानं पिंटूला वाढवलं - सत्तावीस वर्षं! या सत्तावीस वर्षांत एका केरळी बाईशी त्यानं राजरोस संबंध ठेवला होता आणि तिनंही अगदी आत्ता आत्ता त्याची गरज कमी होईपर्यंत त्याला सुखात ठेवलं होतं.

मी गेलो तेव्हा कर्नलची संध्याकाळ सुरू झाली होती. आरामात पाय ताणून तो व्हिस्की पीत बसला होता. मला 'गुड इव्हनिंग' केल्याबरोबर त्यानं माझा ग्लास भरायला घेतला.

त्या छोट्याशा पण खानदानी कलावस्तूंनी गच्च भरलेल्या हॉलमध्ये बसल्यावर मला माणसात आल्यासारखं वाटायला लागलं. कर्नलची बडबड ऐकता ऐकता माझी हरवलेली हिंमत परत येऊ लागली.

एवढ्यात पिंटू घाईघाईनं आत आला. त्याच्या हातात टेनिसची रॅकेट होती. पांढऱ्या शॉर्टमधून, भरलेल्या मांड्या आणि गच्च पोटऱ्या असलेल्या पायांचा केसाळपणा जाणवत होता. उघड्या टीशर्टमधून केसांचेही पुंजकेच्या पुंजके बाहेर दिसत होते.

पिंटू घाईघाईनं आला आणि नुसतंच, 'डॅड' म्हणून, काळ्या कुरळ्या केसांनी दाट भरलेलं डोकं खाली करून जमिनीकडे पाहत उभा राहिला – रॅकेट हातातल्या हातात खेळवत.

पिंटू इतका अबोल होता, की क्वचित एखाद-दुसरा शब्द उच्चारी. पण त्याला काय म्हणायचंय, ते कर्नलला बरोबर कळायचं.

हा काय सांगतोय माहितेय? कर्नल हसत हसत म्हणाला. त्याची फिआन्सी आली आहे, म्हणतोय.

पिंटू लाजल्यासारखं हसला आणि पुन्हा धडाक्यानं बाहेर गेला.

तो गेल्यावर कर्नल म्हणाला - तिला तुला भेटायचंय. मी बरंच सांगितलंय तिला तुझ्याविषयी.

आम्ही दोघे सावकाश उठलो आणि त्याच्या मागून बाहेर आलो.

व्हरांड्यात टांगलेल्या बांबूच्या हॅमॉकमध्ये बसून एक तरुण रसरशीत मुलगी, दिसायला सुंदर नव्हे, पण अत्यंत आकर्षक म्हणावी, अशी झोके घेत होती. तिनं कानावर माळलेल्या चांगल्या तळहाताएवढ्या डेलियाच्या फुलामुळं ती अधिकच मोहक दिसत होती.

आम्हाला पाहताच ती लगबगीनं उठली आणि 'गुड इव्हनिंग कर्नल' म्हणाली. पिंटू तिच्या हॅमॉकशी झटापट करायला लागला. ती त्याच्याकडे दुर्लक्ष करून घाईगर्दीनं आमच्याशी बोलू लागली.

कर्नलनं माझी तिच्याशी ओळख करून दिली - ती म्हणाली, अण्णाऽ तुम्ही मला विसरलात?

म्हंजे? हिची माझी आधीची ओळख आहे? मी विचार करू लागलो...

असं काय करता अण्णाऽ? मी लिडिया. ती खळखळून हसत म्हणाली - सिलगिरीमधली...

आत्ता आठवलं... ही आमच्या सिलगिरीमधल्या शाळेच्या हेडमास्तरांची मुलगी! आम्ही सगळेच चर्चमध्ये जायचो, तेव्हा हिची अम्मा हिला नटवून घेऊन यायची. अंगात एखाद्या परीसारखे कपडे आणि कानावर एक मोठ्ठं फूल! लिडियाच्या कानावरच्या त्या मोठ्ठ्या फुलानं मला एकदम तिची ओळख पटली.

अग, पण तेव्हा किती लहान होतीस तू! मीच जेमतेम तेरा-चौदा वर्षांचा होतो. म्हणजे तू फार तर तीनचार वर्षांची असशील.

होऽ पण मला सगळं आठवतं - तुमची अम्मा, लिलियन, वसंता - आणि तुमची ती गाडी पण! तुम्ही नेहमी चर्चला घेऊन यायची ती! काय नंबर सांगू? माझ्या बरोब्बर लक्षात आहे. एमेस्सी ट्वेन्टी सेव्हन, ट्वेन्टी सेव्हन!

खूप वेळ लिडियानं माझ्याशी गप्पा मारल्या. बालपणीच्या, आपापल्या आईवडिलांच्या, मधल्या काळात विखुरल्या गेलेल्या सिलगिरीतल्या गाववाल्यांच्या!

तिच्या शेजारी लगटून बसलेल्या पिंटूकडे जवळजवळ दुर्लक्षच करून ती माझ्याशी बोलत होती. निदान वरवर तसं वाटत होतं. पण बारकाईनं पाहिल्यावर कळत होतं, की माझ्याशी बोलता बोलताच पिंटूशी नि:शब्द लगटही ती मजेत करून घेतेय! एखादा प्रचंड पेट डॉग एकसारखं लक्ष वेधून घेत असावा, आणि त्याला 'थांब रे, मला जरा बोलू दे' असं म्हणून बाजूला करता करताच त्यानं चालवलेल्या लडिवाळपणानं सुखावून जावं आणि मलाही तू आवडतोस रे, पण किती मस्ती करतोयस, असं बिनशब्दांच्या भाषेनं त्याच्याशी बोलून जावं, तशी तिची दुर्लक्ष करण्याची पद्धत होती.

कर्नल गॅब्रिएलचा निरोप घेऊन मी त्याच्या घराबाहेर पाऊल टाकलं, आणि पुन्हा माझ्या मनातून एक कळ उठली. मारेकरी पाठीमागे लागला असताना एखाद्या

घराच्या आसऱ्याला जावं, आणि काही वेळानं तिथून बाहेर पडावं, तर तो दारातच आपली वाट पाहात शांतपणे उभा असलेला दिसावा, तसं माझं दुःख माझी वाट पाहात तिथंच थांबलं होतं. हे मला कळलं.

मी घरी आलो, तेव्हा श्यामलेला परत येऊन थोडासाच वेळ झाला होता. ती बाथरूममधून बाहेर पडत होती.

आत्ता या भलत्या वेळेस हिनं आंघोळ केली? कशासाठी? मद्रासमध्ये आज हिनं काय काय केलं असेल?

आता माझ्या मनात प्रत्येक गोष्टीविषयी शंका येऊ लागल्या.

मला कपडे बदलायचेत. बाहेर जा -

ती कधीच माझ्यासमोर कपडे बदलत नसे. मी तिच्या समोर बदलायला लागलो, तर एखादा परका पुरुष आपल्या समोर काहीतरी अश्लील वर्तन करतो आहे, अशा रीतीनं ती पटकन बाहेर निघून जायची.

मी मुकाट्यानं हॉलमध्ये येऊन बसलो.

ती कपडे बदलून खाली आली. व्हिस्की घेणारेयंस? तिनं मला विचारलं.

का? आजच मला व्हिस्की का विचारली? नवऱ्याविरुद्ध केलेल्या एवढ्या मोठ्या अपराधाचं लहानसहान गोष्टींना परिमार्जन?

ओ! गॉड! आता मला कायमचा हा रोग जडणार का? तिच्या प्रत्येक कृतीतून, प्रत्येक शब्दांतून तिच्या व्यभिचाराचा पुरावा शोधण्याचा?

मद्रासला कशाला गेली होतीस? मी तिला विचारलं.

मिटिंग होती. ती म्हणाली.

मिटिंग? कुणाबरोबर? रामनाथबरोबरच ना?

ती चमकली. मग सहजपणाचा आव आणत म्हणाली, अच्छा! एकूण तुझ्या चमच्यानं येऊन तुला खबर दिली तर! कोहिनूरमध्ये त्यानं आम्हाला पाहिलं, तेव्हाच मला वाटलं होतं– पण इतकी क्विक सर्व्हिस....

शरम वाटत नाही तुला व्यभिचार करूनच्या करून वर -

व्यभिचार? ती एकदम उसळून म्हणाली - कुठला व्यभिचार? मला तुझ्याबरोबर नेहमी करावा लागतो, तो व्यभिचार! तुझ्यावर प्रेम नसताना तुझ्या शरीराचा अत्याचार सहन करते, हा! तुला माहितेय - मला तुझा स्पर्श नकोसा वाटतो, ते? तू परपुरुष आहेस म्हणून! मी पहिल्यापासून प्रेम केलं, ते रामनाथवर! तो सोडून गेला, म्हणून त्याला धडा शिकवण्यासाठी मी तुझ्याशी लग्न केलं. पण मी खरी पतिव्रता आहे - म्हणून मी तुला कधीच -

मी फाडकन तिच्या थोबाडीत मारली - केवळ तिचं ते निर्लज्ज बडबड करणारं

तोंड बंद करावं म्हणून!

यू ब्रूट? ती संतापानं किंचाळली - तू - तू माझ्या अंगावर हात उगारलास? माझ्या? लायकी काय तुझी माझ्यासारखीला मारायची? जनावर! मला तोंड बघायचं नाही तुझं....

बोलता बोलताच तिनं सँडल्स चढवले आणि ती तशीच बाहेरच्या काळोखात दिसेनाशी झाली.

पुन्हा एकदा ती श्रेष्ठ ठरली होती - श्रेष्ठ पतिव्रता? सोडून गेलेल्या प्रियकराची मानसपूजा करत आपलं पातिव्रत्य जपणारी असामान्य स्त्री! आणि मी? स्वत:च्या पत्नीवर बलात्कार करून तिचं पातिव्रत्य नष्ट करणारा हैवान! जिच्यावर आपण एकनिष्ठपणे प्रेम केलं, तिनं आपल्यावर निष्ठा ठेवावी, असा हट्ट धरणारा एक पयतियकारन!

किती तरी वेळा तिनं मारलेल्या डंखाच्या कळा सोसत डोकं धरून तिथंच बसलो होतो.

मग पावलं वाजली, म्हणून मी वर बघितलं. वासुगी सावकाश पावलं टाकत बारपाशी जात होती.

तिनं ब्लॅक लेबलची बाटली उघडून तिला पेग मेजर लावलं. आइस बॉक्स मधून काढून बर्फाचे दोनतीन मोठे ठोकळे ग्लासमध्ये टाकले आणि त्यावर एक पेग ओतला. ग्लास घेऊन ती माझ्याकडे आली. काहीही न बोलता तिनं ग्लास माझ्यासमोर धरला.

मी एक घोट घेतला. तो घशाशी जाळत जाळत गेला... बरं वाटलं... हाऽ करून मी मान मागं टाकली.

बिछान्यावर पडलेल्या एखाद्या जखमी बालकाची प्रत्येक हालचाल न्याहाळावी, त्याला वेदना सहन होताहेत ना, हे पाहावं; तशी काळजीपूर्वक मला न्याहाळीत वासुगी माझ्यासमोर सोफ्यावर पाय घेऊन बसून राहिली.

मग, मी जरा संभाषण करण्याच्या परिस्थितीत आलो आहे, असं दिसताच उद्गारली - आता मरण रामय्याचं!

का? मी एक घोट घेऊन विचारलं.

श्यामलाम्मा आता त्याच्याकडे जातील आणि आपला संताप शांत होईपर्यंत नाचत राहतील. तितका वेळ रामय्याला तोडे म्हणण्याची आणि गात राहण्याची शिक्षा! हैराण होऊन तो बिचारा गात राहील, घसा बसला तरी, अम्मा इरु म्हणेपर्यंत!

आत्ता - इतक्या रात्रीच्या वेळी ही रामय्याकडे गेली?

हो! त्याची बिचाऱ्याची दोन खोल्यांची जागा आहे. अम्मा गेल्या, की त्याच्या

बायकामुलांचे झोपायचेसुद्धा हाल होतात. बायकोला तर बसूनच राहावं लागतं काय हवं, काय नको विचारत, सरबराई करायला! आणि मुलं तरी काय, या तांडवाच्या आवाजात त्यांना झोप थोडीच लागणारेय?

कळत कसं नाही तिला, आपण दुसऱ्याला त्रास देतो, हे?

त्यांचं म्हणणं काय आहे माम, (वासुगी एकटीच मला माम म्हणे) की कलावंत निर्मिती करतो, ही इतकी मोठी गोष्ट असते, की त्यासाठी त्याच्यावरून सामान्य माणसानं आपलं आयुष्य ओवाळून टाकायला तयार असलं पाहिजे. आपण सामान्य असल्याची किंमत त्यांनी असामान्य माणसांपुढं चुकती करायलाच हवी. अम्मा तांडव नाचत असताना रामय्याच्या बायको-मुलांना झोपायचा अधिकारच काय?

वासुगीचा स्वर इतका निर्विकार होता, की त्यावरून ती श्यामलेचा उपहास करतेय, की खरोखरच तिच्याकडून शिकलेलं तत्त्वज्ञान सांगतेय, हेच कळायला मार्ग नव्हता. म्हणून मी तिला विचारलं -

तुला हे पटतं?

मला नाही पटत. किंचित हसून ती म्हणाली - पण मी सामान्य आहे, म्हणून तसं असेल. अम्मांकडून मला पुष्कळ शिकायचं आहे.

मी ग्लास तिच्याकडे दिला. तो पालथा घालत ती म्हणाली, पोरूम इंबडतान्!

मी काहीच न बोलता बसून राहिलो. ती माझा हात धरून उठवत म्हणाली, उठा आता, कपडे बदला आणि झोपायला चला! उद्या ऑफीस आहे ना? सन्डे संपला. न्याती कळमे मुडींड्याची!

तरीही मी बसूनच राहिलो. तेव्हा तिनं मला उठवताना प्रचंड वजन उचलल्याचा अभिनय इतका छान केला, की मला हसू लोटलं आणि त्या भरात मी उठून उभा राहिलो.

रात्रीचे दोन वाजून गेले तरी मला झोप लागली नाही. मनात भयाण विचार वेडेवाकडे फिरत होते. हा दिवस बघण्याइतका दुबळा मी कां ठरलो? लग्नाच्या पहिल्या रात्रीच, 'तू विकृत आहेस', असं सांगून मी श्यामलेला का सोडून दिलं नाही? पण आता या प्रश्नांना काय अर्थ होता? किंबहुना माझ्या जगण्यालाच काय अर्थ होता? छे! सबंध आयुष्यावरच जणू श्यामला थुंकून गेली होती.

सेंट थॉमस हायस्कूलचा हॉल... मुलांनी गच्च भरलेला.... ॲन्युअल गॅदरिंग.. मॅकबेथमधला तीन चेटक्यांचा सीन मुलं स्टेजवर करताहेत... आतमध्ये रोजचेच वर्गातले कपडे... वर पांघरून घेतलेल्या पांढऱ्या चादरी.. तीन चेटक्या जाळाभोवती नाचत नाचत मॅकबेथला म्हणताहेत.... व्यभिचार? आम्ही हा तुझ्याबरोबर करतोय

तोच व्यभिचार! तिघीही खदखदून हसतात. त्यांच्या हसण्याच्या पद्धतीवरून मॅकबेथ त्यांना ओळखतो - अरे, या तर इव्हॅन्जेलिन, लुइसा, आणि मेरी! आणि मॅकबेथ कोण आहे? तो तर मीच आहे! पण त्या तिघी आपल्याकडे बोटं दाखवून अशा खिदळताहेत कां - हांऽ मी नागडा आहे म्हणून! सगळा हॉल, कपडे घातलेल्या मुलांनी भरलेला आणि त्यात मी एकटाच नागडा! सगळे माझ्या नागडेपणाला हसून हसून हॉल डोक्यावर घेतात आणि एकदम शांतता पसरते... अद्‌भुत गूढ शांतता.. तिन्ही चेटकिणी एखाद्या मौल्यवान वस्तूवरचं भरजरी वस्त्र काढून टाकावं, तशा स्वत:च्या अंगावरच्या पांढऱ्या चादरी काढून टाकताहेत. आत त्यांनी कसलेच कपडे घातलेले नाहीत. सगळी मुलं मंत्रमुग्ध होऊन त्या तीन नग्न स्त्रीदेहांकडे पाहताहेत. चेटकिणी जवळ येतात आणि मॅकबेथला आपल्यामध्ये घेतात. त्याच्या अंगावर अंग घासत चेटूक करू लागतात... आजूबाजूला काळोख... आणि प्रचंड डोंगर... मधे पेटलेला जाळ... आणि तिघी जणी मॅकबेथच्या अंगाला आपली अंगं घासून त्याच्यावर चेटूक करताहेत... त्याबरोबर मॅकबेथच्या मांड्यांमध्ये एक मुंगूस हळूच इकडेतिकडे डोकं हलवू लागतं... पाहता पाहता ते मुंगूस मोठं होऊ लागतं. तरी ते मांड्यांमधून हलत नाही - जसं काही ते तिथं डकवलेलंच आहे... हळूहळू चेटक्या त्या मुंगुसाला मंत्रमुग्ध करतात - तशी ते त्यांच्या मंत्रशापानं स्वत:लाच खाऊ लागतं... शेपटीपासून सुरुवात करून... स्वत:चे मोठे मोठे तुकडे चावून खाऊ लागतं. ते गिळवत नाहीत तरी शापामुळे त्याला एकामागून एक स्वत:चे लचके तोडणं भागच पडतं.. असं ते स्वत:ला खात पोटापर्यंत येतं... रक्त.. सगळीकडे रक्त सांडू लागतं.. मुंगूस पोटावरून बेंबी... मुंगूस ती आता पोखरणार... सगळा बिछाना रक्तानं भिजून जाणार!

- धसक्यानं मी उठून बसलो. माझ्या शेजारी दोन पाय दिसले. क्षणभर मला काही समजेना. मग हळूहळू लक्षात आलं. माझ्या पायांच्या बाजूला डोकं करून श्यामला झोपली होती.

पुन्हा आत्ताच पाहिलेलं ते स्वप्न डोक्यात फिरायला लागलं... त्या तीन चेटक्या... स्वत:लाच गिळून टाकणारं ते मुंगूस! - बापरे - किती भयंकर स्वप्न होतं ते!

पण वास्तव? ते तरी त्याहून कमी भयंकर होतं का?

सतरा

संध्याकाळी सातचा सुमार. मी नुकताच कंपनीतून येऊन शॉवरखाली उभा राहून, कपडे बदलून बसलो होतो. दिवसभराचा थकवा, आंघोळीनंतर अधिकच जाणवत होता. अंगातून जशा काही थकव्याच्या झळा बाहेर पडत होत्या.

अलीकडे मी असाच भयंकर थकलेला असायचो. रात्रभर मला झोप येत नसे. दिवसभराच्या श्रमानंतर रात्री विश्रान्त वाटण्यासाठी जो समागमाचा आनंद पुरुषाला मिळायला हवा, तो तर मला कायमचाच अंतरला होता; पण साधी शरीराला आवश्यक ती झोपही मला मिळत नसे. काहीतरी वाचत, नाहीतर मद्यपान, धूम्रपान करत मी शक्य तेवढ्या उशिरा बिछान्यावर अंग टाकीत असे. श्यामला रामय्याला छळायला गेली नसली, तर माझ्या आधीच आपल्या बाजूच्या अर्ध्या पलंगावर गाढ झोपलेली असे. (तिला गाढ झोपेचं वरदान होतं, की सदसद्विवेकबुद्धी नसल्याचं ते लक्षण होतं, कोण जाणे!) भक्ष्याचे हालहाल करण्याच्या योजना मनात घोळवीत सुस्त पहुडलेल्या अजगरासारखी मला तिची निद्रित आकृती वाटायची. वाटायचं, ही कुठल्याही क्षणी जागी होऊन आपल्याला गिळंकृत करील...

आणि तरीही दिवसेंदिवस उपासमार झालेलं शरीर बिछान्याला पाठ लागली रे लागली, की एकदम बंड करून उठे. माझा निष्ठावंत साथीदार जागा व्हायचा, आणि तगादा लावायचा - आज... निदान आज तरी? त्याच्यासारख्या स्वाभिमानी आणि प्रामाणिक पुरुषानं असं लाचार व्हावं, याचं मला दुःख होई; कारण ती एका उपाशी प्राण्याची केविलवाणी भिक्षांदेही होती, हे मला कळत असे. त्याच्या समजूतदारपणाचाही मी अंत पाहत होतो, पण माझा नाइलाज होता. त्याची मागणी पुरवण्यासाठी मी श्यामलेच्या शरीरावर झेप घेऊ शकत होतो... एखाद्या स्वाभिमानशून्य, निर्बुद्ध जनावराला अन्न घालावं, तशा दानशूर वृत्तीनं तिनं माझ्या साथीदाराला स्वतःच्या शरीरात प्रवेश दिलाही असता... पण पोटापुरतं खाऊ घालण्याचे प्रचंड उपकार केल्यावर दुसऱ्या क्षणी त्या पाळीव प्राण्याला बाहेर हुसकून लावावं, तसं

माझा अपमान करून तिनं मला दूर ढकलून दिलं असतं आणि जीवनरसाची तिला किती घाण वाटते, हे दाखवण्यासाठी ती आत धावत सुटली असती. एरवी मी हे निरुपायानं नेहमीच सहन करत आलो होतो आणि आनंदाशिवाय का होईना, पण निदान शरीराला तात्पुरतं मोकळं करता येतं, यातच समाधान मानत होतो. पण रामनाथचं कळल्यापासून, तिनं केलेल्या माझ्या धिक्काराची धार विशेषच काटेरी वाटू लागली होती; माझं मन अधिकच रक्तबंबाळ होऊ लागलं होतं.

माझ्या यौवनाच्या पहिल्यावहिल्या दिवसांमध्ये, मन आपोआपच शरीराला साथ करीत असे, कारण त्या काळात मला भेटलेल्या स्त्रिया माझ्या शरीराचा गौरव करून माझं मन प्रफुल्लित करून सोडीत. ज्या क्षणी पुरुषाला त्याच्या शरीराचा धिक्कार करणारी स्त्री भेटते, त्याच क्षणी त्याचं नियमित भूक लागणारं शरीर आणि मोहवश होऊ नकोस असं बजावणारं मन यांच्यात संघर्ष सुरू होतो. श्यामलेनं माझ्या शरीराची आणि मनाची अशीच फारकत करून टाकली होती. स्वाभिमानी मनाचं ऐकताना उपाशी शरीर आकांत करून सोडीत होतं. माझ्या या वेदनांपोटी एक साधा निःश्वासही सोडण्याची मला बंदी होती - कारण तो निःश्वास - मी दुःखात आहे, याची ती खूण, हीदेखील श्यामलेच्या माझ्यावरच्या विजयाची पताका ठरली असती. मी दुबळा ठरत असल्याची, तिच्या दृष्टीनं ती आनंददायक वार्ता असणार होती. आणि माझ्या शेजारीच, निवांत पहुडलेल्या त्या अहंकारी अजगराला तो आनंद मिळू देण्याची माझी इच्छा नव्हती.

तसं पाहिलं, तर आमच्या बंगल्यात खोल्या कमी नव्हत्या आणि तरीही श्यामला माझ्याच बिछान्यात झोपायची (पण अर्थातच स्वतःला माझा स्पर्श होऊ न देता! याबाबतीत मुळात, प्रणयाचा आनंद लुटण्यासाठी ऐसपैस रुंद केलेल्या पलंगाचा फायदा तिला दोघांमध्ये भरपूर अंतर ठेवण्यासाठी मिळत असे.) कारण त्यामुळं मी बिछान्यात कसा तळमळतो, हे तिला प्रत्यक्ष पाहायला मिळायचं. मी तिला त्या बिछान्यात झोपू देत असे, याचं कारण मी एकटा झोपलो असतो, तरी बिछान्यातली तिची उणीव मला जाणवत राहिलीच असती. दुसरं – वेड्या मनाला आणि त्याहूनही वेड्या शरीराला, कधीतरी चमत्कार होईल आणि श्यामला नीट वागायला लागेल, अशी अनंत आशा होती.

मात्र या आशेमुळं मला मिळालेली शिक्षा अधिकच दुस्सह होत होती. पूर्वी सगळ्यांत क्रूर शिक्षा समजली जायची, ती माणसाला प्यायला पाणी न देता टांगून ठेवण्याची - अशा रीतीनं, की पाण्याची धार त्याच्या ओठांपासून इंचभरच अंतरावर राहील. थेंबथेंब ठिबकून पाणी जमिनीवर पडेल, पण सतत प्रयत्न करूनही त्या माणसाला काही पाण्यापर्यंत पोचता येणार नाही. अत्यंत तहानेनं असा माणूस शेवटी मरून जायचा, तेव्हा त्याची सुटका व्हायची – नुसत्या जीवघेण्या तहानेतून

नव्हे, तर समोर दिसणारं पाणी कधीतरी आपल्या ओठांत पडेल, या त्याहूनही भयंकर अशा आशेतून. इतकीच किंवा याहूनही भयंकर शिक्षा एखाद्या तंदुरुस्त शरीराच्या तरुणाला द्यायची असेल; तर त्याची लग्नाची बायको रात्रभर त्याच्याशेजारी चार इंचावर झोपलेली असेल, फक्त त्यानं तिला स्पर्श न करता रात्र काढायची, ही! मी ही शिक्षा रोज रात्री भोगत होतो आणि तृष्णेनं मरणाऱ्या तरुणाला निदान मृत्यू तरी दृष्टिपथात दिसत असतो, त्याचाही इथं काही आसभास नव्हता. जोडीला माझी अवस्था अधिक क्लेशदायक करणारे विद्रूप, भीतिदायक विचार होते. रामनाथनं दिलेला दगा, कंपनीत होणार असलेली बेअब्रू, अंधारलेला अपत्यहीन भविष्यकाळ, मी जी मरणापेक्षा भयंकर शिक्षा दर रात्री सहन करीत होतो, तिच्याबद्दल सहानुभूतीऐवजी 'बायकोनं टाकलेला नवरा' म्हणून वाट्याला येणारा उपहास, वर ज्या अर्थी आम्हाला मूल नाही आणि माझी पत्नी दुसरा प्रियकर शोधते, त्या अर्थी मी तिला शरीरसुख द्यायला असमर्थ आहे, असा (परिस्थितीच्या बरोबर उलट) काढला जाणारा तर्क! या सगळ्या गोष्टी रात्रीच्या शांततेत अधिकच अक्राळविक्राळ आकार धारण करून माझ्याभोवती पिंगा घालू लागत, आणि झोप येणं अशक्य करीत.

विचारांमुळे झोप नाही आणि झोप नाही म्हणून अधिकच विचार, अशा दुष्टचक्रात सापडल्यावर मी या कुशीवरून त्या कुशीवर वळत राही; तेही करून झालं की पाय आणि माथं यांची जागा बदले; हळूहळू पायात गोळे येताहेत, असं वाटून आवाज न करता पाय झाडत राही. किंवा पुन्हा पुन्हा उठून बाथरूमला जाऊन येई. अशातच कधीतरी दिवसाचा करडा प्रकाश दिसू लागे. आजची रात्र वाया गेली, असंच आपलं तारुण्य एका एका दिवसानं संपून जाणार, या अधिकच खचवून टाकणाऱ्या विचारात मी जांभया देत उठे आणि नव्या दिवसाच्या कामाला स्वत:ला जुंपून घेई... काम करण्याचा अजिबात उत्साह नसे... रात्रभराच्या जागरणानं थकवाही भरपूर आलेला असे... तरीही कंपनीचं काम काही वेळ स्वत:च्या दयनीय अवस्थेच्या विचारांपासून थोडं लांब ठेवी, एवढीच काय ती उमेद, काम सुरू करताना मनात असे!

पण या सगळ्याचा परिणाम म्हणून अलीकडे कंपनीतही माझं वागणं थोडं चिडकटपणाचं होऊ लागलं होतं. सगळ्यांशी हसणारा, बोलणारा, विनोद करणारा, प्रत्येकाची प्रेमळपणानं चौकशी करणारा असा मी मधेच कुणाच्याही वसकन अंगावर येई, आणि तो बिचारा माझ्यातला हा बदल पाहून चावाचूप होई. ज्याच्याबरोबर आयुष्य व्यतीत होत असतं, त्या जोडीदाराप्रमाणे माणसाचा स्वभाव काही ना काही प्रमाणात बदलतोच. आपल्या स्वभावातल्या प्रसन्नतेचं, आनंदीपणाचंही दान आपण श्यामलेला करून टाकणार की काय; अशी चिंता अलीकडे मला पडली होती.

विशेषत: कुरियन जोसेफबरोबर माझे वरचेवर खटके उडायचे. अर्थात त्यात माझ्या चिडचिडेपणाइतकाच, किंबहुना जास्तच दोष कुरियनच्या मत्सरीपणाचा असायचा. डिव्हिजनल मॅनेजर म्हणून कुरियनला काही अधिकार माझ्याहून अधिक असले, तरी सगळे अलाउन्सेस धरले, तर माझा पगार त्याच्याहून अधिक व्हायचा. शिवाय कामगारांशी प्रत्यक्ष संबंध माझा यायचा आणि कुरियननं कागदोपत्री काढलेल्या नोटिसांपेक्षा ते माझ्या शब्दाला अधिक किंमत द्यायचे. कुरियन कांचीपुरममध्ये नुकताच आलेला असल्यामुळे त्याच्यासाठी जागेची सोय झालेली नव्हती. थ्री स्टार होटेलमध्ये कंपनीनं त्याची सोय केली होती आणि त्याची बायको-मुलं अद्यापि मंगलोरलाच होती. त्यामुळं माझा बंगला आणि माझी राहणीही त्याच्या डोळ्यांवर येई. काहीतरी बारीकसारीक कुरापती काढून मग तो माझ्याशी खूप वेळ वाद घालायचा.

आजच कुरियनशी ग्रेड थ्रीच्या कामगारांच्या ओव्हरटाईमवरून घातलेला वाद माझा थकवा वाढवणाराच ठरला होता, पण थोडा वेळ तरी सगळ्या कटकटी विसरून शांत बसायचं, असं मी ठरवलं होतं. घरात वर्दळ नव्हती, त्या अर्थी श्यामला मद्रासला गेली असावी. आता तर तिला लपवालपवीचं कारणच उरलं नव्हतं, त्यामुळं ती मद्रासला जाताना काही निमित्तही सांगण्याच्या भानगडीत पडत नसे.

मी घाईघाईनं हे विचार डोक्यातून बाहेर काढून टाकले आणि प्लेअरवर जीम रिव्हजच्या प्रेमगीतांची रेकॉर्ड लावली. वासुगीनं खाली येऊन दिलखुलास हसून माझ्यासाठी स्कॉचचा पेग तयार केला. मी एक फाइव्ह फाइव्ह फाइव्ह पेटवली; रुंद पाठीच्या, हातवाल्या खुर्चीत बसता बसता तिचे हात आणखी लांबवले आणि मोड्यावर पाय टाकून स्कॉच हळूहळू सिप करीत आरामात बसलो. विमान अपघातात अकाली वारलेला जीम रीव्ह्ज भावनेनं ओथंबलेल्या आवाजात आपल्या अज्ञात प्रेयसीला, 'आय वॉज लूकिंग फॉर लव्ह इन युअर ब्लू आइज', असं परोपरीनं सांगत होता. त्याचा थरथरणारा आवाज त्या शांततेत सबंध बंगल्यात घुमत राहिला होता... आणि वाऱ्याच्या झुळुकीनं हळूच डुलणारी समोरची बोगनवेल ते गाणं आपल्यात जिरवीत दाद देतेय, असं वाटत होतं.

अचानक लिडिया आली. चर्चवेडिंगला निघाल्यासारखा पांढराशुभ्र लेसवाला पायघोळ झगा तिनं घातला होता. आणि केसात नेहमीसारखी अगदी कानावर कवठीचाफ्याची पांढरी दोन फुलं लावली होती. तसलीच, आणखी पाचसहा फुलं तिच्या हातात होती. एखाद्या रमणीय चित्रातली सुंदरी चित्रातून उतरून खाली यावी, तशी ती दिसत होती.

लिडिया आमच्या बंगल्यापासून तीन-चार घरं सोडून, पण कर्नल गॅब्रियलच्या विरुद्ध बाजूला आपल्या म्हाताऱ्या अम्माबरोबर राहायची. (आमचे हेडमास्तर चार वर्षांपूर्वी जीजसकडे निघून गेले होते.) घरातून लिडियाला श्यामलेचं येणं-जाणं बरोबर कळत असणार, कारण बहुतेक वेळा श्यामला गेली असतानाच ती यायची. वासुगी आणि रोझीशी तिची खूपच गट्टी झाली होती. ती त्यांना फुलं, केक्स, एखादी छोटी पर्स असं काहीकाही आणून देऊन त्यांचे लाड करायची. माझ्याशी ती खूप मोकळेपणानं – क्वचित नको इतक्या मोकळेपणानं गप्पा मारायची. तिला अखंड बडबड करायला आवडायचं. बोलण्याची पद्धतही मजेशीर होती. म्हणजे आधी काही संदर्भ नसताना मधेच एकदम आठवल्यासारखी बोलायला सुरुवात करायची. चोल्लुंगो, अण्णाऽ पदिनेटॉम् तेदि सायंद्रम येंगे पोनिगे? - सांगा ना, कुठं गेला होता अठरा तारखेला संध्याकाळी? अशी.

मी तिची पिंटूवरून खूप थट्टा करायचो. आताही मी तिला आल्याआल्या विचारलं, काय ग, पिंटूनं तुला सोडलं बरं?

रात्री क्लबवर भेटते, म्हणून सांगितलं त्याला. शिवाय तो दिवसभर माझ्या अंगावर पडून होता. त्यालाही थोडी विश्रांती हवीच ना? तिनं हातातली फुलं समोरच्या पोर्सेलिनच्या जगमध्ये ठेवली आणि माझ्या शेजारी गालिच्यावर बसत म्हणाली, अण्णाऽ काय पिताय तुम्ही?

स्कॉच आहे! तुला हवीये?

छीऽ वांडा अम्माऽ

नको काय? चांगली आहे बघ घेऊन!

फार व्हिस्की पिणारी माणस नपुंसक होतात का हो अण्णा? तिनं एकदम फाडकन विचारलं.

तिला काय उत्तर द्यावं, ते मला कळेना. मी म्हटलं, का? तुला काय पंचायती पडल्यायत? पिंटू फार प्यायला लागलाय का?

नाही - त्याला नाही प्यायला विशेष आवडत. त्याला एकच आवडतं.

मी हसलो.

चोल्लुंगो, मला खूप शंका आहेत. माझ्या वयाच्या मुलीला खरं तर सगळं माहीत हवं! पण कुणाला विचारावं, तेच कळत नाही.

का? पिंटूला विचार ना!

पिंटू? हॅऽ - पिंटू कधी बोलतो का? तो नुसता धरतो आणि लगेच आवळायला सुरुवात करतो. तुम्ही कसे खूप बोलता, सगळं बरोबर सांगता. सांगा ना! दारू पिऊन पुरुष नपुंसक होतात?

नाही लिडिया, मी हसून म्हणालो – कधीकधी दारूपेक्षा परिस्थितीच माणसाला

अधिक नपुंसक बनवते.

लिडिया एकदम गप्प बसली. मला वाटतं, कर्नल गॅब्रिएलनं तिला आमच्या संसाराविषयी सांगितलं असावं. मी त्याच्याशी बऱ्याच गोष्टी मोकळेपणानं बोललो होतो. या क्षणी बहुधा ती आमच्या संसाराचा विचार करत असावी.

तिला परत मोकळेपणानं बोलतं करावं, यासाठी मी विचारलं, आणखी कसल्या शंका आहेत तुला?

सुंता करतात, म्हणजे काय करतात?

म्हणजे पुरुषाच्या लिंगावरची पुढची चामडी कापून टाकतात.

कुठली चामडी? चेहऱ्यावर अत्यंत निरागस भाव आणून तिनं विचारलं.

पुढची म्हणजे - असं बघ– मी समजावून देण्याचा प्रयत्न करू लागलो.

असं नुसतं सांगून मला समजायचं नाही. अधिकच निरागसपणाचा आविर्भाव आणत ती म्हणाली – तुम्ही दाखवा ना - मग आवाज किंचित खाली आणून म्हणाली - दाखवा ना. कुणी नाहीये घरात. वासुगी, रोझी बाहेर गेल्यायत. मी गेले होते ना फुलं द्यायला, तर त्या नव्हत्या.

मी तिचा चेहरा न्याहाळून पाहिला. एवढीशीही चोरीची, अपराधाची भावना तिथं नव्हती. एखाद्या नुकत्याच उमललेल्या फुलासारखा तो चेहरा स्वच्छ आणि नितळ होता. तो निष्पापपणा तिथंच सांभाळून ठेवायला हवा होता.

मी हसून लिडियाला म्हटलं - लिडी, पंधरा वर्षांपूर्वी - निदान माझं लग्न होण्यापूर्वी जरी तू हे प्रश्न मला विचारले असतेस ना, तरी इथं आतषबाजी उडवून मी त्यांची उत्तरं दिली असती. तेव्हा मला स्त्री आणि पुरुष याचा अर्थ फक्त लिंगांनी कळायचा. पण आता मी बदललोय लिडी. आता माझं तेवढ्यानं समाधान होणार नाही - माझं मन माझ्या शारीरिक सुखाच्या मधे येईल.

लिडिया एकदम गंभीर झाली. तिच्या चेहऱ्यावरचा नेहमीचा खेळकर बालिश भाव नाहीसा झाला. ती एकदम एखाद्या जाणत्या बाईसारखी दिसू लागली. अगदी पोक्तपणे ती म्हणाली, अण्णा - आणखी एक शंका! या ज्या मनाच्या गोष्टी तुम्ही करताय, त्या मनानं तुम्हाला काय दिलं? रात्रंदिवस जळणंच ना?

मी बारशी गेलो. स्कॉचचा आणखी एक पेग ओतून घेतला.

कुणासाठी तुम्ही जळताय अण्णा? काय लायकीच्या बाईसाठी? ती नसताना मी इथं येते. का? तुम्हाला एकटं गाठावं म्हणून नाही. मला त्या बाईचं तोंड पाहवत नाही, तिची शिसारी येते, घाण वाटते, म्हणून! तुमच्यासारख्या देवमाणसाचा जिनं असा क्रूर छळ चालवलाय -

इनफ लिडिया. मी तिच्याविषयी असलं ऐकून घेणार नाही. आफ्टर ऑल, ती माझी बायको आहे!

बायको? लिडिया तिरस्कारानं म्हणाली, तुमचं लग्न लावून दिल्याबद्दल व्यंकटेशाला शरम वाटत असेल आता! बायको म्हणण्यासारखं काय दिलंय हो तिनं आजवर तुम्हाला? शरीर सोडाच, पण निदान सहवास? प्रेमाचा एक गोड शब्द? एक मूलसुद्धा ती देऊ शकली नाही. हा एवढा मोठा बंगला - त्याला काही घरपण आहे का? जे काही आहे, ते वासुगी आणि रोझी यांनी दिलंय. घर काय सांभाळणार ही बाई सबंध दिवस मद्रासमध्ये घालवून?

मी चपापलो. हिला कितपत माहीत आहे? - मद्रासमध्ये ती शारदाम्माकडे जाते लिडिया – मी म्हटलं.

स्वत:ला फसवून तुम्हाला समाधान वाटत असेल, तर तसं खुशाल म्हणा. पण मी आणि पिंटूनं तिला रामनाथबरोबर पाहिलेलं आहे.

ठीक आहे लिडिया – मी येऊन सोफ्यावर बसत म्हटलं - इतके दिवस आम्ही दोघंही दु:खात होतो. आता निदान तिला एकटीला तरी सुख मिळतं - हे चांगलंच आहे की! लुक हिअर लिडिया, वुई आर लिव्हिंग इन डिफरन्ट टाइम्स! स्त्री ही नवऱ्याच्या मालकीची वस्तू आहे, असं मानण्याचे दिवस गेले आता! आता आपण समजतो, ती स्वतंत्र व्यक्ती आहे - तिला तिचा चॉईस आहे. नैतिकतेच्या जुन्या व्याख्या आता बदलायला हव्यात.

होय ना? म्हणूनच मी तुमच्याकडे आले होते अण्णा – माझे दोन्ही खांदे धरून माझ्या डोळ्यांत पाहात लिडिया तळमळून म्हणाली, तुमच्यासारख्या विचारी माणसाचं, स्वत:ला फसवणाऱ्या बायकोलाही समजून घेणाऱ्याचं हे जळणं मला बघवत नाही अण्णा- म्हणून मी आज ठरवून आले होते, की तुम्हाला सुख द्यायचं - खूपखूप सुख द्यायचं!

मी काहीच बोललो नाही. तिचे हातही खांद्यांवरून काढून टाकले नाहीत.

एक हात माझ्या खांद्यावर ठेवून ती माझ्या शेजारी बसली आणि म्हणाली, गैरसमज करून घेऊ नका, अण्णा. पिंटू मला भरपूर सुख देतो. मी बिलकुल असमाधानी नाही.

मग? मग केवळ माझ्यावरच्या दयेनं तू हे करायला निघालीयेस?

दयेनं असं नाही. दया हा वाईट शब्द आहे. सहानुभूती म्हणा. समजूतदारपणा म्हणा. तुमच्याविषयी वाटतं म्हणून म्हणा! काय आहे हो आपलं शरीर म्हणजे तरी? एक आनंद देण्याघेण्याचं साधनच ना? तुम्हाला माझ्यापासून थोडा आनंद मिळाला तर -

मी चकित होऊन लिडियाकडे पाहात राहिलो. एरवी अगदी पोरकटपणे बोलणारी, पिंटूशी लहान मुलीसारखं खेळणारी ही मुलगी इतका गंभीर विचार करू शकते?

आणि यात निव्वळ परोपकार नाही अण्णा - माझाही स्वार्थ आहे! अण्णा, पिंटू माझी शरीराची भूक भागवतो. अगदी नकोसं होईपर्यंत भागवतो. पण तो म्हणजे एक मोठा केसाळ प्राणी आहे. त्याला बुद्धी फारशी नाही. भावना आहेत - जेवढ्या जनावराला असतात, तेवढ्याच! काही प्रमाणात त्याचा सहवास हवासा वाटतो, नाही, त्याची अगदी ओढ लागून राहते! पण त्यात कायम मजा वाटणार नाही. त्याच्यासारख्याला जन्मभर सहन करायचं ना, अण्णा, तर तुमच्यासारख्या माणसाचा सहवासही अधूनमधून हवा. नुसता बौद्धिक सहवास नाही - बुद्धिमान माणसाचा शारीरिक सहवास!

थँक्यू लिडिया. तुझ्या सहानुभूतीबद्दल आणि तुझ्या ऑफरबद्दल धन्यवाद! कुणी आपल्यासाठी एवढं काही करायला तयार आहे, हे कळणंही खूप धीर देणारं असतं. पण तुझ्या देणगीचा स्वीकार मला करता येईल, असं मला वाटत नाही. मात्र एवढी मोठी देणगी स्त्रीनं देऊ करावी आणि पुरुषानं ती अव्हेरावी, हे गैर आहे. म्हणून फक्त तुझा मान राखण्यासाठी -

मी उभं राहून तिच्या खांद्यावर दोन्ही हात ठेवले, आणि तिच्या ओठांचं चुंबन घेतलं.

तिचे ओठ थरथरले. वाटलं, आता ही मला मिठी मारून ढसढसा रडणार! पण तिनं तसं काहीच केलं नाही. भरल्या डोळ्यांनी एक पुसट स्मित करून ती निघून गेली.

त्या रात्री मी शुद्ध पूर्ण हरेपर्यंत स्कॉच प्यायलो. तरीही मला आठवतंय, वासुगी परत आली, तेव्हा त्या पोर्सेलिन जगमध्ये लिडिया ठेवून गेलेली ती कवठीचाफ्याची फुलं तिला द्यायला मी मुळीच विसरलो नाही.

अठरा

श्यामलेचं आणि माझं एकमेकांशी बोलणं आता जवळजवळ बंदच झालं होतं. आणि एका परीनं ते बरंच होतं. पूर्वी आम्ही बोलायचो, पण आमच्यात संवाद नव्हता. एकमेकांना सांगण्यासारखं काही नव्हतं. सांगण्याची ओढही नव्हती. बोलणं म्हणजे नुसती एकमेकांना दुखवणाऱ्या शब्दांची देवाणघेवाण होती. आता तीही बंद झाली, एवढंच.

आणि तरीही एके दिवशी मी न राहवून तिला म्हटलं, श्यामी, तू दिवसभर बाहेर असतेस. त्या पोरींना आठवड्यातून जेमतेम दोन तास नृत्य शिकवतेस -

ज्यात काही कळत नाही, त्यात बोलू नये माणसानं. हा चीप डान्स क्लास नाही, तासांचा हिशेब करून टीचरनं शिकवत बसायला! मी दोन तास शिकवलेलं जिरवायला त्यांना आठवडा लागतो. ते दोन तास सोडून उरलेला वेळ त्यांनी आपला सराव करायचा असतो.

पण आपला आपण सराव करायला तरी तू त्यांना वेळ देतेसच कुठं? सगळा वेळ बिचाऱ्या आपल्या घरचं काम उपसत असतात. गुरुकुलाचा अर्थ असा नाही, की त्यांनी गुरुगृही अंगमेहनत करावी.

तुला काय ठाऊकेय गुरुकुलाचा अर्थ? पूर्वीचे गुरू हातपाय चेपून घ्यायचे– तसं तर नाही ना मी करत? आपल्या घरातल्या वातावरणातून, इथल्या कामातून जे काय संस्कार त्यांच्यावर होतील, त्यातूनच त्यांना नृत्यकलेचं खरं रहस्य समजेल.

याचा अर्थ एवढाच होता, की त्या मुलींच्या बाबतीत साधा भूतदयेचा विचार करण्याचीही श्यामलेची तयारी नव्हती.

आणि आज एकदमशी तुला त्यांची वकिली करावीशी वाटली? वासुगी काही बोलली वाटतं माझ्याविषयी? नाही तरी तुझं–तिचं जरा जास्तच जमतं.

यावर काहीही बोलण्यात अर्थ नव्हता. पण नंतर वासुगीलाच त्रास व्हायला नको, म्हणून मी म्हटलं -

वासुगी काही बोलली नाही माझ्याकडे. ती कधीच अशा लावालाव्या करणार नाही. पण मला दिसत नाही का? एकसारख्या त्या दोघी काम करीत असतात, घरातलं! तू त्यांचं कौतुक करायला तर सोडाच, पण त्यांच्यावर रागवायलासुद्धा त्यांना भेटत नाहीस.

याद राखून ठेव वरदा - स्पष्टीकरण देण्याऐवजी मलाच धमकी देत श्यामला म्हणाली- वासुगीच्या बाबतीत तू काही पागलपणा केलास, तर माझ्याशी गाठ आहे. बायकांच्या बाबतीत काय धंदे करायचे असतील ते बाहेर कर. माझ्या विद्यार्थिनी माझ्या जबाबदारीवर इथं राहतात, समजलं? त्यांची सुरक्षितता हा माझ्या प्रेस्टीजचा प्रश्न आहे. सबंध गुरु-शिष्य परंपरेच्या इमेजचा प्रश्न आहे. त्यांची बाजू घेऊन, मी त्यांच्यावर फार अत्याचार करत्येय, असं त्यांना दाखवण्याची गरज नाही, समजलास? त्यांच्यात न् माझ्यात भांडण लागलं, तर त्यांना गुरुगृह सोडून जावं लागेल. त्या दोघी फार मोठ्या - अगदी जगप्रसिद्ध डान्सर्स होणारेयत! एवढ्यातेवढ्या निमित्तावरून त्यांची साधना संपुष्टात येऊ नये, एवढीच माझी इच्छा आहे.

यावर काहीही बोलणं म्हणजे भांडण पेटवणं होतं. मी मुकाट्यानं ग्लास भरून घेतला आणि माझ्या खोलीत जाऊन बसलो. श्यामलेनं कपडे बदलले आणि ती बाहेर निघून गेली.

थोड्या वेळानं अंधार पडला, तेव्हा वासुगीनं येऊन माझ्या खोलीत दिवा लावला. मला म्हणाली, आय ॲम व्हेरी सॉरी, माम. तुम्हा दोघांचं बोलणं मी ऐकलं. एरवी ऐकत नाही. पण आज जिन्यात आले, परत जाणार, एवढ्यात माझा उल्लेख ऐकला, म्हणून ऐकत राहिले.

दॅट्स ऑल राइट. मी शेवटचा सिप घेत म्हणालो.

माम, आम्ही इथं सुखी आहोत. इथल्या कामाचं आम्हाला काही वाटत नाही. हे घर आमचंच समजतो आम्ही. तुम्ही आमचे वडील आहात, असंच मानतो. तुम्ही उगाच श्यामलाम्माकडे आमच्याविषयी बोलून त्रास नका करून घेत जाऊ.

त्रास कसला? पित्याचं कर्तव्य म्हण ते!

ती गोड हसली आणि खाली पाहत बसून राहिली.

मी ग्लास पुढं केला. ती तो भरून आणायला आज्ञाधारकपणे उठली. पण जाताना म्हणाली, हा लास्ट हं! मग जेवायला बसायचं.

लास्ट ग्लास तिनं जो भरून आणला, त्यात व्हिस्की अर्धा पेगसुद्धा नव्हती. सगळा सोडा आणि बर्फच होतं.

काय पाणचट केलीयेस! मी पहिला सिप घेतल्याबरोबर म्हटलं. मी भरून आणू का खाली जाऊन?

तेवढीच शिल्लक होती. नवी बाटली उघडावी लागली असती म्हणून -

थापा मारू नकोस! चांगली अर्धी बाटली शिल्लक आहे अजून! मी खाली जायला उठलो.

हात धरून मला खाली बसवत वासुगी अजीजीनं म्हणाली – प्या ना अशीच! प्लीज -

मी खाली बसलो.

माम - ती अगदी हलक्या, माझ्या मनाला इजा होऊ नये, अशा आवाजात म्हणाली, अलीकडे फार पिता तुम्ही. नका ना इतकी पिऊ.

मग काय करू वासुगी? माणूस दोन कारणांनी पितो. एक, खूप कंपनी आहे म्हणून, त्या सगळ्यांच्या आग्रहाखातर. दोन, अजिबात कंपनी नाही म्हणून! भकास एकटेपणा भरून काढण्यासाठी! कल्पना कर - या क्षणी मी आणि श्यामला दोघंच म्युझिक कॉन्सर्ट ऐकायला गेलो असतो, किंवा समुद्राकाठी नुसतेच एकमेकांचे हात हातात घेऊन निःशब्द बसलो असतो, किंवा आपल्या या पलीकडच्या गर्द राईतून पक्ष्यांची किलबिल ऐकत भटकलो असतो, तर दारू पीत इथं एकटं बसावं, असं मला वाटलं असतं का? माणसाची कर्तबगारी वाढवणारा, त्याला उत्साह देणारा आनंद या छोट्या छोट्या गोष्टींमध्ये असतो वासुगी - जो नवराबायकोंना नुसत्या बिछान्यात सापडत नाही. पण हा आनंद मिळवायला एकमेकांविषयी जी ओढ लागते, ती मात्र बिछान्यात तयार होते. मधुचंद्राच्या रात्री त्यासाठी असतात वासुगी, आयुष्यातल्या संध्या सुखद व्हाव्यात म्हणून! मला असा सहवास कधीच मिळाला नाही, अगदी लग्नाच्या रात्रीपासूनच! दिवसभर पुरुषांमध्ये वावरून रूक्ष काम ओढून घरी आल्यावर एका तरुण स्त्रीचं स्मित बघायला मिळावं, तिचे प्रेमाचे दोन गोड शब्द ऐकायला मिळावेत, हा कुठल्याही नॉर्मल तरुण पुरुषाचा हक्क असतो. पण तो मला नाकारला गेला. मग आयुष्यात ही आली - बाटली! आता प्रत्येक रिकामी संध्याकाळ तीच आपल्या सहवासानं भरून टाकते. हळूहळू जवळ घेऊन मला नशेत बुडवते.

तो पाणचट प्याला मी घटाघट पिऊन टाकला आणि ग्लास तिच्यापुढे केला.

या वेळी मला विरोध न करता ती ग्लास भरून आणण्यासाठी खाली निघून गेली.

आणखी दोन-तीन महिन्यांनी एकदा फॅक्टरीत निघालो होतो. गाडी सुरू करत असताना रेअर व्ह्यू मिररमध्ये लिडिया दिसली. हातात एक मोठी फुगलेली पर्स. अंगावर चुरगळलेली साडी. केसात मात्र साडीच्या रंगाचंच किंचित छोटं डेलियाचं फूल!

मी गाडी रिव्हर्स करून तिच्यापर्यंत नेली. थांबवली.

तुमच्याकडेच चालले होते मी. आणि ती पुढं काहीतरी सांगू लागली. मी म्हटलं, आता मला अगदी वेळ नाहीये तुझं काही ऐकत बसायला. इथनं तीस किलोमीटर्सवरच्या अराकोणमच्या फॅक्टरीत पोचायचंय. आणि आधीच उशीर झालाय! काही सांगायचं असलं तर गाडीत बस. कम ऑन! जस्ट हॉप इन!

मी दार उघडून दिलं. ती आज्ञाधारकपणे गाडीत बसली.

दॅट्स लाइक् अ गुड गर्ल – मी म्हटलं – आता बोल. व्हॉट्स द प्रॉब्लेम?

नेहमीचाच. ती गांजल्यासारखं बोलली. मला दिवस गेलेत.

मग? पिंटू लग्न करायला तयार नाहीये?

नसायला काय झालं? ही इज क्रेझी ओव्हर मी. माझ्यासारखी दुसरी कुठली मुलगी मिळणारेय त्याला?

मग -?

पण एवढ्यात लग्न करायला मीच तयार नाहीये. कशाच्या जोरावर करणार लग्न? पिंटूला अजून धड नोकरी नाहीये. कुठंतरी सेल्स रिप्रेझेंटेटिव्ह म्हणून पार्ट टाइम काम करतो. न बोलता सेल कसा करतो कोण जाणे! त्या उदास मूडमध्येही ती हसली. बहुधा त्याच्या मल्लासारख्या शरीराला घाबरूनच दुकानदार ऑर्डर्स देत असतील. एनी वे - नॉट मच ऑफ अ जॉब! वडिलांच्या पैशावर टेनिस खेळत जगतो. वेगळी जागा घ्यायची ऐपत नाही, म्हणून त्यांच्याच घरी राहतो. करायचंय काय एवढ्यात लग्न करून?

मग ॲबॉर्शन करून घे! त्यात काय -

अण्णा, यापूर्वी चार वेळा डी ॲन्ड सी झालंय. आता डॉक्टर म्हणतात, ॲबॉर्शन रिस्की आहे.

मग काय करशील तू आता?

तुम्हीच सांगा. मदत मागायला आल्येय.

मूल होऊ दिलं - आणि उद्या पिंटूनं फसवलं, तर -

फसवायचा नाही - पण मलाच तो आवडेनासा झाला तर - म्हणून मला अंदाज येईपर्यंत एकटं राहायचं होतं. नाहीतर मुलाचा मला कंटाळा नाही. मी छान वाढवीन मूल!

जरा वेळ आम्ही दोघंही गप्प बसलो. मी गाडीचा वेग वाढवला.

अण्णा - तुम्ही राहा ना माझ्याबरोबर! ती एकदम म्हणाली. मी पिंटूकडे परत जाणार नाही.

असं म्हणू नकोस लिडी. पिंटू लव्हज यू. तू सोडून गेलीस; तर तो वेडापिसा होईल!

काही नाही - त्याला काय, घुसळायला कोणीतरी मिळाल्याशी कारण! एनी

वे, तो प्रश्न गौण आहे. आपण असं करू अण्णा. मी अम्माला घेऊन लांब कुठल्यातरी खेड्यात जाऊन राहीन. तुम्ही माझ्याशी लग्न करू नका. मला लग्नाच्या बायकोचा दर्जादेखील देऊ नका. फक्त अधूनमधून मला भेटत जा! महिना-पंधरा दिवसांनी एकदा येऊन गेलात, तरी चालेल.

समोर आलेल्या अडचणीनं लिडिया बावचळल्यासारखी झाली होती. काय सुचेल ते बोलत होती - अगदी अव्यवहार्य असं!

तुम्हाला काय वाटतं अण्णा, श्यामी रामनाथला सोडून देईल आणि तुमचा संसार परत उभा करील?

मी आशावादी आहे लिडी!

सम होप! बुद्धिवादी म्हणवता आणि चमत्कारांवर विश्वास ठेवता! एनी वे - बेस्ट ऑफ लक!

लिडिया माझ्याबरोबर फॅक्टरीत आली. मी इकडेतिकडे फिरून माझी एकेक कामं वाटेला लावत असताना ती शांतपणे एक जेम्स हॅडली चेजची कादंबरी वाचत माझ्या कॅबिनमध्ये बसून राहिली.

लंच झाल्यावर मी तिला घेऊन मद्रासला गेलो, डॉक्टर मनोहरनच्या हॉस्पिटलवर. त्याला अडचण समजावून सांगितली. त्यानं तिची तपासणी केली.

नंतर बाहेर येऊन म्हणाला, तीन महिने होऊन गेलेयत. शिवाय ही तिची पाचवी वेळ आहे. शरीराच्या सहनशक्तीलाही काही मर्यादा असतात.

मी म्हटलं, काहीही कर मनोहर - पण तिची सुटका कर! नाहीतर तिच्या आयुष्याची फार गुंतागुंत होणारेय!

मनोहरन हसला - म्हणाला, याचा विचार तू आधीच का नाही केलास?

मी चक्रावलो. म्हटलं, मुलाचा बाप मी नाहीये! समाजकार्य म्हणून हिला घेऊन आलोय.

यावर कुठलाही डॉक्टर विश्वास ठेवणार नाही. मनोहरन म्हणाला - एनी वे, मी नुसती गंमत केली. तुला मी ओळखतो. तू बाप असतास, तर पहिल्यांदा तसं सांगून टाकलं असतंस. तरीदेखील, तुझा तिच्याविषयीचा कळवळा आहे ना, हा कुणालाही संशय येईल, असाच आहे.

मी हसलो. बिलीव्ह मी - मी म्हटलं, तसं काही नाहीये. बट ट्राय युअर बेस्ट. ही डीड! त्यानं काळजीपूर्वक ऑपरेशन केलं. लिडिया मोकळी झाली.

दुसऱ्या दिवशी मी पुन्हा मनोहरनच्या हॉस्पिटलमध्ये गेलो. त्याचे पुन्हापुन्हा आभार मानले. लिडियाच्या स्पेशल रूममध्ये गेलो. लिडिया थोडी फिकट पडल्यासारखी दिसत होती. पण तिच्या चेहऱ्यावर नेहमीचंच बालिश हास्य होतं. कदाचित,

अंगात हॉस्पिटलचा गाऊन होता आणि केसांत फुलं नव्हती, म्हणून ती थोडी ओढल्यासारखी वाटत असावी.

मला पाहिल्यावर तिला आनंदाचं भरतं आलं. अण्णा - ती म्हणाली, मी तुमच्याबरोबर घरी येते.

अंहं! मनोहरननं सांगितलंय, की आणखी चार दिवस तरी तू नुसतं झोपून राहिलं पाहिजेस.

ती डोळे मिचकवत म्हणाली - असं एकटीनंच चार दिवस झोपून राहाण्यात काय मजा?

अंहं! तुझ्या त्या केसाळ प्राण्याला तर आता महिनाभर तुझ्याजवळ फिरकू देऊ नकोस.

महिना? ती खोटा शोक करत म्हणाली - अय्यो आम्मा! महिना कशी काढू मी? आत्ताच तुम्ही त्याचं नाव काढल्याबरोबर माझ्या अंगावर रोमांच उभे राहिले, बघा!

मग मरा! मीही खोट्या वैतागानं म्हणालो. पण सहाव्या वेळी अण्णाकडे येऊ नका.

तिनं एकदम माझा चेहरा खाली ओढला आणि माझ्या ओठांचं चुंबन घेतलं - हे तुमचे आभार मानण्यासाठी होतं अण्णा. ती प्रसन्नपणे म्हणाली – तुम्ही होता म्हणून मी वाचले - नाहीतर, या वेळेस, मी ठरवलं होतं की, काहीतरी गोळ्याबिळ्या खाऊन जीव द्यायचा.

हूं! तिचं चुंबन, प्रसन्न स्मित आणि शब्दातलं कारुण्य यांपैकी एकाचाही स्वत:वर परिणाम होऊ न देण्याचा प्रयत्न करत मी तिला दम दिला–

पारुंगळ, निदान या वेळेपासून तरी धडा घ्या. दर वेळेस अशी चूक होतेच कशी तुमची? तू आणि तो गधडा - पिंटू कळ दे! - दोघंही बिलकूल बिनडोक! अग, लग्न करायला सवड नसेल तुम्हाला तर - कॉन्ट्रॅसेप्टिव्हज अशी काही चीज असते, तुम्ही ऐकलंय तिच्याबद्दल?

अण्णा - लिडिया हसत म्हणाली - आधी न ठरवता एकाएकी रंगात येणं अशी काही चीज असते, तुम्ही ऐकलंय तिच्याबद्दल?

दुसऱ्या दिवशी सकाळीच शिपाई सांगत आला– कुरियन साहेबांनी बोलावलंय.

मी गेलो. हा प्राणी आज कसलं नवीन भांडण उकरून काढणार, या काळजीत!

गुड मॉर्निंग! मी म्हटलं.

गुड मॉर्निंग! अरे होतास कुठं तू काल संध्याकाळी? मी शोधत होतो तुला!

मद्रासला गेलो होतो. डॉक्टर मनोहरनकडे!

सहज ना?

हो! माझा फार वर्षांचा दोस्त आहे तो! कधीकधी भेटून येतो त्याला. शोधत कशासाठी होतास?

तुला न्यूज द्यायची होती. बिग न्यूज! दिल्लीला सेल्स कॉन्फरन्स आहे. चार दिवस चालणारेय. खूप डिटेल्स डिस्कस व्हायचेत. ती अटेण्ड करायला मी तुझं नाव सजेस्ट केलंय.

सेल्स कॉन्फरन्सला - फॅक्टरी मॅनेजर?

नाहीतर टेक्निकल आस्पेक्ट्स नीट रिप्रेझेन्ट केले जात नाहीत. कॉन्फरन्स उद्या दुपारपासून सुरू होतेय. तुझं सकाळच्या फ्लाइटचं रिझर्व्हेशन केलंय.

पण असं एकदम -

चारपाच दिवस आउट ऑफ टाऊन राहायला किती दिवसांची नोटीस हवी?

नेहमीसारखी आर्ग्युमेन्ट्स व्हायला नकोत, म्हणून मी 'थँक यू, गुड डे!' म्हटलं आणि बाहेर पडलो. कॅबिनमध्ये येऊन कॉन्फरन्समध्ये काय बोलावं लागेल, याची जुळवाजुळव करायला लागलो.

बरोबर पाचव्या दिवशी मी दिल्लीहून परतलो. मद्रास एअरपोर्टवर टॅक्सी घेतली आणि कांचीपुरमला आलो.

टॅक्सी दारात थांबवली आणि शेजारच्या आणि समोरच्या, दोन्ही बंगल्यातली माणसं टॅक्सीचा आवाज ऐकून त्यांच्या तळमजल्यावरच्या बाल्कनीत आली. आली, तशीच थांबली, माझ्याकडे बघत. बोललं मात्र कुणीच नाही.

मी बॅग काढली आणि टॅक्सी परत गेली, तरी ती माणसं तशीच माझ्याकडे पाहात उभी होती. मग ती हलक्या आवाजात एकमेकांशी कुजबुजू लागली. मला त्यांचं सगळंच वागणं थोडं विचित्र वाटलं. पण त्यांच्याकडे लक्ष न देता मी दाराशी आलो.

दार बंद होतं. भर दुपारी बारा वाजता घराच्या बाहेरचा दरवाजा बंद असावा, हे थोडं आश्चर्यकारक होतं. पण अशक्य नव्हतं. कारण वासुगी आणि रोझी सध्या पंधरा दिवसांच्या रजेवर आपापल्या घरी गेल्या होत्या. श्यामला नेहमीप्रमाणे बाहेर गेली असली, तर दरवाजा ओढून गेली असेल! पण मग लॅचची चावी?

मी दोनतीनदा बेल वाजवली. पण आत कुणाचीच हालचाल ऐकू येत नव्हती. अर्थातच घरात कुणी नव्हतं. आता काय करावं, या विचारात मी होतो. एवढ्यात समोरच्या बंगल्यातला दहा वर्षांचा मुलगा धावत आला आणि लॅच-की माझ्या हातावर ठेवून, मी त्याला काही विचारायच्या आत पळून गेला.

मी लॅच-की लावून दरवाजा उघडला...

त्या क्षणी मला सबंध आयुष्यातला सर्वात प्रचंड धक्का बसला!

समोरचा हॉल संपूर्ण रिकामा होता! तिथं एकही, म्हणजे एकही वस्तू नव्हती...

मी तिथल्या तिथेच मटकन खाली बसलो. हे घर माझंच होतं ना? की मी चुकून दुसऱ्याच कुठल्या तरी अजून राहण्यासाठी द्यायच्या असलेल्या बंगल्यात आलो होतो?

पण नाही ... दारावरची माझ्या नावाची पाटी, मी होतो, तिथूनही मला दिसत होती.

मी पायात कशीबशी शक्ती गोळा केली आणि इतर खोल्यांमधून फिरून आलो. बेडरूम, किचन, श्यामलेची तालमीची खोली, देवघर, माझी खोली, गेस्ट रूम... कुठंकुठंही एकही वस्तू नव्हती. फर्निचर गेलं होतं... कपाटं गेली होती... त्यातले कपडे, दागिने गेले होते, गालिचे गेले होते, फ्रिज गेला होता. भिंतीवरची चित्रं... कोपऱ्यातले पुतळे, मी गावोगावहून एकेक जमा केलेल्या कलावस्तू... एकूण एक गोष्ट नाहीशी झाली होती! बेडरूम आणि माझी खोली यांच्या भिंतीतल्या रिकाम्या कपाटांची दारं सताड उघडी होती - नाही म्हणायला किचनच्या जमिनीवर, फ्रिजमधून काढून टाकलेल्या दोनचार भाज्या मान मुरगळल्यासारख्या पडल्या होत्या.

आडाडी, इदू यन्ना? काय झालं असावं? चोरी...? दरोडा...? पण काहीही तुटल्याफुटल्याच्या खुणा दिसत नव्हत्या.

मी बाहेर आलो. झाडांना चार दिवसांत कुणी पाणी न घातल्यामुळं ती सुकून गेली होती. गॅरेजमध्ये गाडी नव्हती.

सबंध बंगला, दुसऱ्या कुणाला तरी देऊन टाकण्यासाठी रिकामा करावा, तसा रिकामा केलेला होता. उरल्या होत्या नुसत्या भिंती, छप्पर, दारं, खिडक्या... आणि बागेतली ती वाळलेली झाडं!

काय झालं असेल? समोरच्या, शेजारच्या बंगल्यातल्या माणसांना विचारावं का? पण तसं काही भयंकर झालं असतं, तर त्यांनीच आपणहून पुढे होऊन सगळं तपशीलवार सांगितलं असतं. पण इथं तर -

मी टॅक्सीतून उतरत असतानाच त्यांचं गप्प उभं राहणं आणि मी चालू लागल्यावर हलकेच कुजबुजणं मला आठवलं.

आणि एकीकडे आश्चर्य करत असतानाच, काय झालं असावं, याची एक कल्पना माझ्या डोळ्यांसमोर पुसटसा आकार घेऊ लागली होती. अत्यंत भयंकर, तर्काला प्रथमदर्शनी अगदीच न पटणारी अशी ती कल्पना होती. सज्जन माणसाच्या चित्ताचा थरकाप उडवणाऱ्या, अति भयानक, वेडगळ दुःस्वप्नातही कधी येणार नाही इतकी दुष्टपणाची होती... पण जो जो विचार करावा, तो तो तीच खरी असेल

असं मला वाटू लागलं.

श्यामला - घरातली एकूण एक - चीजवस्तू घेऊन - मला - सोडून गेली असेल का?

मी आत आलो - आणि भिंतीला टेकून बसून राहिलो. मी लाडानं, प्रेमानं सजवलेली ती जागा, त्या भिंती आता ओक्याबोक्या झालेल्या मला बघवेनात. मी गुडघ्यात डोकं खुपसलं.

आणि दारात कुणाची तरी सावली पडली, म्हणून वर पाहिलं. तो बंगल्याचा वॉचमन होता.

मला सलाम करून तो म्हणाला - तुम्ही कसे आलात साहेब? - सहज? बाई तर परवाच सगळं सामान ट्रकमध्ये घालून निघून गेल्या. म्हणाल्या - आम्ही जागा सोडतो आहोत. मद्रासमध्ये राहायला जातो आहोत. तुम्ही कुठून आलात साहेब?

अखेरीस माझी कल्पना - खरी ठरली होती...

मी वॉचमनला म्हटलं, मला थंड पाणी आणून दे कुठून तरी...

एकोणीस

पाण्याचा रिकामा ग्लास घेऊन वॉचमन निघून गेल्यावर मी बूट काढले. बॅगमधून माझा नॅपकीन काढून घेतला. भोवळ येतेयसं वाटत असतानाच बाथरूममध्ये गेलो. लघवी केली. तिथल्या बेसिनवर पुन्हापुन्हा पाण्याचे हबके मारून तोंड धुतलं. नॅपकिननं ते खसाखसा पुसलं. नॅपकीन झटकून अर्धवट दमट असतानाच परत बॅगमध्ये ठेवला.

मग मी प्रत्येक खोलीत पुन्हा एकदा फिरून आलो. मघा तिच्यात काहीतरी शिल्लक राहिलंय का, आशेनं फिरलो होतो. आता तिथं शिल्लक राहिलेल्या आठवणी मनात भरून घेण्यासाठी!... ही माझी खोली... इथं मी लोकांपासून आडोसा केला... ही बेडरूम - माझं रणक्षेत्र.. हे किचन... इथं वासुगी माझे आवडते पदार्थ करायची... हा हॉल... इथं पार्ट्या व्हायच्या... इथं माझी आवडती रुंद पाठीची खुर्ची होती... इथं बार होता... मी दिल्लीला गेलो तेव्हा एक ब्लॅक लेबल, एक रेड लेबल, एक ब्लू रिबान्ड, आणि अर्धी व्होडका होती -

आश्चर्य म्हणजे या सगळ्या आठवणी काढतानाही माझ्या डोळ्यात पाण्याचं टिपूस येत नव्हतं. ते घर - ते नाहीसं झालं नव्हतं - ते सगळं सगळं माझ्या डोक्यात होतं. ते सगळं अस्तित्वात होतंच; फक्त ते या इथून निघून गेलं होतं– या भिंती - तिथं ते सगळं होतं, हेसुद्धा त्यांना सांगता येत नव्हतं... त्या नुसत्याच अलिप्तपणे उभ्या होत्या.

नेहमीपेक्षा ती जागा खूपच लहान वाटत होती. घर आपल्या कल्पनेत मोठं असतं. प्रत्यक्ष फुटांच्या हिशेबातली जागा कधीच तेवढी मोठी नसते. हे घर नव्हतं... ही जागा होती... तिथं तात्पुरतं अवतरलेलं घर अंतर्धान पावलं होतं आणि ती जागा पुन्हा एकदा आपल्या लाकडासिमेंटच्या मूळ रूपात उभी राहिली होती.

मी बॅग उचलली आणि छातीशी धरली. या क्षणी ती माझ्या मालकीची एकमेव वस्तू होती. शेजारच्या, समोरच्या नजरा चुकवत मी बाहेर आलो. मी लुटला गेलो

होतो आणि तरीसुद्धा मीच चोरासारखा बाहेर पडत होतो. एका परीनं ते स्वाभाविक होतं. मी नागवला गेलो होतो. नागवा माणूस पाहणाऱ्यांच्या नजरा संकोचानं चुकवणार नाही तर काय?

पाहायचं नाही, असं ठरवलं असतानाही मी वळून त्या रिकाम्या बंगल्याकडे पाहिलं. कुठंही, कसलीही हालचाल नव्हती. कोपऱ्यातली ती बोगनवेल मला निरोप देण्यासाठी किंचित हलली का? छे, तो भासच! सारं तटस्थ होतं. वाऱ्याची झुळूकच नव्हती, तर बोगनवेल कशी हलेल?

कोपऱ्यावर वळेपर्यंत शेजाऱ्यांच्या नजरा आपला पाठपुरावा करताहेत, असा भास मला होत होता...

बाहेर रखरखीत ऊन पडलं होतं. अंगात ताप आल्यासारखं तोंड कडू झालं होतं.

मी बसस्टॉपवर आलो. बस घेतली आणि फॅक्टरीत जाऊन पोचलो. कॅबिनमध्ये जाऊन डोकं धरून बसून राहिलो.

मी आत येतानाच, वाटेतल्या छोट्या ऑफिसात बसलेल्या सिक्युरिटी ऑफीसर योगपतीला, काहीतरी गडबड होती, हे जाणवलं असावं, तो माझ्या पाठोपाठ आला आणि त्यानं विचारलं, काय झालं सर? तुमची तब्येत बरी नाहीये का? उंगळुक्कु ॲन्न हॉयगिरदु?

त्याच्या स्वरातली अस्सल तळमळ जाणवल्यामुळं, उडवाउडवीची उत्तरं न देता मी त्याला खरा प्रकार सांगितला. (कदाचित कुणाकडे तरी तो सांगणं, ही माझी त्या क्षणाची गरजही असेल!)

त्याचीही समजूत, इतरांप्रमाणे अशीच होती, की आम्ही मद्रासमध्ये वेगळी जागा घेतली होती. माझं बोलणं ऐकून तो हादरून गेला.

त्यानं मला तात्पुरतं त्याच्याकडे राहायला बोलावलं. टू रूम किचनची त्याची जागा होती. त्यात तो, त्याची बायको आणि त्याच्या तीन मुली! मी म्हटलं, नको योगपती. तुझी अडचण होईल. डोन्ट वरी, आइल् मॅनेज.

मी नाइलाजानं कुरियन जोसेफकडे गेलो. त्याला दिल्लीच्या कॉन्फरन्सचा रिपोर्ट दिला. नंतर म्हटलं, आय वॉन्ट अ स्मॉल फेवर सर. मला आपल्या गेस्ट हाऊसमध्ये रहावं लागणारेय थोडे दिवस!

का? त्यानं मला विचारलं.

श्यामला मला सोडून गेली. जाताना सगळंच घेऊन गेली!

तिचा पत्ता तू शोधून काढू शकतोस.

त्याचा काही उपयोग व्हायचा नाही.

ओके. तू राहा गेस्ट हाऊसमध्ये. रेकॉर्डसाठी एक छोटं ॲप्लिकेशन दे, म्हणजे

झालं. म्हणजे मला तिथल्या वॉचमनला, खानसाम्याला तसं कळवता येईल.

कुरियनला माझ्या अवस्थेचं फारसं आश्चर्य वाटलेलं दिसलं नाही - कां?

माझी अवस्था आता फॅक्टरीत सगळ्यांना माहितीची झाली होती. कुणीच काही बोलत नव्हतं. पण काहीकाहींना माझ्याविषयी हळहळ वाटत होती, तर काहीकाहींना वाटत होतं, बरी जिरली बेट्याची! फार लहान वयात फार वर चढला! कधीतरी गडगडणारच होता. कीव किंवा मत्सरयुक्त द्वेष, यातलं काहीच मला आवडण्यासारखं नसल्यामुळं मी कुणाशीच न बोलता कामात बुडून जायचं ठरवलं होतं.

पण दुर्दैवानं माझं काम एकट्यानं कॅबिनमध्ये करण्यासारखं नव्हतं. रोज कामगारांशी संबंध यायचा. प्रत्येकाच्या चेहऱ्यावर मला, याची बायको याला सोडून आपल्या याराबरोबर पळून गेली, जाताना तिनं याचं घर धुऊन नेलं, अशी भावना स्वच्छ लिहिलेली दिसायची. मग मी त्याच विचारांशी झुंज देऊ लागायचो. मुळात मी त्या कामगाराला काय सांगत होतो, हे मला आठवेनासं व्हायचं. स्वत:लाच न समजणारं असं काहीतरी मी यांत्रिकपणे बोलू लागायचो. तो कामगारही नुसता 'आम् अय्या, आम् अय्या' म्हणत राहायचा. असं झालं की, हे लोक आपल्याला भ्रमिष्ट तर समजत नसतील ना, असं मला वाटू लागायचं. या नव्या विचारानं मी अधिकच भांबावून जायचो.

शेवटी मला काम करणं अशक्य झालं. मी चार दिवसांची रजा घेतली. पण या चार दिवसात करणार काय? कामाशिवाय वेळ खायला उठू लागला. कुरूप, हताश विचारांनी डोक्याचा पुरताच ताबा घेतला. सहकाऱ्यांचं काल्पनिक बोलणं आपोआप मनात उमटू लागलं. ही कंपनी, हे ऑफीस, ही आपल्याला ओळखणारी माणसं यांच्यापासून लांब पळावं, असं वाटायला लागलं. पण जाऊन जाणार कुठं? मी तर फॅक्टरीच्या आवारातच राहात होतो. शेवटी मी स्टेशनवर जाऊन बसू लागलो. दोन्ही बाजूंनी वेगात येणाऱ्या आगगाड्या पाहात वेळ घालवू लागलो.

स्टेशनवर बरेच कामगार सकाळ-संध्याकाळ भेटायचे. आता त्यांनाही गप्प बसणं असह्य होत होतं. नाही म्हटलं, तरी आमचे आजवरचे संबंध अतिशय चांगले होते. माझा शब्द ते मानायचे. एके काळी सदासर्वदा कामात मग्न असणारा आणि आपल्याकडून मायेनं काम करून घेणारा आपला साहेब कामात लक्ष लागत नाही, म्हणून गाड्या बघत स्टेशनवर बसतो; हे त्यांच्याही मनाला कुठं तरी लागायचंच. ते आपणहून येऊन माझ्याशी बोलायचे. साहेब, कळलं आम्हाला, फार वाईट झालं – म्हणायचे. कधीकधी डोळ्यातून पाणी काढायचे. मग मीच त्यांचं सांत्वन करायचो. पोटुम्बो नण्वर! येतात चार दिवस कठीण - काढले पाहिजेत! कधीतरी पालटतील हेही दिवस! असं म्हणायचो.

एके दिवशी उतरत्या संध्याकाळी, मी असाच स्टेशनवर बसलो असताना योगपती आला आणि माझ्याशेजारी बसून राहिला.

बराच वेळ तो काही बोलला नाही. मग त्यानं मला सिगरेट ऑफर केली. मी घेतली. सिगरेट पेटवून पुन्हा दोघेही तसेच बसून राहिलो.

मग तोच म्हणाला - रजा एक्स्टेंड केलीत?

हो. मी म्हटलं. आणखी आठ दिवस वाढवले.

तुम्ही मद्रासला का नाही जात साहेब? त्यानं विचारलं.

कुणाकडे? श्यामलेकडे? तिथं जाऊन तमाशाच करायचा ना?

पण तुमचं सामान नेलंय त्यांनी. तुम्ही पोलीसकेस करू शकता.

केस केली म्हणजे काही लगेच मिळणार नाही सामान! कोर्टकचेऱ्या होतील! कधीतरी पंधरा वर्षांनी निकाल लागेल. तोपर्यंत सामानातलं काय टिकेल?

तेही खरंच. तो झुरका मारून म्हणाला.

पलीकडच्या रुळावरून एक गुड्स ट्रेन गेली.

आणि सामानाचं काय रे? मी म्हणालो – सामान पुन्हा जमवता येतं. माझं जिथं घरच गेलं तिथं... एमारेफमध्ये मी लागलो ना, तेव्हासुद्धा मी आताच्या इतका एकटा नव्हतो. तेव्हा श्यामी भेटायची मला - ख्रिश्चन लॉजमध्ये राहायचो, पण ते घर वाटायचं... आता अगदी रस्त्यावर आलो रे मी - श्यामी गेली - म्हणजे सगळा संसारच उधळला... आता मला नको त्यातलं काही... सामान नको - आणि तो बंगलाही नको!

हे असं कुरियन साहेबाकडे बोलू नका म्हणजे झालं. तो तुम्हाला बंगला नको असल्याचं स्टेटमेंट आपल्या अर्जाला जोडायचा.

कसला अर्ज?

तुम्हाला माहीत नसेल - पण त्यानं हेडऑफीसला अर्ज केलाय. तुमचा बंगला ताब्यात मिळावा म्हणून! तो फॅमिलीमॅन असून होटेलमध्ये राहतो - त्याला बायकोला इकडं आणता येत नाही, त्यामुळं त्याची पंचाइत होते - आता तुम्ही एकटेच आहात, तुम्हाला बंगल्याची गरज नाही, असं त्यानं कळवलंय.

बदमाष! त्याचा पहिल्यापासून डोळा आहे त्या बंगल्यावर!

मला नक्की माहीत नाही साहेब - बोलावं की न बोलावं, असा विचार करून योगपती म्हणाला - पण तुम्हाला दिल्लीला पाठवलं, तेसुद्धा त्याचसाठी!

इम्पॉसिबल! मी ओरडलो. पुढं काही बोलणार इतक्यात आमच्या बाजूच्या रुळांवरून एक लोकल गाडी धडधडत गेली. तिचा आवाज लांब जात विरल्यावर मी म्हटलं, त्याला काय माहीत श्यामलेला घर सोडायचंय ते?

त्यांनीच सांगितलं याला.

म्हंजे? तिचा याचा काय संबंध?

बाई येऊन बसायच्या, साहेब, त्याच्याकडे. तुम्ही नसताना. तुम्ही फॅक्टरीत आहात की नाही, बाहेर गेला असलात तर साधारण केव्हासे येणार, हे बाई कुरियन साहेबांना आधी फोन करून विचारून घ्यायच्या. मगच यायच्या. कधी कधी तर त्यांना आणायला साहेब स्वत: गाडी पाठवायचा.

पण का एवढं? माझं घर मोडत चाललेलं पाहण्याचा हा कसला विकृत उद्योग?

बाई घर सोडण्यासाठी संधी शोधत होत्या. साहेबांनी तुम्हाला दिल्लीच्या कॉन्फरन्ससाठी रेकमेन्ड केलं आणि तुम्हाला सांगण्याच्या आधी ते तुमच्या घरी कळवलं. पाच दिवस म्हणजे भरपूर सवड मिळाली बाईंना.

डाव माझ्या हळूहळू लक्षात येऊ लागला. श्यामलेचा या वेळेचा खुनशीपणा अगदी पद्धतशीर होता. वासुगी, रोझीला त्यांच्या घरी पाठवून देणं आणि कुरियनच्या मदतीनं मला चार-पाच दिवसांसाठी बाहेर घालवणं! आपल्याच घरात माणसं असली कारस्थानं करत असतील, हे विश्वास ठेवायला कठीण होतं...

योगपती स्टॉलवरून चहा आणायला गेला. एक गाडी धडधडत गेली आणि स्टेशनवरचं एक कुत्रं तिच्या मागे वेड्यासारखं भुंकत राहिलं. मी एकटाच त्या दुष्ट विचारांच्या पिशाच्चांशी लढत बसून राहिलो...

मी कुरियनच्या कॅबिनमध्ये काही एक न विचारता धडाक्यानं शिरलो. कसलाही शिष्टाचार न पाळता त्याला सरळ विचारलं - माझ्या पश्चात माझ्या बायकोशी बोलणंचालणं ठेवायचं तुला कारण काय?

माझं कर्तव्य आहे ते – कुरियननं न डगमगता सांगितलं. कदाचित तो कधीपासून या प्रश्नाची वाटच पाहत असावा. ॲज अ डिव्हिजनल मॅनेजर, मला स्टाफविषयी सगळी माहिती असावी लागते. ती, मिळेल तिथून जमवावी लागते.

स्टाफमेंबरच्या बायकोकडूनसुद्धा?

व्हाय नॉट?

कसली माहिती जमवलीत तुम्ही माझ्याबद्दल?

सगळीच. तुझं आपल्या बायकोशी वर्तन कसं आहे ते कळलंय मला. ती सुशिक्षित आहे, कलावती आहे. तिचं मन नको समजून घ्यायला? तू तिच्यावर नुसती आडदांडपणानं बळजबरी करतोस. त्याचा तिला भयंकर त्रास होतो.

तिला त्रास होतो?– असं तिनं सांगितलं? मी ओरडलो आणि माझ्या त्रासाचं काय?

आवाज अधिकच मुलायम करून कुरियन म्हणाला - कसला त्रास होतो

तुला? मजेत तर असतोस तू! पाहिजे तेवढी दारू पितोस - बायकोच्या विद्यार्थिनींबरोबर चैन करतोस.

टेबलावरचा पेपरवेट उचलून कुरियनच्या त्या हसऱ्या चेहऱ्यावर नेम धरून मारावा, असं मला वाटलं होतं. पण मी संताप आवरला.

तिची किती पंचाईत होत असेल, हे मी समजू शकतो. तिनं विश्वासानं त्या मुलींना घरी ठेवलेलं - तुझ्या वागण्यानं ती बदनाम व्हायची पाळी! बोलूनचालून ती एक प्रख्यात नर्तकी! अ पब्लिक फिगर! बापडीला शेवटी पब्लिक स्कँडलच्या भीतीनं परत पाठवून द्यावं लागलं त्या दोघींना.

हे खोटं आहे! इदु पोय! शुद्ध पोय! मी ओरडलो.

प्लीज डोन्ट गेट एक्सायटेड मिस्टर राजनायक. लेट्स टॉक लाइक् टू सिव्हिलाइज्ड मेन!

मी कधीच गैर वागलो नाही तिच्या विद्यार्थिनींशी – माझा स्वतःवरचा ताबा सुटत चालला होता. हा कोण माणूस? संबंध काय याचा माझ्या वर्तनाशी? मी का माझी सफाई द्यावी याला? असं वाटत असतानाही मी आवेगाच्या भरात बोलतच राहिलो. - खरं म्हणजे गैर वागलो असतो, तर शंभर टक्के समजण्यासारखं होतं मिस्टर कुरियन! कारण श्यामीनं कधीच मला पत्नी म्हणून सुख दिलं नाही.

आणि तरीही तू ते तिच्याकडून ओरबाडून घेत आलास. तिच्या मनाविरुद्ध तिच्यावर शरीरसंबंध लादत आलास. पुअर गर्ल - शी सेज यू हॅव बीन रेपिंग हर ऑल द टाइम! तिनं किती काळ हे सहन करायचं? आफ्टर ऑल शी इज ह्यूमन बीइंग! तिलाही मन आहे! एखाद्या पुरुषाविषयी तिला प्रेमाची भावना नसली तर - मग भले तो तिचा नवरा का असेना! भावना अशी चिकटवता येत नाही. यू हॅव गॉट टू ॲक्सेप्ट इट! तिचं तुझ्यावर प्रेम नाही, तर तिनं काय करायचं? प्रेमाचं खोटं नाटक करायचं?

मिस्टर कुरियन - यू आर बिइंग अनजस्ट! मी तारस्वरात ओरडलो. कॅबिनच्या दारात माणसं जमा होताहेत, असं वाटत होतं. पण मी आता माघार घेणार नव्हतो. त्याला जे ऐकवायचं होतं, ते ऐकवल्याशिवाय राहाणार नव्हतो. यू आर मीन मिस्टर कुरियन! देखणी बाई दिसली, म्हणून तिनं मारलेल्या सगळ्या थापांवर तू विश्वास ठेवलास. कां- तर ते तुझ्या सोयीचं होतं. तुला बंगला रिकामा करून हवा होता. मला - मला रस्त्यावर आणायचं होतं तुला.

इनफ! स्टॉप दीज स्टुपिड इन्सल्ट्स इमिजेटली - बाहेर साक्षीदार आहेत मिस्टर राजनायक– तुला माझी माफी मागावी लागेल! ऑर यू विल बी सस्पेन्डेड! येस, आईल हॅव टू सस्पेन्ड यू! ओ गॉड! यू हॅव लॉस्ट युअर मेन्टल बॅलन्स! वेडा झालायस तू! असला माणूस या कंपनीला मुळीच चालायचा नाही.

मलाच नकोय ही कंपनी! तुझ्यासारख्या पाठीत खंजीर खुपसणाऱ्या मारेकऱ्यांचा अड्डा आहे हा! इथनं गेलो तर सुटेन मी! सस्पेन्ड करणार? तू मला सस्पेन्ड करणार? माझ्या बायकोचं ऐकून मला दोष देणारा हलक्या कानाचा माणूस तू! कोळी डर्टी कुतरवन! बॅस्टार्ड! तू मला काय सस्पेन्ड करणार? मी स्वत:च राजीनामा देतो. येस - आय ॲम गोइंग टू रिझाइन! आय ॲम गोइंग टू रिझाइन धिस व्हेरी मोमेंट!

कुरियननं तत्काळ एक कोऱ्या कागदाचं पॅड माझ्यासमोर धरलं.

मी पेन काढलं आणि त्याच तिरमिरीत राजीनामा लिहून दिला.

कुरियननं त्यावर 'ॲक्सेप्टेड' असं लिहून सही केली. तारीख घातली.

मी कॅबिनच्या बाहेर आलो. अख्खं ऑफीस तिथं गोळा झालं होतं!

त्यानंतर कितीतरी वेळ माझ्या डोळ्यासमोरचा लाल जांभळा खुन्नस खालीच उतरत नव्हता...

माझे प्रॉव्हिडंट फंडाचे पैसे घेण्यासाठी मी अकाउंट्स ऑफीसर चंद्रनच्या टेबलापाशी बसलो होतो.

इदु यन्नाऽ मला आश्चर्य वाटतं वर्धनसाहेब - तुमचा स्वभाव एरवी इतका शांत - आणि तुमचा तोल एकदम सुटला कसा? चंद्रन दोनतीनदा म्हणाला.

चंद्रन - मी शांत राहाण्याचा प्रयत्न करत म्हणालो – माणसाच्या सहनशक्तीला काही मर्यादा असते. माझ्या बायकोनं मला कसंही वागवलं, तरी मी ते सहन केलं - फसवणूकसुद्धा सहन केली - तिनं माझं घर धुऊन नेलं, तेही सोसलं. पण या सगळ्या प्रकारात माझ्या ऑफीसनं सामील असावं - धिस वॉज द लास्ट स्ट्रॉ, मिस्टर चंद्रन!

तरीदेखील इतकी चांगली - जवळजवळ साडेसहा हजार रुपये पगाराची नोकरी अशी तडकाफडकी सोडायची म्हणजे - तो मधल्या वयातच सगळे केस पांढरे झालेला हिशेबी माणूस आश्चर्य करत राहिला.

काय करू चंद्रन मी इथं राहून? इथल्या पट्टेवाल्यापर्यंत सगळ्यांना माझ्या संसाराचा तमाशा माहीत झालाय. कालपर्यंत मला भिऊन वागणारे लोक आज मला तोंडावर दया दाखवतात - पाठीमागे माझ्यावर थुंकतात. चंद्रन, मी नसताना माझी बायको इथं येऊन त्या कुरियनबरोबर कारस्थानं करायची, हे इथल्या प्रत्येक कामगाराला माहितेय. कसं राहू मी - कसं राहू या फॅक्टरीत?

ट्रान्स्फर घ्यायची! तो बिचारा अकाउंट्स ऑफीसर आपल्या पद्धतीनं माझ्या आयुष्याचे हिशेब सोडवत होता.

ट्रान्स्फर घेतली तरी, का घेतली, इथपासून लोक चौकशी करायला लागतात.

अपकीर्ती आपल्यामागून नव्या ब्रँचमध्ये चालत येते. जाऊ दे चंद्रन. मला आता कसलाच विचार करावासा वाटत नाहीये. अरे आयुष्य उधळलं, संसार मोडला, तिथं नोकरीचं काय? माझी क्वॉलिफिकेशन्स आणि अनुभव याच्यावर छप्पन्न नोकऱ्या चालत येतील. ठीक आहे - तुम्ही माझा हिशेब करा. मला पैशांची फार गरज आहे. मी चंद्रनला म्हटलं.

आय ॲम सॉरी वर्धन. मिसेस राजनायकचं पत्र आलंय. तुमचा हिशेब लगेच चुकता करायचा नाही, म्हणून!

मी राजीनामा दिल्याचं एवढ्यातल्या एवढ्यात श्यामीला कळलं - तिचं पत्रही कंपनीकडे आलं? नवल काय म्हणा? कुरियन! तोच हलकट भडवा!

का नाही चुकता करायचा हिशेब? मी आवाज कापू न देण्याचा प्रयत्न करीत विचारलं.

तिचं तुमच्याकडून येणं आहे म्हणे!

किती?

साधारण पंचवीस हजारांच्या आसपास. तिनं वकिलाकडून तशी नोटीस पाठवलीये.

मी टेबलचा आधार घेत म्हटलं – ठीक आहे. माझा हिशेब किती निघतो?

तीस हजार सातशे चौतीस. वर काही पैसे...

पंचवीस हजार इअरमार्क करून उरलेले मला द्या आणि एकदाचं मोकळं करा.

चंद्रन बिचारा स्वतःच गडबडून गेला होता. त्याच्या डोळ्यांची एकसारखी उघडझाप होत होती आणि जीभ कोरड्या ओठांवरून फिरत होती. धांदरटपणा करीतच त्यानं पाच हजार सातशे चौतीस रुपये पास केले. पुनःपुन्हा म्हणत राहिला - सॉरी! या कायद्याच्या भानगडीबद्दल फार भिऊन राहावं लागतं. नाहीतर काही दोष नसताना नोकरी जायची.

चंद्रनच्या ऑफीसमधून बाहेर पडताना एका परीनं मला सुटल्यासारखं वाटत होतं.

श्यामलेचे दावे खरे आहेत की खोटे आहेत, मी तिचं खरंच पंचवीस हजार रुपये देणं लागतो का... हे काही काही पडताळून पाहण्याची मला गरज वाटत नव्हती... श्यामी गेली होती... माझ्या आयुष्यातून कायमची गेली होती... तिच्याबरोबर मी ज्या नरकयातना गेली नऊ वर्षं काढल्या होत्या; त्याबद्दल उलट माझ्याकडून अत्यंत निर्दय, अन्यायी सावकारासारखी वसुली करून गेली होती. घरातलं एकूणएक सामान, कॅश, गाडी,.. शिवाय तिरुवान्मियूरमध्ये मी घेतलेल्या दोन छोट्या साठ बाय चाळीसच्या प्लॉट्सचे कागदपत्र... आणि आता प्रॉव्हिडंट फंडसुद्धा!

मनात आलं, तर यातलं काही काही मी कोर्टात झगडून परत मिळवू शकत होतो; पण आधीच जखमी झालेल्या मनानं कोर्टकचेरीचा ताप किती सहन करायचा? आणि मिळून मिळून काय मिळालं असतं परत? पैसे - थोडेसे पैसे - पन्नास हजार! एक लाख! भावनांचा इतका चोळामोळा झाल्यानंतर, त्या लाखभराची तरी काय किंमत होती?

त्यापेक्षा सर्वसंगपरित्याग करून पुरतं कंगाल होण्यात आनंद होता. श्यामलेच्या खुनशीपणाशी, थंड निर्दयीपणाशी जखडून ठेवणारे बंध कायमचे तुटले होते. मालकीच्या प्रत्येक चीजवस्तूपासून मुक्ती मिळाली होती.

भर रस्त्यात, आपले कपडे सांभाळीत घाईघाईनं कुठली तरी काल्पनिक कर्तव्यं पार पाडायला धावणाऱ्या माणसांच्या गर्दीत, अगदी निःसंगपणे नागडं झोपून राहिलेले बैरागी मी पाहिले होते. त्यांना जगाबद्दल आणि स्वतःबद्दल काय वाटत असेल, याचं मला नेहमी कुतूहल वाटायचं.

- पण ते काय, हे मला आज कळू शकत होतं!

अँड द लॉर्ड सेड, गो नेकेड इन् टू द वर्ल्ड...

वीस

चल्ला बंगलोरच्या फ्रेझर टाऊनमध्ये राहात होता. त्याची १३, नॉर्थ रोड इमारत एकदाची शोधून काढली.

प्रत्येक बंद फ्लॅटच्या दारावरची नावं वाचत वाचत मी दोन मजले चढून गेलो आणि ती इमारत संपली.

आता कुठं जावं, अशा विचारात मी क्षणभर गोंधळून उभा असताना एका बिऱ्हाडाचं दार उघडलं, आणि एक महाराष्ट्रीय माणूस ऑफिसात जायच्या तयारीनं बाहेर पडला. त्याला मी विचारलं, चल्लदराय वेदनायकन - माझं वाक्य संपायच्या आत त्यानं गच्चीकडे जाणाऱ्या अरुंद जिन्याकडे बोट दाखवलं. 'थँक्यू,' म्हणून मी जिना चढून वर गेलो.

गच्चीचं दार उघडंच होतं. मी आत गेलो, तो सरळ उन्हात चमकणाऱ्या गच्चीतच. मग लक्षात आलं. त्या गच्चीतच एका बाजूला एक ब्लॉक होता. दारावर नावाची पाटी होती : सी. वेदनायकन.

मी हातातली बॅग खाली ठेवली आणि बेल वाजवली. आतमध्ये कुणाच्या तरी अंगावर खेकसत सुनीतीनं दार उघडलं आणि दारात मला पाहून चमकली. अयय्योऽ वरदाऽ - असं आश्चर्यानं ओरडली.

कांचीपुरमला गेल्यापासून मी सुनीतीला फारसा भेटलोच नव्हतो, म्हणून असेल, पण मला तिच्यात खूपच फरक जाणवला. ती अगदी अशक्त म्हणावी, इतकी कृश झालेली दिसत होती. केसांमध्ये काही पांढऱ्या बटा आल्या होत्या. एक प्रिंटेड साडी तिनं अव्यवस्थितपणे गुंडाळली होती. पूर्वीच्या टापटीप, आकर्षक सुनीतीपेक्षा ही सुनीती फारच वेगळी होती.

नी येन्न पाक्करे? उल्ले वांगो - बघतोयस काय? तिचा माझ्याविषयीचा आपलेपणा मात्र पूर्वीचाच होता. कुठून आलास?

कांचीपुरमहून. थोडे दिवस राहायलाच आलोय. - मी सुनीतीला म्हटलं.

बरं झालं - किती वर्षांनी भेटतोयस! असं म्हणून तिनं मला प्यायला थंड पाणी आणून दिलं. बाथरूम दाखवली.

हातपाय धुऊन, कपडे बदलून मी बाहेर आलो; तेव्हा एक सात-आठ वर्षांचा मुलगा माझ्याकडे कुतूहलानं पाहत असलेला दिसला. अनंताला मी अगदी तान्हा असताना पाहिला होता. पण अंदाजानं ओळखून मी बॅगमधला बिस्किटांचा पुडा त्याच्या हातात दिला.

अंकल - तो मला म्हणाला - गच्चीवरच्या खोलीत काय टीव्ही लागू शकत नाही?

कोणी सांगितलं? असं मी विचारतोय तोच हातात उपम्याची बशी आणि कॉफीची भांडी घेऊन सुनीती बाहेर आली. मला म्हणाली - यांनी सांगितलंय त्याला. काहीतरी समजूत काढायला हवी ना, म्हणून!

अनंत गडबडीनं आपलं आटपून शाळेला गेला. चल्लाची नाइटशिफ्ट होती, तो अजून आला नव्हता. मी किचनमध्येच खुर्ची टाकून बसलो आणि सुनीतीला सगळी हकीकत सांगितली.

सुनीतीनं श्यामलेला भरपूर शिव्या घातल्या. म्हणाली, पहिल्यापासून ती कधीच मला आवडली नाही. माझ्या नेहमी मनात यायचं, की ती तुझ्यासारख्या चांगल्या माणसाच्या मुळीच लायकीची नाही. पण लायकीप्रमाणे कुठं जोडीदार मिळतात? नशीब ज्याचं त्याचं! आणि तिनं एक सुस्कारा सोडला. थोड्या वेळानं म्हणाली - बंगल्यात राहात होतास तू! आमची जागा तुला एकदम काड्यापेटीएवढी लहान वाटेल.

मी म्हटलं, बंगला डोक्यातून काढून टाकलाय मी आता. आणि तुमची जागाही छान आहे की! वन रूम किचन असली तरी हवेशीर आहे - शिवाय समोरची एवढी थोरली गच्ची वापरता येतेय - भरपूर जागा आहे. बंगलोरमध्ये कुठं मिळताहेत हल्ली चांगल्या जागा?

माझं समाधान करतोयस ते कळतंय मला! श्यामीच्या अगदी उलट स्वभाव आहे तुझा! ती प्रत्येक गोष्टीला नाकं मुरडणार! तुला जे ते चांगलं दिसणार!

सुनीतीच्या बोलण्याच्या पद्धतीतही थोडा संथ पोक्तपणा आला होता. पूर्वी ती कशी उसळ्या मारणाऱ्या चेंडूसारखी बोलायची, बोलता बोलता हसायची. तुला जे ते चांगलं दिसणार!

मग खोबरं किसता किसता मधेच ती म्हणाली - अनंता कधीपासून मागं लागलाय टीव्ही घेऊ या म्हणून! पण पैशाची सवड होईल तर ना? काहीतरी थापा मारून थोपवून धरतात त्याला. मी लग्न केलं तेव्हा केवढं मोठ्ठं घर होतं वेदनायकाचं,

पण घराचं हॉस्पिटल करून आधीच ते देऊन टाकलं ना मामनारांनी मनोहरमच्चीनारांना? चल्लानं घरात वाटा मागितला, तर मामनार म्हणाले, त्याच्या दुप्पट पैसे तुझ्या टॅक्सीच्या धंद्यात घातलेत मी! आणि धंदा यांनी काय केला ते पाहिलंसच तू! अम्मा नेहमी म्हणायची - डॉक्टरांच्या श्रीमंतीवर जाऊ नकोस. चल्लाला शिक्षण नाही, हुशारी नाही, संसाराला नालायक आहे. शंभर टक्के खरं ठरलं तिचं. पण आम्हालाच पळून जाऊन लग्न करायची खाज ना? त्यांना पळून जाऊन लग्न करायला मीच मदत केली होती. पण दोष देण्यासाठी म्हणून सुनीती हे बोलत नव्हती. ती बापडी स्वत:च्या नशिबावर वैतागली होती. आणि बऱ्याच वर्षांनी मी भेटल्यामुळे एकदम तिच्या वैतागाचा बांध फुटला होता. तरीसुद्धा मला अपराधी वाटलंच, पोया! आपण केलेल्या कुठल्याच धडपडीला काही चांगलं फळ येऊ नये ना?

एवढ्यात चल्ला कंपनीतून आला. पाहिल्याबरोबर त्यानं मला मिठीच मारली. मी परिस्थिती थोडक्यात सांगून, त्याला म्हटलं, बघ चल्ला, आत्ता आत्ता मी तुला मोठ्या तोंडानं सांगितलं होतं, की कधीही गरज पडली तर माझ्याकडे ये. मी तुला मदत करीन! आणि लगेच बघ, मलाच तुझ्याकडे आसऱ्यासाठी यावं लागलं.

छोड दो यार! तू काय परका आहेस का? हे घर तुझंच आहे. तूच तर उभं करून दिलंयस ते!

चल्लाचा दिलदारपणा अगदी दृष्ट लागण्यासारखा होता. या त्याच्या दिलदारपणावरच आमची मैत्री टिकून राहिली होती. पण त्याचा हा दिलदारपणा न पाहता सुनीती त्याच्या पैसा मिळवण्यातल्या नाकर्तेगिरीलाच का पाहात होती? नेहमीचाच विचार माझ्या मनात आला - बायकांना हवं असतं तरी काय?

चल्लाकडे दोन महिने मी नुसते डेक्कन हेराल्डचे आणि इंडियन एक्स्प्रेसचे अंक अथपासून इतिपर्यंत वाचण्यात घालवले.

जखम झाल्याझाल्या बधिरतेमुळं वेदना होत नाहीत, पण नंतर ती हळूहळू ठणकू लागते; तसं माझं झालं होतं. श्यामला गेली तेव्हा माझी लगेचची भावना संतापाची, प्रतिकाराची होती. नोकरीला, जगाला सगळ्यांनाच फाट्यावर मारण्याची होती. त्या आवेशातच मी प्रत्येक गोष्ट करत होतो. पण संसार मोडल्याचं, सर्वस्व गेल्याचं, फसवणुकीचं दु:ख आता हळूहळू चरत चाललं होतं. त्या दु:खापायी जणू माझं कंबरडं मोडलं होतं आणि सगळी हालचालच थांबली होती. कुठं जाववत नव्हतं, की कुणाला आपणहून भेटवत नव्हतं. चल्लाच्या संसारालाही मी काही मदत करीत नव्हतो आणि तशी अपेक्षाही चल्ला आणि सुनीती माझ्यापासून करत नव्हती. एखाद्या दुखणाईतासारखंच ती दोघंही मला वागवत, आणि मीही त्यांच्या

घराच्या बाहेर गच्चीतच, एक खुर्ची टाकून वाचत बसून राही. उन्हाच्या दिशेप्रमाणे खुर्चीची जागा बदले, किंवा अगदीच कंटाळा आला, तर जवळच खादी एम्पोरियमपर्यंत जाऊन येई.

असाच एक दिवस मी एम्पोरियमच्या बाजूनं चाललो असताना अचानक माझ्यासमोर एक ॲम्बॅसिडर थांबली आणि आतून आवाज आला - हॅलो मिस्टर राजनायक -

मी थांबलो. त्याबरोबर गाडीचं दार उघडलं आणि - ओ, हॅलो मिस्टर जगजीत - व्हॉट अ प्लेझन्ट सरप्राइज! मी म्हटलं.

एमारेफच्या कामातच माझी जगजीतशी गट्टी झाली होती. जगजीत बेअर अँड कंपनीचा रिजनल मॅनेजर होता.

इकडं कुठं? त्यानं विचारलं.

मित्राकडे राहतोय. डॉक्टर वेदनायकनचा मुलगा -

एमारेफ काय म्हणते? नाउ यू मस्ट बी -

सोडली तेव्हा फॅक्टरी मॅनेजर होतो मी.

सोडलीस तू एमारेफ? जगजीत आश्चर्यानं म्हणाला. व्हाय? वेअर दे ट्रीटिंग यू बॅडली?

नाही, माझेच डोमेस्टिक प्रॉब्लेम्स होते.

मग आता काय? बिझनेस करायचा विचार आहे?

नाही. बहुधा नोकरीच. पण कुठं ते अजून ठरवलं नाहीये.

ट्रॉटला वर्क्स मॅनेजर हवाय. इंटरेस्टेड? जा! ट्रॉट एमारेफइतकं मोठं नाही - पण ग्रोइंग कन्सर्न आहे. त्याचा ओनर इम्तियाज अहमद म्हणून आहे, तो माझा मित्र आहे. जाणार असलास तर मी शब्द टाकतो. तूही फोन कर. मी नंबर देतो -

जगजीतनं दिलेल्या नंबरवर मी इम्तियाज अहमदला फोन केला. येस! देअर वॉज अ व्हेकन्सी! अनुभवी माणूस त्यांना हवा होता.

जगजीत? शुअर - डिअर ओल्ड जगजीतनं त्यांना सांगून ठेवलं होतं. मी कधी भेटायला जाऊ शकत होतो? - उद्या? ओके. किती वाजता? व्हेरी फाइन.

माझा ॲड्रेस मी त्यांना देऊ शकत होतो का?

दुसऱ्या दिवशी ट्रॉटची गाडी माझ्या दारात हजर!

इम्तियाज अहमद कृश आणि गोरापान होता. बोलताना त्याच्या गळ्याची एक शीर फुगायची. बोलायला तो फार गोड आणि अदबशीर होता. माझा अनुभव, पात्रता आणि बोलणं, या तिन्हीवर तो खूष दिसला. त्यानं लगेच माझी अपॉइन्टमेन्ट करून टाकली.

इथं पगार एमारेफपेक्षा खूपच कमी होता. अलावन्सेस धरून जेमतेम साडेतीन हजार झाले असते. पण काम पाहून त्याप्रमाणं पुढं तो वाढण्याची शक्यता होती, असं मधाचं बोट इम्तियाजनं लावून ठेवलं. शिवाय, सध्या मला जॉबची इतकी गरज होती, की पगार कमी तर कमी, पण मिळतोय ना, हाच आनंद होता. तरीही मी सिंगल होतो आणि कंपनीनं माझी राहण्याची सोय करावी, अशी लहानशी अट मी घातलीच.

कंपनीकडे गेस्ट हाऊस होतं, त्यातली एक सेल्फ कन्टेन्ड खोली मला द्यायला इम्तियाज तयार होता; पण अट अशी होती की, ही खोली स्ट्रिक्टली बॅचलर अपार्टमेन्ट म्हणूनच वापरली जाईल आणि तिथं कधीही एखाद्या बाईला राहता येणार नाही. (स्त्रियांच्या बाबतीत इम्तियाजचा धाकटा भाऊ शहीद हा महाप्रतापी असल्यामुळे, गेस्ट हाऊसवर बायकांना राहू न देण्याची अट घालण्यात आली होती, हे मला पुढं कळलं.) मी म्हटलं – फाइन. मला काही या अटीची अडचण होण्याची शक्यता नाही.

जागेची सोय झाल्यावर मी लगेच चल्लाच्या घरात सांगून टाकलं, उद्यापासून मी कंपनीच्या गेस्ट हाऊसवर राहायला जाणार!

संध्याकाळपासूनच सुनीती गप्प गप्प झाली होती. चल्ला बाहेर गेला असताना तिनं मला विचारलं - इथनं खूप लांब आहे का कंपनीचं ऑफीस?

फार नाही. रोज बसनं जाण्याइतकं आहे.

मग कशाला जातोस? इथंच का नाही राहत?

नाही - पण कंपनीच्या आवारातच राहायची सोय - तीही फुकट होत असताना रोज येण्याजाण्याची दगदग कशाला करायची? शिवाय बसचं भाडं - नाही म्हटलं तरी महिन्याला साठ रुपये गेलेच ना?

तिथं एकटा कसा राहशील तू? आजारीबिजारी पडलास, तर तुझ्याकडे बघायला कोण आहे?

आता मला एकटंच राहायची सवय केली पाहिजे सुनीती – मी म्हणालो.

तुला इथं आमच्या लहान जागेत राहायला अडचण होत असेल तर जा बापडा! सुनीती म्हणाली. तिच्या डोळ्यात पाणी आलं होतं.

लहान जागेची कसली अडचण सुनीती? तिथं मी एकाच खोलीत राहाणारेय. उलट गेल्या अडीच महिन्यांत इथं मी जितका आराम केला, तितका फाइव्ह स्टार होटेलमध्येही करता आला नसता. शेवटी घर म्हणजे घरच! त्यातनं तुम्ही अडचणीच्या वेळी उपयोगी पडला -

माझे पुढचे शब्द ऐकूनही न घेता सुनीती तिथून निघून गेली.

मनात आलं, राहावं इथंच ती एवढं म्हणतेय तर! फार तर महिन्याला काही पैसे उचलून द्यावेत - तेवढीच त्यांच्याही संसाराला मदत होईल. गेस्ट हाऊसवर स्वातंत्र्य होतं खरं, पण हे घर होतं. माझ्या मित्राचं, आतिथ्यशील सुनीतीचं, आणि मुख्य म्हणजे आता माया लागलेल्या अनंताचं! शेवटी घर म्हणजे घरच!

पुन्हा मनात आलं, नको! या घराचं घरपण टिकवायचं असेल, तर आपण इथून गेलेलंच बरं. इथं राहिलो की पुन्हा सुनीती माझ्या पगाराची आणि चल्लाच्या पगाराची तुलना करणार. मला मिळणारा मान आणि त्याच्या नोकरीतली अगतिकता, तिला अधिकच जाणवायला लागणार.अशा परिस्थितीत हे घर अभंग राहील का?

मी मुकाट्यानं उठलो आणि शॉपिंगला गेलो.

सुनीतीसाठी साडी, ब्लाऊजपीस, चल्लासाठी पँटचं कापड, अनंतासाठी रेडिमेड शर्ट्स, टी शर्ट्स असे कपडेच कपडे मी घेऊन आलो. चल्ला म्हणाला, कंपनीनं पगार ॲडव्हान्स दिला की काय तुला?

स्वत: तो रात्री उघडण्यासाठी एक रमची बाटली घेऊन आला होता. सुनीतीनं माझ्यासाठी खास दहीवडे केले होते. शिवाय नाक्यावरच्या नवीनच उघडलेल्या मिठाईच्या दुकानातून ती रसगुल्ले आणि म्हैसूरपाक घेऊन आली होती. मात्र हे करताना तिच्यात उत्साह कुठेही नव्हता. तिचं बोलणं तर जसं काही तिला सोडूनच गेलं होतं.

रात्री जेवणं आटोपून, अनंताला झोपवून, मगच आम्ही गच्चीत गेलो आणि सावकाशीनं रम उघडली. तेव्हा मात्र सुनीती आमच्याबरोबर येऊन बसली. मला दारू जेवणानंतर घेतलेली चालत नाही, म्हणाली. तरी मी खूप आग्रह केल्यानंतर अर्धा पेग तिनं घेतला. आता तरी ती रंगात येईल आणि गप्पा मारेल, असं मला वाटलं होतं. पण नाही म्हणजे नाहीच. तो ग्लास कसाबसा संपवून ती झोपायला निघून गेली.

गच्चीत मोकळ्या आकाशाखाली, मंद वाऱ्याच्या झुळकांमध्ये पहाटेपर्यंत आमच्या गप्पा चालल्या. रमची अख्खी बाटली आम्ही दोघांतच संपवली. शरीरं जड झाली होती आणि मनं भरून आली होती. मी जाणार म्हणून चल्ला फारच अस्वस्थ झाला होता.

मला म्हणाला - वरदा, तू जाणार म्हणून मला वाईटही वाटतंय आणि बरंही!

मी काहीच बोललो नाही.

बरं अशासाठी की सुनीतीचा तुझ्यावर जीव आहे. आज पहिल्याप्रथमच, कदाचित रम जास्त झाल्यामुळे, चल्ला हे माझ्याकडे बोलत होता. मला ते

पूर्वीपासूनच माहीत आहे. कधीपासून माहितेय - आमच्या लग्नानंतर बघ, तिनं आठवणीनं तुला ट्रान्झिस्टर पाठवला ना, तेव्हापासून! तिला माझ्याऐवजी तू नवरा मिळाला असतास, ना -

काहीतरी बोलू नकोस चल्ला. मला ते त्याच्या तोंडून ऐकवलं नाही.

वरदा, तुझ्यामाझ्यात - आपण काही लपवून ठेवलंय का? म्हणून खरं ते सांगितलं. पण एक आहे - तिनं मलाही कधी काही कमी पडू दिलं नाही. माझा तिच्यावर राग नाही. ती माझ्याशी आदर्श बायकोसारखी वागली! उलट मीच तिला - माझ्या पैशांच्या अडचणींमुळे - सुखात ठेवू शकलो नाही! ती चांगलीच आहे... पण तरी - तरी रिस्क घ्यावंसं वाटत नाही रे! आपणही तेवढे स्वार्थी आहोतच ना? म्हणून - नाहीतर - नाहीतर मी तुला जाऊ दिलं असतं का त्या तिथं - गेस्ट हाऊसमध्ये - एकटं पडायला?

त्यानं राहिलेले दोन घोट घटाघट पिऊन टाकले आणि म्हणाला - असं आहे, तर म्हणशील–जाणार याचं एवढं वाईट का वाटतंय? तर तेही, तुझ्यासाठी झालंच, पण तिच्यासाठी अधिक! गेले अडीच महिने मी बघतोय - तू आल्यापासून ती किती आनंदात आहे. गेल्या नऊ वर्षांत मी तिला कधी इतकी आनंदात पाहिली नव्हती. आता तू गेल्यानंतर ती पुन्हा पहिल्यासारखी कोमेजून जाईल. पोया काय करायचं, आपण नाही तिला आनंदात ठेवू शकत. पण काय रे! आपलं पोया प्रेम आहे तिच्यावर - ती आनंदात राहावी, असं नाही आपल्याला वाटणार? गेले अडीच महिने दोस्त - आय थँक यू व्हेरी मच! - ती आनंदात होती! - आता... उद्यापासून परत...

आणि तो एकदम रडायलाच लागला.

ट्रॉटमध्ये मी काम करायला लागल्यावर, सुमारे महिनाभरानंतरची गोष्ट.

अकरा वाजता वॉचमन माझ्या टेबलापाशी येऊन म्हणाला – साहेब, काल सात वाजल्यानंतर, तुम्ही बाहेर गेला असताना, एक अय्या आणि एक अम्मा तुम्हाला भेटायला आले होते.

अय्या कोण बुवा?

नाव सांगितलं नाही - पण असे उंचसे होते - शिडशिडीत! आणि त्या अम्मा सडपातळ आणि दिसायला चांगल्या होत्या - कारमधून आले होते.

माझ्या काळजाचा ठोका चुकला. वर्णनावरून तर ती दोघं रामनाथ आणि श्यामी वाटत होती. पण ती आता माझ्याकडे कशाला आली असतील?

काम काय ते नाही विचारलंस?

विचारलं. पण म्हणाले – त्यांनाच सांगू. आम्हाला त्यांनाच भेटायचंय. मी

म्हटलं ते नाहीयेत. तर अम्मा एकदम भयंकर रागावल्या. अय्या जरा हळू बोलत होते - पण अम्मा माझ्या अंगावरच धावून आल्या. तू खोटं बोलतोयस. आम्ही आलो, म्हणून साहेब दडून बसले असतील. वगैरे खूप बडबडल्या.

म्हणजे श्यामी! ती नक्की श्यामीच!

मला परत एकदा शोधायलासुद्धा पाठवलं. पण तुम्ही नव्हताच, त्याला काय करणार? गेल्या अम्मा तणतणत. अय्या समजूत घालत होते त्यांची!

म्हणजे - श्यामी आता याही नोकरीवर माझी शोभा करणार की काय? ओ: जीजस! तुझ्या मनात तरी काय आहे?

एके दिवशी क्लोराइड इंडियाचे रिजनल मॅनेजर मेनेझिस यांचा मला फोन आला. म्हणाले – आपली तशी प्रत्यक्ष ओळख नाहीये. पण करून घ्यायला मला आवडेल. रात्री बरोबर आठ वाजता रोझ गार्डन होटेलमध्ये, ओव्हर अ ड्रिंक, भेटाल का?

मी म्हटलं, अवश्य. मी माझा गौरव समजेन तो.

बरोबर आठ वाजता मी रोझ गार्डनमध्ये पाऊल ठेवलं, त्याच वेळी बुटके, टक्कल पडलेले, सोनेरी फ्रेमचा चष्मा लावलेले एक गृहस्थ आपल्या शेवरलेटमधून उतरताना दिसले. माझ्या अंदाजाप्रमाणे तेच मिस्टर मेनेझिस निघाले.

आणखी दहाच मिनिटांत आम्ही फुललेल्या गुलाबाच्या ताटव्यात, मंद दिव्यांच्या खाली ठेवलेल्या केन चेअर्सवर, निव्वळ बर्फाच्या तुकड्यांवर ओतलेल्या शिवास रीगलचे ग्लासेस हातात घेऊन बसलो होतो.

मेनेझिस साहेबांनी माझे शिक्षणाचे, नोकरीचे तपशील विचारून घेतले. थोड्याशाच (कारण माणूस तसा मितभाषी होता) अवांतर गोष्टी केल्या आणि एकदम मुद्द्याला हातस्पर्श केला...

मिस्टर राजनायक, ही अत्यंत वैयक्तिक आणि नाजूक बाब आहे, हे मला समजतं. परंतु माझा केवळ नाइलाज आहे. म्हणून मी तुमच्याशी तिच्यासंबंधी बोलणार आहे. प्लीज डोन्ट मिसअन्डरस्टँड, आय् ॲम जस्ट हेल्पलेस. मला थोडी माहिती हवी आहे आणि गावगप्पांवर अवलंबून राहाण्यापेक्षा मला तुमच्याच तोंडून सत्य कळलेलं आवडेल.

मी विचारलं - कशाविषयी बोलताय तुम्ही?

आमच्या पाहणीत असं आढळून आलंय मिस्टर राजनायक, की आमचा एक ऑफीसर - बराच सिनियर ऑफीसर - मिस्टर मुरिक्कन तुमच्या बायकोला भेटतो. तिच्यासाठी तो वेळीअवेळी रजा घेतो. मद्रासला जातो. हे सगळं आमच्या दृष्टीनं गैरशिस्त या प्रकारात मोडतं. म्हणून आम्हाला या प्रकरणाची संपूर्ण माहिती हवी आहे. तुम्ही काही सांगू शकाल?

मी विषण्णपणे हसलो. त्यांना म्हटलं, तुम्ही ऐकलंय ते बहुधा खरं असावं. पण मला या प्रकरणातली फर्स्टहँड इन्फर्मेशन काहीच नाही. कारण माझी बायको मला कधीच सोडून गेली आहे. त्यामुळं तिच्या वागण्याची कसलीच जबाबदारी मला घेता येत नाही.

त्यांना आश्चर्य वाटलं. श्यामला आणि मी एकत्र राहत नाही, याची त्यांना कल्पना नव्हती. मग मी त्यांना बरेच तपशील सांगितले. (माझ्या अपयशाची खाजगी कहाणी मला किती जणांना सांगावी लागणार होती, कुणास ठाऊक!)

आय ॲम सॉरी मिस्टर राजनायक. सगळं ऐकून घेतल्यावर ते म्हणाले, या गोष्टी या थराला पोचल्या असतील, याची मला कल्पना नव्हती. आय थॉट इट वॉज अ केस ऑफ माइल्ड फ्लर्टिंग. तुमच्याशी बोलल्यामुळं मला या प्रकरणात बरीच इन्साइट आली. जुन्या आठवणी काढून तुम्हाला मनस्ताप दिला, याबद्दल मात्र क्षमा करा.

आय ॲम सॉरी - मी तुम्हाला त्यांच्या हालचालींविषयी काहीच माहिती देऊ शकलो नाही.

दॅट्स ऑल राइट - सेक्रेटरी सर्व्हिसेसद्वारा आम्ही प्रायव्हेट डिटेक्टिव्ह्ज ठेवलेच आहेत. तशी काही विशेष माहिती मिळाली, तर मी तुम्हाला कळवीनच.

पुन्हा एक-दोन वेळा ती दोघं माझ्या अनुपस्थितीत येऊन गेल्याचा निरोप मिळाला. भेट मात्र झालीच नाही. मला असा संशय होता, की मुद्दाम मी नसेन, अशाच वेळी ती येत. त्यांना खरोखर मला भेटायचं नव्हतंच. नुसतंच मला एका तणावाखाली ठेवायचं होतं.

कधीकधी एखादा घोस्ट कॉल यायचा -

मी रामलिंगम बोलतोय.

कोण रामलिंगम?

त्याच्याशी तुम्हाला कर्तव्य नाही. तुम्ही फक्त, मी देतो, तो निरोप ऐकून घ्या.

कुणाचा निरोप आहे पण?

मिसेस राजनायकांचा. त्यांनी तुम्हाला दोन हजार रुपये तयार ठेवायला सांगितलेत. दोन दिवसांनी मी ते तुमच्या ऑफीसमधून कलेक्ट करीन.

अर्थात पैसे न्यायला कुणी यायचंच नाही. पण कुणी येईल, याचं दडपण मनावर दोनचार दिवस राहायचंच.

श्यामला माझा हा छळ कशासाठी करीत होती? मला वाटतं, मी तिची बदनामी करीन, याची तिला भीती वाटत असावी. आक्रमण हा बचावाचा उत्तम मार्ग असतो, म्हणतात. मला घाबरवून सोडून माझं तोंड बंद ठेवावं, हा तिचा चढाईचा

पवित्रा असावा. मी तिला कसलाही जाब विचारायला गेलो नाही, तिनं केलेल्या लुटालुटीबद्दल पोलीस केस नाही, यामुळंही ती मला अधिकच चिरडायला पाहात असावी. 'बघ, मी तुझं काहीही केलं, तरी तू प्रतिकारासाठी बोटसुद्धा उचलू शकत नाहीस, इतका दुबळा आहेस! तुझ्या या दुबळेपणासाठीच मी तुला सोडून गेले!' असं तिला म्हणायचं असावं. कदाचित माझ्या मौनाचाच तिला त्रास होत असावा. काहीही करून मला चिडवावं आणि काहीतरी हालचाल करायला लावावं, भांडण करायला, कोर्टात जायला लावावं, असाही तिचा इरादा असेल! कोण जाणे! आजवरच्या तिच्या विकृत वागणुकीतली ही सर्वांत अगम्य चाल होती एवढं खरं!

एकदा तर कोणा शेखरचा घोस्ट कॉल आला : तुमची बायको आजारी आहे. आपल्या कर्तव्याची जर तुम्हाला काही चाड असेल, तर तिला एकदा भेटून जा! तिला ट्रीटमेंटसाठी अमेरिकेला जावं लागणार आहे... पंधरा हजार रुपयांची गरज आहे.

मला हसू आलं. ठीक आहे. मी भेटतो तिला. तिचा पत्ता जरा सांगाल का?

तो तुम्हाला माहीतच आहे. उगाच वेड कशाला पांघरता? तेरियाद मादिरी नडीकादे!

- आणि फोन बंद झाला.

बँक स्ट्रीटवरून चाललो असताना एका वाईन शॉपमधून कर्नल गॅब्रिएल हातात दोन मोठी पार्सल्स घेऊन उतरला. मला बघून त्याला इतका आनंद झाला; की हात मोकळे असते, तर त्यानं मला मिठीच मारली असती.

कर्नल दोन दिवसांपुरता हॉटेल पर्लमध्ये उतरला होता. ज्या मित्राच्या धंद्यासाठी काढलेल्या कर्जाला तो गॅरंटीअर राहिला होता, त्यानं ठरलेल्या मुदतीत कर्ज फेडलं नव्हतं. बँकेकडे आपलं वजन वापरून त्याला एक्स्टेंशन आणि अधिक कर्ज मिळवून द्यावं, असं काहीतरी काम काढून कर्नल बंगलोरला आला होता. मी गडबडीत होतो, म्हणून संध्याकाळी पर्लवर भेटायचं कबूल केलं.

आमची संध्याकाळ मजेत गेली. वाइन शॉपमधून सकाळी खरेदी केलेल्यातला अर्धा स्टॉक तरी आम्ही खलास केला. इकडच्या तिकडच्या बऱ्याच गोष्टी निघाल्या. नोकरी आणि कांचीपुरम सोडताना मी त्याला भेटलो नाही, याबद्दल त्यानं मला बराच दोष दिला. आय वुड हॅव गिव्हन यू सम गुड ॲडव्हाइस! - तो म्हणाला. म्हटलं, कर्नल, काही वेळा अशा असतात, की नेमकं जवळच्या माणसांनाच तोंड दाखववसं वाटत नाही. आणि हितचिंतकांच्या मदतीनं माणसांच्या आयुष्याचे प्रश्न सुटत असते, तर जगात इतक्या शोकांतिका दिसल्याच नसत्या.

लिडिया आणि पिंटूचं लग्न एकदाचं झालं. ती अजून राहातात माझ्याचकडे -

कर्नल म्हणाला. पण त्यांचं बरं चाललंय. पिंटू पार्टटाइम सेल्समनशिप करायचा, तिथंच त्याला फुलटाइम काम मिळालंय. पगारही बरा मिळतो. माझं थोडं सेव्हिंग खर्च करून मी लिडियाला ब्युटीपार्लर काढून दिलंय कांचीपुरममध्येच. चांगलं चालतं. ती पोरगी मेहनती आणि गुणी आहे. आमच्या या टोणग्यामध्ये तिनं काय पाहिलं कुणास ठाऊक! काहीही म्हण तू वर्धन – कर्नल म्हणाला – बायकांना नुसते शरीरानं माजलेले पुरुषदेखील हवेसे वाटतात, हे खरंच!

मी आवंढा गिळला. मला लिडियाचे शब्द आठवले. पिंटूचा सहवास सुसह्य होण्यासाठी तिला माझ्यासारख्याच्या सहवासाची गरज होती. पुढंमागं तसा कोणी तिला भेटेलही! पण पिंटूला ते सहन होईल का? मी मनातल्या मनात प्रार्थना केली - ओ लॉर्ड! शरीराच्या आकर्षणामुळे का होईना, पण त्यांचा संसार टिकून राहो!

मध्येच विचलित झालेलं माझं लक्ष पुन्हा कर्नलच्या बोलण्याकडे गेलं, तेव्हा तो मला बातमी देत होता, लिडिया प्रेग्नंट असल्याची. या सहाव्या खेपेला तिच्या प्रेग्नंसीमध्ये काहीही अडचण येऊ न देता, तिची सुखरूप सुटका कर, आणि लगेच तिला स्टरिलिटी ऑपरेशन करून घेण्याची बुद्धी दे, असा एक तातडीचा अर्ज मी लॉर्ड जीजसकडे पाठवून दिला आणि ग्रँडफादर होणार असल्याबद्दल कर्नलचं अभिनंदन केलं.

श्यामला कर्नलला एकदोन वेळा भेटली होती. तिनं माझा अजून जो छळ चालवला होता, त्याबद्दल मी त्याला सांगितलं. व्हाय डझन्ट शी लीव्ह मी अलोन, कर्नल? मी तळमळून विचारलं.

शी विल नेव्हर! शी विल ऑल्वेज बी अराउन्ड द कॉर्नर. तिच्यासारख्या बायकांना कसलीही किंमत न देता, उलट पिळून काढण्यासाठी एक शोभेचा नवरा हवाच असतो. शी इज अ पब्लिक फिगर! नर्तकी म्हणून, नृत्याची घरंदाज गुरू म्हणून तिला आपल्या इमेजला जपलंच पाहिजे. त्यासाठी तिला विवाहित स्त्रीचा दर्जा हवाय. पण रामनाथ स्वतःचं घर मोडून तो कधीच देणार नाही आणि तिलाही घटस्फोटाचा डाग लागलेला आवडणार नाही.

ठीक आहे - मी घटस्फोट मागत नाही - पण हे फोन आणि हे पैसे मागणं - हे कशाला? सहा महिन्यांपूर्वी म्हणे ती तब्येतीसाठी अमेरिकेला जाणार होती.

हे सगळं तू तिच्याविषयी स्कँडल तयार न करता गप्प बसावं, म्हणून! बाय द वे, ती मधे काही दिवस मेडिकल ट्रीटमेंटसाठी खरंच अमेरिकेला गेली होती हां...

शक्य आहे - मी विचार करत म्हणालो. बालशारदाम्मांचे दोन धाकटे भाऊ अमेरिकेत वेलस्ले युनिव्हर्सिटीच्या म्युझिक डिपार्टमेंटमध्ये इंडियन क्लासिकल म्युझिक शिकवतात. थोरला रघुनाथन फ्ल्युटिक्ट आहे आणि धाकटा रंगनाथन

तबलजी. त्यांच्या मदतीनं ती गेली असेल. पण एवढी अमेरिकेला जाऊन कसली ट्रिटमेंट घेतली?

कसली ते मला आणखी चारसहा दिवसांनी कळलं.

एके दिवशी अचानक अम्मा घरी येऊन हजर झाली. एकटी राहून ती आता फारच थकल्यासारखी झाली होती. तरी फिलिप आता ग्रॅज्युएट होऊन नोकरीच्या शोधात होता. त्यामुळं एक जबाबदारी पार पाडल्याचं समाधान तिच्या तोंडावर होतं.

माझ्याविषयी आणि श्यामलेविषयी फारसं काहीच मी तिला कळू दिलं नव्हतं. खरं म्हणजे सगळ्यांच्या मनाविरुद्ध परजातीतल्या, परदेशातल्या मुलीशी लग्न केल्यापासून सगळ्या कुटुंबानं माझं अगदी नाव टाकलं नसलं, तरी संबंध खूपच कमी केला होता. श्यामलेचा स्वभाव लक्षात घेता आणि पहिल्यापासून माझा धर्म नाकारण्याचं तिचं धोरण पाहाता; आपली माणसं लांब आहेत, तेच बरं, असं मीही समजत होतो. कधीमधी पत्र टाकून मी आणि अम्मा एकमेकांना खुशाली कळवत होतो, पण त्यात श्यामलेचा कधीच उल्लेख नसायचा. साहजिकच मधल्या काळातल्या काहीच घडामोडी मी तिला कळवल्या नव्हत्या. फक्त नोकरी बदलली आणि कांचीपुरमहून बंगलोरला आलो एवढंच तिला ठाऊक होतं.

म्हणून आज इतक्या वर्षांनी दुरावा स्वतःहून दूर करून अम्मा इतक्या लांब येऊन मला भेटली, याची मला भलतीच अपूर्वाई वाटली. बरं झालं अम्मा आलीस ते! मी तिची बॅग उचलून आत ठेवत उत्साहानं म्हटलं – फार आठवण येत होती तुझी!

आठवण येईल तर काय झालं! तुम्हा मुलांना गरज पडली, की आईबापांची आठवण होणार. एरवी कशाला होईल? अम्मा हसतहसत म्हणाली - पण या वेळी तुझ्या गरजेला धावून यायला मला त्रास नाही वाटला. उलट खूप आनंद झाला.

कसली गरज? मला काहीच समजेना. पण इतक्या ठामपणे बोलत होती - की शंका काढावयालाही मन घेईना.

तिलाही काहीतरी विसंगती जाणवली असावी. माझ्या एका खोलीच्या बिऱ्हाडाकडे ती भिरीभिरी पाहात राहिली. आणि म्हणाली - बायको कुठाय तुझी? अजून हॉस्पिटलमध्येच आहे वाटतं?

माझ्या गोंधळलेल्या मुद्रेनं तीही बुचकळ्यात पडली. पर्स उघडून त्यातून एक तारेचा कागद काढत तिनं विचारलं - ही तार तुम्हीच केलीत ना?

मी तिच्या हातातून ओढून घेऊन ती तार वाचली –

यू आर ब्लेसड् विथ अ ग्रँडसन - श्यामला राजनायक.

ओः गॉड! माझ्या डोक्यात आत्ता प्रकाश पडला! अमेरिकेत जाऊन श्यामलानं

फॅलोपिअन ट्यूब्सचं ऑपरेशन करून घेतलं होतं आणि ते यशस्वी होऊन तिला रामनाथपासून गर्भसंभव होऊ शकला होता. पुन्हा तिनं मला कुचकामी ठरवून स्वत: विजय मिळवला होता. निदान ज्या एका कामात तिला माझी गरज असायला हवी होती, त्यातही मला ती यशस्वी होऊ शकली होती. पण स्वत:चं यश ती माझ्याकडे मिरवू शकली असती! माझ्यासमोर येऊन आनंदानं थयथया नाचू शकली असती, हवं तर माझ्या तोंडावर थुंकू शकली असती! पण माझ्या गरीब बिचाऱ्या म्हाताऱ्या अम्माच्या भावनेशी खेळण्याचा तिला काय अधिकार होता?

तुला नातू झालाय अम्मा. हातातल्या टेलिग्रॅमची घडी करत, हुंदका फुटू न देण्याचा प्रयत्न करत मी अम्माला म्हटलं – म्हणजे तुझ्या सुनेला मुलगा झालाय! पण तुझ्या मुलाला नाही!

एकवीस

एका परीनं मी श्यामलेचे उपकारच मानायला हवे होते. कारण तिच्या ह्या क्रूर विनोदानं मी आणि अम्मा पुन्हा एकदा जवळ आलो होतो. आता अम्माकडून काहीच लपवण्यात अर्थ नव्हता, म्हणून मी अम्माला सगळी परिस्थिती सांगून टाकली. अर्थात, त्यातले जे तपशील मुलाला आईकडे न संकोचता बोलता येणार नाहीत, तेवढे वगळून!

ऐकलं आणि अम्मा दु:खाने गलबलून गेली.

हे सगळं तू मला आधीच कां कळवलं नाहीस, म्हणून रडू लागली.

पाठीवरून हात फिरवत राहिली; जसा काही माझ्या आयुष्यातला कुरूपपणा पुसून टाकण्याचा प्रयत्न करत राहिली. तरी मी तुला सांगितलं होतं, की या मुलीशी लग्न करू नकोस, असं म्हणण्याचा वास्तविक तिला आता अधिकार होता. पण ती तसं काहीच बोलली नाही. उलट, 'फार सोसलंस कण्णा, यापुढं जीजस तुला सुखात ठेवील', एवढंच म्हणाली. मला तेही मोलाचं होतं. उशिरा का होईना, पण तिनं मला आशीर्वाद दिला होता.

पण तो खरा करून दाखवणं, तिनं ज्याचा हवाला दिला होता, त्या जीजसच्या हातात होतं.

मी अम्माची राहण्याची व्यवस्था एखाद्या चांगल्या हॉटेलमध्ये करणार होतो. पण चार दिवस तरी मला तुझ्याबरोबर राहू दे, असा हट्टच तिनं धरल्यावर माझा नाइलाज झाला. 'माझी आई आलीये' असं सांगून इम्तियाजकडून, तिनं गेस्ट हाऊसवर माझ्याबरोबर राहण्याची मी खास परवानगी मिळवली आणि खर्चासाठी पगारातले राहिलेले पैसे मागून घेतले. (इथल्या नोकरीत हा एक त्रास होता– पैसे कधीच ठरावीक तारखेला मिळायचे नाहीत. त्यामुळं कधीकधी तर पगार मिळेपर्यंत दोनदोन महिने तसेच रेटावे लागत आणि फार ओढाताण व्हायची.)

अम्माला पाँडिचेरीची हालहवाल विचारली. खूप गोष्टी तिकडे झाल्या होत्या.

पीटर झकेरिया अस्थमानं वारला होता. मेरीच्या एलायसीतल्या नवऱ्याची मुंबईला ट्रान्स्फर झाली होती, आणि ती दोघं पाँडिचेरी सोडून गेली होती. इव्हॅन्जेलिनचं गावातल्याच एका किराणा मालाच्या व्यापाऱ्याबरोबर लग्न झालं. त्यानं तिला कायम घरातच डांबून ठेवलं होतं आणि ती आता ओळखता येणार नाही, इतकी हडकली होती. लोक म्हणत – तिला ॲनिमिया झाला होता. लुइसा एके दिवशी अचानक नाहीशी झाली होती. तिनं समुद्रात जीव दिला, की तिला कुठं अपघात झाला, की तिला कुणी पळवून नेलं, हे गावात कुणालाच ठाऊक नव्हतं.

अम्मा मोजून चार दिवस राहिली आणि तिकडे फिलिप एकटा होता, या काळजीनं लगेच परत निघाली. चार दिवसात मी तिला बंगलोर दाखवलं, बगिचांमधून हिंडवलं, थोडं कापडचोपड खरेदी करून दिलं. मला कशाला हवंय हे म्हातारीला, तू उगाच आपले पैसे संपवू नकोस, असं म्हणून ती मला तिच्यासाठी फार काही विकत घेऊ देत नव्हती. फिलिपसाठी मात्र शर्टिंग, सुटिंग अगदी स्वत: निवडून तिनं घेतलं. त्या चार दिवसांत आम्ही कधीच श्यामलेचा विषय काढला नाही; पण अम्मा आली, तेव्हाचा तिचा तो हर्षभरित चेहरा मात्र त्या चार दिवसांत पुन्हा कधीही दिसला नाही.

नातू पाहण्यासाठी म्हणून, सारे मतभेद विसरून उत्साहानं बंगलोरला आलेली अम्मा चार दिवसांनी उरात एका विषण्णतेचा ढग घेऊन पाँडिचेरीला परत गेली.

एके दिवशी वॉचमन सांगत आला – बाहेर एक अम्मा तुम्हाला भेटायला आलीये. तुम्ही सांगत असाल तर तिला आत सोडतो.

माझ्या छातीत धस्स झालं! - श्यामी!

नाव काय सांगितलं? मी विचारलं.

प्रेमा सुंदर. . . असं काहीतरी म्हणाली.

माझा अटकलेला श्वास पुन्हा सुरळीत चालू झाला. पाठव तिला आत. मी सांगितलं. प्रेमा सुंदर हे नाव ऐकल्यासारखं वाटत होतं आणि तरीही ते कुठं ऐकलं, हे आठवत नव्हतं. मी ते आठवण्याचा प्रयत्न करत असतानाच एक, थकलेल्या चेहऱ्याची, खंगलेली सावळी मुलगी आत आली.

मी तिला समोरच्या खुर्चीवर बसायला सांगितलं. ती बसली. हातातली मोठी कापडी पिशवी तिनं खुर्चीला टेकून ठेवली.

शेजारीच माठ होता. त्यातलं पाणी मी तिला ग्लासमध्ये ओतून दिलं.

ती घटाघटा पाणी प्यायली. उन्हातून ती चालतच आली असावी. पदरानं तिनं तोंड पुसलं आणि उठून ग्लास बाजूला ठेवला. ती परत खुर्चीत बसली, तेव्हाच तिचा चेहरा थोडा विसावल्यासारखा वाटला.

मी प्रेमा सुंदरराज. ती म्हणाली. माझी परिस्थिती खूप वाईट आहे. तुम्ही एखादा जॉब मिळवून द्याल, म्हणून मी आलेय. अम्मा म्हणाली– तुम्ही खूप बडे ऑफीसर आहात. तुम्हीच काहीतरी मदत करू शकाल.

तुमची अम्मा - मला ओळखते?

हो - माझे मामनार तुमच्या डॅडींबरोबर पोलीसखात्यात होते. धनराज नाव ऐकलं असेल तुम्ही!

आय सी! त्या धनराजची ही सून! लहानपणीपासून नाव ऐकत आलो होतो मी! पैसे खाणारा - नंतर एका वाईट चालीच्या बाईशी संबंध ठेवणारा - आणि ते अंगाशी आल्यावर शोभवून नेण्यासाठी तिच्या मुलीशी आपल्या मुलाचं लग्न - आडाडी! म्हणजे ही ती मुलगी की काय? म्हणजे हिचा नवराही पोलीस खात्यातच असणार... मला बऱ्याच गोष्टी भराभर आठवल्या.

आमचं ऑफीस एखाद्या बॅरॅकसारखं होतं. टेबल्स अंतरा-अंतरावर असली; तरी निवांत बोलता येईल, असा आडोसा नव्हता. म्हणून मी प्रेमाला कॅंटीनमध्ये घेऊन गेलो.

तिनं काही बोलायला सुरुवात करायच्या आधी मी इडलीसांबार आणि कॉफी मागवली. तिनं इतकं मन लावून भराभरा खायला सुरुवात केली की, तिला चांगलीच भूक लागली असावी, असं माझ्या लक्षात आलं. म्हणून मी उत्तप्पा मागवला आणि विचारलं, आणखी काही -

वांडाम अय्या. ती म्हणाली.

नींगळ ॲगिरुन्दु वरुगिरीर्गळ? कुठून आलीस तू? राहतेस कुठं? मी विचारलं.

मी आले बंगलोरमधूनच. पण राहाते - खरं म्हणजे मला राहायला जागाच नाही...

मला चमत्कारिक वाटलं. तिची एकंदर अवस्था पाहता, मुळात तिनं जरी जॉब हवाय एवढंच सांगितलं असलं; तरी ती त्याहूनही कठीण प्रसंगात सापडली होती, असं वाटत होतं. वाहन करून येण्याइतके पैसे तिच्याजवळ नव्हते, तिनं काही खाल्लेलंही नव्हतं आणि तिला राहायला जागा नव्हती.

तिच्यावर ही परिस्थिती ओढवली तरी कशी?

मी तिला म्हटलं, अजिबात न लाजता, न घाबरता, कसलाही आडपडदा न ठेवता, तुझी सगळी खरीखुरी हकीकत मला सांग पाहू.

प्रेमाचा बाप विल्यम्स. एक नालायक माणूस. दिवसभर लुंगी लावून खाटल्यावर पडलेला. रात्री कुठं तरी जाऊन गुत्त्यावर दारू पीत बसायचा. अर्धी रात्र उलटून गेल्यावर परत यायचा. अम्मा तोवर आलेली नसायची. ती पहाटेकडे घरी परतायची. तिची नाईट ड्युटी असायची. वेलोरच्या सीएम्सी हॉस्पिटलमध्ये. लेडीज होस्टेलची

वार्डन म्हणून.

वार्डनला नाइट ड्युटी असते की नाही कोण जाणे! विशेषत: दिवसाही काम केल्यानंतर -? पण अम्मा जायची, दिवसा कामाला जायची. रात्री कामाला जायची. प्रेमाला आणि तिच्या भावंडांना ती क्वचितच भेटायची. मग त्यांचे लाड करणं तर दूरच राहिलं.

सकाळी ती आली की विल्यम्स तिला शिवीगाळ करायचा. ती त्याच्या अंगावर दारू पिण्यापुरते पैसे फेकायची, की तो गप्प बसायचा.

विल्यम्सनंसुद्धा नोकरी करण्याचा प्रयत्न केला होता. नाही असं नाही. रेल्वेच्या गोडाऊनमध्ये, एका कँटीनमध्ये, एका लाकडाच्या वखारीतसुद्धा. सगळीकडून त्याला काढून टाकलं. गोडाऊनमध्ये स्पेअर पार्ट्स चोरले म्हणून. कँटीनमध्ये घरी येताना रोज खाणं चोरून घरी न्यायचा म्हणून (तो म्हणायचा, मी मुलांसाठी नेतो!) वखारीमध्ये पिऊन जायचा म्हणून आणि एकदा गल्ल्यावर हात मारून पासष्ट रुपये चोरले म्हणून! विल्यम्स काय करणार? मर्सी द्यायची ते पैसे दारूला पुरायचे नाहीत. आणि बायकोच्या वागण्याचं दु:ख तर दारूत बुडवणं भागच होतं.

मर्सीचं वागणं म्हंजे... तिच्या परीनं तेही बरोबर! नुसत्या वार्डनच्या नोकरीवर तीन मुलं आणि बेकार व्यसनी नवरा यांचा प्रपंच कसा चालवणार? रूप ठसठशीत. बांधा भक्कम... पुरुष बघायचे तेच, केव्हा भेटशील – अशा नजरेनं. मर्सी भेटायची. कुणाला रात्री, कुणाला दुपारी. सगळ्यांची मर्जी पुरवायची. ते तिचा संसार चालवायचे. एक-दोन नाही बरेच जण होते. सी.एम.सी. हॉस्पिटलमधले डॉक्टर्स, त्यांच्या ओळखीनं आलेले कॉन्ट्रॅक्टर्स, त्यांच्या मैत्रीतले बिझनेसमन, एक तर पोलीस अधिकारी होता.

या पोलीस अधिकाऱ्याचं मर्सीवर जरा जास्तच वजन! बाहेरही तसं ते गाजलेलं प्रस्थ! वेलोरचा डेप्युटी सुपरिंटेंडंट ऑफ पुलीस - धनराज! पैसेवाला, तिच्यावर सढळ हातानं खर्च करणारा माणूस! पहिल्यांदा अधूनमधून यायचा. नंतर वरचेवर यायला लागला. पोलिसाच्या लफड्यात सापडायला नको, या भीतीनं बाकीचे पांगले, कमी झाले.

प्रेमा, जेबराज आणि रिबेका जीव मुठीत धरून दिवस काढत होती. पुढ्यात येईल ते खात होती. शाळेत जात होती. शिकत होती. कधी नापास होत होती, कधी पास होत होती. आईबापांनी कधी मायेनं जवळ न घेताच त्या तिघांचं बालपण संपलं.

तरुणपणाचंही तसंच. सतरा वर्षांची प्रेमा. शिक्षण रडतखडत आठव्या इयत्तेपर्यंत आलं होतं. तारुण्य म्हणजे काय हेसुद्धा समजायला लागलेलं नव्हतं, तेवढ्यात मर्सीनं एके दिवशी सांगितलं - तुझं लग्न ठरलं. कुणाशी? तर या एवढ्या

पैसेवाल्या वजनदार पोलीस सुपरिंटेंडंट धनराजच्या मुलाशी – सुंदरराजशी. तोही नुकता पोलिसात लागलाय.

प्रेमाला लग्न म्हणजे काय, हे माहीतच नव्हतं. पण या घरातून आपली सुटका होणार, एवढं कळलं. या घरापेक्षा जगातलं दुसरं घर चांगलंच असणार, असं वाटलं. आणि लग्न म्हणजे नुसतं दुसऱ्याच्या घरात राहायला जाणं एवढीच माहिती! नवरा हा प्राणी नेमकं करतो काय, ते कुणाला ठाऊक?

आपल्या नवऱ्याला पहिल्यांदा पाहिलं, तेव्हा प्रेमा घाबरूनच गेली. सुंदरराज त्याच्या वडिलांपेक्षाही वीतभर उंच. अणकुचीदार मिश्या. डोळे तांबारलेले. पाहायचा असं, की हा नजरेनंच गिळून टाकणार असं वाटायचं. पण मर्सीनं समाधान केलं. म्हणाली, तुझं नशीब चांगलं म्हणून तुला तगडा नवरा मिळाला. आता कोणी तुझ्या वाटेला जाणार नाही. तुझा बाप असा असता, तर माझं जिणं वेगळंच झालं असतं.

वेडिंगच्या वेळी चर्चमध्ये ही गर्दी! पोलीसखात्यातले खूप लोक आले होते. धनराजनं थाटात लग्न करून दिलं, अगदी जाहिरात करावी तसं. लोक म्हणतही होते, की नोकरीवर भानगड झाली आहे - म्हणून सगळ्यांच्या डोळ्यात धूळ फेकण्यासाठी ही जाहिरात आहे. अजून लग्नाचं वय न झालेल्या पोरीचा बळी घेताहेत, हे कायद्याविरुद्ध आहे. पण पोलीस सुपरिंटेंडंटला कोण कायदा दाखवणार?

आजवर प्रेमा कधीकधी चर्च वेडिंग्जना गेली होती, अम्माबरोबर. खूप मजा वाटली होती तिला. पण स्वतःच्या लग्नात, मात्र तेवढीशी मजा येत नव्हती. हबकून जायला झालं होतं. कारण शेजारी तो आडदांड माणूस! त्याच्याशी बोलायचं कसं, हाही प्रश्नच पडलेला!

पण लौकरच लक्षात आलं, की सुंदरराजकडे बोलायचं फारसं काम पडत नाही. नुसतं त्याचं ऐकायचं. तो करेल ते हुकूम पाळायचे - आणि मागेल ते त्याला निमूटपणे द्यायचं. नाहीतर - नाहीतर त्याच्या उलट्या पंजाच्या चपराकीनं एखादा दात पडण्यापासून, ते त्यानं फेकलेली वस्तू लागून खोक पडण्यापर्यंत काहीही होण्याची शक्यता...

लग्नाच्या रात्रीच तो एखाद्या उपाशी जनावरासारखा तिच्या शरीरावर तुटून पडला होता – जे काय होतं, त्याचा अर्थ नंतर साधारणसा कळला - पण त्या वेळेस, त्या पहिल्या रात्री तरी आपल्या शरीराचे लचके तोडले गेले, असंच प्रेमाला वाटत होतं. सकाळी बिछान्यातून बाहेर पडताना, आपण अजून जिवंत होतो, याचं आश्चर्य वाटलं होतं - आणि रात्री आपल्यावर प्राणघातक हल्ला करून कुठंतरी निघून गेलं असं वाटलेलं ते जनावर शांतपणे आपल्याच शेजारी घोरत पडलं आहे, हे लक्षात येऊन ती दचकली होती.

पोलीस ट्रेनिंग चालू असतानाच कुणाचे तरी कपडे चोरण्यावरून सुंदरला सस्पेंड केलं गेलं. प्रेमाला ते खूप उशिरा कळलं, तेव्हा आश्चर्य वाटलं नाही. ड्रेसिंग टेबलावरच्या तिच्या इअरिंग्ज गेल्या; तिनं कपड्याच्या तळाशी ठेवलेल्या पाकिटात पन्नास रुपये ठेवले होते, ते गेले, तेव्हा ती काही बोलली नव्हती. पण ते कुणी घेतले असावेत, याची तिला चांगली कल्पना होती. मोठ्यानं बोलायची मात्र चोरी होती. कारण नवऱ्याचा मार आणि त्याहून भयंकर असा मामियारनं दिलेला शब्दांचा मार! रत्नाम्मा आणि तिची मुलगी राधा तर तिचा उद्धार करायची एकही संधी वाया दवडत नसत! तिच्या निमित्तानं खरा उद्धार व्हायचा तो प्रेमाच्या अम्माचाच! कारण मर्सीनं आपल्या नवऱ्याचा कब्जा घेतला आणि म्हणून ही हडकुळी पोरगी घरात आली, हे रत्नाम्मा कधीच विसरली नव्हती.

वेलोरहून इरोडला सुंदरची सब-इन्स्पेक्टर म्हणून बदली झाली, तेव्हा मामियार-नातनार यांच्या छळापासून प्रेमाची सुटका झाली. पण तोवर सुंदरचं वागणं अधिकच बेताल झालं होतं. बऱ्याच वेळा तो रात्री घरी येत नसे. आला नाही, तर निदान त्या रात्रीपुरती सुटका असे. पण तो केव्हा येईल, या भीतीनं झोप लागत नसे. कारण यायचा तो पिऊन तर्रर होऊनच! - आणि प्यालेला असताना कुठलंही लहानसं निमित्त शोधून तिच्यावर हात चालवायचा त्याला शौक.

घरात कितीही छळ होत असला, तरी बाहेर आपला संसार शोभिवंत दिसतोय, याचं प्रेमाला समाधान होतं. सबइन्स्पेक्टर, म्हणजे बऱ्यापैकी मान असलेला माणूस आपला नवरा आहे, याचा, म्हटला तर अभिमान होता! पण एकदम त्या नाजूक जागीच धक्का बसला. गारमेंट लाँड्रीत काम करणारी फटाकडी इस्थर त्याच्या मोटारसायकलवर रुबाबात बसलेली वेळोवेळी दिसायला लागली. आणि आकाश कोसळल्यासारखं झालं. सुंदरला बायकांचा शौक आहे, हे प्रेमाला ठाऊक होतं. रात्ररात्र तो कोठ्यांवर पडून असतो, शिवाय ड्युटीवर असतानाही भुरट्या चोऱ्यांमध्ये सापडलेल्या वंजारणींना किंवा मोलमजुरी करणाऱ्या बायकांना चौकशी खोलीत खेचतो, याची तिला कल्पना होती. त्याविषयी तिचं काहीच म्हणणं नव्हतं. किंबहुना त्या बायका त्याचं वखवखलेलं शरीर आपल्याजवळ येण्याआधी थोडंतरी थंड करू देतात, याबद्दल ती त्यांचे उपकार मानायची. पण इस्थर हा वेगळा प्रकार होता. हे तिच्या संसारावर आक्रमण होतं...

सुंदरनं एक लहानशी दीड खोलीची जागा घेतली आणि इस्थरला तिथं ठेवलं. दिवसाचा बराच वेळ तो तिथंच राहायला लागला. आणि प्रेमाला घराचं छप्परच उडाल्यासारखं झालं. लग्नानंतर एकाच वर्षांत जन्माला आलेला सुधाकर आता सहा वर्षांचा झाला होता आणि प्रेमाला दुसऱ्या खेपेला दिवस गेले होते. नवरा घरात येईनासा झाला. कधी पैसे आणून द्यायचे, तर कधी नाही, असं करायला लागला.

स्वत:ची आणि पहिल्या पोराची जिथं दुसऱ्या दिवसाची खात्री नाही, तिथं या नव्या पोराला कशाला जगात आणायचं? या विचारानं प्रेमाला भारून टाकलं. कितीही टाळलं, तरी पोर पाडायचा विचार मनात पुन्हापुन्हा फिरत राहिला.

सुंदरनं गर्भपाताला संमती दिली नसती आणि त्याच्या संमतीशिवाय कुठल्याही डॉक्टरला गर्भपात करता आला नसता. शेवटी शेजारच्या एका बाईच्या ओळखीनं प्रेमा कुठूनसं एक औषध घेऊन आली. ते घेतल्यानंतर दुसऱ्याच दिवशी ओकाऱ्यांनी जीव जायची पाळी आली. दोन दिवस फणफणून ताप आला. पण गर्भ तसाच राहिला... मात्र दिवाकर जन्मला तो व्यंग घेऊन! त्याच्या नाकाला चिकटलेला वरचा ओठ हे आपल्या गर्भपाताच्या प्रयत्नांचं फळ, असं प्रेमाच्या मनानं घेतलं.

घरातली परिस्थिती उतारावरच्या धोंड्याच्या गतीनं खाली चालली होती. सुंदर आता कायम इस्थरकडेच राहत होता. घरात तो अजिबात पैसा देत नसे. धाकटा मुलगा अंगावरच आणि थोरला अजून समजत्या वयाचा नाही, अशा परिस्थितीत प्रेमा कामधंदा तरी कसला करणार? कुठंही मिळतील ती बारीकसारीक कामं करून काहीतरी शिजवून ती पोरांच्या पुढ्यात ठेवायची. आणि स्वत: आसवं गिळून पोट भरायची. हळूहळू घराचं भाडंही थकत गेलं आणि घरमालकानं बाहेर हाकलून दिलं.

प्रेमा दोन मुलांना घेऊन इस्थरच्या घरी गेली. इस्थरनं कदाचित तिची विचारपूस तरी केली असती, पण त्याआधीच सुंदरनं, तू या घरात का आलीसच का? पुन्हा इथं पाऊल ठेवलंस, तर तंगडं मोडीन असं म्हणून तिला बुचड्याला धरून घराबाहेर काढलं. दोन्ही मुलं मोठमोठ्यानं रडायला लागली. त्यांना जवळ घेऊन, मजा पाहणाऱ्या शेजाऱ्यांच्या नजरा चुकवत आणि घळाघळा रडणारा चेहरा पदरानं लपवत प्रेमा तिथून निघाली.

दिवसभर दोन्ही पोरं उपाशी... कुठं जावं, याचा विचार करून डोकं गरगरून गेलेलं. तसंच तिकीट न काढता ती वेलोरच्या गाडीत चढली. पहाटेकडे सासरी पोचली. धनराज गावात नव्हते. रत्नम्मा आणि नुकतीच माहेरपणाला आलेली राधा या मात्र घरात होत्या. त्यांनी, 'आली अवदसा आमच्या पोराचा संसार विस्कटून टाकून', असं म्हणून तिला दारातच लाथाबुक्क्यांनी मारायला सुरुवात केली. त्या लाथा खात असतानाच प्रेमाच्या मनात येत होतं, की इथून पळालं पाहिजे. नाहीतर या हडळी माझ्या मुलांना माझ्यापासून ओढून घेतील.आमच्या मुलाची ही मुलं तुझा काय अधिकार, म्हणून! पण घेऊ देत. निदान त्या मुलांच्या अन्नाचा प्रश्न तरी सुटेल!

पण नाही. मुलांसकटच त्यांनी तिला घालवून दिलं.

प्रेमा मर्सीकडे गेली. म्हणाली, थोडे दिवस तरी मला इथं राहू दे. पण मर्सीनं गोड बोलून सांगितलं की आलीयस तर राहा एक दिवस - पण मी जर तुला आणि

तुझ्या मुलांना पोसू म्हणत असशील, तर ते शक्य नाही. आता माझं वय उतरलं. पूर्वीचे संबंध राहिले नाहीत. उतारवयात सगळे पुरुष मेले आपापल्या बायकांकडेच परत जातात. त्या धनराजचाही आता त्याच्या बायकोनंच कब्जा घेतला आहे. मला झालंय माझंच चालवणं कठीण!

एक दिवस आईकडे राहून प्रेमा पुन्हा भ्रमंतीला निघाली. पण जाणार कुठं? सगळ्या दिशा बंद... पोटाची आग तर वाढती... आपण उपासानं मेलो तरी चालेल, पण या पोरांचं काय? बाराच्या वेळेला ब्रह्मांड आठवे. अम्मा आपला संसार चालवण्यासाठी रात्ररात्र बाहेर का राहायची, ते आता कळायला लागलं होतं. आपल्याला अम्माचं रूप असतं, तर निदान तो तरी मार्ग उघडा झाला असता, असं मनात आलं. पण रूपाचं काय मोठंसं? गरजू पुरुषांना चेहरा कुठं दिसत असतो? का नये जाऊ याच मार्गानं? फार तर अम्माला मिळायची तसली मोठी गिऱ्हाइकं नाहीत मिळायची, पण कोणी न कोणी भेटेलच!

प्रेमाच्या मनाला कसंतरीच वाटत होतं. पण का वाटावं? आजवर पुरुषांची गरज भागवून अम्मानं मिळवलेल्या पैशांवरच तर ती लहानाची मोठी झाली होती. पण पुरुषांच्या त्या गरजेपायीच सुंदरनं तिच्या संसाराची होळी केली होती ना?

पण प्रश्न जिवंत राहण्याचा होता. मुलांना जिवंत ठेवण्याचा होता. सुंदर इतर बायकांना अंगाखाली घेत तिला आणि मुलांना उपाशी मारायला बघत होता. सरि, आता त्याची बायको इतर पुरुषांना अंगावर घेईल. जिवंत राहील. आणि दोन मुलांना मोठं करील. पुढं तेही पुरुष होतील आणि आपल्या बायकांना छळतील. पण पुढचं पुढं. आज तरी ते ज्या स्त्रीवर अवलंबून आहेत, तिनं त्यांची उपासमार करता कामा नये.

तिकिटाशिवाय प्रवास करून प्रेमा मद्रासला आली... या मोठ्या शहरात नक्कीच धंदा करता येईल! या आशेनं.

रात्री एका उजेडाच्या वस्तीत बंद दुकानांच्या पायऱ्यांवर, झोपेनं पेंगुळलेल्या मुलांना बसवून प्रेमा काळोखाच्या दिशेला चालू लागली. काय बोलायचं, किती पैसे मागायचे, कुठं जायचं - काही माहीत नाही! पण ज्या गिऱ्हाइकाला माहीत असेल, तोच सगळं समजून करील. एका रस्त्यावर जाऊन प्रेमा उभी राहिली. भीती वाटायला लागली - सगळ्याचीच! मनातल्या विचारांची, आपण करायला निघालो आहोत त्या धाडसाची, काळोखाची - जगण्याचीच! एखादी भरधाव वेगातली मोटार येऊन आपण उभं आहोत त्या फुटपाथवर चढेल, तर सगळेच प्रश्न सुटतील - पोरांनाही अनाथाश्रमात ठेवून घेतील... पण असे विचार करताना खरंच अशी

मोटार येईल की काय, अशीही धास्ती वाटायला लागली. काळोखाला घाबरून ती म्युनिसिपालटीच्या दिव्याच्या प्रकाशात येऊन उभी राहिली.

आणि एकदम खाडखाड बूट वाजले. लाठीचा आवाज झाला - पोलीस! हे कसं नाही आपल्या लक्षात आलं? असं रस्त्यात धंद्यासाठी गिऱ्हाइकं गाठणाऱ्या बायकांना पोलीस पकडू शकतात. नव्हे, हा आपल्याला पकडायलाच येतोय.

प्रेमा पळत सुटली. उपाशीपोटी पळताना झोक जात होता. पण ती तशीच पळत राहिली. मला मुलांकडे परतायचंय! लॉकअपमध्ये पडायचं नाही. आता पाठीमागचा पोलीसही खाडखाड बूट वाजवत 'ठहरो' - असं ओरडत तिच्यामागून वेगानं धावू लागला होता. त्याला तिला पकडणं मुळीच कठीण नव्हतं. पोलीस सब-इन्स्पेक्टरची बायको पोलिसापासून पळतेय हे त्याला खरं वाटेल का?

त्यानं एकदम जोरात शिटी वाजवली आणि ती पळता पळता दचकून जागच्या जागी थांबली. पळताना एकदम थांबल्यामुळे झोक जाऊन खाली कोसळली. ती उठायचा प्रयत्न करीत असतानाच पोलीस कॉन्स्टेबल जवळ येऊन उभा!

काय? विचार काय आहे? त्याचा प्रश्न.

मी - मला - मला -

इथं काय करत होतीस? - दरडावून.

माफ करा - पुन्हा नाही येणार! - अजीजीनं

मग आज कशाला आलीस शेण खायला? - गुरकावून.

उपाशी आहेत पोरं - त्यांच्यासाठी - पहिल्यांदाच आले होते -

ते ठाऊक आहे मला. या सगळ्या रूटला ओळखतो मी. कोण कोण कुठं कुठं उभं राहातं - पाठ आहे! त्याचेच हप्ते मिळतात आम्हाला; तू काय देणार?

मी - मिळाले की देईन. आता म्हणशील तर अंगावर एक पैसा नाही. पोराला दूध तरी कुठून द्यावं याची फिकीर आहे. मग एकदम काहीतरी सुचून तिनं पदर काढून टाकला. - हे घेणार? एवढंच आहे माझ्याकडे!

झाकून घे – कॉन्स्टेबल ओरडला – स्टेशनवर जा. तिथं फुल आरसा आहे त्यात बघ स्वत:कडे. हाडं न चामडी एक झालीये. मांस शिल्लकच नाही राह्यलंय. खूप दिवसांची उपाशी दिसतेयस! कोण हात लावणार तुला पैसे देऊन? हे काम तुझं नाही बाई! चल माझ्याबरोबर! चल - ठाण्यावर नाही नेत. चल म्हणतो ना?

भेदरलेली प्रेमा त्याच्याबरोबर चालायला लागली. हा आता कुठं नेतो कुणाला ठाऊक? चालता चालता कॉन्स्टेबल बोलतच होता - चांगल्या घरातली दिसतेयस. नवरा मेला? का नांदवत नाही? एकूण एकच! काहीही कर - पण या लायनीला येऊ नको! आज नशिबानं सुटलीस! इथला रस्ता एकेका भडव्याला वाटून दिलेला असतो - त्यांचे ठरलेले दादा आहेत. या रस्त्यावर त्यांच्या ठरलेल्या पोरीच्या जागी दुसरं कोण

उभं राह्यलं, तर खून पण करून टाकतील. नाहीतर आपल्या पंखाखाली घेऊन धंद्याला लावून पिळून काढलं असतं. दोन्हीकडून मरणच! अजून टाइम झाला नाही - म्हणून तिथल्या भडव्यानं तुला पाहिलं नाही. पुन्हा जाऊ नकोस कधी अशी रस्त्यावर उभी राहायला! डेंजर असतं!

दोघं उजेडात आली. तिथं बत्तीखाली एक पोऱ्या उघडाबंब पडलेल्या एका स्थूल माणसाला मालिश करत होता. बाजूला कॉफीची किटली घेऊन एक पोऱ्या बसला होता.

ऑन्रू कॉफी. त्याच्या अंगावर खेकसून कॉन्स्टेबलनं त्याला प्रेमाला कॉफी द्यायला लावली. प्रेमाला उभं राहावत नव्हतं. ती तशीच रस्त्यात खाली बसली. गरम कॉफी घसा भाजेस्तोवर घटाघटा प्यायली.

तिचं कॉफी पिऊन होईपर्यंत कॉन्स्टेबलनं मालीश करणाऱ्या पोराला दम देण्याचं काम केलं. मग खिशातून पाच रुपयांची नोट काढली आणि प्रेमाला दिली. तिनं ती हावरटासारखी घेतली. मालीशवाल्या पोऱ्यानं कॉन्स्टेबलकडे पाहून डोळे मिचकावले.

त्याच्यावर हात उगारल्यासारखं करत कॉन्स्टेबल प्रेमाला म्हणाला, उद्या सकाळी बरोब्बर आठ वाजता गव्हर्न्मेंट चिल्ड्रन हॉस्पिटलच्या दारात ये. माझी नाइटड्यूटी संपली, की मी तिथं येतो. एवढं बोलून, तिच्या उत्तराची वाट न पाहता तो खाडखाड बूट वाजवत निघून गेला.

पाच रुपयांत येईल तेवढी भेळ घेऊन प्रेमा दुकानाच्या पायरीशी गेली आणि पोरांना उठवून तिनं ती त्यांना खाऊ घातली. आपण कशासाठी त्या काळोखाच्या रस्त्यावर गेलो होतो, ते आठवून तिच्या अंगावर शहारे आले. त्यातून आपल्याला सहीसलामत वाचवून शिवाय पोरांच्या खाण्याची सोय करणाऱ्या त्या कॉन्स्टेबलला तिनं मनातल्या मनात नमस्कार केला.

दुकानाच्या दारात ती पोरांना पोटाशी घेऊन झोपली. रात्रभर तिला झोप लागली नाही. रात्रीतले बदलते आवाज ऐकत, सकाळ होण्याची वाट पाहात, ती जागीच राहिली.

सकाळी पोरांना बरोबर घेऊनच ती गव्हर्मेंट चिल्ड्रन हॉस्पिटलच्या दारात पोचली. दोनच मिनिटांत पोलीस कॉन्स्टेबल तिथं आला. म्हणाला, चल माझ्याबरोबर आत. त्याची वर्दी म्हणजे कुठंही शिरायचा परवानाच होता. तो सरळ जनरल वॉर्डात शिरला आणि तिला म्हणाला – बस इथं. बस. पोरं अवघडून उभी होती, त्यांना त्यानं दामटून बसवलं. एवढ्यात चिल्ड्रन पेशंट्सना सकाळ-संध्याकाळ पाव आणि अर्धी वाटी दूध देणारे दोन पोऱ्ये आले. कॉन्स्टेबलनं त्यांची कॉलर पकडून

त्यांना सांगितलं, आजपासून या तिघांना देखील देत जायचं दूध-पाव! त्या पोरांनी हसतहसत 'होय होय' केलं. आणि तिघांनाही दूध -पाव दिला.

इथंच बसा तुम्ही दिवसभर. कोणी तुम्हाला 'जा' म्हणणार नाही. मी इथल्या नर्सेसना सांगून ठेवतो – असं म्हणून तो घाईगर्दीनं निघून गेला.

अगदीच उपास पडत होते, त्या जागी थोडं निदान दोन पाव-दूध मिळायला लागलं.

हळूहळू वॉर्डमधल्या नर्सेसची, वॉर्ड-बॉईजशी मैत्री झाली. पाव-दुधाला स्मरून प्रेमा त्यांना त्यांच्या कामात मदत करू लागली. पेशंट्सपैकी कुणा-कुणाची पत्रं लिहिणं, निरोप पोचवणं, असली कामंदेखील चार-आठ आणे घेऊन करू लागली. एक नर्स तर तिला नियमितपणे प्लॅस्टिकच्या पट्ट्या आणून देऊ लागली. त्याच्या पिशव्या विणायचं काम प्रेमा करू लागली.

पण हे असं किती दिवस चालणार? अपुऱ्या अन्नावर आपण आणि आपली मुलं किती दिवस तग धरून राहणार? थोरल्याच्या शिक्षणाचं काय होणार? आणि भिकाऱ्यासारखं इथं बसून, शरमेनं गळ्याशी अडकणारा हा फुकटचा – दूध पाव आपण किती दिवस गिळणार?

असे विचार करायला लागलं, की डोक्यात आगडोंब उसळायचा. का यावी आपल्यावर अशी पाळी? आपण सगळं सहन करून सुंदरला मजा मारायला मोकळं का सोडतो? त्याची जबाबदारी त्याला उचलायला का नाही लावत? ते काही नाही, आपणच हा दुबळेपणा आता सोडला पाहिजे. सरळ त्याला सुनावलं पाहिजे. घरी तो मारहाण करणार असेल, तर त्याला पोलीसस्टेशनवर गाठलं पाहिजे. त्याला नाही तर त्याच्या वरिष्ठ अधिकाऱ्यांना भेटलं पाहिजे. न्याय मिळवलाच पाहिजे.

सुंदरची बदली तामिळनाडूमधल्याच नमक्कल गावात झाल्याचं प्रेमानं ऐकलं होतं. एके दिवशी तिनं मुलांना घेतलं आणि ती नमक्कलला गेली. तिथल्या धर्मशाळेत पोरांना ठेवलं आणि स्वत: पोलीसठाण्यावर गेली.

तिची माहिती बरोबर होती. या पोलीसठाण्यावर सुंदरच सब-इन्स्पेक्टर होता. ठाण्यावर वर्दळ फारशी नव्हती. चार कॉन्स्टेबल्स इकडे-तिकडे फिरत होते. थोडीफार ये-जा होती, इतकंच.

प्रेमाला बघून सुंदर चकित झाला. तू - इथंही आलीस माझ्या पाठीमागं? त्यानं विचारलं.

नाहीतर कुठं जाऊ मी? प्रेमा म्हणाली. मी वकिलाकडून तुम्हाला नोटीस पाठवणारेय. तुम्ही मला पोटगी देऊन रीतसर सोडचिठ्ठी द्या. नाहीतर आपखुशीनं

मुलांना तरी पोसायचं कबूल करा. आहे या परिस्थितीत आम्हांला जगणंसुद्धा मुश्कील झालंय.

सुंदर काहीच बोलला नाही. नुसता तिच्याकडे पाहात राहिला.

प्रेमा सगळा जोर एकवटून म्हणाली - यातलं काहीच न करता राहाणं तुम्हाला महाग पडेल. मी वरपर्यंत जाईन! मग तुमच्या नोकरीवर बेतेल! सांगून ठेवते!

सुंदर म्हणाला, शेरीतान ठीकेय. पण इथं लोकांसमोरच चर्चा नको. आत चल! तिथं काय ते ठरवू.

प्रेमा उठली. तो शांतपणे इतपत माणसासारखा बोलला, म्हणून उमेद येऊन त्याच्यामागून गेली. बाजूच्याच एका खोलीत त्यानं तिला नेलं. दार नुसतं लोटून घेतलं.

खोली कोंदट होती. बाजूला दारूच्या रिकाम्या बाटल्या पडल्या होत्या. ही बहुतेक इथली खाण्यापिण्याची खोली असावी.

सुंदर बोलायला लागला.

तुला पोटगी हवी आहे, होय ना? तो अगदी हलक्या आवाजात, तोंडातल्या तोंडात म्हणाला. मी मुलांचा खर्च करावा, असं तुझं म्हणणं, नाही का? नाहीतर तू कोर्टात जाणार! माझ्या वरिष्ठांना भेटणार! होय की नाही?

सट्दिशी त्यानं तिच्या कमरेला हात घातला आणि एका झटक्यात तिची साडी जमिनीवर खेचली. परिस्थितीपायी आत कपडे नसायचेच! त्यामुळं एकदम तिचं कमरेखालचं शरीर उघडं पडलं. ती काही हालचाल करायच्या आतच सुंदरनं जवळ पडलेली एक बिअरची बाटली उचलली आणि खसकन तिच्या इंद्रियात खुपसली. एक प्रचंड कळ तिच्या डोक्यापर्यंत गेली.

बाटली फिरवत फिरवत आणखी खोलवर नेत तो म्हणाला – काय वाटलं तुला, मला धमक्या देणं इतकं सोपं आहे? आणि कशासाठी? तुला काय मी एकटाच पुरुष पडलोय जगात तुझी काळजी करायला? ही आत्ता आहे तशी जाऊन उभी राहा रस्त्यात- सगळा प्रॉब्लेम संपेल. बाईच्या जातीला कधी पैशाची गरज पडत नाही. आणि तो दात विचकून घाणेरडं हसू लागला.

पण त्याचं हसणं, बोलणं, तिला नीटसं समजतच नव्हतं. वेदना - डोळ्यांपुढं अंधारी आणणाऱ्या वेदना... शरीर आतून उभं चिरणाऱ्या वेदना... काढ ना... मी तुझं सगळं ऐकते - पण एकदा बाहेर काढ... तिचं मन आक्रोश करत होतं... तरीही त्या अंग फाडत चाललेल्या वेदनेपायी तिच्या तोंडातून शब्द फुटत नव्हता. नुसतं डोळ्यांतून पाणी गळत होतं - आणि दातओठ गच्च दाबले जात होते... सबंध शरीर घामानं थबथबत होतं.

ऐकून घे. आता दाखवला तो नुसता नमुना! पण तू वकिलाकडे गेल्याचं कळलं, बॉसकडे गेल्याचं कळलं, तर -

त्यानं बाटली उपसून बाहेर काढली. तशीच ती टेबलावर काचकन आपटून अर्धी फोडून टाकली. काचेची वेडीवाकडी धार प्रेमाच्या विस्फारलेल्या डोळ्यांसमोर नाचवत तो म्हणाला - तर ही अशी - फुटकी बाटली आत घुसवीन - तत्काळ मरून जाशील! समजलीस?

प्रेमानं साडी कशीबशी गोळा केली. आणि दार धाडकन ढकलून ती पळत सुटली. तिला काही समजलं नव्हतं. डोळ्यांसमोर दिसत होते ते नुसते त्याचे लालभडक डोळे... आणि फुटक्या बाटलीची धार...

पोलीसस्टेशनपासून खूप लांब आल्यावर तिच्या लक्षात आलं, की चालणंही कठीण आहे, अशा वेदना आपल्याला होत आहेत आणि तरी आपण पळतो आहोत... पळताना आपल्या मागं रक्ताच्या थेंबांचा मार्ग तयार होतोय, तरी...

ती धर्मशाळेत पोचली. तोवर पायांमधल्या वेदना कमी झाल्या होत्या, पण डोक्यातली सूडाची आग विझली नव्हती. सुंदर बोलल्याप्रमाणे करेल आणि तिला हालहाल करून मारून टाकील यात जराही शंका नव्हती. खरं म्हणजे त्यानं यापूर्वी कधीच तिला आपल्या वाटेतून दूर केलं असतं. पण दुसऱ्यांना छळण्याची जी विकृती त्याच्यात होती, तिच्यामुळेच प्रेमाचे आणि तिच्या मुलांचे जास्तीत जास्त हाल झालेले ऐकायला मिळावेत, म्हणूनच त्यानं तिला जिवंत ठेवलं होतं...

कसं मिळतं पाहाते माझे हाल केल्याचं समाधान त्याला! मुलांना पोसणार नाहीये का तो? - कसा नाही? पोसावंच लागेल!

प्रेमानं दुकानातून टिक ट्वेन्टीची एक बाटली विकत घेतली. सुंदरला उद्देशून चिठ्ठी लिहिली - मी हे जग सोडून जातेय. मुलं तुझी आहेत. त्यांना घरी घेऊन जा.

तिनं चिठ्ठी मुलांकडे दिली. सुधाकरला सांगितलं – दिवाकरला सांभाळ. तुमचे पोलीस आप्पा पोलीस स्टेशनवर आहेत. त्यांना ही चिठ्ठी नेऊन द्या. गॉड ब्लेस यू! तिनं त्यांचे मुके घेतले. पुन्हापुन्हा केसांवरून, पाठीवरून हात फिरवला. कितीही वेळा तसं केलं तरी समाधान होत नव्हतं. पण शेवटी ती थांबली. मुलं जायला निघाली.

एकेक पाऊल उचलत मुलं पोलीसस्टेशनवर आली. तोपर्यंत तिनं बाटली तोंडाला लावलेली होती.

हॉस्पिटलमध्ये तिनं डोळे उघडले, तेव्हा तिच्या उशाशी एक मध्यमवयीन गृहस्थ बसलेला होता. आणि पायाजवळ सुधाकर-दिवाकर होते. फार वेळ डोळे उघडे ठेववत नव्हते. पुन:पुन्हा उलटी होईलसं वाटत होतं. पण त्यातच हळूहळू

एकेक आठवत होतं... पोलीसस्टेशन... चिठ्ठी... मुलं... टिक ट्वेन्टी...

एक-दोन दिवसांनी पुरतं बरं वाटेपर्यंत तिला एवढं कळलं होतं, की आपल्या उशाशी बसलेल्या मध्यमवयीन गृहस्थाचं नाव भास्कर असून तो बंगलोरमध्ये बिल्डिंग कॉन्ट्रॅक्टर आहे. इथल्याच एका प्लॉटच्या संबंधात तो पोलीसस्टेशनवर गेला असताना दारातच सुधाकर-दिवाकरनं त्याला चिठ्ठी दाखवून 'बाप्पांना भेटायचंय' म्हणून सांगितलं होतं.

सुंदर त्या वेळी पोलीसस्टेशनवर नव्हता, म्हणून चिठ्ठीत काही तातडीचा मजकूर होता का, ते पाहण्यासाठी भास्करनं चिठ्ठी वाचली होती आणि मुलांबरोबर धर्मशाळेत येऊन तोंडाला फेस आलेल्या, बेशुद्ध प्रेमाला लगोलग हॉस्पिटलमध्ये नेलं होतं.

प्रेमा बरी होऊन हॉस्पिटलमधून बाहेर पडेपर्यंत तिची सगळी हकीकत त्याला समजली होती. त्यानंच तिचा हॉस्पिटलचा सगळा खर्च केला आणि तो उतरला होता, त्याच खानावळीत त्या तिघांचीही राहण्याची-जेवणाची सोय केली.

पुष्कळ दिवसात मुलं पोटभर जेवली. प्रेमाला अजूनही फारसं जेवण जात नव्हतं. मुलं झोपल्यावर दोघंही गप्पा मारत बसली.

भास्कर पन्नाशीचा सुखवस्तू गृहस्थ होता. त्याची बायको सहा-सात वर्षांपूर्वी वारली होती. मुलगा मद्रासला शिकत होता. भास्कर प्रेमाला आसरा द्यायला तयार होता. पण तिला एकटीलाच. मुलांच्या घोळात आपल्याला सापडायचं नाही, असं त्यानं आधीच स्पष्ट केलं.

त्याचंही बरोबर होतं. का म्हणून घ्यावी त्यानं त्या दोघांची जबाबदारी? स्वतःच्या मुलाला लहानाचं मोठं करण्याचे कष्ट त्यानं आधीच काढलेले होते. मरणाच्या दरवाजापर्यंत पोचलेल्या प्रेमाला तो परत नवीन आयुष्य जगण्याची संधी देत होता, हेच पुष्कळ होतं.

इतके हाल काढल्यानंतर प्रेमाला अलभ्यप्राय वाटणारा विसावा मिळत होता. ही संधी सोडून चालण्यासारखं नव्हतं. पण मुलं? मुलांचं काय करायचं?

तुझी भावंडं आहेत म्हणालीस ना? त्यांच्याकडे नाही का ठेवता येणार मुलांना? भास्करनं सुचवलं.

जेबराज मद्रासला मलेशिअन एअरलाइन्समध्ये नोकरीला होता. रिबेका मदुराईला एका बॉटनीच्या लेक्चररबरोबर संसार करत होती. दोघांचंही चांगलं चाललं होतं. (खरं तर सुंदर सरळमार्गी असता, तर प्रेमाबद्दलही हेच म्हणता आलं नसतं का?)

भास्करनं मुलांना दोन्ही ठिकाणी पोचवून येण्यासाठी प्रवासापुरतं सामान घेऊन दिलं. मुलांना आणि तिला कपडे घेऊन दिले. खर्चाला पैसे दिले. आपला बंगलोरचा

पत्ता दिला आणि मदुराईहून सरळ बंगलोरला आपल्या घरीच ये, म्हणून सांगितलं.

प्रेमा दोन्ही भावंडांकडे गेली. काहीतरी मार्ग सुचेपर्यंत निदान थोडे दिवस तरी मुलांना ठेवून घ्या - माझ्या आयुष्याचा प्रश्न आहे, अशी गळ तिनं त्यांना घातली. दोघंही निरुत्साहानंच तयार झाली. मुलांची कशीतरी समजूत घालून त्यांच्यापैकी सुधाकरला जेबराजकडे आणि दिवाकरला रिबेकाकडे सोडून प्रेमा साधारण आठवडाभरानं बंगलोरला परत आली.

सगळे मार्ग संपतात, तेव्हा अचानक नवीन मार्ग सापडतो, तसंच आपलं झालं; अशा उत्साही विचारात प्रेमा भास्करच्या घरी आली. मुलांना ठेवून आल्याचं तिनं भास्करला सांगितलं. आता आजपासून मी तुमच्याकडेच राहणार. तुमची बायको असताना होतं, तसंच घर पुन्हा हसतं खेळतं, वाजतं गाजतं करणार, असं सांगून टाकलं.

सगळं ऐकता ऐकता भास्कर गंभीर होत गेला. प्रेमाला म्हणाला– आपलं ठरल्याप्रमाणेच तू हे सगळं केलंस प्रेमा! पण गेल्या आठ दिवसांत काही वेगळ्याच घटना घडल्यायत. मी तुझ्याविषयी माझ्या नातेवाइकांना सांगितलं - पण कुणालाच ते पटलं नाही. त्यांनी माझं आमच्याच - गौंडर जातीतल्या एका मुलीशी लग्न ठरवलंय. मुलगी अवघी विशीची आहे आणि तिचं हे पहिलंच लग्न आहे. तेव्हा मी तिच्याशीच लग्न करावं असं त्यांचं म्हणणं - मलाही ते पटतं. मी तुला म्हटलं होतं खरं - पण तुझा घटस्फोट झालेला नाही. तेव्हा आपल्याला रीतसर लग्न करता येणारच नाही. तसंच राहाणं दिसायलाही वाईट! शिवाय नातेवाइकांना दुखवणं, तेही मला जमणार नाही.

त्याच्या शब्दाशब्दाबरोबर जणू प्रेमा जमिनीत गाडली जात होती. शेवटी सगळं बळ एकवटून, आपली कापडाची पिशवी उचलून ती निघाली. सगळे पैसे प्रवासात संपले होते. बसचं तिकीट काढण्यापुरतेसुद्धा पैसे हातात नव्हते.

पण तिने भास्करकडे मागितले नाहीत. त्याच्याकडून आणखी उपकार नको होते...

कालचा दिवस तिनं लालबागेत झाडाखाली बसून काढला. दिवसभरात पाऊस आला नाही, हे नशीबच! रात्री बाग बंद झाली, तेव्हा समोरच्या इमारतीच्या जिन्यात जाऊन ती झोपली. जागेपणी - झोपेत... विचार एकच. अप्परम? आता पुढं काय?

तिच्या अम्मानं पूर्वी केव्हातरी तिला माझ्याविषयी सांगितलं होतं आणि मी ट्रॉटमध्ये नोकरीला आहे, हे भास्करच्या बोलण्यात आलं होतं.

शेवटचा आधार म्हणून ती माझ्याकडे आली होती...

बावीस

आपली हकीकत सांगताना प्रेमा अधूनमधून स्फुंदत होती, मुसमुसत होती, कधीकधी भावनेच्या आवेगामुळं बोलणं कठीण जात होतं, कधी शब्द सापडत नव्हते, तर कधी संतापाच्या भरात वाक्य अर्धंच तुटत होतं. तिनं शब्दांमधून न सांगितलेल्याही काही काही गोष्टी समजून घ्याव्या लागत होत्या. या सगळ्यातून मला जी हकीकत समजली, ती सांगितली...

बोलून संपल्यावर प्रेमाच्या लक्षात आलं की आपला चेहरा आसवांनी भिजला आहे आणि नाकाला पाणी आलंय. ती बेसिनकडे गेली आणि तोंड स्वच्छ धुऊन, ते पदरानं पुशीत खुर्चीवर येऊन बसली...

मला गंमत वाटत होती. आधारासाठी तिनं माझ्याकडे येणं, म्हणजे आंधळ्यानं लंगड्याची सोबत मागण्यापैकी होतं. मला कुटुंब नव्हतं, की म्हणण्यासारखी एक वस्तू माझ्या मालकीची नव्हती. तिला नोकरी मिळवून देणं तर माझ्या हातात नव्हतंच, पण 'राहा' म्हणायला स्वत:ची जागासुद्धा नव्हती. मी जिथं राहात होतो, तिथं तर तिला न्यायलादेखील बंदी होती.

आणि तरीदेखील इतक्या भयंकर प्रसंगामधून गेलेल्या त्या स्त्रीला निराश करून परत पाठवणं माझ्या जिवावर आलं. मी तिला मदत करू शकत नव्हतो, हे सत्य होतं. पण तिच्या अवस्थेत सत्य सांगूनसुद्धा तिला क्लेश द्यावेत, हे पाप ठरलं असतं.

कुठल्याही परिस्थितीत मी जिच्याकडे मदतीची याचना करावी, अशी एकच व्यक्ती बंगलोरमध्ये माझ्या माहितीची होती. ती म्हणजे चल्ला. मी प्रेमाला रिक्षात घातलं आणि तसाच फ्रेझर टाऊनला चल्लाकडे गेलो.

सुदैवानं चल्ला, त्याची नाईट ड्युटी असल्यामुळं घरात होता. सुनीतीही होती.

पण प्रेमाला पाहिल्यावर ती काहीच बोलली नाही. उंगळ उडम्बु? अशी तब्येतीची चौकशी केली; त्यावरही फक्त, सरि, एवढंच म्हणाली.

मी चल्लाला थोडक्यात सांगितलं, की ही पोलीस सब-इन्स्पेक्टर सुंदरराजची बायको. पण त्याने हिला सोडून दुसरा संसार थाटलाय. सध्या ही निराधार आहे. दोनचार दिवसांत मी हिच्या राहण्याची काहीतरी सोय करतो. तोपर्यंत हिला तुमच्याकडे ठेवा. सुनीतीलाही ती कामात मदत करेल.

चल्लाची काहीच हरकत नव्हती. दोन भांड्यांमधून कॉफी घेऊन आलेल्या सुनीतीला मी विचारलं, दोन-चार दिवस हिला इथं ठेवू ना? तर ती निर्विकारपणे म्हणाली, इदू यन्ना, मला काय विचारता? हे ठरवतील तसं! सुनीतीला झालं होतं तरी काय? इतक्या दिवसांनी मी आलो - आणि ती मोकळेपणानं बोलतसुद्धा नव्हती.

दुसरा काहीच पर्याय नसल्यामुळं मी प्रेमाला तिथंच सोडलं आणि परत ऑफीसमध्ये आलो. आता प्रेमासाठी खोली शोधणं हे प्रायॉरिटी नंबर वनचं काम होतं.

मी माझ्या हाताखालच्या प्रत्येक माणसाला बोलावलं आणि अगदी गंभीरपणे जागेची चौकशी केली. कुणालाही बंगलोरमध्ये एखादी खोली तत्काळ कुठे मिळेल, हे सांगता येत नव्हतं. नव्या बांधल्या जाणाऱ्या जागांची माहिती पुष्कळांना होती - पण तसल्या महागड्या जागांचा मला काही उपयोग नव्हता. मला प्रेमासाठी तिला परवडू शकेल, अशी एखादी साधीशीच वळचणीची खोली हवी होती.

शेवटी वॉचमन माझ्या कामी आला. म्हणाला, साहेब, बंगलोर शहरात तर खोली मिळणं दिवसेंदिवस मुश्कील होत चाललंय. पण व्हाइट फिल्डमध्ये एक अँग्लो-इंडियन माणसाचं आऊट-हाऊस मिळण्यासारखं आहे.

व्हाइट फिल्ड हे बंगलोरपासून थोडं लांब, असं लहानसं उपनगर! म्हैसूरच्या महाराजांनी एके काळी आपल्या ब्रिटिश सल्लागाराला इथली सगळी जमीन इनाम दिली; त्यामुळं बरेच ब्रिटिश लोक इथं येऊन छोटीछोटी बंगलेवजा घरं बांधून स्थायिक झाले. पण भारताला स्वातंत्र्य मिळाल्यानंतर त्यांच्यापैकी बरीच कुटुंबं एकेक करून परत निघून गेली. त्यांनी रिकाम्या केलेल्या जागांमध्ये बरेचसे दक्षिण भारतीय लोक राहायला लागले. या नेटिव्हांबरोबर एकाच वसाहतीत राहायचं, हे उरल्यासुरल्या ब्रिटिशांना अपमानास्पद वाटायला लागलं. ते बैचेन झाले. बऱ्याच जणांनी आपली घरं आणि आपल्या मालकीचे रिकामे प्लॉट्स अँग्लो-इंडियन लोकांना विकले आणि ते भारत सोडून निघून गेले. त्यांच्या जागांमधून अँग्लो-इंडियन्स राहायला लागले आणि रिकाम्या प्लॉट्सवर त्यांनी बैठे आणि एकमजली बंगलेही बांधले. आता जरी व्हाइट फिल्डमध्ये अँग्लो-इंडियन रहिवाशांची संख्या

पुष्कळच कमी झालेली होती, तरी त्यांची काही तुरळक बिऱ्हाडं अजूनही तिथं होती. अर्लचं घर हे त्यातलंच एक.

आमच्या वॉचमनकडून पत्ता घेऊन मी त्याच संध्याकाळी, मधूनमधून येणाऱ्या पावसाच्या सरींना न जुमानता व्हाइट फिल्डमधल्या मिस्टर अर्लच्या कॉटेजवर गेलो.

म्हातारा अर्ल पाईप ओढत आरामखुर्चीत बसला होता. त्याचे मूळचे पिंगट केस आता वाळलेल्या गवतासारखे दिसत होते, गोरा चेहरा चुरगाळून गेला होता आणि चामडीच्या झोळ्या झाल्या होत्या. अंगात एक पांढरा व्हेस्ट, आणि जेमतेम मांड्या झाकतील, एवढी तोकडी जिनच्या कापडाची शॉर्टस पँट त्यानं घातली होती.

मी त्याच्याकडे आऊट हाऊसचा विषय काढल्याबरोबर त्याच्या सुरकुतलेल्या कपाळाला अधिकच आठ्या पडल्या. छे छे! कुणीतरी चुकीची माहिती दिली तुम्हाला. आमचा आऊट हाऊस भाड्यानं द्यायचाच नाहीये. आम्हाला भाडंही नको आणि ते देणारी माणसंही नकोत. आम्हाला फक्त थोडीशी शांतता हवीये. तो म्हणाला.

मधे फक्त पाईपचा झुरका मारण्यापुरतं थांबत, तो माणूस सतत अर्धा तास बोलत होता. थांबला की पुन्हा अधिकच जोमानं सुरुवात करत होता. त्याच्या बोलण्याचं तात्पर्य एवढंच, की निदान मरण्याआधीची काही वर्षं त्याला पूर्ण शांतता हवी होती; पण त्याच्या दोन मुली आणि त्याची बायको यांनी अजूनपर्यंत तरी त्याला ती मिळू दिली नव्हती. त्याच्या चालू म्हणून ओळखल्या जाणाऱ्या छटेल पोरी सतत तरुण पोरांना घरी आणायच्या, दारूच्या पार्ट्या करायच्या, आणि पॉप म्युझिकवर नाच करायच्या.त्या गडबडीत जोडीला मिसेस अर्लचं, जास्त खर्च होतो, म्हणून सगळ्यांना धारेवर धरणं आणि एकसारखी भांडणं उकरून काढणं! आकाशातल्या बापाच्या कृपेनं त्या दोन्ही मुलींना चांगले नवरे मिळून त्यांपैकी एक इंग्लंडला आणि दुसरी ऑस्ट्रेलियाला, अशा नुकत्याच निघून गेल्या होत्या. घरात आता कुठं पहिल्यांदा शांततेची संधी मिळत होती, ती आऊट हाऊसमध्ये भाडेकरू ठेवून घालवायला म्हातारा तयार नव्हता.

कितीही सांगितलं, तरी त्याची समजूत पटत नाही, असं लक्षात आल्यावर मी तिकडून निघालो, एवढ्यात मिसेस अर्ल शॉपिंगहून आली. सगळीकडून अंगानं सुटलेली, जाड सुती कापडाचा झगा घातलेली, ती बाई नवरा काय सांगत होता, हे संशयानं मला पुन्हापुन्हा विचारत राहिली. मी ते सांगितल्यावर मला आऊट हाऊस बघायला घेऊन गेली. जाताना म्हणाली - माझ्या नवऱ्याला आता म्हातारचळ लागलाय - काहीही बडबडतो! शांतता कशाला हवीये? खरा उपयोग पैशाचा! घर चालवताना ओढाताण होते, ती माझी! मी तयार आहे आऊटहाऊस भाड्यानं

द्यायला. तू किती पैसे देशील?

मी म्हटलं – डिपॉझिट वगैरे मी काही देऊ शकणार नाही. पंचाहत्तर रुपये भाडं देईन!

पंचाहत्तर रुपये? तिनं थक्क झाल्यासारखं दाखवीत म्हटलं - एक हॉल, एक लहान खोली आणि एक किचन एवढ्या सेल्फ-कन्टेन्ड जागेचं भाडं बंगलोरमध्ये पंचाहत्तर?

मी तिच्याशी खूप वाद घातला. हे खुद्द बंगलोर नव्हे, व्हाइट फिल्ड आहे; ती ज्याला हॉल म्हणते, ती नुसती एक मध्यम आकाराची खोलीच आहे आणि ती जागा सेल्फ-कन्टेन्ड आहे, असं म्हणत असली तरी पलीकडच्या खोलीत त्यांचा जो नथुराम नावाचा वरकामाचा नोकर राहायचा, त्याच्याबरोबर बाथरूम-संडासाच्या उपयोगात भागी करावी लागणार होती; असं सगळं पुन्हापुन्हा सांगितलं. शेवटी दीडशे रुपयांवर सौदा ठरवून आणि पहिल्या दोन महिन्यांचं आगाऊ भाडं म्हणून तीनशे रुपये मिसेस अर्लच्या हातावर ठेवून जवळजवळ रिकाम्या खिशांनी मी चल्लाकडे गेलो.

चल्ला ड्युटीवर गेला होता. प्रेमा गच्चीत बसली होती. तिला जाऊन सांगितलं, मी तुझ्यासाठी जागा बघितली आहे. भाडं दीडशे रुपये आहे, पण जागा चांगली आहे. थोडी लांबची आहे, पण खुद्द बंगलोरमध्ये आता जागा मिळणंच कठीण आहे. तुझ्यासाठी कुठंतरी कामधंदा बघावा लागेल - पण त्याला थोडा अवकाश आहे.

जागा मिळाली, याचाच प्रेमाला इतका आनंद झाला होता की, भाडं परवडेल की नाही, याचा विचारच तिच्या मनात येत नव्हता. ती उत्साहानं म्हणाली - शिरन्द, अम्मा! आज जाता येईल का?

आत्ता रात्री कुठं जाणार? आज पाऊसही आहे मधूनमधून. शिवाय ती जागा इतके दिवस बंद होती.उद्या अर्लबाईचा गडी ती साफ करून ठेवणारेय. मगच जाता येईल.

प्रेमा गप्पच बसली. मग म्हणाली, मला इथं राहायला कसंसंच वाटतं हो! अम्मा माझ्याशी दिवसभरात बोलल्यासुद्धा नाहीत. कामालाही हात लावू दिला नाही त्यांनी. अगदी रस्त्यावरच्या भिकाऱ्याला वागवावं, तसं वागवताहेत. दिवसभर मी इथं गच्चीतच पथारी घालून बसल्येय.

सुनीती कुणाशी अशी वागू शकेल, याची मला कल्पनाच नव्हती. माझ्याबरोबर आलेल्या पाहुणीशी ती चांगली वागेल, असं मला वाटलं होतं. पण कुणी सांगावं, ती माझ्याबरोबर आली, म्हणून कदाचित सुनीती तिच्याशी वाईट वागत असेल.

मी प्रेमाला म्हटलं, सरि, नामू पोवीर्गळ्. आपण जाऊ या. मी मदत करतो जागा साफ करायला. तू आजपासूनच तिकडे राहायला लाग.

प्रेमानं गच्चीत पसरलेल्या दोन साड्यांच्या घड्या करून त्या पिशवीत भरल्या. आम्ही निघालो. निघताना सुनीतीनं फक्त एवढंच विचारलं - आता पुन्हा एकटाच कधी येणार?

मी म्हटलं, पाकलाम. पाहू या. आणि निघालो.

माझ्या खिशातली शेवटची वीस रुपयांची नोट मोडून मी दोन करीराइस बांधून घेतले, एक झाडू विकत घेतला आणि आम्ही दोघांनी व्हाइट फिल्डची बस पकडली.

बसमध्ये चढताचढताच पावसाला सुरुवात झाली. बसमधून उतरलो, तोपर्यंत तो खूपच जोरानं पडू लागला होता. उभं तरी कुठं राहणार? बसस्टॉपला शेड नव्हती. घराच्या आडोशाला उभं राहाण्याचा प्रयत्न केला, पण ऐंशी टक्के भिजणं आणि शंभर टक्के भिजणं यात काही फरक नाही; हे लक्षात आलं. पाऊस थांबण्याचं काही चिन्ह नव्हतं. त्याचंही बरोबर होतं. लोक कामावरून घरोघरी गेले असताना, सगळ्यांच्या सोयीनं तो बापडा आरामात पडत होता. आम्ही प्रेमाच्या गृहप्रवेशाचा भलताच मुहूर्त शोधून काढला होता, त्याला तो काय करणार? आम्हाला भिजवण्यावाचून त्यालाही गत्यंतर नव्हतं.

हे लक्षात आल्यावर बसस्टॉप ते अर्लस् कॉटेजपर्यंतचं अंतर आम्ही पावसापासून बचाव करण्याचा वायफळ प्रयत्न न करता शांतपणे भिजत काटलं.

आम्हाला पाहून मिसेस अर्ल नाखुशीनं म्हणाली – हे काय? उद्या येणार होता ना? मग आजच कसे आलात?

मी म्हटलं – तुम्ही फक्त जागा उघडून द्या नि नथुरामला पंधरा मिनिटांसाठी पाठवून द्या.

प्रेमाला तर जागा पाहून खूपच आनंद झाला. इकडेतिकडे भिरीभिरी फिरून तिनं सगळी (म्हणजे जी काय टीचभर जागा होती, ती) पाहून घेतली. अळगिय! अळगिय! शिरन्द! करत ती नुसती नाचत होती. कितीतरी दिवसांनी बिचारीला डोक्यावर छप्पर मिळालं होतं.

मिसेस अर्लनं पाठवल्यावर नथुराम आला, पण आमचे अवतार पाहिल्यावर आम्ही न सांगताच परत गेला आणि अंग पुसायला दोन टॉवेल्स घेऊन आला. मी त्यातला एक कमरेला लावला आणि सगळे कपडे काढून वाळत घातले. प्रेमानं बाथरूममध्ये जाऊन साडी बदलली, (म्हणजे पूर्ण भिजलेली साडी सोडून पिशवीतली अर्धी भिजलेली साडी नेसली) आणि भिजलेली साडी वाळत घातली.

सुदैवानं वीज चालू होती आणि प्रत्येक खोलीत एकेक बल्बही होता. आम्ही तिघांनी मिळून घर जमेल तितकं साफ केलं. आमच्या कर्तृत्वाकडे अभिमानानं पाहात आम्ही उभं असतानाच अचानक खोलीच्या (मिसेस् अर्लच्या शब्दात हॉलच्या) छतामधून टपटप पाणी गळायला लागलं आणि आम्ही तिघंही हसत सुटलो. नथुराम गेला आणि स्वत:च्या खोलीतून, एक हँडल तुटलेली पत्र्याची बालडी घेऊन आला. त्यानं ती गळक्या छताच्या बरोब्बर खाली लावली आणि म्हणाला – उद्या डांबर लावून घेतो वर जाऊन!

नथुराम गेल्यावर आम्ही भिजलेला थंड करीराइस खाऊन घेतला. पावसाचा जोर कमी झालेला दिसत होता. मी कपडे चाचपून बघितले. अजून ते दमटच होते. माझ्या हालचाली पाहात बसलेली प्रेमा म्हणाली, घरी निघालात?

हो. पाऊस कमी झालाय तोवर -

कपडे कुठं वाळलेयंत?

तसेच घालून जाईन! त्यात काय, पंधरा-वीस मिनिटांचा तर प्रश्न!

कसे जाणार?

शेवटची बस दहा वाजताच निघून गेली होती. घरसफाईच्या नादात वेळेकडे लक्ष राहिलंच नव्हतं.

मी खिशात हात घातला. अजून पाच रुपये तीस पैसे शिल्लक होते. रिक्षानं जाईन! मी रुबाबात सांगितलं.

रात्री साडेअकराला या भागात तुम्हाला रिक्षा मिळेलसं वाटत नाही. मिळाली, तरी ती आत्ता शहरात जायला तयार होणार नाही. तयार झाली, तर या वेळी पंचवीस रुपयांपेक्षा कमी घेणार नाही. तिनं धडाधड सांगून टाकलं.

मी चालत जातो. मी कपड्यांना हात घातला. गेल्या पाच मिनिटांतसुद्धा थोडे अधिक वाळले असतील, या आशेनं!

दिवसभर कमी दगदग झालीये, म्हणून आता चालत जाणार आहात? प्रेमानं विचारलं. मी सांगते, तुम्ही सकाळी जा. तोवर कपडे वाळतील, पाऊस थांबेल आणि बसेस परत सुरू होतील.

खरं म्हणजे ती सांगत होती, त्यात न पटण्यासारखं काहीच नव्हतं. मध्यरात्री त्या निर्मनुष्य रस्त्यावरून अंगात ओले कपडे घालून अर्धापाऊण तास चालणं, हा काही शहाणपणा नव्हता. तरी पण -

इथं झोपणार कसं? अंथरूण, पांघरूण काहीच नाहीये – मी म्हटलं.

त्यावर तिनं आपल्या पिशवीतून दोन साड्या बाहेर काढल्या. कोपऱ्यात एक जुन्या रद्दी वर्तमानपत्रांचा लहानसा गठ्ठा पडला होता. त्यातली वर्तमानपत्रं तिनं

गळणाऱ्या छताच्या दुसऱ्या कोपऱ्यात पसरली. त्यावर एक साडी अंथरली. आत थोडेसे कपडे असलेली कापडी पिशवी सगळीकडून ठाकठीक करत तात्पुरत्या अंथरुणावर ठेवत ती म्हणाली – ही तुमची उशी. आणि - दुसऱ्या साडीची घडी उशीच्या विरुद्ध दिशेला ठेवत म्हणाली, हे तुमचं पांघरूण.

आणि तुला पांघरायला -?

अल अम्मा! माझ्या अंगभर साडी आहे ना? ती म्हणाली.

मी मुकाट्यानं तिनं तयार केलेल्या अंथरुणावर जाऊन अंग टाकलं.

तिनं दिवा मालवला. आणि ती अंथरुणाच्या दुसऱ्या टोकाला जवळजवळ जमिनीवरच झोपली.

घराच्या बाहेर पडलो नाही, हे शहाणपणाचं होतं. कारण आता पाऊस भलताच जोरात पडायला लागला होता.

दिवसभर धावपळ करून मी इतका दमलो होतो, की त्या वर्तमानपत्राच्या कागदांच्या अंथरुणावरही मला क्षणार्धात झोप लागली...

पहाटे केव्हातरी अचानक मला जाग आली, ती ढगांच्या गडगडाटानं. बाहेर मुसळधार पाऊस पडत असावा. बंद खिडक्यांच्या काचांमधूनही मधेच वीज लखलखताना दिसत होती...

एकदम आठवलं. आपण एका नव्या घरात झोपलो आहोत.

त्याबरोबरच, आणखीही एक गोष्ट माझ्या ध्यानात आली...

मला गच्च मिठी मारून प्रेमा माझ्या कुशीत गाढ झोपी गेली होती.

तिनं तिच्या अंगावरची साडी दोघांच्याही अंगावर पसरून एकच पांघरूण केलं असावं. कारण त्या क्षणी ती पूर्णपणे निर्वस्त्र होती.

मला जाग आली, तेव्हा दिवस बराच वर आला होता...

पाऊस थांबला होता आणि मळभही गेलं होतं. बाहेर चक्क ऊन पडायला सुरुवात झाली होती.

तसा उशीरच झाला होता. अजून सगळं आटपून ऑफीसला जायचं, म्हणजे नेहमीच्या वेळेपेक्षा तास-दीड तास तरी उशिरा मी पोचणार होतो. आणि तरीही अंथरुणातून बाहेर पडायचं जीवावर आलं होतं.

मी पडल्यापडल्याच कुशीवर वळून प्रेमाकडे पाहत राहिलो. ती अगदी शांत झोपली होती. एखाद्या अगदी अश्राप बालिकेसारखी ती दिसत होती. गेल्या काही वर्षांत इतकं भीषण आयुष्य ती जगली असेल, असं त्या स्वस्थ चेहऱ्याकडे पाहून अजिबात वाटलं नसतं.

एक अघटित घडलं होतं. काल या वेळेपर्यंत मी या मुलीला पाहिलेलंही नव्हतं. आणि आज चोवीस तास उलटण्याच्या आत आम्हा दोघांच्या शरीरांनी एकमेकांची अंतर्बाह्य ओळख करून घेतली होती. एक नवा निकट परिचय... एक नवं दृढ बंधन...

काही काही वेळा अशा असतात, की त्या सबंध आयुष्यभर विसरता येत नाहीत. विशेषत: ज्याचं आयुष्य माझ्यासारखं कोरडं जात असतं, त्यांना वाळवंटात पाण्याच्या थेंबावाचून मैलोन्मैल चालणाऱ्या तृषार्ताच्यासमोर एकदम पाण्याचा झरा उत्पन्न व्हावा; तशा अचानक या वेळा माणसाला गाठतात आणि त्याचं जिणं बहरून सोडतात. आजची पहाट ही तशातली होती. दोघांनाही ते सुख कित्येक महिन्यांत, कदाचित कित्येक वर्षांत मिळालेलं नव्हतं; ते त्या धुवांधार पावसाच्या पहाटे एकाएकी सापडलं होतं. आणि आपल्याला ते हवंय, अधिकाधिक हवंय, जेवढं मिळेल तेवढं हवंय, या अतृप्त भावनेनं दोघांनीही एकाच वेळी अधाशी, आणि ह्याच वेळी उदार होऊन त्या सुखाची उत्स्फूर्त देवाणघेवाण केली होती. त्यातच कुठल्या क्षणी झोपेनं पुन्हा घेरून टाकलं, दोघांनाही कळलं नव्हतं.

मी तिच्या बाजूला कुशीवर पडल्यापडल्याच तिचं पांघरूण हलकेच खाली केलं आणि जो अंदाज मला काल रात्रीच्या काळोखात स्पर्शानं आला होता, तो दिवसाच्या उजेडात समक्ष पाहून खरा करू लागलो. अगदी एकचित्त होऊन तिच्या स्तनांच्या आकाराचं मनन करू लागलो. ते फार मोठे नव्हते. किंचित खालच्या बाजूला होते, पण अगदी पूर्ण गोल होते. त्यांच्या लहानखुऱ्या चणीच्या अग्रांभोवतीची वर्तुळं थोडी अधिकच विशाल होती. घामानं त्या मुठीएवढ्या गोलाकारावर तकाकी आली होती.

प्रेक्षणाची पुढची पायरी म्हणून मी तिची स्तनाग्रं बोटांनी चेपणार, एवढ्यात ती जणू माझ्या नजरेचीच चाहूल लागून जागी झाली. आणि माझ्या निरखून पाहणाऱ्या चेहऱ्याकडे प्रश्नार्थक बघत, लाजून स्मित करत तिनं पांघरलेली साडी वर खेचली.

मी सावकाश उठून बसू लागलो, पण तिनं उं असा आवाज करून मला खाली ओढून शेजारी झोपायला लावलं आणि एखाद्या लाडावलेल्या मांजरीसारखं परत माझ्या काखेत डोकं खुपसलं. मी तिच्या अंगावर पाय टाकला आणि पुन्हा एकदा...

एवढ्यात दरवाजा खाडखाड वाजला. आम्ही दोघंही दचकून उठून बसलो, तशी बाहेरून नथुरामचा आवाज आला - सावकाश, उघडा... कॉफी घेऊन आलो होतो.

प्रेमा बाथरूममध्ये पळाली. मी टॉवेल गुंडाळून घेतला आणि दार उघडलं.

नथुराम कॉफी ठेवून गेला.

कॉफी पिता पिता माझ्या मनात खूप वेगवेगळे विचार एकाच वेळी येत होते. माझा नवा संसार माझ्या नकळत सुरू झाला होता. या नव्या संसाराची पहिली रात्र जुन्या वर्तमानपत्राच्या रद्दीवर पसरलेल्या साडीची शय्या करून साजरी झाली होती. तिच्याशी तुलना करताना मला ब्लू सफायरमधली फुलांनी सजवलेली शय्या आठवली. पलंगाचा आरामशीरपणा आणि शय्येवरचं सुख यांचं प्रमाण इतकं व्यस्त कसं? म्हणा, पलंगाच्या लांबीरुंदीवर आणि गादीच्या मऊपणावर शय्येवरचं समाधान अवलंबून असतं, तर फर्निचर कंपन्यांनी संसारसुख दुकानातच विकायला ठेवलं नसतं का?

सुखावलेल्या मनात एक नवी आशा अंकुर धरायला लागली होती. मुलाची... श्यामलेनं तिला मुलगा झाल्याची बातमी देऊन अम्माला रडवलं होतं. आता प्रेमाबरोबरच्या नव्या संसारात मलाही अपत्य होण्याचा संभव होता. या वेळेस अम्माच्या डोळ्यात आनंदाची आसवं दिसण्याची शक्यता होती.

कसला विचार करताय? प्रेमानं अदबीनं विचारलं.

माझ्या मनातल्या विचार, कल्पना आणि आशा यांच्या गुंतागुंतीच्या सरमिसळीमधलं नेमकं काय मी तिला सांगणार? म्हणून तिला चिडवण्यासाठी एवढंच म्हटलं - विचार करत होतो... आपण काल रात्री कसलीच सावधगिरी घेतली नाही (आणि मी लिडियाला कॉन्ट्रॅसेप्टिव्हज्‌चे धडे दिले होते) - आता तुला लगेच पुन्हा दिवसबिवस गेले तर -

ती काळजी नको तुम्हाला – प्रेमा हसून म्हणाली – दिवाकरच्या वेळी माझी परिस्थिती डॉक्टरीणबाईंना माहीत होती. त्यांनी बाळंतपणानंतर लगेच माझं ऑपरेशन करून टाकलं. आता मला कधीच -

हातातलं कॉफीचं भांडं जवळजवळ गळून पडत असताना मी सावरलं.

प्रेमाला मूल होणार नव्हतं? कधीच? आताच मी पाहिलेल्या स्वप्नाचं आयुर्मान क्षणभराचंही नसावं ना?

मला दरदरून घाम फुटला. प्रेमाबरोबर संसार - म्हणजे स्वतःचं मूल असण्याची शक्यताच नव्हती. नियतीचा विनोद भयंकर होता! ज्या तरुण पुरुषामध्ये सहज प्रजननाचं सामर्थ्य होतं, त्यालाच त्याच्या दोन बायकांपैकी एकही मूल देऊ शकत नव्हती. मात्र त्या दोघींना मुलगे झाले होते. एकीला नंतर, दुसरीला आधी! एकीला प्रयत्नांनी, दुसरीला नको असताना! आणि मला मात्र स्वतःमध्ये काही दोष नसताना - ओः गॉड!

श्यामलेच्या वेळी डॉक्टरी तपासणीचा निर्णय ऐकून मला जे दुःख झालं होतं,

ते आता हजारपटींनीं मोठं होऊन डंख मारू लागलं. मला इव्हॅन्जेलिनची आठवण झाली. तिला खरंच माझ्यापासून गर्भ राहिला होता? त्या वयात, जेव्हा मी त्याचा स्वीकार करू शकत नव्हतो तेव्हा? ती थाप होती, की खरंच तसं होतं, हे तिला आत्ताच्या आत्ता पाँडिचेरीला जाऊन विचारावं; असं मला वाटलं... ते खरं असेल - तर -! तर मला माझं स्वत:चं मूल होणार होतं - आणि मीच ते मरू दिलं होतं. त्या गर्भानं तर मला कायम विनापत्य राहाण्याचा शाप दिला नसेल?

काय झालं? अजून तुमचा विचार चालूच?

मूर्खच नाहीतर काय मी? मला मूल वाढवायला नको, त्याच्यावर खर्च करायला नको; त्याच्या शिक्षणाची, त्याला आयुष्यात स्थैर्य देण्याची, कसली कसली काळजी करायला नको. असं असताना मी एका जबाबदारीतून सुटल्याच्या आनंदात नाचायचं सोडून विचारात काय पडलो होतो?

पण यातलं काहीच मी तिला बोलून दाखवलं नाही. माझ्या मनातलं वादळ तिला मुळीच समजत नव्हतं आणि तिचा नव्या घरातला पहिला दिवस, माझ्या दु:खाचा उल्लेख करून बिघडवायचा नव्हता.

म्हणून मी तिला म्हटलं – काही नाही, ॲन्नुडेय मरुमगळ, आज, इथं लागणाऱ्यापैकी काय काय समान आणायचं, याचा विचार करतोय मी!

तेवीस

प्रेमा माझ्याकडे आधारासाठी आल्यावर, एकदम तिचा स्वीकार करण्यात घाई झाली होती का?

म्हटलं तर होय, म्हटलं तर नाही. श्यामलेशी लग्न जवळजवळ दोन-अडीच वर्षं ठरलं होतं, त्याचा काय उपयोग झाला?

मला प्रेमा भेटली, त्या वेळेस माझं सबंध शरीर स्त्रीसहवासासाठी नुसतं आक्रोश करत होतं. नुसतं शरीरच नाही - मनही! तिला जितकी आधाराची गरज होती, तितकीच माझ्यातल्या पुरुषालाही एका स्त्रीला आधार देण्याची गरज होती. आपल्यावर एक स्त्री, एक घर, एक संसार अवलंबून आहे; या जाणिवेशिवाय पुरुषाला तरी पुरुषार्थ पूर्ण झाल्यासारखं कुठं वाटतं?

श्यामला मला कधीच घटस्फोट देणार नव्हती. तेव्हा मी प्रेमाशी राजरोस लग्न करू शकत नव्हतो. आणि तशी गरज तरी काय होती? आम्ही दोघांनी एकमेकांना पति-पत्नी समजल्याशी कारण! समाज - तोही थोड्या दिवसांनी समजून चुकलाच असता की! प्रश्न आमच्या परस्परांवरच्या विश्वासाचा होता.

माझ्याविषयी प्रेमाला विश्वास वाटू लागावा, म्हणून मी त्याच दिवशी ट्रॉटचं गेस्ट हाऊस सोडलं आणि माझं जे काय थोडंफार सामान (फारच थोडं – कारण गाद्या, उश्या, चादरींपासून साबण, टॉवेलपर्यंत सगळं गेस्ट हाऊसचंच होतं!) होतं, ते अर्ल कॉटेजच्या आऊटहाऊसमध्ये आणून टाकलं.

पैशांची नेहमीप्रमाणेच कडकी होती, (गेल्या दोन महिन्यांचा पगार अकाउंटला जमा झाला होता, पण हातात फक्त त्यातले पाचशेच रुपये आले होते.) शेवटी मी बीएस्सीला पहिला आलो, तेव्हा अम्मानं घातलेली क्रॉसवाली सोन्याची चेन माझ्या गळ्यात होती, ती गहाण ठेवली आणि साडेपाचशे रुपये आणले. तोपर्यंत माझ्या खिशात दोन रुपये दहा पैसे आणि तिची छोटी प्लॅस्टिकची पर्स पूर्ण

मोकळी, अशी एकंदर अर्थव्यवस्था असल्यामुळे; साडेपाचशे रुपये मिळाले, म्हणजे हातात एखादं मोठं घबाड आल्यासारखंच झालं. आम्ही त्यातच संध्याकाळी एक-दोन स्टुलं, दोन खुर्च्या असं स्वस्त फर्निचर, एक पातळ गादी, दोन उशा, चादरी – दोन अंथरायला, दोन पांघरायला आणि स्वयंपाकासाठी थोडं डाळ-तांदूळ, मीठमसाला असं सामान विकत घेतलं.

कांचीपुरमचा मौल्यवान वस्तूंनी सजवलेला बंगला; हा गेल्या जन्मात मी दुसरीच व्यक्ती होतो, तेव्हाचा असल्यामुळे मी तो सरळ डोक्यातून काढून टाकला आणि नव्या उत्साहानं एकेक वस्तू खरेदी करून घर उभारायला सुरुवात केली... मजा आली... कालच लग्न झालेल्या जोडप्याचं सुख आयुष्यात दुसऱ्या वेळी, पण पहिल्यांदाच दोघांनाही अनुभवायला मिळत होतं. त्या रात्रीही, एकमेकांच्या शरीरात धगधगून फुललेला अग्नी सावकाशीनं विझवत विझवत, आम्ही दोघंही कित्येक वर्षांत झोपलो नव्हतो, असे समाधानी आणि शांत झोपी गेलो.

रात्री पहिली झोप संपवून मी आणि प्रेमा दोघंही ताजेतवाने झालो होतो आणि एकमेकांच्या शरीरांशी खेळू लागलो होतो. हळूहळू मी पुरता उत्तेजित झालो आणि प्रेमाच्या पायांमध्ये सरकलो. हातानं चाचपून मी माझ्या शरीराला मार्ग शोधून देणार, एवढ्यात तिनं एकाएकी चीत्कारून मला बाजूला ढकललं आणि आपलं उघडं अंग पांघरुणानं झाकत बिछान्यात उठून बसली. भलत्या वेळी कुणीतरी अचानक यावं, तसं तिचं ते दचकणं होतं. त्यामुळं मीही गडबडलो आणि पांघरूण ओढून घेत, ती बघत होती, त्या दिशेला पाहिलं.

समोर काळोख होता, पण काळोखात कुणीच नव्हतं...

मी तसंच उठून दिवा लावला. प्रेमाला विचारलं – काय झालं?

ती काहीच बोलेना. तशीच उशीवर थोडं वरच्याच बाजूला डोकं ठेवून निश्चल पडून राहिली, कपाळावर हात घेऊन, पण उघड्या डोळ्यांनी छताकडे भकासपणे पाहात...

काय झालं प्रेमा? मी तिला हळुवारपणे विचारलं – अशी दचकलीस का? तुला कसला भास झाला का?

तिनं हळूच मान डोलावली...

मी विचारलं – कोण दिसलं तुला?

ती काहीच बोलेना...

मी दिवा काढला आणि तिच्या शेजारी येऊन पडलो. तिची सुन्न अवस्था पाहून, तिच्या अंगाला मात्र हात लावला नाही.

प्रेमाला कसला भास झाला असेल, याचा मी काही वेळ विचार करत

राहिलो... एकदम मला काहीतरी सुचलं. मी विचारलं – सुंदर दिसला का तुला?

तिनं हुंकार दिला आणि माझ्या बाजूला वळून, पण माझ्या अंगावर हात न ठेवता ती तशीच पडून राहिली...

त्या रात्री मग आम्ही तसेच झोपी गेलो.

सकाळी ती जरा सावरल्यासारखी झाल्यावर मी तिला विचारलं, खरंच का काल तुला सुंदर दिसला होता?

हो – ती म्हणाली – त्याच्या हातात बिअरची फुटकी बाटली होती. हसत होता तो आपल्या दोघांकडे बघून, मला म्हणत होता - बघ - शेवटी मी सांगितलं तेच केलंस ना?

मला तो विचारही ओंगळवाणा वाटला. मी तिथून निघून गेलो.

त्यानंतर साधारण महिना पंधरा दिवसांच्या अंतरानं प्रेमाला सुंदरचा भास होत राहिला. तो भास झाला, की ती अगदी अपराध्यासारखी माझ्यापासून लांब झोपायची. मीही अस्वस्थ व्हायचो. उरलेली रात्र मग बेचैनीत जायची. कधी झोप लागायची, कधी नाही. आमच्या संबंधावर सुंदरचं हे आक्रमण मला विलक्षण त्रासदायक वाटायचं. पण प्रेमाची मन:स्थिती समजून मी तिला त्याबद्दल काही बोलत नसे. प्रेमाला शरीरसंबंध हवाहवासा वाटायचा, पण रतिक्रीडेत ती फारशी तरबेज नव्हती. कारण उघड होतं. तिचं सुंदरशी लग्न झालं, तेव्हा पहिल्या रात्रीपासून तोच तिच्यावर एखाद्या श्वापदासारखा तुटून पडत होता आणि तिनं कसलीही हालचाल करण्याची तिच्या अगर त्याच्या, दोघांच्याही दृष्टीनं काही गरजच नव्हती. म्हणून स्त्रीनं, नुसतं निपचित पडून राहण्यापलीकडे, आणि केवळ पुरुषाला आपल्या शरीरात मोकळं होऊ देण्यापलीकडे स्वत:हून कसला आनंद घ्यायचा असतो, याची प्रेमाला कल्पनाच नव्हती.

खरं म्हणजे सुंदरसारख्या रानटी, सॅडिस्ट माणसाशी संसार केल्यावर स्त्रीला शरीरसंबंधाविषयी घृणा आणि भीतीच वाटणं साहजिकच होतं. सुदैवानं प्रेमावर तितका वाईट परिणाम झालेला नव्हता. पहिल्या दोन रात्री तिनं उत्स्फूर्तपणे जो उत्साह दाखवला, तो नंतर कमी झाला असला, तरी ती या बाबतीत कंटाळा दाखवत नसे. अर्थात यामागे तिची भावना प्रेमापेक्षाही अधिक कृतज्ञतेची होती. मी तिला देऊ केलेल्या नवीन आयुष्याची परतफेड म्हणून ती, माझी प्रत्येक गोष्ट ऐकत असे, मला आनंद देण्याचा प्रयत्न करीत असे आणि जे जे केल्यानं मला सुख होईल, ते ते मुद्दाम लक्षात ठेवून करीत असे. पण तिनं बिछान्यात फारसं काही केलं नाही आणि ती स्वस्थ पडून राहिली, तरी मला त्यात विशेष राग नव्हता, कारण तो तिच्यात, सुंदरशी संसार केल्यामुळे आलेला मागासलेपणा होता,

श्यामलेसारखा जाणूनबुजून केलेला थंड प्रतिकार नव्हता.

आम्हाला जागा देण्याबद्दल पहिल्यांदा जरी मिस्टर अर्लचा प्रचंड विरोध होता, तरी लवकरच माझी त्याच्याशी चांगली दोस्ती झाली. गप्पा मारायला तो फार चांगला माणूस होता. आपल्या रेल्वेतल्या नोकरीतले नाना अनुभव आणि बायकांबरोबर केलेली मजा तो संध्याकाळी गप्पा मारायला बसला म्हणजे खुलवून सांगायचा. त्यांच्या म्हणण्याप्रमाणे रेल्वेतली नोकरी, अधिकार आणि गोरी कातडी यांच्या जोरावर भारतातल्या प्रत्येक भागातल्या स्त्रीचा उपभोग तो घेऊ शकला होता. मिसेस अर्ल त्याच्याशी त्याच्या बायकांच्या नादावरून जन्मभर भांडत आली होती. पोरीसुद्धा बापाच्याच वळणावर गेल्यामुळे बिघडल्या, असं तिचं म्हणणं होतं. त्याचं हे जन्मभर चाललेलं भांडण, आता त्याचं वय झालं, आणि त्याला बायकांचा उपभोग राहिला नाही, तरीही अजून चाललेलंच होतं. तिच्या आरोपांवर मिस्टर अर्लचं एकच उत्तर होतं. ते हे की, तिच्यासारख्या बायकोशी संसार करणं त्याला इतर स्त्रियांच्या मदतीशिवाय अशक्यच होतं. तो असं काही बोलला, की ती अधिकच चवताळायची. मी मिस्टर अर्लशी गप्पा मारायला येऊन बसलो, की माझ्या तोंडावरच त्याच्याकडे माझ्या कागाळ्या करायची. हे लोक जास्त पाणी वापरतात, प्रमाणाबाहेर वीज वापरतात, यांचं भाडं वाढवायला पाहिजे, वगैरे वगैरे. मिस्टर अर्ल तिकडे दुर्लक्ष करायचा; की पुन्हा तिची, तुमची उमर संपली, तरी अजून व्यवहाराची अक्कल कशी येत नाही, अशी तिची बडबड सुरू व्हायची.

मिस्टर अर्लला नथुराम रेल्वेतच सापडला होता. मूळचा झाशीचा हा माणूस रेल्वेत चौथ्या दर्जाचा खलाशी म्हणून काम करणारा होता. हा निष्ठावंत माणूस केवळ मिस्टर अर्लच्या प्रेमानं, तो निवृत्त झाल्यावर स्वत:ही रेल्वेतली नोकरी सोडून त्याच्या घरी कामाला राहिला होता आणि इथं दररोज मिसेस अर्लनं केलेले अपमान मुकाट्यानं सहन करीत होता. ती संतापली, तर त्याला मारायला सुद्धा कमी करीत नसे. त्याचा संशय तर इतका घ्यायची, की बाहेर जाताना पावाच्या लादीची लांबीदेखील ती मोजून लिहून ठेवायची.

नथुरामला आमचा बराच लोभ लागला. प्रेमा त्याच्यासाठी कधीकधी पानतंबाखू आणून ठेवायची. मीही त्याला अधूनमधून थोडे पैसे द्यायचो. पण या सगळ्यापेक्षा त्या एकट्या जिवाला जी सोबत हवी होती, ती मिळाल्यासारखं झालं होतं हेच खरं. नाहीतर इतके दिवस मिसेस अर्लनं केलेले अन्याय सांगायलासुद्धा त्या कॉटेजमध्ये कोणी नव्हतं.

ट्रॉटचं खरं नाव होतं डायनॅमिक रबर अँड प्लॅस्टिक प्रायव्हेट लिमिटेड. (ट्रॉट

हे त्यांचं ब्रॅंडनेम होतं!) त्यांची काही रबर प्रॉडक्ट्स फायद्यात होती, तर काही तोट्यात! माझ्या कौशल्याची जणू परीक्षाच पाहण्यासाठी म्हणून एके दिवशी मला बोलावून इम्तियाजनं सांगितलं की, तुझ्यापुढं तीन कामं आहेत. एक आहे त्या खर्चात फुटवेअर प्रॉडक्शन वीस टक्क्यांनी वाढवायचं, दुसरं सायकल टायरची कॉस्ट ऑफ प्रॉडक्शन प्रत्येकी एक रुपयानं कमी करायची आणि तिसरं, गोडाऊनमध्ये पडून राहिलेले पंधरा हजार डिफेक्टिव्ह टायर्स विकून दाखवायचे.

ही कामं अर्थात पूर्वीपासून न जमलेली म्हंजेच जवळजवळ असाध्य होती. पण मी हे आव्हान स्वीकारलं.

तिन्ही कामं एकदम करण्यापेक्षा एकेक काम पूर्ण ताकद लावून हातावेगळं करावं, असं मी ठरवलं. पहिल्यांदा चपलांचं प्रॉडक्शन वाढवायचा विचार केला. म्हणजे आधी ते मुळात कमी का होतं, याचं निरीक्षण केलं.

निरीक्षणामध्ये मला प्रॉडक्शन कमी होण्याचं एक अगदी ढोबळ कारण सापडलं. आमच्याकडे प्रत्येक पाळीला चाळीस-पन्नास कामगार असायचे. असा नियम केलेला होता, की रात्रपाळीवर कुणीही कामगार झोपलेला सापडला, तर त्याला सस्पेंड करायचं. अशी तीन सस्पेन्शन्स झाली, की त्याला काढून टाकायचं. अर्थात कामगारांना पाळायला हा नियम कठीणच होता. ते थोडेच रात्रपाळीवर थोडा तरी वेळ झोपल्याशिवाय राहाणार? मग बाहेर कुठंतरी जाऊन चोरून मारून झोपायचे. याचाच अर्थ, मस्टरवर कामगारांची संख्या काहीही असली, तरी प्रत्यक्षात कमी माणसं काम करायची. साहजिकच प्रॉडक्शन कमी निघायचं.

मी त्यांच्या म्होरक्याला विश्वासात घेतलं. म्हटलं, तुम्ही लोक बाहेर जाऊन झोपता हे माझ्या लक्षात आलंय. काय करायचं?

प्लीज - रिपोर्ट नका करू! यापुढं ते झोपणार नाहीत-

झोपणार नाही कसं? अरे माणूस आहे, झोप यायचीच - पण त्यासाठी प्रॉडक्शन खोळंबून कसं चालेल?

तो चक्रावून गेला. मी कुणाच्या बाजूनं बोलतोय? त्यांच्या की मॅनेजमेंटच्या?

म्हटलं, हे बघा, पाच-पाच जणांच्या बॅचेस करून आळीपाळीनं जा, आणि रेस्टरूममध्ये आरामात झोपा - मी रिपोर्ट करणार नाही. पण जे झोपायला जातील, त्यांच्या वाट्याचं काम त्या वेळात दुसऱ्यांनी केलं पाहिजे. मशीन रिकामं राहता कामा नये. गॅरंटी देणार?

म्होरक्यानं आनंदानं गॅरंटी दिली. मशीन रिकामं राहिनासं झालं, रात्रपाळीचं उत्पादन दहा टक्क्यांनी वाढलं.

दिवसपाळीला असाच प्रॉब्लेम, पण किंचित वेगळा! कामगारांनी कामावर विडी-सिगारेट ओढायची नाही, असा नियम होता. पण बहुतेक कामगारांचं विडी-

सिगारेट ओढल्याशिवाय चालत नसे. ते मग संडासात जायचे आणि वाटेल तेवढा वेळ विडी ओढत बसायचे. कारण कामगारानं संडासात जाऊ नये, किंवा तिथं अमुक इतका वेळच बसावं, असा काही नियम नव्हता. संडासात चाललेल्याला थांबवणार तरी कोण? तेव्हा ते कधीही, मनाला आलं की, मशीन सोडून जायचे आणि कितीही वेळानं परत यायचे. इथंही म्होरक्याला विश्वासात घेतलं. म्हटलं, स्मोकिंगसाठी संडासात कशाला जाता? सरळ रेस्टरूममध्ये जाऊन सिगारेट ओढून या. पण जाताना जोडीदाराला मशीनकडे बघायला सांगून जा. मशीन बंद राहता कामा नये. तसं ते राहिलं, तर रिपोर्ट होईल. लगेच खोटं सांगून वेळीअवेळी संडासात जाणं बंद झालं. बरं, जोडीदारावर काम सोपवून गेल्यामुळे रेस्टरूममध्येही फार वेळ काढता येईनासा झाला. लगेच उत्पादन दहा टक्क्यांनी वाढलं.

सायकल टायर्सच्या बांधणीत मुळातच थोडे फरक करून चाळीस पैसे वाचवता आले. पण त्याहून अधिक बचत करता येणं कठीण होतं. प्रत्येक टायरवर एक रुपया वाचवायचा, हे विशफुल थिंकिंग होतं.

पंधरा हजार डिफेक्टीव्ह सायकल टायर्सचा प्रश्न मात्र खरोखरच गंभीर होता. मी रिटेलर्सच्या दुकानादुकानात जाऊन ते खपवायचा प्रयत्न केला.

दुकानदार म्हणायचे, हे टायर्स कोण घेणार हो? खराब दिसतात!

मी म्हणायचो, हे बघा. टायर्सचं थोडं बाईसारखं आहे. रूपावर जाऊ नका, ती कितपत सुख देते हे बघा.

या विनोदावर एकदा ते खिदळायला लागले, की माझं अर्धं काम व्हायचं. एकदा हलकंफुलकं वातावरण तयार झालं की, मग घासाघीस करून मी ते टायर्स त्यांच्या गळ्यात बांधायचो. अगदी चिकट दुकानदाराकडूनसुद्धा थोडीतरी ऑर्डर मिळाल्याशिवाय मी हालत नसे.

पण एवढ्यानंही पंधरा हजार टायर्स खपवण्याचं टार्गेट गाठणं कठीण होतं. मग काहीतरी अभिनव उपाय काढला पाहिजे, अशी खूणगाठ बांधली. एकदा पोंगलच्या एका जत्रेत प्रेमाला घेऊन गेलो असताना कल्पना सुचली. इथं सायकलवाले गिऱ्हाईक खूप. शिवाय जत्रेत स्वस्त मालाचं आकर्षणही असतं. हे पाहिलं आणि चिंतामणी, होस्कोट, बरथूर अशा सगळ्या गावांमधल्या जत्रांमधून टायर्स विकायला घेऊन गेलो. अमीरजान नावाचा एक हुशार पोऱ्या मी मिळवला होता. तो हातात मायक्रोफोन घेऊन टपावर उभा राहून सगळ्या भाषांमधून टायर्सची चटकदार जाहिरात करायचा. लोक गोळा व्हायचे. टायर्स हातोहात खपायचे. या पद्धतीनं आम्ही गावोगाव हिंडलो, आणि पुढल्या तीन महिन्यांत गोडाऊनमध्ये एक डिफेक्टिव्ह टायर शिल्लक ठेवला नाही.

इम्तियाजनं सांगितलेली तिन्ही अवघड कामं मी विनातक्रार आणि त्याच्या अपेक्षेपेक्षा कितीतरी अधिक प्रमाणात यशस्वी करून दाखवली होती. इम्तियाज माझ्यावर कमालीचा खूष होऊन जाईल आणि मला बढती देईल, अशी माझी रास्त अपेक्षा होती.

पण अशी अपेक्षा ठेवणं, हे मी औद्योगिक क्षेत्रात किती कच्चा होतो, हे सिद्ध करणारं होतं. कारण माझी कामगिरी पाहिल्यावर इम्तियाज म्हणाला, कॉग्रँच्युलेशन्स! काम चांगलं केलेयत. माझी तुमच्याकडून हीच अपेक्षा होती. पण या सगळ्या कामाच्या निमित्तानं बाहेर फिरण्यात वेळ गेला. तुमच्यासारख्या सिनियर स्टेटसच्या माणसानं जास्त वेळ फॅक्टरीत राहायला हवं.

ठीक आहे. मी नाउमेद न होता म्हटलं – यापुढं मी अधिक तास घालवीन फॅक्टरीमध्ये.

दॅट्स द स्पिरिट! प्रॉडक्शन आणि मार्केटिंग ही दोन्ही खाती आजपासून तुमच्याकडे!

खरं म्हणजे यापैकी कुठल्याही एका खात्याची जबाबदारी पुरेशी वेळ आणि शक्ती खाणारी होती. पण मला स्वत:ची कार्यक्षमता दाखवण्याची नशा चढली होती ना? म्हणून इम्तियाजनं एका पगारात दोन खाती चालवणारा माणूस मिळवला. ही त्याची चलाखी लक्षात येण्याऐवजी दोन्ही खाती आपल्याकडे आली, आपलं कंपनीतलं महत्त्व वाढलं, याचाच मला आनंद झाला. यापुढं आपल्याला दिवसाचे बारा तास रक्त आटवावं लागणार आहे; आपल्या कर्तबगारीमुळं आपला पगार वाढण्याऐवजी, फक्त आपले श्रम तेवढे वाढणार आहेत, हे काही काही त्या क्षणी माझ्या लक्षात आलं नाही.

त्या दिवसापासून माझा सकाळपासून रात्रीपर्यंतचा सबंध दिवस कंपनीतच जाऊ लागला. प्रेमाची आणि माझी भेट जवळजवळ बिछान्यातच व्हायची म्हणा ना! थकून आल्यामुळे आणि शरीराची उपासमार थांबलेली असल्यामुळे, अंथरुणाला पाठ टेकल्याबरोबर लगेच झोप यायची. काही बोलायला, हास्यविनोद करायला सवडच मिळायची नाही.

आश्चर्य म्हंजे, याविषयी प्रेमाची काही कुरकूर नसायची. तिनं जर तुम्ही फारसे भेटतच नाही, अशी लाडिक तक्रार केली असती; तर मला थोडं सुखावल्यासारखं वाटलं असतं. पण मी रात्री घरी येतो, कधीमधी जवळ घेतो, लागतील तेव्हा पैसे आणून टाकतो, एवढंच तिच्या दृष्टीनं पुरेसं ठरलं होतं. ऐन तारुण्यातली वर्षं हालअपेष्टात गेल्यानंतर ती आता विसावल्यागत होऊ लागली होती. सुख स्वत:च्या अंगी लावून घेऊ लागली होती. ते सुख ज्याच्यामुळं मिळतं, तो पुरुष जवळ

असणं, हे तिच्या दृष्टीनं दुय्यम होतं.

शिवाय घरकामातून राहिलेला वेळ घालवायला तिलाही आता एक लहानशी नोकरी मीच शोधून दिली होती. व्हाईट फील्डपासून फक्त पाच किलोमीटर्सवर कदुगोडी गावात दक्षिण भारत महिला संघानं एक शाळा चालवली होती. शाळा तशी लहान होती, शिवाय गावंढ्या भागातली; तेव्हा तिथं पदवीधर शिक्षक मिळणं कठीणच होतं. त्यामुळं प्रेमाला ही नोकरी मिळणं शक्य झालं. आपल्या नोकरीवर प्रेमा खूष होती. नोकरीच्या निमित्तानं रोज चांगले कपडे घालणं, वेळेवर जाणं-येणं, चार लोकांत मिसळणं हे तर आलंच; शिवाय शिक्षिकेचा पेशा असल्यामुळं थोडंफार वाचन करणं, रोजच्या वर्तमानपत्रातल्या बातम्या तरी माहीत करून घेणं हेही आपोआप व्हायला लागलं.

प्रेमा हळूहळू बदलू लागली.

गेल्या आठ-नऊ वर्षांत स्वत:च्या दिसण्याकडे, कपड्यांकडे आणि जगाच्या घडामोडीकडे बिलकूल लक्ष न देता, केवळ दोन वेळच्या अन्नाची चिंता करत गंजत चाललेली प्रेमा हळूहळू माणसात येऊ लागली होती. आपणही कुणी तरी आहोत, असं तिला वाटायला लागलं होतं. ती शरीरानंही भरत चालली होती. चेहरा उजळला होता. तिच्याकडे पाहताना मला धन्य वाटायचं. घाईघाईनं का होईना, जो निर्णय मी घेतला, त्यामुळं एक सुकत गेलेलं रोपटं पुन्हा बहरू लागलं, याचा आनंद व्हायचा. मनात आणलं तर स्त्री आणि पुरुष एकमेकांना किती समर्थ बनवू शकतात... किंवा किती दुबळं करून सोडतात... त्याची ही साक्ष होती, असं वाटायचं...

एके दिवशी मी कंपनीतून लवकर – म्हणजे साधारण साडेसहाच्या सुमाराला परत आलो होतो. प्रेमा कॉफी पीत बसली होती. तिच्या अंगावर अजून शाळेतलीच साडी होती. धुवायलाच टाकायची आहे! या सबबीवर ती बाहेरून आल्यावर कपडे बदलायचा आळस करत असे. बाहेरच्याच कपड्यांनी घरात वावरणं मला घाण वाटतं, हे ठाऊक असूनही! मला न आवडणाऱ्या गोष्टी टाळायची तिला आता सुरुवातीइतकी गरज वाटत असे. मीही या गोष्टी क्षुल्लक आहेत, म्हणून तिकडे दुर्लक्ष करीत असे. मला फक्त एकाच गोष्टीचं आश्चर्य वाटायचं; की जी प्रेमा दोन धडक्या, आणि एका फाटक्या साडीवर महिनेच्या महिने नेटकेपणानं चालवीत होती, तिला लगेच कपड्यांच्या बाबतीत इतकी ढिलाई कशी करावीशी वाटू लागली? परिस्थिति बदलली, म्हणून माणसांच्या सवयी इतक्या झपाट्यानं बदलतात का? की सवयी सारख्याच असतात, पण परिस्थितीपुढं असहाय असतानाच माणसं तात्पुरती वेगळी वागतात?

मला पाहताच प्रेमा म्हणाली - हे काय, आज लवकर आलात? थांबा - मी

तुमच्यासाठी कॉफी ठेवते.

असं म्हणून तिनं आपल्यासमोरचं भांडं सावकाश रिकामं केलं आणि ती कॉफी करायला उठली. खरं म्हणजे तिनं आपल्यासमोरचं भांडं मला दिलं असतं, तर त्यामागचा तिचा जिव्हाळा पाहून मला तिची उष्टी अर्धं भांडं कॉफीसुद्धा पिण्यात एक वेगळीच मजा आली असती. पण ते तिच्या लक्षात आलं नाही - ती आपली सरळपणे स्वत:ची कॉफी संपवून माझ्यासाठी कॉफी तयार करायला गेली.

एवढ्यात बाहेरून कोवळ्या आवाजातल्या हाका आल्या - अम्मा - अम्मा-

मी बाहेर गेलो, तर एक काटकुळा पोरगा दारात उभा होता. त्याचा चेहरा, आणि केस धुळीनं भरले होते, आणि अंगातली शर्ट आणि तोकडी पँटही भयंकर मळली होती.

कोण रे तू? असं विचारत मी बाहेर जाईपर्यंत तो 'अम्मा, अम्मा' अशा हाका मारत पायऱ्यांवर कोसळलाच.

क्षीण आवाजात मारलेल्या असल्या, तरी त्याच्या त्या हाका प्रेमाच्याही कानावर गेल्या असाव्यात. कारण ती हातात कॉफीचा कप घेऊन लगबगीनं बाहेर आली.

सुधाकर! पिशाच्च नजरेला पडावं, तशी ती दचकून उद्‌गारली.

सुधाकर तिला तोंडातल्या तोंडात बोलत, मधेच रडत, मधेच नाक पुसत घाईगडबडीनं खूप काही सांगायला लागला. मला कळलेला त्याचा सारांश असा होता, की जेबराजच्या घरात त्याचा विलक्षण छळ होत होता आणि आता तो तिथून निघून पळून आला होता.

मला आश्चर्य वाटत होतं. इतक्या दिवसांनी भेटलेल्या पोटच्या पोराला जवळ घ्यायचं सोडून प्रेमा त्याचं बोलणं काय ऐकत बसली होती? तेसुद्धा त्याला बोलायला त्रास पडत होता हे दिसत असताना?

मग मीच त्याला म्हटलं – यल्ला अप्परों चोल्लु - सगळं नंतर सांग. तू दमून आलायस. आधी ही कॉफी पी आणि नंतर आंघाळ करून ये. मग आपण बोलू.

असं म्हणून मी, प्रेमानं माझ्यासाठी आणलेला कॉफीचा कप त्याच्यासमोर धरला.

प्रेमा माझ्याकडे डोळे वटारून पाहात होती. इल्लै अय्या - तुम्ही त्याचे लाड नका करू - त्याची पाठ वळताच ती मला म्हणाली - तो इथं घुसायला बघतोय! अवन् वरुवान्!

नेमकी परिस्थिती लक्षात न आल्यामुळे मी गप्पच बसलो.

सुधाकर जरा सावरल्यासारखा झाल्यावर त्यानं सगळं सागितलं... जेबराजला दोन मुलं होती – ॲलिस आणि वसंत. ती दोघं आणि जेबराज नि त्याची बायको, हे सगळं कुटुंब सुधाकरचा राग राग करी. त्याच्या शिक्षणाचा विचार तर बाजूला राहिलाच, पण घरच्या गड्यापेक्षाही वाईट वागणूक ते त्याला देत. खायला

शिळंपाकं अन्न, घालायला वापरलेले कपडे! कधी शिक्षा म्हणून पट्ट्यांचा मार, नाहीतर एका पायावर उभं राहायला लावणं! जेवायला त्याला सगळ्यांबरोबर बसायला मिळायचं; पण त्यानं अन्न ताटातून सांडलं, तर त्याला ते कुत्र्यासारखं खाली वाकून खायला लागायचं. ॲलिस-वसंता त्याच्या खोड्या काढायचे, आणि तो उलट बोलला की डॅडींना सांगायचे. जेबराज मग त्याला कमरेचा पट्टा काढून बडवून काढायचा. एकदा तर त्यानं त्याचं डोकं धरून तो बेशुद्ध पडेपर्यंत भिंतीवर आपट आपट आपटलं होतं.

सुधाकरला कधीपासूनच जेबराजचं घर सोडायचं होतं. पण जाणार कुठं? प्रेमा कुठं आहे हे त्याला माहीत नव्हतं.

गेल्या आठवड्यात मर्सी जेबराजकडे गेली होती. तिच्या बोलण्यावरून त्याला आम्ही व्हाइट फील्डमध्ये असल्याचं कळलं होतं. ती गेल्यावर सुधाकरनं लगोलग निघून यायचा विचार केला. पण मद्रास ते बंगलोर रेल्वेतिकिटासाठी त्याच्याजवळ पैसे कुठं होते? जेबराजसारख्या कर्दनकाळ माणसाच्या घरात चोरी करणंसुद्धा धाडसाचं होतं. त्यानं सरळ पोलिसात द्यायला कमी केलं नसतं.

तरीही तो घरातून पळालाच. जमेल तेव्हा विनातिकिट प्रवास करत, खाली उतरवलं की पाय उचलवेनातसे होईपर्यंत चालत, रस्त्यावर, स्टेशनांमध्ये झोपत, लोकांकडे मागून खात आणि कुणी काही दिलं नाही, तर नुसतं पाणी पिऊन पोट भरीत पाच दिवसांनी तो मद्रासहून बंगलोरला आपल्या आईकडे पोचला होता.

न थांबता सुधाकर धरण फुटल्यासारखं बोलत सुटला होता. गेले कित्येक दिवस तो मुकाच होता - आपलं दुःख सांगायला, त्याला महिनेच्या महिने कुणीच भेटलं नव्हतं. त्याचे शब्द नुसते मनातल्या मनात साचत गेले होते. आणि आज प्रथमच त्यांना वाचा फुटली होती...

रात्री मी झोपलो, तेव्हा प्रेमा आतल्या खोलीत त्याच्या पायाला नल्ले येण्णे लावून चोळत बसली होती.

सकाळी मी उठलो आणि बाजारात गेलो. सुधाकरनं ते पाच दिवसांच्या प्रवासानं मळलेले कपडे आज पुन्हा घातलेलं पाहाणं मला असह्य झालं असतं. म्हणून मी त्याच्यासाठी स्वस्तातले दोन शर्ट्स आणि दोन शॉर्ट्स घेऊन आलो.

तो आतल्या खोलीत झोपला असेल, अशा कल्पनेनं मी त्याला हाक मारली, तर तिथूनच प्रेमा बाहेर आली आणि म्हणाली – कुणाला हाका मारताय? सुधाकरला?

हो - मी त्याच्यासाठी कपडे आणले होते.

सुधाकर इंगु इल्लै - तो गेला.

गेला? मी चकित होऊन विचारलं – कुठं?

मी त्याला परत पाठवून दिलं! प्रेमा म्हणाली.

परत जेबराजकडे?

आम्.

अग, पण तिथं त्याचा एवढा भयंकर छळ होत असताना...

अवन केळ पदिल्लै. नसलं तिथं जायचं, तर आणखी कुठं जाईल. कुठं कामाला लागेल, आता लहान नाही तो! खूप काढलं मी या मुलांचं! गेली दहा वर्षं दिवसाचा प्रत्येक क्षण मी त्यांच्यासाठीच घालवला. इंबडतान् अम्मा! आता मला माझं आयुष्य जगायला नको का?

मी तिच्याकडे पाहत राहिलो. हे कोण बोलत होतं? जिनं त्या मुलांच्या पोटात निदान दोन घास सादम् पडावा, म्हणून स्वत:चं शरीर विकायची तयारी केली होती; तीच त्या मुलांची अम्मा, पाच दिवस तंगडतोड करून इतक्या लांब तिला भेटायला आलेल्या मुलाला आल्या पावली परत घालवते? कशासाठी? भास्करसारखंच मीही, 'त्यांना घेऊन राहायचं असेल तर चालू लाग', असं म्हणेन, आणि आपले सुखाचे दिवस संपुष्टात येतील, या भीतीनं? सुख ओसरेल, ही भीती माणसाला इतकं विद्रूप बनवते?

तू घाबरू नकोस. भय पडादे! मी तुला, जा, म्हणणार नाही. येऊ दे त्या मुलांना इथं! अवर्गळ् वरुवार्गळ्!

वांडा अय्या... प्रेमा एकदम रडत सुटली... तो पोरगा कसा दिसत होता, पाहिलात? हुबेहूब सुंदरसारखा व्हायला लागलाय त्याचा चेहरा! त्याला पाहिलं, आणि वाटलं... गेलेल्या दिवसांचं भूतच आपल्यासमोर उभं आहे. सुंदरची गुलामी... उपासांच्या रात्री... गव्हर्न्मेंट चिल्ड्रन्स हॉस्पिटलमधली पावदुधाची भीक... नको हो! मला ती पोरं आता नजरेसमोरसुद्धा नकोत! ती जवळ आली... की मला परत सगळं आठवायला लागेल... तुमच्या कुशीत झोपले असतानासुद्धा मधेच काळोखात तांबड्या डोळ्यांचा सुंदर दिसतो- आणि तुम्ही म्हणता, त्याच्या चेहऱ्याच्या या मुलाला मी घरात आणून ठेवू? इल्लै अम्मा- इल्लै!

सुंदरच्या भीतीपायी त्या मुलांचे हाल होऊ द्यायचे?

चेन मुडियादु? सुंदरचे पाय चाटायला तरी मला का जावं लागलं? त्यांच्यापायीच ना?

तिच्या या अजब तर्कशास्त्राला माझ्यापाशी उत्तर नव्हतं.

पण पाचच दिवसांनी, मदुराईहून रिबेकाची तार आली - दिवाकर मिसिंग आहे. तिकडे आलाय का?

प्रेमा काळजीत पडली. कुठं गेला असेल हा? सुधाकरचे हाल समजले, पण निदान त्याचं दर्शन झालं होतं. हा पोरगा परस्परच कुठं भलत्या ठिकाणी गेला

असला, तर - किंवा त्यानं कुठं गाडीखाली जीव दिला असेल तर?

या विचारानं सुधाकरविषयीदेखील तिला काळजी वाटू लागली. त्या घरात परत जायचं नाही म्हणून तो आला - इथूनही आपण त्याला हाकलून दिलं. आता तोही जिवाचं बरंवाईट नाही ना करणार? हे आधीच कसं आपल्या लक्षात आलं नाही, या विचारानं ती रुखरुखू लागली.

दिवाकर इकडे आला नसल्याची उलट तार आम्ही लगेच केली. पण कंपनीतूनच मी प्रेमाला परस्पर निरोप पाठवला, की आज रात्री मी घरी येत नाही.आणि मिळेल ती गाडी पकडून मी मदुराईला गेलो.

रिबेकाकडची माणसं जरा सुसंस्कृत वाटली. निदान दिवाकरचे खाण्यापिण्याचे तरी हाल होत नसावेत, मारहाण होत नसावी, पण वागणूक मात्र त्याला वरकामाच्या गड्यासारखीच मिळत असावी; कारण त्याला घरकामाच्या निमित्तावर शाळेत घातलेलं नव्हतं.

आमची तार पोचायच्या आधीच रिबेकाला दिवाकरचा पत्ता लागला होता. प्रेमानं घालवून दिलेला सुधाकर, काहीही झालं तरी परत जेबराजकडे जायचं नाही, म्हणून मदुराईला जाऊन आपल्या भावाला भेटला होता. त्याला घरी कसं ठेवायचं, म्हणून दिवाकर त्याला घेऊन मदुराईतल्याच एका मित्राच्या घरी राहिला होता. रिबेकानं त्याच्या मित्रमंडळीत चौकशी केल्यावर त्याचा पत्ता लागला होता. तिनं त्या दोघांनाही आपल्या घरी आणलं होतं. (विशेष म्हंजे, जेबराजनं मात्र अजून सुधाकर पळून गेला, या बाबतीत काहीच हालचाल केलेली नव्हती.)

मी सुधाकर आणि दिवाकर या दोघांनाही बरोबर घेतलं आणि व्हाइट फिल्डमध्ये परत आलो.

प्रेमाला मी कुठं गेलो असेन, याची काहीच कल्पना नव्हती. तिच्याशी चर्चा केली असती, तर तिनं कदाचित मला माझा विचार बदलायला लावला असता. म्हणून मी तिला मदुराईला जातोय, हे कळू दिलं नव्हतं. पण मुलांच्या तपासासाठी मी कुठं तरी गेलो असेन, असा तिचा साधारण अंदाज होता. ती स्वतः शाळेला न जाता, घरीच काळजी करत बसली होती.

मी मुलांना घऊन घरात शिरलो आणि म्हटलं, यांना आणलंय. अवर्गळ् वन्दु इरुक्किरार्गळ्. काय वाटेल ते झालं तरी त्यांना आता परत पाठवायचं नाही. ते नेहमी इथंच राहातील. आणि मला या विषयावर चर्चा नकोय.

मुलं बिचकून लांब उभी होती. सुधाकरचा अनुभव ठाऊक असल्यामुळं दिवाकरदेखील अम्माजवळ जायला धजत नव्हता.

पण प्रेमाच पुढं गेली आणि दोन्ही मुलांना मिठी मारून ढसाढसा रडू लागली... तेही मग 'अम्मा, अम्मा', करत तिला गच्च बिलगले.

चोवीस

सुरुवाती-सुरुवातीला ते दोघे मला बरेच घाबरायचे. माझ्या समोरही ते येत नसत. मग माझ्याशी प्रत्यक्ष बोलणं तर दूरच राहिलं. जेवतानादेखील ते माझ्या पंगतीला बसत नसत. माझ्या बरोबरच त्यांना जेवायला वाढलं, तरी ते आपलं पान घेऊन बाहेर जाऊन बसायचे.

खरं तर, ते मलाच घाबरत, असं नव्हतं. त्यांचा आत्मविश्वासच खच्ची केल्यासारखा झाला होता. आधी प्रेमाबरोबर राहात असतानाच्या हालअपेष्टा, लोकांनी केलेली अवहेलना आणि पोटासाठी दिलेली झुंज यामुळे ते जेबराज-रिबेकाच्या घरी गेले, तेव्हाच खचल्यासारखे झाले होते. त्यातून तिथं त्यांना जी पाळीव प्राण्यांपेक्षाही अपमानास्पद वागणूक मिळाली, तिच्यामुळे ते माणसातून उठल्यासारखेच झाले होते. आपणहून माणसांच्या वाऱ्याला उभं राहायचं नाही; नाइलाजानं कुणी बोलावलं, तर त्याचे फक्त हुकूमच झेलायचे; चांगलं अन्न खायचा आणि त्यातून ते सगळ्यांबरोबर बसून मजेनं खायचा अधिकारच आपल्याला नाही, असं त्यांना वाटायचं. मनातल्या मनातून ते मी त्यांच्यावर कधी गुरकावतो, त्यांना कधी शिव्या घालतो किंवा कधी कंबरड्यात लाथ घालतोय, याची वाट पाहात लॉकअपमध्ये बसवून ठेवलेल्या चोरासारखे ते बसून असायचे. एकमेकांतदेखील ते फारसे बोलत नसत. काही खेळत नसत. सांगितलेल्या कामाखेरीज दुसरी हालचाल करीत नसत.

त्यांना मोकळेपणानं बोलतं करावं, इतर लहान मुलांसारखं खेळतं करावं, त्यांच्या चेहऱ्यावर अकाली आलेलं गांभीर्य घालवून तिथं हसू फुलवावं, असं मला फार वाटायचं. पण माझ्या कंपनीतल्या कामापायी हे सारं करायला सवडच कुठं होती? तरीही मी शक्य असेल तेव्हा आपणहून त्यांच्याशी बोलत असे. नथुरामनंही त्यांच्याशी हळूहळू दोस्ती केली. त्यांना घेऊन तो फिरायला जाऊ लागला. त्यांच्याशी गप्पा मारू लागला. मी त्यांना रंगीत खडू, रंगपेटी, ड्रॉइंगच्या वह्या

आणून दिल्या. शेजारपाजारच्या मुलांशी त्यांची ओळखी करून देऊन, त्यांना त्यांच्यात खेळायला पाठवलं. रविवारी त्यांना आणि प्रेमाला घेऊन मी लांब कुठंतरी जात असे. आम्ही कधी बंगलोरमध्ये जाऊन फेरफटका मारून येत असू, तर कधी एखाद्या होटेलमध्ये बसून आइस्क्रीम खात असू.

हळूहळू ती मुलं लाजत लाजत, तोंडातल्या तोंडात तरी का होईना, पण बोलू लागली. स्वत:ला काय हवं, काय नको ते सांगू लागली. (इतके दिवस आपल्याला काही आवडनिवड असण्याचा अधिकार आहे, हेच ती विसरली होती.) मी प्रेमाला सांगून मुद्दाम त्यांचे वाढदिवस साजरे केले, त्या निमित्तानं आजूबाजूची मुलं बोलावली, खाऊ आणला, नवे कपडे घातले. (वाढदिवसाला नथुराम मिस्टर अँड मिसेस अर्ललाही मुद्दाम घेऊन आला.)

सुधाकरच्या वाढदिवसाच्या दिवशी रात्री सगळा गोंधळ, सगळी गडबड संपली. मुलं आतल्या खोलीत झोपली आणि प्रेमा किचनमधलं काम आटोपून, मी झोपलो होतो, तिथं येऊन जमिनीवर बसली आणि माझ्या पायांवर डोकं ठेवून राहिली. सहज बसली असेल, असं वाटून मी तिकडे लक्ष दिलं नाही; पण माझ्या डाव्या पावलावर जेव्हा एक गरम पाण्याचा थेंब पडला, तेव्हा मी गडबडीनं उठून बसलो आणि तिला म्हटलं– पयतियकारी! हे काय चालवलयंस वेड्यासारखं?

डोळ्यातलं पाणी न पुसताच माझ्याकडे पाहात ती म्हणाली - माझी मुलं... आज किती... आनंदात होती...

आणि पुन्हा माझ्या मांडीवर डोकं ठेवून ती आसवं ढाळू लागली.

मी तिला त्या वेळी आठवण दिली नाही. पण मला विचारावंसं वाटत होतं, आता नाही ना दिसत तुला सुधाकरच्या जागी सुंदरराज? पण मी गप्पच राहिलो.

कारण मला माहीत होतं... प्रेमाला स्वत:लाच सुंदरला विसरायचं नव्हतं. अजूनही, खोल कुठंतरी तिच्या मनात सुंदरविषयी निष्ठा शाबूत होती. काहीही झालं, तरी तो तिचा नवरा होता. तिच्या मुलांचा बाप होता. तिच्या, तोवर झाकलेल्या अंगाला, बिछान्यात स्पर्श करणारा तो पहिला पुरुष होता.

सुधाकर आता माझ्याशी बराच मोकळेपणानं बोलू लागला होता. एके दिवशी तो मला म्हणाला - अंकल, मला शाळेत घालाल?

घालणारच आहे. मी म्हटलं – कितवीत बसणारेयस तू?

सुधाकरनं आठवीत शाळा सोडली होती. दिवाकरनं दुसरीत. मी सुधाकरचं नाव मद्रासच्या सेंट अँड्र्यूज बॉइज हायस्कूलमध्ये घातलं. शाळेचं स्वत:चं होस्टेल होतं. तिथंच त्याची राहण्याची व्यवस्था केली.

दिवाकरला मी व्हाइट फील्डमधल्याच प्रायमरी हायस्कूलमध्ये घातलं.

शाळा सुरू झाल्याबरोबर पंधरवड्याच्या आत सुधाकर मद्रासहून परत आला. मला म्हणाला – मी शाळेत जाणार नाही.

का, विचारलं, तर म्हणाला की मला मुलं चिडवतात.

काय चिडवतात, हे किती वेळा विचारलं, तरी सांगेना. मग प्रेमा म्हणाली, मी सांगते काय चिडवतात ते.

काय चिडवतात? मी विचारलं.

माझ्यावरून चिडवतात... तुझी आई वेश्या आहे. म्हणतात... म्हणतात, ती तुझ्या वडिलांना सोडून भलत्याच माणसाबरोबर राहाते.

पण मद्रासमध्ये... आपल्याविषयी... मग एकदम आठवलं. जेबराजचा मुलगा वसंत सेंट अँड्र्यूजमध्येच होता. तो इथंही सुधाकरच्या मागं हात धुऊन लागला होता.

मी सुधाकरची समजूत घातली. म्हटलं - जेबराजचा मुलगा पोरांना काहीही सांगू दे. चिडवण्याकडे आपण दुर्लक्ष करावं. तुला सत्य समजलं, तर चिडवण्याचा राग येणार नाही.

मी त्याला सत्य सांगितलं. हे बघ - तुझ्या डॅडींनी तुझ्या अम्माला सोडून दिलं, हे तुला माहितेय ना?

मग ती कुठं जाणार? तुम्हाला मी आवडतो ना? माझ्याबरोबर राहावंसं वाटतं ना? मग तिला तसं वाटलं, तर त्यात काय चूक आहे? तुझ्या शाळेतल्या मुलांना हे कळत नाही - पण तुझा विश्वास आहे ना तुझ्या अम्मावर? मग - तू शाळा सोडलीस, तर उलट ती मुलं अधिकच जोरानं बोलायला लागतील... म्हणतील... आमचंच खरं होतं, म्हणून सुधाकर घाबरला.

महाप्रयासानंतर त्याची समजूत पटली. तो मद्रासला परत गेला...

प्रॉडक्शन आणि मार्केटिंग ही दोन्ही कामं एकाच वेळी एकाच माणसाला सांभाळायला अवघड खरी; पण हाताखालच्या माणसांना विश्वासात घेऊन, त्यांच्या अडचणी समजावून घेऊन, प्रत्येकाला आपल्या कामात उत्साह वाटेल अशा रीतीनं कामं वाटून देऊन आणि स्वत: मरेमरेस्तंवर काम करून मी त्या दोन्ही जबाबदाऱ्या पार पाडल्या.

याचा उपयोग एवढाच झाला, की हा माणूस मनात येईल ते करून दाखवण्याइतका जिद्दीचा आणि कष्टाळू आहे आणि याचा शब्द हाताखालचे लोक झेलतात; आणि तरीही हा हाताखालच्या लोकांवर अवलंबून नाही, त्यांच्यापैकी कुणीही कधी अडवणूक केल्यास त्याला बाजूला करून हा त्याचं काम करू शकतो, हे मॅनेजमेंटच्या लक्षात

आलं. अशा माणसाचं कौतुक करणं हे इंडस्ट्रियल मॅनेजमेंटच्या नीतिशास्त्रात बसत नाही. कारण, तसं केल्यास, तो कधी ना कधी डोईजड होण्याचा धोका असतो. हे लक्षात घेऊन योग्य वेळीच त्याचे पाय किंवा डोकं छाटून त्याला आपल्या उंचीला आणणं हा एक महत्त्वाचा औद्योगिक नीतिसंकेत आहे.

इम्तियाजनं हेच केलं. माझ्या कर्तबगारीचं तोंडदेखलं कौतुक केलं, कंपनीला जबाबदारीच्या ठिकाणी तुझ्यासारखीच माणसं हवीत, असं म्हटलं आणि हेड ऑफीसमधून हलवून माझी होसूरला बदली केली. होसूर होतं व्हाइट फिल्डपासून लांब, थेट कर्नाटक आणि तामिळनाडू यांच्या सीमारेषेवर. तिथं 'युनिरबर अँड फूटवेअर प्रायव्हेट लिमिटेड' या नावानं फॅक्टरी काढायचं इम्तियाजचं चाललं होतं. मला त्यानं या फॅक्टरीचा मॅनेजर म्हणून जायला सांगितलं. रोज मी स्कूटरवरून अडीच-तीनशे किलोमीटर्सचं अंतर तोडून, व्हाइट फिल्ड-होसूर- आणि परत, असा दगदगीचा प्रवास करू लागलो.

होसूरमध्ये कसली म्हणता कसलीच सोय नव्हती. फॅक्टरीसाठी असंख्य परवाने आणि नाना प्रकारच्या परवानग्या मिळवण्यासाठी सरकारी नोकरांचे पाय धरावे लागायचे. सरकारी कचेऱ्या धरमपुरी आणि कृष्णगिरी या भागात, म्हणजे रोज तिथपर्यंत रखडणं भाग पडायचं. हे सगळे कष्ट काढून मी फॅक्टरीची बिल्डिंग उभी केली. मशिनरी बसवली आणि ट्रेनिंगची पहिली बॅचदेखील सुरू केली. भांडवल फार वेळ गुंतून राहू नये, म्हणून कमीत कमी वेळात, काही प्रमाणात उत्पादनही सुरू केलं.

होसूरमधल्या या फॅक्टरीचं सगळं कर्तेपण इम्तियाजनं आपला धाकटा भाऊ पर्वेझ याच्याकडे दिलं होतं. पर्वेझ एकदम उनाड होता. त्याला फॅक्टरीत काहीही स्वारस्य नव्हतं. तो माझ्यावर संपूर्ण अवलंबून राहायचा, मी म्हणेन त्यांना भेटायचा, त्यांच्याशी मी सांगेन ती बोलणी करायचा आणि मी दाखवीन, तिथं सह्या करायचा. त्याचं खरं लक्ष वेगळ्याच कामात गुंतलेलं असायचं.

पर्वेझला बायकांचा फार शौक होता. वास्तविक त्याची स्वत:ची बायको अत्यंत देखणी, खानदानी - वझीर सुलतानच्या घराण्यातली! पण तिचं त्याचं (बहुधा त्याच्या बाहेरख्यालीपणामुळंच) पटलं नाही आणि ती वेगळी राहू लागली. असा हा पर्वेझ मला कधीकधी स्वत:हून कामाविषयी सूचना द्यायचा - पण त्या कामांचा फॅक्टरीशी काही संबंध नसायचा.

गोल्फ कोर्सवर जा – तो सांगायचा – तिथल्या रेस्तोरॉंमध्ये एक हिरवा सलवार कमीज घातलेली पोरगी थांबलेली असेल. तिला कारमध्ये घाल, आणि माझ्या एअरकंडिशंड चेंबरमध्ये घेऊन ये - तासाभरानं ती गेली, की मग जाऊ आपण धरमपुरीला सरकारी खाबूसाहेबांना भेटायला - ओके?

गोल्फ कोर्सवरून हिरव्या सलवार कमीजमधल्या मुलीला आणून पर्वेझसाहेबांच्या ताब्यात दिली; की त्यांचं खाणंपिणं, मौजमजा सगळं आटोपून, त्याची जीप ड्राइव्ह करत एकशे वीस किलोमीटर्सवरच्या धरमपुरीत पोचायला संध्याकाळ व्हायची. तोपर्यंत ऑफीस बंद करून इमानदार सरकारी नोकर आपआपल्या घरी पोचलेले असायचे. म्हणजे तो दिवस फुकट! मला दोन्ही बाजूंनी ऐकून घ्यावं लागायचं. इम्तियाज उखडायचा- लायसन्स मिळायला उशीर कसा होतो? आणि सरकारी ऑफीसर्स चिडचिडायचे - तुमचं प्रत्येक काम आयत्या वेळेपर्यंत कसं लांबणीवर पडतं? पर्वेझचे उद्योग यातल्या कुणालाच सांगता येण्यासारखे नसायचे.

अर्थात कधीही गेलं तरी लायसेन्सस मिळायला अडचण येणार नाही, याची काळजी आम्ही घेतच असू. एक्साइजचं लायसन्स देणं ज्यांच्या हातात असे, त्यांना ट्रीट करणं, हे लायसेन्सस मिळवणं या कामाचाच भाग म्हणून माझ्याकडे होतं.

लायसन्स देण्याच्या ऑर्डरवर जेव्हा सह्या हव्या असतील, तेव्हा मी इम्तियाजची ॲम्बॅसिडर घेऊन धरमपुरीवर जायचो आणि ऑफीसमधूनच तिघा-चौघा ऑफीसरांना उचलायचो - तिथून आम्ही बंगलोरला जायचो आणि बंगलोरच्या होटेल ब्लू फॉक्समध्ये खायचो, प्यायचो.

अधाशीपणानं उभी-आडवी प्यायल्यानंतर एकेकाची विमानं हवेत तरंगू लागायची. अर्थात खाऊन पिऊन पोट भरल्यावर या गोष्टीची पुरुषाला अपरिहार्यपणे आठवण होते, तिकडेच गप्पा वळायच्या.

त्यांच्यातला एखादा धूर्त अफसर अजाणपणाचं सोंग आणून विचारायचा - मिस्टर वर्धन, व्हाट्ट इज धिस काबारे? दे से यू मस्ट वॉच काबारे ॲट लीस्ट वन्स इन अ लाइफटायम!

मग जो तो कॅबेरेविषयीच्या पाहिलेल्या, ऐकलेल्या - बहुश: ऐकलेल्याच गोष्टी सांगू लागायचा. त्या अमक्या तमक्या नाइटक्लबमधली डान्सर पेटत्या मेणबत्त्या आत सारून घेते, असं एकानं म्हटल्यावर दुसरा त्याच्यावर कडी करत म्हणायचा - धिस इज नथिंग यार! बँकॉकच्या क्लबमधली डान्सर जिवंत सर्प आत खेळवते! वगैरे, वगैरे...

या गप्पांमधून मी घ्यायची ती सूचना घेत असे आणि त्यांना म्हणत असे – बघायचाय का तुम्हाला कॅबेरे? चला - जाऊ या -

ॲम्बॅसिडर मग बास्कोवर यायची. तिथल्या टॉपलेस फ्लोअर शो प्रख्यात. वरचं अर्धं अंग संपूर्ण उघडं असलेल्या खुबसूरत तामिळी- मल्याळी पोरी नाचत लचकत प्रत्येक टेबलाशी यायच्या. मंडळी हावरटपणानं, पण बिचकत घाबरत त्यांच्या ओथंबत्या स्तनांना चुटपुटता स्पर्श करायची. त्या अनुभवी पोरी यांच्या बावळटपणाला हसायच्या. अतिप्यालेलं कोणी गिऱ्हाईक फाजील उत्साहानं त्यांच्याशी

जास्त लगट करत नाही ना, हे पाहायला अंतराअंतरावर होटेलची माणसं असायचीच. पण माझ्यासोबतच्या माणसांची सरकारी अब्रू जोखमीनं सांभाळण्याचं काम मीच दक्ष राहून करायचो.

मंडळी हळूहळू अधिकच चेकाळत जायची. उघड्या अंगाचं स्पर्शावाचूनचं दर्शन त्यांच्या गात्रांना पेटवून सोडायचं. त्या पेटलेल्या गात्रांकडून फार तातडीचे संदेश झिंगलेल्या मेंदूपर्यंत येऊ लागले की, मंडळींपैकी कोणीतरी एक जण भीड बाजूला ठेवून मला डोळा घालायचा, आणि माझा दंड हलकेच दाबून म्हणायचा – सर व्हाट्ट इज द पॉइन्ट इन् जस्ट वाचिंग? दुसरा त्याची री ओढून म्हणायचा - हां हां! खाली देखनेसे क्या फायदा भाई? कुछ हो जाये तो...

चला - म्हणजे पेटवायची आणि विझवायची, दोन्हीची सोय कंपनीनंच करायची. काय करणार! लायसन्सवर अजून सही झालेली नसायची ना?

अर्थात मंडळीच्या अपेक्षांचा ग्राफ कसा चढत जाईल, याचा अंदाज बांधून आम्ही सोय आधीच करून ठेवलेली असायची. तीन-चार होटेल्समधले मध्यस्थ आमच्या पेरोलवर होते. महिन्याकाठी तीनचारशे रुपये त्यांना पोचवायचे असत. हे मध्यस्थ त्या त्या होटेलमधला वॉचमन किंवा प्रमुख वेटर असायचे. आपल्या होटेलमध्ये धंदा करणाऱ्या मुलींशी ते गिऱ्हाइकांची गाठ घालून द्यायचे. कधी या मुली बाहेरही जायच्या. पण ते क्वचित. होटेलरूममध्येच किंवा होटेलच्या आवारातच अन्यत्र धंदा करणं त्यांना थोडक्या वेळात अधिक कमाई देणारं असायचं. महात्मा गांधी रोडवरच्या व्हिक्टोरिया होटेलचा कार पार्क तर या धंद्यासाठी मशहूर होता. बिछान्यात फारसं शौर्य गाजवता न येणारे उतारवयीन गुलहौशी शेठ, कारमध्ये बसल्या बसल्याच पोरींना तोंडसुख द्यायला लावत...

मी जास्तकरून होटेल कामधेनू या अत्यंत अन्वर्थक नावाच्या होटेलमध्ये माझ्या बरोबरच्या अधिकारी व्यक्तींना घेऊन जायचो. चाळीस पन्नास - फार फार तर शंभर रुपयात इथं बऱ्यापैकी पोरगी मिळे. त्याहून अधिक किमतीची पोरगी घेण्याइतकी या मंडळींची योग्यता नसायची.

मंडळींना खोल्याखोल्यांमध्ये पाठवून दिलं, की त्यांचं सगळं आटपेपर्यंत मी गाडीतच बसून राहायचा किंवा होटेलच्या पंजाबी मॅनेजरपासून मद्रासी वेटरपर्यंत कुणाशीही सुखदुःखाच्या गप्पा मारून माझं आयुष्याचं ज्ञान वाढवायचा. कधी मॅनेजर मला प्रेमानं एखादी बिअर पाजी. त्यांच्याकडच्या मुलींचा अनुभवही कधी तरी फुकटात मिळवून देतो, म्हणून सांगे. मी ते फक्त हसण्यावारी नेई.

का कोण जाणे, पण पहिल्यापासूनच मला कधी वेश्यांचा उपभोग घ्यावासा वाटला नाही. आता प्रेमा घरी होती म्हणून नव्हे, पण ज्या दिवसात मी शरीरसुखासाठी तडफडत होतो, त्याही दिवसात. बेसिल अंकलबरोबर चिदम्बरमला जो अनुभव

मला विद्यार्थी असताना आला, तोच आजही येईल, याबद्दल मला शंका नव्हती.

वेश्येकडे जाणं यात मला अनैतिक काही वाटायचं नाही. वेश्येकडे जाणाऱ्या पुरुषांची गरजही मी समजू शकायचो. पुरुषाला काही एका नियमित अंतरानं कामतृप्तीची गरज असते. आणि प्रत्येकच पुरुषाला हक्काचा स्त्रीदेह काही ना काही कारणानं उपलब्ध नसतो. अशा पुरुषांनी नुसतं झुरत राहून आपल्या इतर कामकाजावर त्याचा परिणाम होऊ देण्यापेक्षा शरीराची गरज वेश्येकडे जाऊन भागवणं, यात गैर काय?

पण हे समजत असलं, तरी स्वत:च्या बाबतीत मात्र मला उमजत नसे. पैसे देऊन उपभोग घेणं यात मी स्वत:चा विजय मानत नसे. मला ती आपली अगतिकता वाटे. स्त्रीनं माझ्या पैशांसाठी, माझ्या अधिकारासाठी आपलं होऊ नये, तिनं फक्त माझ्याविषयी आकर्षण वाटलं, तरच मला आपलं शरीर द्यावं असं वाटे. वेश्येनं धंदा म्हणून मला शरीर द्यायला तयार व्हावं, यात माझ्या पुरुषार्थाचा गौरव नव्हता; ते माझ्या खिशातल्या पैशाचं कर्तृत्व ठरलं असतं.

वरती होटेलच्या खोल्यांमध्ये गेलेल्या अधिकारी मंडळींना मात्र पैशांच्या - ते पैसेही स्वत:चे नव्हेत, तर दुसऱ्यांनी आपल्याकरिता खर्चलेले, तेही प्रेमानं नव्हेत, तर गरजेपोटी - अशा पैशांच्या बळावर त्या संपूर्ण परक्या पोरींबरोबर पंधरा-वीस मिनिटं रममाण होण्यात खूपच मजा यायची! कदाचित निसर्गानं नियमितपणे आपल्या शरीरात तयार केलेलं एक द्रव्य स्त्रीच्या शरीरात मोकळं करताना, निसर्गानंच दान केलेला उत्कट संवेदनेचा शेवटचा क्षण अनुभवणं एवढाच त्यांच्या दृष्टीनं कामक्रीडेचा अर्थ असेल, आणि त्याचा स्त्रीचं मन किंवा शरीरही पुलकित होण्याशी काही संबंध लावावा, असं त्यांना वाटतच नसेल! ही माणसं जगाकडे विकृत नजरेनं पाहात असावीत. नाहीतर आपल्याला वश होण्यासाठी स्त्रीला पैसे द्यावे लागतात, या करुण घटनेला पैशाच्या जोरावर आपण पोरीला अंगाखाली घेऊ शकतो, असा पराक्रम मानणं आणि पैसे देण्याची आपली पात्रता नसल्यामुळे दुसरं कोणीतरी ते भरतं, याचा अर्थ, माझ्या एका सहीसाठी कंपनी माझ्या वासनेची किंमत चुकती करते, हे माझं श्रेष्ठत्व, असा लावणं, म्हणजे आयुष्यातल्या अपयशालाच विजय संबोधणं नव्हतं का?

पण यातला कुठलाच विचार बहुधा त्यांच्या मनाला कधी शिवला नसावा. कारण ते खाली यायचे, ते भलतीच मर्दुमकी गाजवून आल्याच्या पवित्र्यात. मी मात्र 'कंपनीचं काम' या नावाखाली आपल्याला एक प्रकारची भडवेगिरी करावी लागतेय, या शरमेत चूर असायचा. मात्र, या मंडळींच्या सह्या त्याच वेळी घेणं अत्यावश्यक असल्यामुळे सगळे गाडीत येऊन बसले रे बसले, की मी न चुकता दिवा लावून लायसन्स ऑर्डर किंवा एक्साइज एक्झम्शनचा कागद त्यांच्या पुढे धरीत असे. ते

नशेतच म्हणायचे– एवढी घाई काय आहे सहीची? आम्ही काय कुठं पळतो का? सकाळी ऑफीसात ये. आम्ही नक्की सही करू. पण? छे छे - एकदा सही राहिली, की ब्लू फॉक्समधल्या पुढच्या पार्टीपर्यंत तुमचं दर्शन होणं कठीण, या मनातल्या वाक्याचं मी अत्यंत नम्रपणे पुढील भाषांतर करत असे - सकाळी तर द्यालच हो सही - पण आमचे साहेब माहिताहेत ना तुम्हाला. उद्या सकाळी सात वाजताच माझी मानगूट पकडतील. हे भाषांतरित वाक्य बोलण्याची आणि त्याबरोबरच पेन त्यांच्या हातात खुपसण्याची क्रिया, दोन्ही एकत्रच साधावं लागे...

त्या रात्री मी अशीच एक पार्टी आटोपून रात्री दोन वाजता घरी आलो आणि कपडे बदलून बिछान्यावर अंग टाकणार, इतक्यात दार खडखडलं. उठून पाहतो, तर दारात नथुराम उभा!

साहेब लवकर चला - अर्लसाहेब कसंतरीच करताहेत, असं त्यानं सांगताक्षणीच मी कपडे चढवले आणि त्याच्याबरोबर निघालो.

मिस्टर अर्लचा श्वास कोंडल्यासारखा झाला होता. छातीत दुखत असावं, असं त्याच्या खाणाखुणांवरून वाटत होतं. अंग घामानं थबथबलं होतं. त्याला बहुधा हृदयविकाराचा झटका आला होता. (यापूर्वी एकदा त्याला झटका येऊन गेला होता, असं मिसेस् अर्ल म्हणाली.) मी आणि नथुरामनं लगेच धावपळ करून त्याला नृपथंग रोडवरच्या सेंट मार्थाज हॉस्पिटलमध्ये हलवलं. डॉक्टर पॉल शंकरनं प्रयत्नांची पराकाष्ठा केली. पण पहाटेपर्यंत मिस्टर अर्ल हे जग सोडून गेला...

आम्ही जाऊन मिसेस अर्लला त्याच्या मृत्यूची बातमी दिली. तिला बहुधा हे अपेक्षित असावं. कारण तिला विशेष धक्का बसल्यासारखं वाटलं नाही.

मी त्याच्या अंत्यसंस्काराच्या तयारीला लागलो. अंडरटेकरकडे निघालो, तेव्हा मिसेस अर्लनं विचारलं, कुठं चाललास?

कॉफीन घेऊन येतो. मी म्हणालो.

नको, नको! मिसेस अर्ल घाईघाईनं म्हणाली - वाट्टेल तेवढे पैसे सांगतात ते अंडरटेकर्स. आपण सुताराला सांगून बॉक्स तयार करून घेऊ या.

मिसेस अर्लची समजूत कशी घालावी, ते मला कळेचना. पण एव्हाना बातमी आजूबाजूला पसरल्यामुळे व्हाइट फिल्डमधले आणखी बरेच लोक मिसेस अर्लच्या समाचाराला आले होते. त्यातल्या काहींनी तिला पटवून दिलं, की सुताराला सांगून बॉक्स करून घेण्यापेक्षा तयार कॉफीनच अधिक स्वस्त पडेल, तेव्हा कुठं माझी एका अडचणीतून सुटका झाली.

हॉस्पिटलमधून बॉडी ताब्यात घेतानाही मिसेस अर्लनं अशीच खळखळ केली. शव ज्या चादरीत बांधलं होतं, त्या चादरीचे पंधरा रुपये मी देणार नाही, त्यापेक्षा शव कॉफीनमध्ये ठेवल्यानंतर मी चादर धुऊन उद्या आणून देईन, असं तिनं

हॉस्पिटल ऑथॉरिटीजना बजावलं. ते तरी बापडे मग काय करणार?

फ्युनरलसाठी मेणबत्त्या, धूप वगैरे सामान आणायला मी एका मुलाला सांगत होतो, ते तिनं ऐकलं आणि म्हणाली– डोन्ट बॉदर. ते सगळं मी पूर्वीच आणून घेतलंय. यांच्या पहिल्या ॲटॅकनंतर हा प्रसंग कधीही ओढवेल, याचा विचार करून! मला माहितेय, आपण आयत्या वेळी हे सगळं खरेदी करायला गेलो; की आपल्या मन:स्थितीचा फायदा घेऊन दुकानदार, तोंडाला येईल ती किंमत सांगतात.

मिसेस अर्लची मन:स्थिती काही कोणी फायदा घेईल अशी दिसत नव्हती, हे सोडा!

मिस्टर अर्ल असतानाच मिसेस अर्लनं माझ्यामागं 'जागा सोडा, माझ्याकडे अधिक चांगली ऑफर आलीये', असा तगादा लावला होता. पण मिस्टर अर्लची माझ्याशी चांगली दोस्ती झाली होती. त्यामुळं तिला आम्हाला घालवायची भाषा थोडी सांभाळून करावी लागायची. पण आता तो गेल्यावर तिनं रोजच आमच्यामागे 'दुसरी जागा शोधा', असा लकडा लावला. आम्ही जागा बघतोच आहोत, पण काहीतरी सवड द्या, असं आम्ही तिला परोपरीनं सांगायचो. पण तिचं आपलं रोज उठून आमचा उद्धार करणं चालूच राहिलं. अगदी दररोज नेमानं आमची भांडणं होऊ लागली. त्याबरोबरच कधी पोस्टमननं चुकून कॉटेजवर टाकलेली माझ्या नावाची पत्रं मला मिळू न देणं, कधी दिवाकरचा चेंडू लपवून ठेवणं, कधी नथुरामला माझ्या कामाला वेळेवर येऊ न देणं, असले त्रासदायक चाळे सुरू झाले. मग मात्र मी अधिक नेटानं जागा शोधू लागलो.

व्हाइट फिल्डमध्ये श्रीधर ड्रायव्हिंग स्कूल म्हणून एक लहानशी संस्था होती. तिचा प्रोप्रायटर श्रीधर याचं ड्रायव्हिंग स्कूलशेजारीच गॅरेज आणि वर्कशॉप होतं. आमच्या व्हाइट फिल्डमधल्या सुरुवातीच्या दिवसांत एकदा त्यानं माझी स्कूटर दुरुस्त केली. अठ्ठावीस रुपये बिल झालं. त्या वेळी माझ्या खिशात अवघे सात रुपये होते, मी त्याला म्हटलं – मी इथं नवीन राहायला आलोय. माझ्याकडे पैसे नाहीत. तो म्हणाला, नो प्रॉब्लेम! नंतर द्या. पैसे कुठं पळून जातात? त्या दिवसापासून माझी श्रीधरशी चांगली मैत्री झाली होती.

श्रीधरची वृत्ती अतिशय परोपकारी होती. व्हाइट फिल्डच्या सुधारणेचं जसं काही त्यानं कंकण बांधलं होतं. कुठं सहकारी सोसायट्या काढ, टेलिफोन एक्स्चेंज मिळव, असली कामं तो उत्साहाने अंगावर घ्यायचा आणि चार लोकांना हाताशी धरून व्यवस्थित पार पाडायचा. अर्थात या निमित्तानं त्याच्या सगळ्या व्हाइट फील्डभर ओळखी झाल्या होत्या. म्हणून माझी जागेची अडचण मी त्याच्या कानावर घातली.

श्रीधर म्हणाला – हवीय कशाला भाड्याची जागा? स्वत:चंच घर बांध.

मिस्टर अर्लला जिथं पुरलं होतं, त्या सिमेटरीला लागूनच एकदोन प्लॉट्स मोकळे होते आणि विकायचे होते. श्रीधर म्हणाला, मी ते तुला वाजवी भावात मिळवून देतो. तू या प्लॉटवर घर बांध, सिमेंट कॉंक्रीट काही नको. पत्र्याच्या शीट्स लावू. पण त्यांना रंग असा देऊ, की घर सिमेंटचं वाटेल.

मला श्रीधरची कल्पना आवडली. पैशांचा प्रश्न होताच. पण श्रीधरनं ही सोसायटी, ती सहकारी बँक, अशी ठिकाणं हुडकून पैसे उभे करून दिले. पर्वेझचा वशिला लावून मी इम्तियाजकडून माझे राहिलेले पैसे मिळवले आणि प्रॉव्हिडंट फंडावर थोडं कर्जही काढलं. एकूण साठेक हजार रुपये खर्च आला. पण पत्र्याचं का होईना, हजार चौरस फुटांचं स्वत:चं घर तयार झालं.

अशा रीतीनं आम्ही पुन्हा एकदा मिस्टर अर्लच्या शेजारी गेलो. आमच्यानंतरचा फक्त एकच प्लॉट सोडला, की सिमेटरी होती. मी संध्याकाळी लवकर घरी आलो, तर पुष्कळदा तिथं जाऊन मिस्टर अर्लच्या दगडाशेजारी बसू लागलो. तिथं बसलं, की मनाला शांत वाटे. मिस्टर अर्ल आपल्याशी गप्पा मारतोय, असा भासबिस मनाला होत नसे. पण स्मशानातसुद्धा जायला एखादं मैत्रीचं ठिकाण हवंच ना?

घर तयार होत असताना प्रेमा कामावर पुष्कळ लक्ष ठेवायची, सूचना करायची. घर त्यात वावरणाऱ्या बाईची सोय बघून त्याप्रमाणे बांधायला हवं, म्हणून मी प्रत्येक बाबतीत तिला काय सोयीचं पडणार आहे, हे विचारीत असे. घर तयार झाल्यावर तर तिला फारच धन्य झालं. हे आपलं घर... नम्मुडेय वीडु... नम्मुडेय वीडु... असे अभिमानाचे उद्‌गार तिच्या बोलण्यात वारंवार येऊ लागले.

अखेरीस घर तयार झालं. कांचीपुरमच्या बंगल्याचं ऐश्वर्य याला नव्हतं. पण घर छान टुमदार, बैठं होतं. समोर मुथरम होतं. मी तिथं थोड्या कुंड्या आणून ठेवल्या. मल्लीगई, चामंगीची झाडं लावली. बोगनवेलीचा एक चिमुकला मांडव तयार केला.

माझ्या नकळतच मी या घरावर प्रेम करायला लागलो होतो... माझं घर! हा एमारेफनं दिलेला बंगला नव्हता, की ज्याच्यावर कोणी कुरियन डोळा ठेवील... हे माझं स्वत:चं घर होतं! इथून कोणी मला घालवून देऊ शकणार नव्हतं! हे माझं घर होतं!

घरावर बायका करतात, तितकंच, कधीकधी अधिकच प्रेम पुरुषही करतात. आपल्या कल्पनेतलं घर प्रत्यक्षात आणण्यासाठी कितीही कष्ट करतात...

पंचवीस

कंपनीमध्ये इम्तियाजच्या कद्रूपणाचा त्रास आता खूपच वाढला होता. माझ्या कामाचं कौतुक म्हणजे फक्त तोंडी अभिनंदन किंवा एखादा वरचा हुद्दा. म्हणजे फक्त हुद्द्याचं नावच वरचं, पगारात वाढ वगैरे काही नाही. वाढ असलीच, तर ती फक्त कामात, आणि जबाबदारीत. पगाराविषयी काही बोललं, तर तो कंपनी किती तोट्यात आहे, एवढं सांगूनच थांबायचा नाही; तर मी केलेल्या कामांमुळं आणि मी आखलेल्या धोरणामुळे कंपनीला कसा तोटा आला, हे सांगून माझं तोंड बंद करायचा प्रयत्न करायचा. त्याच्या या लफंगेगिरीनं मी अगदी हैराण होऊन गेलो होतो.

ऑफीसमधल्या त्रासाविषयी मी प्रेमाकडे काहीच बोलायचो नाही, तिच्या डोक्याला आणखी कशाला कटकट करा, या विचारानं. त्यामुळं प्रेमा नेहमी आनंदात असायची. स्वत:चं घर झाल्यापासून तर ती फारच रुबाबात राहू लागली. घर टापटीप ठेवावं, याची तिला खूपच आवड होती. पण कधीकधी घर सजवण्याच्या निमित्तानं ती अनावश्यक उधळपट्टी करून वाटेल त्या चिजा, नको इतक्या प्रमाणात, वाटेल त्या किमतीला घेऊन यायची; हे मला आवडत नसे. तिची सुरुवातीची असुरक्षिततेची भावना आता कमी होऊन त्या जागी फाजील आत्मविश्वास आला होता. हलाखीचे दिवस काढल्यानंतर थोडासा पैसा हाती आला, की त्याची अपूर्वाई वाटून माणूस थोडं सढळ हातांनी खर्च करू लागतं; हे लक्षात घेऊन मी तिला शक्यतो काही बोलत नसे. पण बाहेर इम्तियाजचा कंजूषपणा आणि घराच्या कर्जाचे हप्ते यांच्या कैचीत मी सापडलेला असताना घरात तिनं उधळपट्टी करू नये, असं मला साहजिकच वाटायचं. मात्र मी काहीही बोललो, तर त्यावर आपली बाजू समजावून सांगणं किंवा माझं म्हणणं पटवून घेणं, यातलं काहीतरी एक करण्याऐवजी ती फक्त घळाघळा रडू लागायची किंवा बोलणं अर्धवट सोडून निघून जायची. मला अपराधी वाटायला लावण्याचे तिचे हे दोन्ही मार्ग अगदी ठरून गेले होते.

व्हाइट फिल्डमधल्या प्रतिष्ठित बायकांचा– यात काही अँग्लो-इंडियन बायकाही होत्या - एक सोशल क्लब होता. प्रेमा या क्लबमध्ये जाऊ लागली. तिथं पैसे लावून पत्ते खेळताना, आपला नवरा मोठ्या पगारावर आहे, आपलं स्वतःचं घर आहे, आपण मुलाला शिक्षणासाठी मद्रासला होस्टेलमध्ये ठेवले आहे, अशा बढाया मारायला तिला खूप आवडायचं. आज अमुक अमुक सांगून त्या फलाणीची कशी जिरवली, हे ती मला घरी येऊन उत्साहानं सांगायची. कदाचित आम्ही लग्न न करताच नवरा-बायकोप्रमाणे राहात होतो, याबद्दल कुणी कुजबुजू नये किंवा तिला हलकं लेखू नये, याहीसाठी आपला प्रतिष्ठितपणा अधिक ठासून सांगत असेल! काहीही असलं, तरी मला तिचं हे वागणं हास्यास्पद वाटायचं. मात्र, तिला त्यात सुख मिळत असेल, तर राहू दे, म्हणून मी तिकडे कानाडोळा करायचा.

पण एके दिवशी मला तिच्या हातात सिगरेट दिसली. मी आश्चर्यानं विचारलं, हे काय, तू कधीपासून स्मोकिंग करायला लागलीस?

अलीकडेच. मला आवडतं. आमच्या क्लबमध्ये खूप जणी ओढतात.

ते ठीक आहे. पण मुद्दाम कशाला नसती सवय लावून घेतलीस?

तुम्ही ओढता ते चालतं. मी ओढली की मात्र -

बायकांनी सिगरेट ओढलेली चांगली नाही दिसत.

किती जुनाट मतं आहेत तुमची! आमच्या क्लबमध्ये यावर नेहमी चर्चा होते. पुरुषांना एक नियम - बायकांना दुसरा! फार विषमता असते आपल्याकडे!

श्यामला डिबेटिंगमध्ये बोलायची, त्याची आठवण झाली. मी काहीच बोललो नाही. वाद वाढवला नाही. प्रेमाला सिगरेटची खरंच गरज वाटत असे, की ती माझी बरोबरी करण्यासाठी सिगरेट ओढत असे कुणास ठाऊक! पण पुष्कळदा तिला सिगरेटमध्ये मजा वाटण्यापेक्षा, ती आपल्यासमोर ओढण्यात अधिक आनंद मिळतोय, असं मला वाटायचं. अजून तरी ती विल्सच ओढतेय. आणि एखाद्या इम्पोर्टेड सिगरेटची सवय तिनं लावून घेतलेली नाही, यातच मी समाधान मानायचो.

एके दिवशी मी पगार घ्यायला गेलो असताना मला अकाउंटंट मुदलियारनं सांगितलं, की या महिन्यापासून तुम्हाला हाऊस रेन्ट अलाऊन्स मिळणार नाही.

कां? मी चकित होऊन विचारलं.

साहेबांच्या ऑर्डर्स आहेत.

मला साडेतीन हजार रुपये पगार होता. त्यात अलाऊन्सेस धरून साडेचार व्हायचे. आता त्यातले एकदम सहाशे कमी होणार? आणि घराच्या कर्जाचे हप्ते कशातून देणार?

मी इम्तियाजकडे गेलो.

बसा - बसा, मला वाटलंच होतं तुम्ही याल म्हणून! मी वाट बघत होतो तुमची – माझं स्वागत करत इम्तियाज म्हणाला.

मी त्याला हाऊस रेन्टविषयी विचारलं.

सॉरी – तो हसून म्हणाला – इट्स माय मिस्टेक! मी तुम्हाला आधीच सांगून ठेवायला हवं होतं. अकाउंटंटकडून कळणं - हे डेकोरमला धरून आलं नाही. यू विल हॅव टू पार्डन मी! तुम्हाला माहीतच आहे, की सध्या कंपनी अगदी टाइट सिच्युएशनमध्ये आहे. प्रत्येक ठिकाणी पैसे वाचवले नाहीत, तर उद्या कंपनीला टाळं लावण्याची वेळ येईल. तसं होऊन तुम्हाला सगळ्यांनाच आऊट ऑफ जॉब करण्याची माझी इच्छा नाहीये. म्हणून मी अशी स्ट्रॅटेजी आखलीये, की हाय पोस्टवरच्या एकेका माणसाचे हाऊस रेन्ट अलाऊन्सेस कमी करायचे. त्यांच्या मूळ पगाराला धक्का न लावता! येस, दे मस्ट गेट बेसिक सॅलरी टू द लास्ट पाय! फक्त एचारे मात्र यूल हॅव टू फरगो! आय ॲम शुअर यू विल को-ऑपरेट!

- यावर मी काय बोलणार?

तोंडात मिठाची गुळणी धरून गप्प बसलो. सगळे अन्याय सहन करणं यातच माझी सरशी होती. कारण अन्यायाला विरोध करायचा, म्हणून मी नोकरी सोडली असती, तर ते इम्तियाजच्या पथ्यावरच पडणार होतं.

पण इम्तियाजनंही माझ्या बाबतीत आता काहीतरी पक्कं धोरण ठरवलं असावं. कारण आणखी महिन्याभरानं मुदलियारनं मला सांगून टाकलं, की तुमची पेट्रोलची सगळी बिलं पास होणार नाहीत.

पण इम्तियाजकडे जाणं, आणि त्याचं ते चिक्कट गोड बोलणं ऐकून घेणं अगदी जिवावर आलं होतं. पण नाइलाजानं गेलो. त्याला जाब विचारला.

तो हसत हसत म्हणाला, अकाउंटंटचं बरोबर आहे. तुम्ही हल्ली प्रमाणापेक्षा पुष्कळच अधिक पेट्रोल जाळता.

म्हटलं मी, प्रत्येक पेट्रोल बिलच्या अगेन्स्ट कुठून कुठं आणि कशासाठी गेलो होतो, हे लिहून ठेवलेलं आहे. तुम्ही ते चेक करू शकता.

असल्या फालतू गोष्टी चेक करत बसायला मला वेळ नाही – आपलं गोड बोलणं बाजूला ठेवून मूळ प्रवृत्ती धारण करत इम्तियाज म्हणाला – मी सांगतो तसंच होईल. तीन-साडेतीनशेच्या वर पेट्रोलबिल मी पास करणार नाही.

ठीक आहे – मी हट्टाला पेटून म्हणालो. मग कामं तशीच अर्धवट पडून राहतील.

मला उलट उत्तरं ऐकायची सवय नाही. इम्तियाजचा पारा हळूहळू चढू लागला.

इम्तियाज धंद्याचा भाग म्हणून हलक्या आवाजात गोड बोलायचा, परंतु मुळात

तो चांगलाच तापट डोक्याचा माणूस होता. सर्वांनाच हे ठाऊक होतं. पण आता माझाही इलाज राहिलेला नव्हता. मला डायनॅमिक रबरमधून एकदाचं काढून टाकण्यासाठी इम्तियाज या युक्त्या करतोय हे काय मला कळत नव्हतं? पण आता त्यानं मला अशा अवस्थेला आणून ठेवलं होतं, की मी विरोध न करणंही अशक्य होतं. इम्तियाजनं लावलेल्या गळाला मी समजून सवरून अचूक फशी पडत होतो.

मी म्हटलं, हे बघा साहेब, तुम्ही माझं काम वाढवलंत, तरी मी काही बोललो नाही. बदली केलीत, तरी मी काही बोललो नाही. कुठंही कसलंही काम करायला माझी कधीच ना नसते. पण आता तुम्ही माझ्या पोटावरच मारायला निघालात. कामाच्या प्रमाणात पगार वाढवणं तर दूरच राहिलं, उलट तुम्ही तो कमीकमीच करीत चाललाय. हाउस रेन्ट अलाउन्स कमी केलात, मी काही बोललो नाही. आता पेट्रोल बिल्स पास करत नाही म्हणता. हे कुठवर चालायचं?

तुला म्हणायचंय काय? इम्तियाज ओरडला. त्याच्या गळ्याच्या शिरा ताठ झालेल्या दिसून येऊ लागल्या.

मला म्हणायचंय, की माझं काम कितीही वाढवा. पण पगार किंवा अलाऊन्स कमी होणार असेल, तर मी इथं राहणार नाही.

अखेरीस मी माझ्या - आणि त्याच्याही मनातलं बोलून मोकळा झालो होतो!

ठीक आहे! कधी जातोस, सांग.

आज. आत्ता या क्षणापासून!

चालता हो! इम्तियाजचा आवाज पुन्हा चढला. पूर्वी कुणाशी तरी भांडताना त्याच्या गळ्यातली एक रक्तपेशी फुटली होती, असं म्हणत. चालता हो! तो ओरडला. - आणि माझ्याशी असं उर्मटपणानं वागल्याचा परिणामही तुला दिसेल.

संबंधच काय! मी म्हणालो. मी चाललो. या चाव्या. गुडबाय!

मी चाव्या टेबलावर फेकून बाहेर पडलो.

माझा अर्ध्या महिन्याचा पगार - बोनस - या सगळ्यावर पाणी! जवळजवळ आठ हजारांचा घाटा!

घाबरायचं नाही! आठ हजारानं काय झालंय? पैसा काय आपण कुठंही मिळवू. काम करायला हात आहेत. विचार करायला डोकं आहे.

मनाला विशेष लावून न घेताच मी डायनॅमिक रबरमधून बाहेर पडलो...

एमारेफची नोकरी जशी मी मनाच्या एका तोल सुटलेल्या अवस्थेत सोडली होती, तशी काही डायनॅमिकमधली नोकरी सोडली नाही. आज ना उद्या तिकडून निघावंच लागलं असतं, अशी इम्तियाजनं माझी कोंडी करत आणली होती. फक्त त्यानं काढून टाकण्याऐवजी मी स्वत:च त्याला चार शब्द सुनावून, स्वाभिमानाच्या

मस्तीत बाहेर पडलो होतो, एवढंच!

(माझ्या मस्तीच्या मर्यादा मला कळल्या नव्हत्या, असंच आता म्हणायला हवं. डायनॅमिक सोडली, की इम्तियाजचा संबंध सुटला, हाही माझा एक गैरसमज होता. त्यानं दिलेल्या धमकीचा अर्थ मला त्या वेळी नीटसा समजला नव्हता, हाच त्याचा अर्थ!)

दुसऱ्या दिवसापासून मी इतर रबर फॅक्टरीजमधून नोकऱ्या शोधायला सुरुवात केली. एमारेफ आणि डायनॅमिक या दोन बड्या कन्सर्न्सच्या सगळ्या खात्यांचा अनुभव पाठीशी असताना माझ्यासारख्या एंटरप्रायजिंग माणसासाठी सगळीकडे पायघड्या घातलेल्या असतील, अशी माझी समजूत होती.

ती समजूत फारशी चुकीचीही नव्हती. आधीच्या दोन कंपन्यांमध्ये असताना जवळपासच्या बहुतेक सगळ्या रबर फॅक्टरीजच्या टॉप बॉसेसबरोबर माझे मैत्रीचे संबंध तयार झाले होते. त्यांच्यापैकी बहुतेकांनी वेळोवेळी मला त्यांच्याकडे येण्याची गळ घातली होती. पण प्रेमातल्यासारखीच, नोकरीतही निष्ठा ठेवायची सवय असल्यामुळे मी ट्रॉट सोडून दुसरीकडे कुठे जाण्याचा विचारही केलेला नव्हता. आज मात्र मी या इतर कंपन्यांच्या भरंवशावरच ट्रॉट सोडली होती, म्हटलं तरी चालेल. त्यांच्यापैकी कुणाहीबरोबर नुसत्या फोनवर टर्म्स ठरवून मी त्यांना जॉइन व्हायचं ठरवलेलं होतं - अगदी दोन दिवसांत!

कावेरी रबर फॅक्टरीच्या रामस्वामी नायडूंना मी फोन केला. त्यांनी लगेच मला लंचलाच बोलावलं. मला कावेरी रबरमध्ये घ्यायला ते अगदी उत्साहाने तयार झाले. दोन हजार अधिक राहाण्याची व्यवस्था किंवा हाऊस रेन्ट अलाऊन्स, आणि वाहनखर्च, शिवाय इतर नेहमीचे अलाऊन्सेस ते देणार होते. म्हणजे एकूण साडेतीनपर्यंत जात होतं. मी होकार दिला. दोन दिवसांत त्यांनी कन्फर्म करायचं, असं ठरवून आमचं लंच सेशन संपलं.

प्रेमाला एकदम कावेरी जॉइन केल्यानंतरच, ट्रॉटमधून निघाल्याचं सांगायचं, असं मी ठरवलं होतं. हो, दोन दिवस का होईना, पण आपला नवरा नोकरीवाचून बेकार आहे, अशी असुरक्षितता तिला वाटायला नको.

ठरल्याप्रमाणे, दोन दिवसांनी मी नायडूंना फोन केला.

सॉरी यंग मॅन - नायडू म्हणाले – माझा काहीतरी गैरसमज झाला होता.

हे अनपेक्षित होतं. गैरसमज? कशाविषयी? - माझ्याविषयी? मी विचारलं.

मला वाटलं होतं, तू एमारेफ सोडून येतोयस. ट्रॉट सोडून येतोयस, हे माझ्या लक्षातच आलं नव्हतं.

मी तसं अगदी स्पष्ट सांगितलं होतं पण!

माय मिस्टेक! वय होत चाललं आता. लक्षात यायला वेळ लागतो.

पण - पण एमारेफऐवजी ट्रॉट सोडून आलो, म्हणून फरक काय पडतो?

पडतो तर! एमारेएफ इज इम्पर्सनल. ट्रॉट म्हणजे सबकुछ इम्तियाज. त्यानं काढून टाकलेला माणूस -

काढून टाकलेला नाही. मी आपणहून निघालो.

तेच ते! पण इम्तियाजशी कावेरी रबरचे फार जुने संबंध आहेत. आय ॲम शुअर युल अंडरस्टँड माय पोझिशन -

- फोन खाली ठेवला, तेव्हा मला दरदरून घाम सुटला होता.

रुबी रबर्समध्ये तोच अनुभव आला. उद्या कळवतो, म्हणाले. एका दिवसात इम्तियाजचा फोन गेला.

कृष्णा रबर कंपनीनं तर त्याच दिवशी नकार दिला - इम्तियाजचं नाव सांगून!

याचा अर्थ उघड होता. इम्तियाजनं आजूबाजूच्या सगळ्याच कंपन्यांमध्ये माझ्याविरुद्ध सांगून ठेवलं होतं. एका क्षेत्रातल्या सगळ्या कंपन्यांना कधी ना कधीतरी एकमेकांची गरज पडते. त्यामुळं कोणी मुद्दाम दुसऱ्या कंपनीच्या मालकाचा वाकडेपणा घ्यायला तयार नसतं. त्यातून इम्तियाजसारख्या पाताळयंत्री माणसाशी जाणूनबुजून शत्रुत्व कोण पत्करणार?

इम्तियाजच्या धमकीचा अर्थ आता माझ्या पुरता ध्यानात आला. रबर फिल्डमध्ये त्यानं माझी पुरती नाकेबंदी करून टाकली होती!

त्या दिवसांमध्ये कधीतरी प्रेमा मला म्हणाली, तुम्ही हल्ली कामावर जात नाही की काय?

आता तिला खरं सांगणं भागच होतं. होय. मी म्हणालो, मी डायनॅमिक रबर सोडली.

मग मला का नाही सांगितलंत?

खोल खोल मनातून प्रतिध्वनी आला - तीनशे रुपये पगारवाढ झाली? मला का नाही पहिल्यांदा सांगितलंत?

पण छे - स्वत:च्या हक्काची खास जाणीव असायला प्रेमा काही श्यामलेइतकी हुशार नव्हती. तिनं हे सहज म्हटलं असणार!

अय्यो अम्मा! आता आपण काय करायचं? ती काळजीत पडून म्हणाली. मध्यंतरी अजिबात दिसेनाशी झालेली तिच्या चेहऱ्यावरची असुरक्षितता, पुन्हा तिथं दिसायला लागली.

मी म्हटलं - पोटुंबो! भय पडादे! घाबरतेस कशाला? मिळेल दुसरी नोकरी! आहे काय न् नाही काय?

पण दुसरी नोकरी निदान रबरच्या क्षेत्रात तरी मिळण्यासारखी नव्हती, हे उघड होतं. आता हे क्षेत्र सोडण्यावाचून गत्यंतर नव्हतं. पण दुसऱ्या कुठल्या क्षेत्रात जाणार?

आणि आता कुठल्या कंपनीत नोकरी करावीशीच वाटत नव्हती. सगळीकडे हाच अनुभव येणार. सगळीकडे स्वार्थी, कोत्या मनाचीच माणसं भेटणार! स्वत:चं स्थान जाईल या असुरक्षिततेच्या भावनेनं भेदरलेली! दुसरा आपल्यापेक्षा वर जाईल, म्हणून मत्सरानं ग्रासलेली!

कुठलातरी धंदा करावा का?

जिथं स्पर्धा नाही - अंगमेहनतीचं चीज होईल आणि मुख्य म्हंजे जो फारशा भांडवलाशिवाय चालू शकेल, असा धंदा - असा कुठला धंदा करता येईल?

रबरशिवाय दुसरं काय माहीत होतं मला? जिऑलॉजीमधल्या फर्स्ट क्लासचा इथं काय उपयोग होता?

नाही म्हणायला आणखी एक काम मी थोडे दिवस करून पाहिलं होतं. पहिल्या नोकरीच्याही आधी – ड्रायव्हिंगचं.

लगेच श्रीधरला भेटलो. त्याच्याकडून ऑटोरिक्षाची सगळी माहिती घेतली. त्याच्याच स्कूलमध्ये दोन दिवसांत ऑटोरिक्षा चालवायला शिकलो. त्यानं माझ्याकडून नेहमीचे चार्जेस घेतले नाहीत. फक्त लायसन्सचे पैसे घेतले. पोलीस व्हेरीफिकेशन वगैरे होऊन आठवड्याभरात लायसन्स हाती पडलं.

श्रीधर नवीन रिक्षा घे, लोन मिळवून देतो, म्हणत होता. पण मी म्हटलं, आधी भाड्याचीच घेतो. सगळं नीट जमलं तर मग घेऊ नवी विकत!

– मग श्रीधर मला एका कन्नड अम्माकडे घेऊन गेला. तिच्याकडे एक ऑटोरिक्षा होती. तिचा नवरा ती चालवायचा. तो वारल्यापासून ऑटो रिकामीच पडली होती. भाड्यापोटी दिवसाला पंचवीस रुपये दिले, तर कन्नड अम्मा मला ऑटो चालवायला देणार होती. घासाघीस करून सौदा अठरा रुपयांवर ठरला. कन्नड अम्मा म्हणाली, ऑटो रोज आणून पोचवण्याची भानगड नको. तुमच्याकडेच ठेवा.

मला आता ऑटो चालवण्याच्या कल्पनेची अधिकाधिक नशा चढायला लागली होती. प्रामाणिक धंदा! कोणाची कटकट नाही, बॉसिंग नाही. आपण मेहनत करू तेवढा पैसा हातावर! शिवाय वेळप्रसंगी अडल्यानडलेल्याला मदत करण्याची संधी!

कधी एकदा धंदा सुरू करतो, असंच होऊन गेलं.

गेला महिनाभर प्रेमा मला परत नोकरी कधी लागेल, याची बरीच काळजी

घेतली होती. माझा नवा धंदा सुरू झालेला पाहिला, की तिला पुन्हा सुरक्षित वाटणार होतं. तिला एकदम चकित करून सोडावं, म्हणून अजूनपर्यंत मी तिच्याकडे ऑटो-रिक्षाविषयी काहीच बोललो नव्हतो.

गुजली सेकंडहँड मार्केटमधून मी दहा रुपयांना एक खाकी युनिफॉर्म घेतला– अगदी टोपीसकट. युनिफॉर्म चढवला, माझ्या एम. इ. डी. तेराशे चव्वेचाळीसवर स्वार झालो आणि थेट घरी गेलो.

ऑटोच्या आवाजानं प्रेमा दारात आली.

मी ऑटोमधून उतरलो - आणि हसत हसत तिच्याकडे गेलो.

ती माझ्या अंगावरच्या युनिफॉर्मकडे पाहतच राहिली.

नी येन्न पाक्करे? - पाहतेयस काय? आजपासून आपला नवीन धंदा सुरू! कुणाची नोकरी नको - गुलामी नको! स्वतंत्र धंदा! आता तुझी पैशांची काळजी मिटली बघ!

ती एकदम डोळ्यांना पदर लावून आत पळाली आणि जमिनीवर कोसळली. भिंतीवर डोकं आपटून घेऊ लागली. ओरडू लागली - अय्ययो अम्माऽ काय वेळ आली हो ही आपल्यावर! छी छी! अहो, तुम्ही होता कोण आणि झाला काय! कष्टमतान्? स्वत:ची मोटर होती तुमची! आणि आता भाड्यानं दुसऱ्याला पोचवायला निघालात! एमेस्सी माणूस तुम्ही - ऑटो-रिक्षा चालवताय! पेर् कुन्दलळगी - तलै मॉट्टै! जा - जा तुम्ही माझ्यासमोरून! मला तुमच्या अंगावरचे ते खाकी कपडे बघवत नाहीयेत.

दिवाकर तिला शांत करायला धावला. ती त्याला छातीशी धरून, माणूस मेल्यागत आक्रोश करायला लागली.

आणि त्या क्षणी एक गोष्ट लक्षात येऊन माझ्या अंगावर सर्र्रकन काटा आला.

ही माझी स्त्री नव्हती! माझ्यासारखे विचार करणारी; माझ्या दु:खानं दु:खी होणारी; मला ज्यात आनंद वाटेल, त्याच विषयात आनंद घेणारी; मी ज्या गोष्टी आयुष्यात महत्त्वाच्या मानत आलो, त्यांनाच महत्त्व देणारी, अशी ही स्त्री नव्हती! ही माझी स्त्री नव्हती!

माझा नवीन धंदा सुरू केल्याचा सगळा आनंद पार ओसरून गेला. मी युनिफॉर्म उतरवला आणि खुंटीला लावला. घरातले कपडे चढवले, चपला घातल्या आणि सिमेटरीत जाऊन बसलो.

थंड वारा सुटला होता... हळूहळू संध्याकाळ होऊ लागली होती. सिमेटरीतले पांढरे दगड तेवढे त्या दमट करड्या प्रकाशात भकासपणे उठून दिसत होते.

मी डोक्यावर हात घेऊन बसलो होतो. एक नवीनच धक्कादायक गोष्ट मी शिकत होतो! कालच मुलाच्या दुधासाठी चिल्ड्रन्स हॉस्पिटलच्या रोग्यांमध्ये लाचार होऊन बसणाऱ्या प्रेमाला, आजच्या घटकेला, मी ऑटो-रिक्षा चालवणार हे कमीपणाचं वाटत होतं. या इभ्रतीच्या, आणि मान-अपमानाच्या कल्पना आजवर माझ्या डोक्यातही कधी आल्या नव्हत्या. ऑटो-रिक्षा चालवण्याकडे मी केवळ एक माझ्या आटोक्यातला, महिन्याला अडीच-तीन हजार रुपये मिळवून देणारा आणि कुणाची लाचारी पत्करावी न लागणारा एक धंदा म्हणून पाहात होतो. माणसानं कुठंही प्रामाणिक श्रम करून पैसे मिळवायला हरकत नाही, असा माझा सरळ हिशेब होता. त्यात हे काम मोठं आणि ते काम हलकं अशा विचारांना जागाच नव्हती...

पण हे बहुधा प्रेमाला समजत नसावं. तिच्या वुमेन्स क्लबमध्ये ऑटो-रिक्षा चालवणाऱ्याच्या बायकोला स्थान नसावं.

सळसळ झाल्यासारखं वाटलं, म्हणून मी वर पाहिलं.

माझ्या समोरच्या पांढऱ्या शुभ्र मरणशिलेवर एक काळाभोर पट्टा वळवळत चढत होता...

तो वरपर्यंत पोचला आणि तिथंच फणा काढून निश्चल झाला.

माझ्या अंगावर शहारे आले. गारठा लागू लागला.

सव्वीस

प्रेमाला जरी माझं ऑटो-रिक्षा ड्रायव्हरच्या युनिफॉर्ममधलं रूप बघवत नसलं, तरी आपण ऑटोरिक्षाचा धंदा करून बघायचाच; अगदी सगळी शक्ती पणाला लावून करायचा, असं मी ठरवलं होतं.

एमारेफमध्ये किंवा ट्रॉटमध्ये जसं मी परिस्थिती नीट समजावून घेऊन, डोकं चालवून, कंपनीचा जास्तीत जास्त फायदा होईल; अशा नव्यानव्या योजना आखायचा, आणि घड्याळाकडे न पाहता, रात्रंदिवस कष्ट करून त्या राबवीत असे, तसंच मी याही धंद्याच्या बाबतीत केलं. कुठं कुठल्या वेळी वर्दळ असते, कुठल्या भागात कुठल्या प्रकारचं गिऱ्हाईक मिळतं, याचा नीट अभ्यास केला आणि त्याप्रमाणे धंदा करू लागलो.

सकाळी सहा वाजता मी ऑटो बाहेर काढीत असे. या वेळी व्हाइट फील्डमधून बंगलोरला पिठाच्या गोणी घेऊन जाणारी गिऱ्हाइकं मिळायची. एका गोणीला तीन रुपये, अशा हिशेबानं पाच गोणींचे पंधरा रुपये मिळत. काही माणसं ऑफीसला ऑटोनं जाणारी पाहून ठेवलेली होती. ऑफीस-टाइमला त्यांचा धंदा मिळे. सकाळी दहा-साडेदहापर्यंत मला चाळीसएक रुपये सहज मिळत. लंच-टाइमला पंचवीस-तीस मिळायचे. साडेचार ते सहा धंदा जरा कमी व्हायचा. सहानंतर मी शिवाजीनगरच्या स्टँडपाशी ऑटो उभी करायचा. तिथून साईबाबा आश्रमात जाणारी पुष्कळ गिऱ्हाइकं मिळत. आठ वाजेपर्यंत धंदा करून मी साडेआठपर्यंत घरी यायचा. साधारण सहा लिटर पेट्रोल लागायचं. सगळा खर्च जाऊन दिवसाला साठ-सत्तर रुपये, कधीकधी शंभर रुपयेसुद्धा सुटायचे. हळूहळू स्वतःची ऑटो-रिक्षा घेण्याची स्वप्नंही मी पाहायला लागलो होतो.

घर बऱ्यापैकी चालवण्याइतका पैसा – तोही हातावर ट्रॉटमधल्यासारखा वाटेल त्या वेळी नव्हे - मिळायला लागला होता. असं असूनदेखील, प्रेमा माझ्या ऑटो चालवण्यावर नाराज ती नाराजच राहिली. भरीस भर म्हणून आसपासच्या

बायका येऊन आगीत तेल ओतीत. सगळ्या जणी जमून माझ्याविषयी हळहळायच्या. एके काळी मॅनेजर असलेला माणूस ऑटो चालवतो, म्हणजे जसे काही त्याचे हातपाय तुटलेत किंवा त्याला एखादा असाध्य रोग जडलाय, अशा रीतीनं त्या माझ्याविषयी बोलायच्या. तसं म्हटलं तर माझ्या जिऑलॉजीच्या शिक्षणाचा रबर कंपन्यांमध्ये काय उपयोग होता? पण तिथं माझं शिक्षण वाया जातंय, असं कुणाला वाटत नव्हतं. मग ऑटो चालवण्याच्याच वेळी माझं शिक्षण पाण्यात गेलं, असं कुणाला कां वाटावं? पण नाही - घरात सदैव प्रेमाची धुसफूस आणि रडारड चालू असायची. चारचौघांत तिचं नाक कापलं जावं आणि लोकांनी तिला हिणवावं, म्हणून मी मुद्दामच हा पेशा पत्करला, असे आरोप माझ्यावर करण्यापर्यंत तिची मजल गेली होती.

मद्रासला एकटंच राहायचा सुधाकरला कंटाळा आला होता. नाहीतरी त्यानं काही थोडीथोडकी वर्षं आईपासून दूर काढली नव्हती. त्यामुळं तो व्हाइट फील्डला परत आला. तो आणि दिवाकर – दोघेही आता मिशनच्या ब्रदर्सनी चालवलेल्या नागमलाई बॉइज टाऊन या टेक्निकल स्कूलमध्ये जायला लागले होते. माझ्या ऑटो-रिक्षा चालवण्यानं त्यांचीदेखील, म्हणे, बदनामी व्हायला लागली होती. आमचे मित्र 'ऑटो ड्रायव्हरच्या घरातली मुलं' म्हणून आमची हेटाळणी करतात, असं त्यांचं म्हणणं होतं. 'अंकल, तुम्ही पुन्हा पूर्वीसारखे मोठ्या कंपनीतले बडे ऑफीसर का नाही होत?' अशी त्यांनी माझ्यामागे भुणभूण लावली होती.

अशा वेळी वाटायचं, माणूस एकटा असला, तर किती सुखी असतो! स्वत:च्या कल्पनेप्रमाणे जगायचं स्वातंत्र्य त्याला असतं. संसार उभारल्यानंतर मात्र बायकोच्या, मुलांच्या अपेक्षांप्रमाणे त्याला जगावं लागतं, त्यांच्या चांगल्यावाईटाच्या कल्पनांचं गुलाम व्हावं लागतं, हे किती भयंकर आहे! आणि असं असूनही एकटा राहाणारा माणूस, बायको-मुलांनी भरलेला संसार हवा म्हणून तळमळत असतोच! असं का?

अखेरीस मीही प्रेमा आणि तिची मुलं यांच्या प्रतिष्ठेच्या कल्पनांना बळी गेलो आणि नाइलाजानं ठरवलं की, आता ऑटो चालवणं बंद करायचं.

खरं तर या वेळेपर्यंत ऑटो चालवणं मला चांगलंच मानवलं होतं. म्हणून मी सुरुवातीला श्रीधरला कबूल केल्याप्रमाणे स्वत:ची ऑटो घेण्याच्या तयारीलाही लागलो होतो. त्यासाठी कर्जाचा अर्ज भरून श्रीधरकडे दिला होता. या आठवड्यात ते कर्ज मंजूरही झालं असतं. पण एकदमच ठरवून टाकलं – जाऊ दे. या धंद्यात त्यांनी आपल्याला कितीही समाधान असलं; तरी मुलांचे ते हिरमुसलेले चेहरे, अधूनमधून आपल्याशी धरलेला अबोला आणि रात्री प्रेमाचं बिछान्यातलं मुसमुसणं, हे सारं आपल्याच्यानं सोसवणार नाही. घरात भांडण, रुसणीफुगणी होऊ नयेत,

सर्वांनी आनंदात राहावं, असं मला मनापासून वाटत होतं. म्हणून त्यांच्या आनंदाची आणि घरातल्या शांततेची किंमत मी चुकती करायचं ठरवलं.

मी त्या भल्या कन्नड अम्माची ऑटो-रिक्षा जड अंत:करणानं परत केली. भाडं हवं तर कमी द्या, पण तुम्हीच चालवा; असं कन्नड अम्मानं मला खूप सांगून पाहिलं. एवढंही म्हणाली की माझा नवरा गेल्यापासून मी जशी या सुन्या सुन्या घरात खंगत चालल्येय, तशीच कुणी चालवायला नाही, म्हणून ही ऑटो इतके दिवस गंजून चालली होती. आता ती परत रिकामी पडणार आणि मला स्वत:च्या दुर्दशेची आठवण करून देणार. तसं व्हायला नको, म्हणून तरी तुम्ही ती घेऊन चला.

मी तिला दुसरा गरजू ड्रायव्हर बघून देण्याचं आश्वासन देऊन निघून आलो.

आता पुन्हा प्रश्न होताच! - अप्परम्! व्हॉट नेक्स्ट? पुढं काय?

- ते त्या जीजसलाच माहीत!

गंमत अशी, की या वेळेस जीजसनंच पुढाकार घेऊन हा प्रश्न सोडवला.

असं म्हणायचं कारण हे की, एकदा प्रेमा चर्चमध्ये गेली असतानाच, तिथल्या नोटीस बोर्डावर तिला एक नोटीस दिसली. केसीडी (कर्नाटक सेंट्रल डायोसिस) - ॲडमिनिस्ट्रेटिव्ह बॉडी ऑफ द चर्च यांच्यातर्फे सेल्फ- एम्प्लॉयमेंटमधला एक शिक्षणक्रम सुरू व्हायचा होता. त्यासाठी त्यांना शिक्षक हवा होता. ज्यांना त्यात स्वारस्य असेल, त्यांनी रेव्हरंड पी.एल. लॉरेन्सना भेटावं, असं त्या नोटीसमध्ये म्हटलं होतं.

प्रेमानं तपशील लिहून घेतले, आणि माझ्याकडे दिले. (सध्या घरात पैशांची तशी चणचण असली, तरीही मी ऑटो-रिक्षा चालवणं सोडून दिलं, म्हणून प्रेमा समाधानात होती.) मी लगेच अर्ज पाठवून दिला.

या नोकरीसाठी तेरा अर्ज आले होते, असं नंतर कळलं. तेरांपैकी फक्त तिघांना इंटरव्ह्यूसाठी बोलावणं पाठवलं होतं, त्यातला एक मी होतो. पगार महिन्याला फक्त हजार रुपये होता. त्यातून हा कॉन्ट्रॅक्ट जॉब होता आणि बारा महिने काम चालेलच, याची काहीही खात्री नव्हती. हे ऐकल्यावर ते दोघे निघून गेले आणि साहजिक मलाच काम मिळालं.

सेल्फ-एम्प्लॉयमेंट शिक्षणक्रमासाठी या संस्थेला जर्मनीकडून पंचाहत्तर हजार रुपयांचं अनुदान मिळायचं. पण गेली चार वर्षं काही काम झालं नव्हतं. आणि संस्थेकडे पैसे नुसतेच पडून होते. मधल्या काळात महागाई चाळीस टक्क्यांनी वाढली होती. तेव्हा संस्थेच्या मनात होतं, की त्या प्रमाणात अनुदान वाढवून मिळवायचं. जर्मनीबरोबर संपर्क साधून अनुदान वाढवून घेण्याचं काम त्यांनी माझ्यावर सोपवलं.

मी म्हटलं – हे बरोबर दिसणार नाही. पैसे आपल्याकडे पडून राहिले, ते आपण काम केलं नाही म्हणून! त्यात फंडिंग एजन्सीचा काय दोष? आहेत त्या पैशांत बसेल, असंच बजेट आपण आखू. आणि मग त्याच्या जोरावर पुढच्या वर्षी ग्रँट वाढवून मागू.

संचालकांनी हे कुरकुरतच पटवून घेतलं.

या काळात सुधाकरचा उजवा डोळा फारच खराब झाला होता. डोक्यावर एका विशिष्ट ठिकाणी आघात झाल्यामुळे दृष्टीवर परिणाम झाला होता, असं डॉक्टरांनी मागेच सांगितलं होतं. माझ्या अंदाजाप्रमाणे जेबराजनं जेव्हा त्याचं डोकं धरून जोरजोरात आपटलं, तेव्हाच हा आघात झाला असावा. पण उजवा डोळा बिघडल्यामुळे डाव्यावर अधिक भार पडून आता तोही दिवसेंदिवस कामातून जाऊ लागला आहे, असा रिपोर्ट त्याच्या नागमलाई बॉइज स्कूलच्या वैद्यकीय तपासणीनंतर मिळाला. आम्ही ट्रीटमेंट करून घेतल्यास डॉक्टरच्या बिलाचा दोनतृतीयांश हिस्सा द्यायला शाळा तयार होती, असं प्रिन्सिपॉलचं पत्रही त्याला जोडूनच आलं. (पालकाचं उत्पन्न एक अमुक एका मर्यादेखाली असल्यास, विद्यार्थ्यांना अशा बऱ्याच सवलती शाळेत होत्या.)

आम्ही शंकर नेत्रालयात सुधाकरच्या डोळ्यांवर ट्रीटमेंट करून घेतली. उजव्या डोळ्यांत दहा टक्केच दृष्टी शिल्लक राहिली होती. त्यामुळं तो वाचवण्यापलीकडे गेला होता. पण त्याच्यावर केलेल्या ट्रीटमेंटमुळे निदान डाव्या डोळ्याची घसरण थांबली. हा फायदाही काही कमी नव्हता.

कमी उत्पन्नात जगता यावं, म्हणून मी माझ्या गरजा खूपच कमी केल्या होत्या. पिणं तर जवळपास सोडलंच होतं. स्मोकिंगही क्वचित करीत असे. नवीन कपडे मी गेल्या कित्येक महिन्यांत शिवले नव्हते. बुटांचा गेला जोड फाटल्यानंतर (ट्रॉटची आठवण देत मागं राहिलेल्या) रबर सपातांवरच मी चालवू लागलो होतो.

प्रेमाची उधळपट्टी थोडी कमी झाली असली, तरी तिचा दिमाख पूर्वीचाच होता. स्मोकिंग तिनं हळूहळू स्वतःच कंटाळून कमी केलं होतं. (व्यसनांवरही सर्वांनाच निष्ठा ठेवता येत नाही!) स्वतः शोधून आणलेला, म्हणून तिला माझ्या सध्याच्या जॉबविषयीही अभिमान होता. (त्या पलीकडे तिनं या कामात, मला खरोखरच समाधान मिळतं की नाही, याची चौकशी केली नाही. तेवढे श्रम करण्याची तिच्या बुद्धीची कुवतही नव्हती.) त्यामुळं ती पगार कमी मिळतो, या विषयी फारशी तक्रार करायची नाही.

पगार कमी मिळणं, त्यामुळं घरात ओढाताण असणं आणि साधेपणानं राहावं लागणं, या गोष्टींची मला खंत नव्हती. मात्र जीव तोडून काहीतरी निर्मितीचं काम

करावं आणि त्याची मनापासून दाद मिळावी, यासाठी मी आसुसलेला असायचा. नाइलाजानं का होईना, पण श्रमांचा वा गुणांचा मोबदला पैशात देणारी बरीच माणसं मिळतात. पण तोंड भरून दाद देणारं माणूस मात्र लाखात एकसुद्धा मिळणं कठीण! ही संस्थाही याला अपवाद नव्हती.

तरुणांना धंद्याच्या बाबतीत स्वतःच्या पायावर उभं कसं राहावं, हे शिकवण्याची कल्पना आवडली; म्हणून पगार अतिशय कमी असूनही मी या संस्थेत दाखल झालो होतो. पण संचालकांना मात्र स्वावलंबी तरुण तयार करण्याऐवजी जर्मनीकडून जास्तीत जास्त पैसा कसा काढता येईल, याचीच विवंचना लागलेली होती. मी काय काम करतोय, याच्याशी त्यांना काही देणंघेणं नव्हतं.

ट्रेनिंगसाठी आलेल्या विद्यार्थ्यांना मी सुरुवातीलाच सांगितलं की या भागातल्या वेगवेगळ्या दुकानदारांशी बोलून आपण त्यांच्या अडचणी समजावून घेऊ. स्वतःचा धंदा वाढवण्यासाठी प्रत्येक दुकानदारानं जे कष्ट काढले होते, आणि ज्या संकटांना तोंड दिलं होतं; ते समजल्यावर या तरुणांचा सुरुवातीचा उत्साह कमी झाला. एवढा त्रास काढायचा, तर धंद्यात पडायचंच कशाला, अशी भाषा सुरू झाली.

मी संचालकांना कळवलं की हे सगळे तरुण इथं आलेत, ते आपल्याला आयतं काहीतरी घबाड मिळेल, या आशेनं! टक्केटोणपे खाऊन स्वतःचा उद्योग वाढवण्यात यांना कुणाला स्वारस्य नाही. तेव्हा या सगळ्यांना परत पाठवावं आणि पुन्हा मुलाखती घेऊन नवीन ग्रुप तयार करावा. हा सगळा व्याप करायला मी तयार आहे. कारण त्याशिवाय एकंदर उपक्रमातून काहीच निष्पन्न होणार नाही. यावर संचालकांचं म्हणणं असं पडलं की, याच विद्यार्थ्यांचे फोटो आणि नावं जर्मनीला पाठवली आहेत. तेव्हा त्यात आता काहीच बदल करता येणार नाही. जी रोलवर आहेत, त्याच मुलांना ट्रेनिंग द्या.

अर्थात या धोरणामुळे, ते सगळे विद्यार्थी विशेष काहीच श्रम न करता संस्थेच्या - म्हणजे जर्मनीच्या - पैशावर मजा मारत वर्षभर सुखानं राहिले.

मी मात्र त्या वेळात मोकळा न राहता ज्यांची काम करण्याची इच्छा होती, अशा बाहेरच्या कारागिरांना मार्केटमधून गोळा केलं आणि त्यांच्या श्रमांना अधिक बाजारपेठ मिळवून देण्याचा प्रयत्न केला. केरसुण्या तयार करणाऱ्या बायकांना, थोडं अधिक शिस्तीनं काम करून, केरसुणीची बांधणी नीटनेटकी करून, साठ पैशांना त्या विकीत, तीच केरसुणी तीन रुपयांपर्यंत विकली जाऊ शकते, हे शिकवलं. आमच्या एलच्या आकाराच्या इमारतीला लागून वर्कशॉप असं संबोधली जाणारी एक लांबलचक खोली रिकामीच होती. तिथं वर्कशॉपमध्ये आवश्यक ती हत्यारं-अवजारं मी आणून घेतली, सुतारांना बोलावलं आणि मार्केटमधल्या फर्निचरच्या दुकानांसाठी आम्ही ऑर्डरप्रमाणे काम करू लागलो. थोडंसं त्यातही डोकं वापरून, कपाटात अधिक सोय करणं किंवा

टेबल अधिक देखणं करणं अशासारख्या गोष्टींमुळे मार्केटमध्ये आम्हाला चांगली मागणी येऊ लागली.

संचालकांच्या म्हणण्याप्रमाणे मी आमच्या प्रोजेक्टचं कमर्शिअलायझेशन चालवलं होतं आणि अशा रीतीनं पैसे मिळवणं हे संस्थेच्या उद्दिष्टांशी विसंगत होतं. त्यामुळं त्यांनी मला वर्कशॉपमधलं बाहेरचं काम बंद करायला लावलं. बाहेरच्या कारागिरांना आमच्याकडे येण्याची बंदी झाली आणि वर्कशॉप पुन्हा धूळ खात रिकामं पडून राहू लागलं.

जर्मनीकडून मिळणारी मदत ही मुळात आपल्याला आपल्या पायावर उभं करण्यासाठी आहे, तिच्यावर आपण कायम अवलंबून राहाता कामा नये, हा माझा दृष्टिकोन आणि कागदोपत्री कामं दाखवून अनुदान मिळवण्याचं संचालकांचं धोरण, यात कायम विरोध राहिला. त्यामुळं माझे आणि संचालकांचे वेळोवेळी वाद होत राहिले आणि दुसऱ्या वर्षीच कॉन्ट्रॅक्ट संपताच मी ही संस्था सरळ सोडून दिली. मनाला वाईट वाटलं आणि बरंही वाटलं.

बरं अशासाठी वाटलं, की अजून तरी आपण आपल्या मनाला पटेल ते करण्याइतके प्रामाणिक आहोत आणि उद्याची भ्रांत असतानाही, जिथं पटत नाही, ते ठिकाण सोडून जाण्याइतकी धडाडी अजून आपल्या अंगात आहे.

आणि वाईट अशा विचारानं वाटलं, की आज कुणालाच काही चांगलं काम नको आहे का? संस्थांच्या, व्यक्तींच्या, समाजाच्या भल्यासाठी झटणारे लोक सगळीकडे नकोसे ठरणार का?

पण मनात असे निराशेचे विचार येत असतानाच अनपेक्षितपणे माझ्या कामाला एक दिलखुलास दाद मिळाली. मुरे कलशॉ नावाच्या एका ब्रिटिश गृहस्थानं माझं केसीडीमधलं काम पाहिलं होतं. माझे विचार आणि माझी काम करण्याची पद्धती त्याला आवडली होती. स्किल्स फॉर प्रोग्रेस (SKIP) अशी एक संस्था तो स्वत: जर्मनीच्या अनुदानावरच चालवत होता.

मुरेनं मला स्किपमध्ये काम करण्याचं आमंत्रण दिलं.

स्किपमधल्या माझ्या कामाच्या पहिल्याच दिवशी मुरे कलशॉनं माझी त्याच्या सहकाऱ्यांशी ओळख करून दिली.

त्या ओळखींमध्ये सगळ्यात लक्षात रहिली ती निर्मला कन्ननोर हे केरळी मुलगी.

स्किपचं नियमित प्रकाशन होतं – स्किप न्यूजलेटर. त्याचे संपादक होते थिओडोर बाबू. निर्मला त्यांची डॉक्युमेंटेशन असिस्टंट म्हणून काम करायची.

मुरेनं आमची ओळख करून दिली, तेव्हाची निर्मलेची मूर्ती अजूनही माझ्या डोळ्यांसमोर आहे. साधारण पाच फूट चार इंच उंची, त्या उंचीला शोभेल इतपत

जाडी, चटकन लक्ष जावं इतपत भरदार छाती आणि बुद्धिमान. आकर्षक चेहरा. वीतभर रुंद तांबड्या काठाची, पांढऱ्या रंगाची एकदम उठून दिसेलशी साडी - तिचा पदर अंबाड्यावरून घेतलेला, म्हणजे ना धड डोक्यावर, ना खांद्यावर, म्हणूनच अधिक लक्ष वेधून घेणारा आणि कपाळाला मोठं तांबडं कुंकू. आपण आकर्षक आहोत, हे माहीत असल्यामुळे चारचौघांपेक्षा वेगळं नटणं.

आमची ओळख करून देताच तिनं हस्तांदोलन केलं आणि हसून म्हटलं – वेलकम टू स्किप. वुइ शाल हॅव एन्जॉयेबल टाइम.

तिनं जरी असं म्हटलं, तरी असा एन्जॉयेबल टाइम आम्हाला कधी एकत्र मिळालाच नाही, कारण आमची कामं अगदीच वेगवेगळी होती. क्वचित भेटणं, समोरून आल्यावर एकमेकांना सस्मित 'हॅलो' करणं एवढीच आमची ओळख होऊ शकली. नाही म्हणायला पॅलेस रोडवरच्या लायब्ररीत ती जात असतानाच मी तिला एकदोन वेळा स्कूटरवर लिफ्ट दिली एवढंच! (ती त्या वेळेस मिशनच्या सिस्टर्सनी चालवलेल्या पॅलेस ऑर्चर्ड होस्टेलमध्ये राहायची.)

थोड्याफार म्हणण्यासारख्या अशा गप्पा आम्ही एकदाच लंचसाठी होटेल कामधेनूमध्ये गेलो, तेव्हा मारल्या. (दिवसा होटेल कामधेनू इतकं निष्पाप दिसत होतं! रात्री मी पाहिलेले नशेतले वेडेवाकडे चाळे याच ठिकाणी घडत असतील, हे खरंही वाटलं नसतं.) ओळख करून घेण्यासाठी लंचला कुठंतरी जाण्याची कल्पना तिचीच होती. विशेष म्हंजे, मी तुम्हांला बोलावलंय, मीच बिल देणार, असं सांगून तिनं हट्टानं बिल दिलं. (माझ्या खिशात तरी कामधेनूचं बिल देण्याइतके पैसे कुठे होते म्हणा! निर्मलाच्या घरची परिस्थिती मात्र चांगली असावी!)

होटेल कामधेनूमधल्या लंचच्या वेळी झालेल्या गप्पांमधून आमची बऱ्यापैकी मैत्री जमण्याची चिन्हं दिसायला लागली आणि एवढ्यात एक प्रसंग असा घडला, की त्यामुळं मैत्रीची शक्यता पार निकालात निघाली.

स्किपची ॲन्युअल जनरल मीटिंग नेहमी कुठल्यातरी निसर्गरम्य स्थळी घेतली जायची. त्या निमित्तानं स्टाफला एक आऊटिंग व्हायचं आणि कम्बाइनिंग बिझनेस विथ प्लेझर, असं सहज घडून यायचं. यंदाची मीटिंग गोव्यात होती, आम्ही पणजीच्या टूरिस्ट लॉजमध्ये उतरलो होतो.

मीटिंगचा एक दिवस सगळ्यांना शुद्ध मजा करण्यासाठी ऑफ दिला होता. आम्ही सगळे पणजीहून बसनं कलंगूट बीचवर गेलो. बीचवर गेल्यावर ज्यांना पाण्यात उतरायचं होतं, ते उतरले. बरेचसे नुसते बीचवर बसून फेणी, व्हिस्की पिऊ लागले. आम्हा चौघापाच जणांचा एक ग्रुप बिअर पीत, खिदळत वाळूत बसून राहिला.

पीटर म्हणून एक आगाऊ मुलगा पाण्यात डुंबत होता. त्यानं सफेद सलवार-कमीज घालून किनाऱ्यावर शिंपले वेचत फिरणाऱ्या निर्मलेला आग्रह करकरून पाण्यात बोलावलं. निर्मलाही मागचा पुढचा विचार न करता सरळ पाण्यात शिरली, आणि मजेत डुंबू लागली.

पाण्यात डुंबून ती मधूनमधून हसत, ओरडत किनाऱ्यावर येई, लाटांच्या पाठशिवणीनं खोटं खोटं घाबरल्यासारखं करी, आणि परत पाण्यात जाई. तिचा स्वच्छ सफेद कमीज पाण्यानं पुरता पारदर्शक झाला होता, आणि आत ब्रेसियर्स नसल्यामुळे स्तन आणि विशेषत: अग्राभोवतीची तपकिरी वर्तुळं स्पष्ट दिसू लागली होती. ओली सलवार पायांना घट्ट चिकटून बसली होती.

सगळी पुरुषमंडळी आपलं पिणं आणि खिदळणं क्षणभर थांबवून तिच्याकडे डोळे फाडफाडून पाहू लागली होती...

मला निर्मलेचा अनावर संताप आला! हे देहप्रदर्शन तिनं कशासाठी मांडलं आहे, या विचाराची सणक डोक्यात गेली. मी बसायला घेतलेला टॉवेल उचलला आणि धावत तिच्याकडे गेलो. निर्मला - बिहेव्ह युअरसेल्फ! असं ओरडून मी तो टॉवेल तिच्या अंगावर समोरून ओढणीसारखा टाकला आणि म्हटलं, पुष्कळ झालं पाण्यात हुंदडणं. बसमध्ये जाऊन बस जा.

ती काही बोलली नाही. टॉवेल पांघरल्यासारखं करून ती बसच्या दिशेनं निघून गेली.

मी जागेवर येऊन बसलो, तेव्हा कोणीच या प्रकाराबद्दल काही बोललं नाही. सर्वांनी पुन्हा बिअर तोंडाला लावली आणि चावट चुटके सांगायला परत सुरुवात केली. मला आपण एक कटू कर्तव्य पार पाडलं, याचं मला समाधान वाटलं.

पण हे करण्यात आपण चूक तर केली नाही ना? असं लवकरच वाटायला लागलं. बसमध्ये आमच्या सीटस जवळ नव्हत्याच, पण चढता-उतरतानाही निर्मला माझ्याशी काही बोलली नाही.

नंतरचे दोन दिवस आम्ही पणजीला टूरिस्ट लॉजमध्ये एकत्र होतो. पण निर्मला माझ्याशी एक अक्षरही बोलली नाही. समोरून आली, तरी ती हसतसुद्धा नसे. पार अनोळखीपणे वागायची. असं वाटलं, की या अबोल्यापेक्षा, ती माझ्याशी कडकडून भांडली असती, तरी चाललं असतं. निदान त्यामुळं माझी बाजू मांडायची संधी तरी मला मिळाली असती. तिच्याविषयीच्या आदरामुळेच मला तिचं देहप्रदर्शन बघवलं नाही, पुरुषांनी मिटक्या मारत तिच्याकडे बघावं हे सहन झालं नाही, मी रागावलो होतो ते या कारणासाठी, हे मला स्पष्ट करता आलं असतं. पण तिनं काहीच विचारलं नाही. त्यामुळं माझी स्पष्टीकरणं माझ्याकडेच राहिली.

बंगलोरला परत गेल्यानंतर ऑफीसमध्येही हेच. निर्मलेनं त्या प्रसंगापासून माझ्याशी बोलणंच सोडलं होतं. ती माझ्यावर अतिशयच संतापली असावी. किंबहुना ज्या गोष्टीला मी स्वतःचं कर्तव्य समजलो होतो, ती तिला निव्वळ आगाऊपणाची वाटली होती.त्या वेळेस पाण्यात हुंदडण्याच्या आनंदात ती निरागसपणेच अंगावरच्या वस्त्राचं भान विसरली असणार! तिच्या लज्जारक्षणाचा प्रयत्न केल्यामुळे उलट मी तिला नको ते भान आणून दिलं असणार! त्याच वेळी इतर पुरुषांच्या लंपट नजरांचा खरा अर्थ ध्यानात येऊन ती संतापली असणार. आणि जो एक पुरुष तिच्या मते, मानभावीपणानं तिच्या लज्जारक्षणाचा आव आणून पुढं झाला, त्याच्यावरच त्या सगळ्या पुरुषांचा राग तिनं काढला असणार! - 'कोण हा? मी कशीही वागेन, याला चिडायचं कारण काय? - संबंध काय याचा माझ्याशी? मी काय याची बायको आहे, की खास मैत्रीण आहे? समजतो तरी काय हा मला? चारचौघांसमोर मला 'बिहेव्ह युअरसेल्फ' असं सांगायचा याला अधिकार काय? तसा अधिकार मी न देता, हा स्वतःच तो बळकावण्याचा प्रयत्न करतोय का? म्हणजे इतर पुरुष नुसत्या नजरेनं जो लंपटपणा करतात, तो हा आपल्या वागण्यानं करतोय की काय? धाडसच आहे हे याचं!'

असा काहीतरी भाव ठेवून ती माझ्याशी बोलणं टाळत होती. मला अधिकाधिक अवघडल्यासारखं वाटत होतं. जे आपल्या मनात नव्हतं, त्याचा कुणीतरी आपल्यावर अन्यायानं आरोप करतंय, असं वाटत होतं. अधिकच वाईट म्हंजे, ते आपल्या मनात नव्हतं, याची मला स्वतःलाच खात्री देता येत नव्हती.

शेवटी मी ठरवलं, की काय होईल ते होवो, पण आपण एकदा उघडउघड बोलून या प्रकरणाचा निकाल लावायचा.

मी तिला ऑफीस सुटण्याच्या वेळी गाठलं आणि म्हटलं, लुक निर्मला! गोव्यातल्या प्रकाराबद्दल मला तुझ्याशी बोलायचं आहे.

पण मला काहीही बोलायचं नाहीये. असं म्हणून ती सरळ माझ्या अंगावरून निघून गेली.

त्यानंतर थोड्याच दिवसात स्किप ही ऑर्गनायझेशनच फुटली आणि आमच्या वाटा वेगळ्या वेगळ्या झाल्या.

सत्तावीस

स्किप फुटायच्या काही दिवस आधीची गोष्ट.

आमचा कामाचा आठवडा पाच दिवसांचा असायचा. शनिवार-रविवार मी आराम करायचा, वाचायचा किंवा मुलांबरोबर कुठं बाहेर गेलो नाही, तर घराची स्वच्छता करायचा. घर स्वच्छ करणं मला विशेष आवडत असे. आपलं घर आपण स्वच्छ करतो आहोत, यात अभिमान वाटत असे.

जावाचं एक त्रेसष्ट सालचं मॉडेल मला विदाउट पेपर्स फक्त दोन हजारांना मिळालं होतं. दर शनिवारी हौसेनं तिची साफसफाई करून दुपारी मी प्रेमाला शाळेतून घरी घेऊन येत असे. त्या शनिवारी मी गाडी साफ केली आणि आंघोळ करून घेतली. तरी अजून प्रेमाची शाळा सुटायला वेळ बराच आहे, असं लक्षात आलं, म्हणून मी पुस्तकांच्या कपाटात वेडीवाकडी पडलेली पुस्तकं नीट रचून ठेवू लागलो.

एवढ्यात प्रेमा लगबगीनं घरात शिरली.

काय ग? लवकर कशी आलीस? मी आश्चर्यानं विचारलं.

प्रेमा दाराजवळच मटकन खाली बसली. तिच्यानं बोलवत नव्हतं. सबंध शरीर थरथरत होतं.

मी आमच्या चिमुकल्या फ्रिजमधून थंडगार पाण्याची बाटली काढली आणि तिला भांडंभर पाणी प्यायला दिलं.

बरं वाटत नाहीये का? उनुक्कू ॲन्न शॅयगिरदु? तिचं पाणी पिऊन झालं, तरी ती काही बोलेना म्हणून मी म्हटलं - ऊन लागलं असेल... पड जरा.. नी नोयाळि.

तिनं बसल्याबसल्या कशीतरी मांडीवरची मोठी चौकोनी पर्स उघडली. आणि आतून दिन-तंदी (डेली टेलिग्राफ)च्या दोन पानांची पावपट केलेली घडी काढून ती माझ्या हातात दिली.

मी ती घडी उलगडून वाचू लागलो, तर पहिल्याच पानावर ठळक हेडलाइन होती.

मद्रासमध्ये सब-इन्स्पेक्टरचा भीषण खून!

खालच्या ओळीत दोन फोटो होते. एक सुंदरराजचा आणि दुसरा पोलीस क्वार्टर्समधील त्याच्या बैठ्या घराचा.

त्या खाली दिलेली बातमी भयंकर होती. विश्वास ठेवायला कठीण होती. इस्थरनं सुंदरला गोळी घालून त्याचा खून केला होता. त्यानंतर आपला एक मुलगा आणि एक मुलगी यांच्यावर गोळ्या झाडून शेवटी स्वत: आत्महत्या केली होती. एकाच वेळी काही मिनिटांच्या आत सबंध कुटुंब मृत्युमुखी पडलं होतं.

प्रेमाचं शरीर अजूनही थरथरत होतं. डोळे पुन:पुन्हा भरून येत होते. अय्यो अम्माऽऽ हे केलं तरी कसं तिनं - कसं करवलं तिच्यानं? अव अदै एप्पडी शैय्दा? असं ती पुन्हापुन्हा पुटपुटत होती....

मी तिला शांत करण्याचा प्रयत्न केला. अधिक माहिती काढू आपण - नेमकं काय झालं ते कळेलच. मी म्हटलं.

प्रेमाला घेऊन मी स्किपच्या ऑफिसात गेलो. स्किपचा एक्झिक्युटिव्ह सेक्रेटरी एडवर्ड लोबो ऑफीसच्या वरच राहायचा, त्याच्याकडून चाव्या घेतल्या आणि ऑफीस उघडलं. प्रेमा रिसेप्शन रूममधल्या सोफ्यावर गळून गेल्यासारखी बसून राहिली आणि मी मद्रासमधल्या जेम्स बलराजला फोन लावू लागलो. (जेम्स बलराज, चर्च ऑफ साउथ इंडियाच्या कौन्सिल फॉर टेक्नॉलॉजिकल ट्रेनिंगचा डायरेक्टर होता.) जेम्स म्हणाला, तू तुझा नंबर दे आणि फोनशीच थांब. मी सगळी माहिती काढून तुला कळवतो.

मी रिसेप्शन रूममध्ये जाऊन बसलो. प्रेमा पुन्हापुन्हा म्हणत होती की, फ्युनरलला मला जायला हवं. काही झालं तरी मी त्याची बायको आहे. सुधाकर-दिवाकरलाही न्यायला हवं. ती मुलं आहेत त्याची. असं म्हणून ती एकसारखी रडत होती.

मी तिला म्हटलं, जमण्यासारखं असेल तर जाऊ फ्युनरलला. मुलांना नेणं कठीण असलं, तर मी तुला तरी घेऊन जाईन. तू रडू नकोस. नी एन अळुगिराय्?

पण तिचे अश्रू थांबतच नव्हते. जो माणूस पहिल्यापासून शेवटपर्यंत तिच्याशी इतक्या निर्दयपणे वागला आणि ज्यानं तिला इतकी गलिच्छ धमकी देऊन तिच्यावर आत्महत्येची वेळ आणली, त्या माणसाच्या मृत्यूचं एवढं दु:ख तिला कां व्हावं, हे मला कळत नव्हतं.

कदाचित ती त्याच्यासाठी रडत नसेल. त्याच्या मृत्यूनं आपण विधवा झालो, म्हणून रडत असेल. कारण अजूनही तोच तिचा नवरा होता - तिच्या मुलांचा बाप होता... तर मग मी कोण होतो? मी तिचा पती नव्हतो.. तिच्या मुलांचा बापही नव्हतो... मग उद्या मला मृत्यू आला, तर ही माझ्यासाठी इतकं रडेल का? - कोण

जाणे! तिनं माझ्यापेक्षा त्याच्यावरच अधिक प्रेम केलं असेल! तर्काला अजिबात न पटणारं आणि तरीही कदाचित अगदी खरं असं! तिच्या रडण्याचं आणखी एक भयंकर कारण असू शकेल... सुंदर कितीही हिंस्र वागला, तरीसुद्धा आमच्या समागमाच्या वेळी मधेच तो दिसतो म्हणून ती दचकून उठून बसायची; ती त्याच्या भीतीनं की, त्याच्या त्या रानटी श्वापदासारख्या शरीराच्या उन्मादक आठवणीनं?

अर्ध्या तासानं फोनची घंटी वाजली. मी फोन घेतला. जेम्स म्हणाला, बातमी तर खरीच आहे. सबंध कुटुंबच्या कुटुंबच खलास झालं आहे. या मल्टिपल फ्युनरलची जबाबदारी इथल्या फादर लॅम्बर्टनं घेतली आहे. सुंदरराजच्या जवळचं कुणी येण्यासारखं नाहीये. त्याचे वडील गेल्या वर्षीच गेले. आई रत्नाम्मा आहे - ती येणार आहे फ्युनरलला–

मी विचारलं – कधी आहे फ्युनरल?

दुपारी चार वाजता – जेम्स म्हणाला.

मग मी इंडियन एअरलाइन्सला फोन करून चौकशी केली. कुठलंही विमान आम्हांला बंगलोरहून मद्रासला चार वाजेपर्यंत घेऊन जाऊ शकत नव्हतं.

मी प्रेमाला म्हटलं – सॉरी, फ्युनरलला वेळेत पोचणं अशक्य आहे. आपण त्याच्यासाठी चर्चमध्ये जाऊन प्रार्थना करू या. म्हणजे तुला थोडंसं बरं वाटेल.

मी तिला घेऊन विवेकनगरच्या इन्फन्ट जीजस चर्चमध्ये गेलो. चर्च तसं साधंसंच होतं. अगदी अलीकडेच बांधलेलं. सिमेंटच्या साध्या सरळ भिंती - आणि ॲस्बेस्टॉसचं छप्पर! कुठंही कसलंही अलंकरण नाही!

आम्ही चॅपेलमध्ये गेलो. मी शेवटच्या रांगेतल्या बाकावर बसून राहिलो. प्रेमा पहिल्या ओळीच्या मधोमध, क्रॉससमोर जमिनीवर गुडघे टेकून बसली आणि रडत रडत सुंदरसाठी प्रार्थना करू लागली.

सुंदरराजच्या संबंधातली सगळी हकीकत नंतर बाहेर आली.

दोन वर्षांपूर्वी सुंदर मद्रासला बदली होऊन आला. आल्याआल्याच सुरुची नावाच्या एका तरुण मल्याळी कॉलेजविद्यार्थिनीबरोबर त्याचे संबंध सुरू झाले. इस्थरपासून ते लपले नाहीत. किंबहुना सुंदरनं मुद्दामच ते लपवले नाहीत. इस्थरला दोन मुलं झाली होती. तिचं शरीर थोडं सुटायला लागलं होतं आणि ठेंगण्या बांध्यामुळे ते अधिकच जाणवायला लागलं होतं. 'तुझं वय होत चाललंय, आणि मला कितीतरी अधिक तरुण वयाची मुलगी मिळू शकते', हे दाखवून इस्थरला जळवणं हे सुंदरच्या सॅडिस्ट स्वभावाला रुचणारंच होतं. तो वरचेवर सुरुचीला घरी आणायला लागला, इस्थरसमोर तिच्याशी लगट करायला लागला. त्यावर इस्थर काही बोलली, तर मुलांसमोरच तो तिला – तू आता म्हातारी झाल्येयस, तुझ्यात

काही चार्म राहिला नाही, मला कसं सुख द्यावं ते तुला कळत नाही – असं म्हणून तिचे आणखी वाभाडे काढायचा.

त्या दिवशी त्यानं इस्थरला बळजबरीनं आपल्याबरोबर सिनेमाला यायला लावलं. (त्याची बळजबरी साधीसुधी नसायची. तो सरळ आपली रेमिंग्टन सिंगल बॅरल शॉट गन दाखवायचा आणि 'ऐकलं नाहीस तर गोळी घालीन', अशी धमकी द्यायचा.) तो, सुरुची आणि इस्थर अशी तिघं मिळून वेस्टएंडला 'पौसाची' या तामीळ सिनेमाला गेले. सिनेमाभर सुरुचीशी नाना चाळे करून त्यानं ते इस्थरला बघायला लावले.

तिघं घरी परत आली, तेव्हा मुलं शाळेच्या गॅदरिंगला गेली होती. सुंदरनं इस्थरला चिकन शिजत लावायला पाठवलं आणि तो रम पीत बसला. सुरुची नको नको म्हणत असतानाही त्यानं तिला पेग दीड पेग रम प्यायला लावलीच.

दोन–अडीच पेग रम डोक्यात गेल्यावर त्याला एक नवीनच चाळा सुचला. त्यानं इस्थरला बाहेर बोलावलं आणि आपल्यासमोर उभं केलं. स्वत:च्या अंगावरचे सगळे कपडे काढून टाकले; आणि तो सुरुचीला कपडे काढायला भाग पाडू लागला. इस्थरच्या संकोचानं ती नको नको म्हणत होती. पण वेळ वाया जातोय, असं दिसताच त्यानं स्वत:च तिचे कपडे हिसकून फेडून टाकले. इस्थर बाहेर निघून जायला लागली, तेव्हा तिचा हात धरून तू कुठं पळून चाललीस - बस इथं समोर आणि बघ आम्ही कसं करतो ते! असं ओरडत, त्यानं तिला फरफरटत आणून आपल्या समोर बसवलं. ती उठण्याचा प्रयत्न करतेय, असं दिसताच त्यानं गन काढून तिच्यासमोरच तिच्यात गोळ्या भरल्या...

बिचाऱ्या सुरुचीला सक्तीनं प्यावी लागलेल्या दारूची गुंगी आणि अंगावर त्या श्वापदाचा चाललेला अंमल, या दोन्हीमुळं दिलेल्या हुकमाप्रमाणे वागणं भागच पडत होतं. त्यानं सुरुचीच्या शरीराशी नाना प्रकारच्या अचकट विचकट क्रिया केल्या. आणि तशाच तिला आपल्या शरीराशी करायला लावल्या. ते पाहाणं असह्य होऊन इस्थरनं मान खाली घातली किंवा तोंडावर हात घेतला, तर सुंदर तिचे केस मुठीत पकडून तिचा चेहरा वर करायचा आणि तिला गन दाखवायचा. क्षणाक्षणाला तो अधिकाधिक चेकाळत चालला होता.

दाखव... दाखव त्या बुढ्ढीला कसं करायचं ते... बघ - नीट बघ... हे जमेल तुला? असं भरपूर अर्वाच्य शब्दांनिशी त्या दोघींच्याही अंगावर ओरडत, दारूच्या आणि सामर्थ्याच्या नशेत हसत, सुरुचीचं शरीर वेडंवाकडं घुसळत होता.

एवढ्यात मुलं गॅदरिंगहून परत आली. बाहेरून दार वाजवायला लागली. इस्थरनं बिचकतच पुरे आता - मुलं आली! असं म्हणताच, मारून टाक भडव्यांना! साली भलत्या वेळी येतात... बापाला झवूसुद्धा देत नाहीत. असं तो ओरडला.

सुदैवानं तेवढ्यात त्याचा जोर तात्पुरता संपला आणि त्यानं सुरुचीला बाजूला केलं. तत्काळ ती उठली आणि तिनं ब्लाऊझ अंगात चढवला - त्याची बटणं न लावताच, साडी कशीबशी गुंडाळून, अंतर्वस्त्र पर्समध्ये टाकून तिनं दाराकडे धाव घेतली. इस्थरनं सुंदरच्या उघड्या अंगावर एक पांघरूण टाकलं, तेवढ्यात दार ठोठावून, ठोठावून रडकुंडीला आलेली मुलं घरात घुसलीच.

त्या प्रसंगानंतर इस्थर स्वत:ची राहिलीच नसावी.

इथपर्यंत हकीकत पोलिसांनी सुरुचीला बोलतं करून मिळवली होती. त्या पुढचा प्रकार प्रत्यक्ष पाहिलेलं कोणीच नव्हतं. पण जेवणाची रिकामी भांडी, उष्टी ताटं, यावरून कळत होतं, की इस्थरनं मुलांना आणि सुंदरला जेवायला वाढलं. त्यांचे बिछाने घातले (मुलं आणि सुंदर यांची प्रेतं बिछान्यात सापडली.) टेबललॅम्प लावला (दुसऱ्या दिवशी सकाळपर्यंत तो तसाच जळत होता.) सुंदरच्या ड्रॉवरमधून त्याची डायरी काढली, त्या तारखेचं पान उघडलं, आणि त्यावर दोन्ही पानांवर आडवं, असं मोठ्यामोठ्या अक्षरात त्वेषानं लिहावं तसं लिहून ठेवलं - हा नरराक्षस आहे. यानं प्रेमाचं आयुष्य उध्वस्त केलं. माझंही बुडवलं. आता तिसरीच्या आयुष्याची वाट लावायला तो निघाला आहे. याला खलास केलं नाही, तर हा आणखी किती तरी जणींना जगातून उठवील, म्हणून. खाली तिनं अधिकच मोठ्या अक्षरात लिहिलं – दुर्दैवी इस्थर.

संध्याकाळपासून भिंतीपाशीच लावून ठेवलेली ती गन उचलून तिनं कुशीवर झोपलेल्या सुंदरच्या कानशिलाचा वेध घेतला...

ती पुन्हा लोड केली आणि मुलाच्या छातीत रिकामी केली.

आवाजानं मुलगी जागी झाली असावी, कारण तिचे भयग्रस्त डोळे मरणानंतरही उघडेच होते. ती उठून पळायच्या आत इस्थरनं तिच्या मानेत गोळी झाडली.

तिनं गन पुन्हा लोड केली, पण इस्थरचे हात पुरेसे लांब नव्हते. तिनं बंदुकीचं बॅरल स्वत:च्या बेंबीशी लावलं आणि बंदुकीवर वाकून चाप ओढला...

सकाळी पोलिसांनी दार फोडलं, तेव्हा सगळ्या खोलीभर रक्ताची थारोळी पसरली होती. डायरीच्या उघड्या पानांवरही रक्ताचा एक थेंब उडालेला होता.

दुसऱ्या दिवशी प्रेमा शाळेत गेली नाही. एक तर शाळेत इतर शिक्षिकांकडून काय काय ऐकून घ्यावं लागेल, याची खात्री नव्हती. दुसरं म्हणजे घराबाहेर पडायचंच त्राण तिच्यात राहिलेलं नव्हतं.

दिनतंदी दुसऱ्या आणि तिसऱ्याही दिवशी सुंदरच्या मृत्यूच्या बातमीचा पाठपुरवठा करत राहिला.

दुसऱ्या दिवशीची बातमी अशी, की त्यांच्या बातमीदाराला विश्वसनीय रीत्या

कळलं होतं, की मयत पोलीस सब-इन्स्पेक्टर सुंदरराज यांची पहिली पत्नी प्रेमा सध्या बंगलोरमधल्या एका बिझनेसमनबरोबर राहात होती.

ही बातमी वाचून आम्ही दोघंही अस्वस्थ झालो. हे लोण आमच्यापर्यंत पोचू नये, अशी आमची साहजिकच इच्छा होती. आमचा काय संबंध सुंदरच्या खुनाशी? काय कारण या बातमीदारांना, आम्हाला त्या भानगडीत ओढण्याचं?

पण तिसऱ्या दिवशीची बातमी आमची झोपच उडवणारी होती. तिच्यात म्हटलं होतं सुंदरराज कुटुंबाच्या सामूहिक हत्येशी, सब-इन्स्पेक्टर सुंदरराज यांची पहिली पत्नी प्रेमा हिचा दाट संबंध असण्याची शक्यता आहे. तामिळनाडू पोलीस तिची गाठ घेण्यासाठी बंगलोरला जात आहेत.

प्रेमा अतिशय घाबरून गेली. मी तिला म्हटलं, असं घाबरून चालायचं नाही. आपण आपली बाजू स्वच्छ करायला हवी.

मी ऑफीसमध्ये गेलो आणि मुरेला परिस्थिती समजावून सांगितली. त्याला म्हटलं, प्रेमा तुमच्याकडे सोशल वर्कर आहे आणि तिला तिचं स्वतःचं उत्पन्न आहे. सबब ती स्वतःचा आणि मुलांचा चरितार्थ चालवण्यासाठी कुणाहीवर अवलंबून नाही, असं सर्टिफिकेट मला दे.

प्रसंग ओळखून मुरेनं सर्टिफिकेट दिलं. वर आणखी मला मद्रासला जाण्यासाठी वाटखर्चाला तीनशे रुपये दिले.

मी आणि प्रेमा दुसऱ्या दिवशी मद्रासला पोचलो. मद्रास सेंट्रल स्टेशनवर उतरलो. मूरमार्केटच्या बसस्टॉपवर बस घेतली, आणि विवेकानंद लॉजवर आलो. पण लॉजमधली एकही रूम रिकामी नव्हती.

रिक्षावाला पय्यन म्हणाला, साहेब टूरिस्ट होममध्ये चला. तिथं जागा नक्की मिळेल.

आणि खरोखरच टूरिस्ट होममध्ये खोली मिळाली.

मी बाथरूमला गेलो. फ्रेश होऊन बाहेर आलो, तर प्रेमा खिडकीतून बाहेर पाहात उभी. मी तिला म्हटलं, चल – आटपतेस ना?

पण ती खिडकीतून हलायला तयार होईना. म्हणून मी तिच्याजवळ गेलो. पाहतो तर तिचा चेहरा आसवांनी भिजलेला.

मला कळेना - हिला एकाएकी झालं काय? मी, खिडकीबाहेर, ती जिथं एकटक पाहत होती, तिथं पाहिलं.

समोरच एक दगडी इमारत होती. गेटवरच नावाची प्रचंड अर्धवर्तुळाकार पाटी होती– गव्हर्न्मेंट चिल्ड्रन्स हॉस्पिटल!

कपडे बदलून मी खाली गेलो. सकाळचे दहा वाजले होते. टूरिस्ट होमचा फोन चालू नव्हता. मी माउंट रोड (सेन्ट्रल) पोस्ट ऑफीसमध्ये गेलो. पब्लिक टेलिफोन बूथमधून प्रेमाच्या जेम्स दोरायस्वामी नावाच्या एका लांबच्या काकांना फोन केला. जेम्स रिटायर्ड पोलीस सुपरिंटेंडंट होते. त्यांना म्हटलं – मी बंगलोरहून प्रेमाला घेऊन आलोय. सुंदरराजच्या खुनाच्या बाबतीत आम्हाला पोलिसांकडे तिची बाजू साफ करायची आहे. काय करायचं ते सांगा. आम्ही येऊ का तुमच्याकडे?

जेम्स म्हणाले – छे, छे! मुळीच येऊ नका. आता मी रिटायर झालो आहे. पोलिसांच्या लफड्यात गुंतायची माझी मुळीच इच्छा नाही. मला विचाराल तर, हे सगळं स्वत:वर ओढवून घेण्यापेक्षा तुम्ही आलात तसे बंगलोरला परत जा.

चडफडत मी फोन डिस्कनेक्ट केला आणि तिथूनच पोलीस कमिशनर श्रीपालना फोन केला. त्यांच्या बायकोनं सांगितलं, ते आंघोळीला गेलेत. अर्ध्या तासानं फोन करा.

अर्धा तास समोरच्या होटेलात कॉफी पीत आणि नाना तऱ्हेच्या काळज्या करीत घालवल्यावर पुन्हा एकदा कमिशनर साहेबांना फोन केला. त्यांना विचारलं, सुंदरराजची पहिली बायको प्रेमा, इथं मद्रासला आलेली आहे. तिला तुमच्याकडे घेऊन येऊ का?

नको नको - कमिशनरसाहेब म्हणाले - तिला अशीच घेऊन आलात, तर लोक तुम्हाला मॉब करून त्रास देतील. सध्या सुंदरराज हा आमच्याकडे हॉट सब्जेक्ट आहे. प्रेमाचा फोटो मिळवण्यासाठी न्यूजपेपर रिपोर्टर्स धडपडताहेत.

मग? -

तुम्ही असं करा - उतरलाय तिथंच थांबा. मी माझ्या माणसांनाच तुमच्याकडे पाठवतो. ते साध्या गाडीतून येतील. पोलिसांचं चिन्ह नसलेल्या.

थोड्या वेळानं, अनआयडेंटिफायेबल कारमधून असिस्टंट पोलीस कमिशनर आणि पोलीस सुपरिंटेंडंट आमच्या लॉजवर आले आणि त्यांनी प्रेमाचं स्टेटमेंट घेतलं. काही फॉर्मस्‌वर तिच्या सह्या घेतल्या. प्रेमानं त्यांना स्किपचं सर्टिफिकेट दाखवलं.

त्यांच्याशी बोलताना आम्हाला नवीनच माहिती मिळाली. रत्नाम्मानं म्हणे पोलिसांकडे असा दावा केला होता, की प्रेमा सुंदरकडून स्वत:हून पळून गेली, आणि तिनं दुसऱ्या माणसाशी घरोबा केला. सबब सुंदरचं सेव्हिंग, त्याचा प्रॉव्हिडंट फंड इत्यादीमध्ये तिला वाटा मिळू नये. सगळेच्या सगळे पैसे रत्नाम्माला मिळावेत.

त्या क्षणापर्यंत आम्ही सुंदरराजकडून प्रेमाला काही पैसे वगैरे मिळणार असतील, असा विचारदेखील केला नव्हता.

एव्हाना प्रेस रिपोर्टर्सना आमचा सुगावा लागलाच होता. टूरिस्ट होमचा रिसेप्शनिस्ट त्यांचे निरोप आम्हाला देता देता थकून गेला. (अर्थात प्रेसवाले ज्यांच्या मागं आहेत, असे महत्त्वाचे लोक आपल्याकडे उतरले आहेत; म्हणजे आपलंच महत्त्व वाढलंय, असं त्याला वाटत होतं, ते सोडा!) शेवटी नाइलाज म्हणून दोघातिघा महत्त्वाच्या रिपोर्टर्सना भेटायची आम्ही तयारी दाखवली. फक्त आम्ही म्हटलं, सगळ्यांनी एकाच वेळी या. या विषयावर प्रत्येकाशी वेगवेगळ्या वेळी बोलत राहाणं प्रेमाला फार मनस्तापाचं होईल... दुसरं, फोटो कुणी काढायचे नाहीत.

हबीब हा दिनतंदीचा वार्ताहर - या क्षेत्रातला बराच श्रेष्ठ माणूस. त्याच्या सोबतीसोबतीनं बाकीचे तिघेचौघे वार्ताहर आले.

मी माझी ओळख प्रेमाचा स्किपमधला सहकारी म्हणून करून दिली. प्रेमा त्या वार्ताहरांना कळवळून म्हणाली, माझा या खुनाशी काही संबंध नाही. गेली काही वर्षं मी सुंदरला पाहिलेलंसुद्धा नाही. व्यक्तिश: दिनतंदीच्या हबीबला तिनं विचारलं, पहिल्यापासून तुम्ही माझ्या पाठीमागं लागलाय - कां? मी असं काय घोडं मारलंय तुमचं? आजवर मी खूप सहन केलंय. खूप अपमान सोसलेत. आता मला आयुष्यात कुठं स्वास्थ्य मिळतंय, तर तुम्ही पुन्हा माझी चारचौघांत बेअब्रू करायचा उद्योग आरंभलाय. केवळ तुमच्या वर्तमानपत्राचा खप वाढावा, म्हणून तुम्ही माझे असे धिंडवडे काढताय का?

इतर वार्ताहरांना पुढं व्हा, असं सांगून हबीब एकटाच मागं थांबला. मला तो माणूस अतिशय समंजस वाटला. अत्यंत मायाळूपणे तो प्रेमाला म्हणाला, माफ करा अम्मा. तुम्हांला फार मनस्ताप झाला. तुमच्याविषयी हे मोहोळ मीच उठवलं, पण ते केवळ चमचमीत बातमी मिळवण्यासाठी नाही. तुम्ही सुंदरराजच्या फ्युनरलला आला नाहीत. तेव्हा माझी खात्री होती, की रत्नाम्मा तुम्हाला सोयीस्करपणे विसरून सगळे पैसे स्वत: हडप करणार. तिला असं करता येऊ नये, म्हणून तुमच्याविषयी बातम्या देऊन तुम्हाला प्रकाशात आणलं. पोलिसांनाही या बातम्यांमुळे तुमचं स्टेटमेंट घेणं भाग पडलं. तुमचा पैशावरचा क्लेमही नमूद करावा लागला. सुंदरच्या पैशातला अर्धा हिस्सा आता तुम्हाला मिळायला हरकत नाही. पुन्हा एकदा तुमची माफी मागतो - पण तुम्हाला न्याय मिळावा, एवढीच माझी यामागं इच्छा होती.

प्रेमा गहिवरून गेली. कधी पाहिला नाही, भेटला नाही, असा हा परका माणूस मदतीला धावून येतो? कशासाठी? आपल्याच माणसांनी आपला हक्क हिरावून घेऊ नये म्हणून?

हबीबबरोबरच आम्ही किलपॉक सिमेटरीत गेलो. त्या चौघांनाही इथं एकत्रच

पुरलं होतं. आम्ही त्या जागेवर निशिगंधाच्या फुलांचा गुच्छ ठेवला, दोन मिनिटं निःशब्द उभे राहिलो आणि निघालो.

माझा अंदाज होता की, इथं प्रेमाला रडू अनावर होईल. पण आश्चर्य म्हणजे ती अगदी शांत होती.

सुंदर आपल्या आयुष्यातून कायमचा गेला, अपरात्रीच्या काळोखात आता तो आपल्यासमोर कधीही उभा राहाणार नाही, हे सत्य आता तिच्या मनावर नीट ठसलं होतं.

अठ्ठावीस

स्किपचा एक्झिक्युटिव्ह सेक्रेटरी एडवर्ड लोबो आणि मुरे कलशॉ यांच्यात पहिल्यापासूनच मतभेद होते. पण शेवटीशेवटी ते इतके विकोपाला गेले की, त्यांना एकत्र काम करणं अशक्य झालं. अर्थात स्किप ही ऑर्गनायझेशन त्यामुळं बंद पडली.

स्किपसारखी चांगली संस्था बंद कां पडली असेल, याविषयी लोकांमध्ये बरीच उलटसुलट चर्चा झाली. वृत्तपत्रांनीही या चर्चेला भरपूर खतपाणी घातलं. मला त्यातल्या कुठल्याच गोष्टींशी काही कर्तव्य नव्हतं. डेव्हलपमेंटल ऑर्गनायझेशन्सचा अनुभव आता माझ्या गाठी जमू लागला होता. याच लाइनमध्ये काम करावं, असं मी ठरवलं होतं.

कुणीतरी मला सांगितलं होतं की मद्रास ख्रिश्चन कॉलेजमधला माझा फॅन - राजूलचा नवरा - दलिप मुखर्जी - याच क्षेत्रात आहे. मी त्याच्याशी संपर्क साधला.

मला बघून दलिपला खूप आनंद झाला. कॉलेजमध्ये तो मला ज्युनिअर होता. माझ्या करिअरकडे तो नेहमी नजर लावून असायचा. माझं डिबेटिंग, फुटबॉल टीमला मी दिलेलं उत्तेजन, माझं लिटररी सोसायटीतलं काम - प्रत्येक गोष्टींनं तो अगदी भारून जायचा. माझा प्रत्येक शब्द झेलायला, मी सांगेन ते काम करायला एका पायावर तयार असायचा.

आता परिस्थिती पालटली होती. इनडेप्थ (INDEPTH) नावाच्या बड्या डेव्हलपमेंटल ऑर्गनायझेशनच्या डायरेक्टर्सपैकी तो एक होता. इम्पोर्टेड एअर-कंडिशन्ड कार, सतत परदेशाच्या वाऱ्या, फाइव्ह स्टार होटेल्समधल्या परिषदा हे त्याचं विश्व बनलं होतं. आणि ज्याच्याकडे तो पूर्वी नवलाईनं बघायचा, तो त्याचा आदर्श मात्र आज दीड-दोन हजार रुपयांच्या, पोटापुरत्या नोकरीसाठी सुद्धा महाग झाला होता...

मला भेटल्यावर हे सारं दलिपच्या मनात आल्याशिवाय कसं राहणार?

आलंच असेल! पण त्यानं निदान तसं दाखवलं नाही. मला लंचला शेरॉटनमध्ये घेऊन गेला. तिथं बिअर मागवली आणि स्वस्थपणे गप्पा मारीत बसला. माझ्या संसाराची, बायको-मुलांची, आस्थेनं चौकशी केली. मी त्याला विचारलं, राजुल कशी आहे?

फाइन! तो हसून म्हणाला. शी वॉज ऑलवेज मिडियॉकर. तुझ्या त्या श्यामलेसारखी ती ब्रिलियंट नव्हती. दॅट इज व्हाय आय मॅरीड हर. ब्रिलियंट बायका काय, वाटेल तेवढ्या भेटतात रे बाहेर. तिचं घरात लक्ष लागायचं, तर बायको मिडिऑकरच हवी. मी तिला शॉपिंगसाठी भरपूर पैसे देतो, इकडे तिकडे भटकायला कार देतो, दोन मुलं पण दिलीयत तिला! त्यांचं काम, शॉपिंग, क्लब्स, हेल्थ सेंटर्स, ॲमॅटर नाटकाच्या रिहर्सल्स या सगळ्यात तिचा दिवस कसा जातो, ते तिलाच कळत नाही. फिगर काय सुंदर केलीये तिनं आता! पाहाशील तर ही पूर्वीची बावळट राजुल आहे, असं म्हणणार नाहीस.

तुझ्या कामात मदत करावीशी नाही वाटत तिला?

ती? आणि मला मदत करणार? दलिप प्रचंड हसला. शी विल क्रिएट अ मेस! त्या मदत करणाऱ्या मुली वेगळ्या आहेत. माझ्या हाताखाली ही घरीच ठीक आहे. बायकोनं करिअरमध्ये मदत करायची आणि चोवीस तास सावलीसारखं नवऱ्याबरोबर राहायचं, या मिड्ल-क्लास आयडियाज आहेत बाबा! अरे, आपल्या वेगवेगळ्या मूडसप्रमाणे वेगवेगळ्या पोरी जर आपल्याला हाताशी ठेवता येत असतील, तर एकाच एका बाईला बरोबर ठेवून स्वत:ला कोण बोअर करून घेईल? घरी असतेच ती! आणि काय सांगू, मी फार वेळा भेटत नाही म्हणून असेल किंवा दर वेळेस माझ्याकडून काही तरी नवीन वस्तू प्रॉमिस करून घ्यायची असते, म्हणून असेल - बट शी इज एक्सलंट इन बेड! कधीकधी माझीच पंचाइत होते - बाहेरची लफडी सांभाळून तिचंही समाधान करण्यासाठी स्टॅमिना शिल्लक ठेवताना!

तिला नाहीत लफडी करावीशी वाटत? मी हसत हसत विचारलं.

करून पाहिलं तिनं एक. एक एक्स्परिमेंटल थिएटरवाला दाढीदीक्षित घरी जास्त वेळा यायला लागल्यावर मला शंका आली. स्ट्रेट विचारलं, असं काही आहे का? तर म्हणाली, मला त्याच्या सहवासात अमुक मिळतं न तमुक मिळतं. म्हटलं – आय नो ऑल दॅट क्रॅप. ही इज ॲन एन्जल. उद्याच्या उद्या तू त्याच्याबरोबर त्याच्या स्वर्गाच्या वाटेला लाग. माझी हरकत नाही. पण माझे पैसे वापरून तू जर त्याच्याबरोबर मजा करतेयस असं कळलं, तर दोन दिवसांच्या आत माझ्या पेरोलवरची माणसं त्याचे हातपाय तोडून त्याला जन्माचा निकामी करून ठेवतील. दोन दिवस माझ्याशी बोलली नाही. तिसऱ्या दिवशी प्रॉब्लेम ओव्हर!

बऱ्याच घरगुती गप्पा झाल्यावर त्याचं माझ्या नोकरीच्या प्रॉब्लेमकडे लक्ष गेलं. पूर्वीचा मान खाली घालून वावरणारा दलिप आता इतका कर्तबगार झाला होता, की कुठल्याही प्रॉब्लेमवर त्याच्याकडे सोल्यूशन तयारच होतं. इनडेप्थमध्ये सध्या माझ्यासाठी जागा नव्हती; पण त्यांचंच सिस्टर कन्सर्न जॅस्मिन (JASMINE) म्हणून होतं, तिकडे स्पेशल असिस्टंट टू द प्रॉग्रम डिरेक्टर अशी एक जागा होती. एवढंच, की जॅस्मिनचं ऑफीस वेलोरमध्ये म्हणजे बंगलोरपासून जवळजवळ एकशेवीस किलोमीटर्स दूर होतं.

माझ्याकडे दुसरा पर्याय नव्हता. मी वेलोरला गेलो आणि जॅस्मिनमध्ये काम सुरू केलं.

जॅस्मिन निरनिराळे सोशिओ-एकॉनॉमिक प्रोग्रॅम राबवणारी एक फार मोठी ऑर्गनायझेशन होती. स्किपमध्ये मला सतराशे रुपये पगार होता. दलिपनं मला इथं दोन हजार देऊ केले होते. पण वेलोरमधल्या सिंगल रूमचं भाडं आणि कँटीनमधल्या चहाजेवणाचे पैसे वजा जाता जेमतेम नऊशे रुपये माझ्या हातात पडत.

महिन्यातून एकदा – फार तर दोनदा मी व्हाइट फिल्डला जात असे. प्रेमा आणि तिची मुलं स्वतंत्र राहण्याचा थोडा अनुभव घेऊन पाहू दे, असं मला वाटायचं. पण प्रत्यक्षात मी वेलोरला गेल्यानंतर वरचेवर प्रेमाची पत्रं यायला लागली. 'घर सांभाळणं माझ्या एकटीच्यानं कठीण जातंय. तुम्ही लवकर परत या. मुलं माझं मुळीच ऐकत नाहीत. दिवाकर फार वांड झालाय. दोन-दोन दिवस बाहेर राहातो. मित्राकडे गेलो म्हणून सांगतो. बोललं तर म्हणतो, तुम्ही अण्णाला बोलत नाही, मला बोलता. सुधाकरचा डावा डोळा मधूनमधून लाल होतो. मला काळजी वाटते. तुम्ही लवकर परत या.'

जॅस्मिनचं खटलं प्रचंड होतं. त्यांची स्वतःची डेअरी, पोल्ट्री होती. वेलोरच्या सी. एम. सी. हॉस्पिटलमध्ये त्यांचा एक सेल सेंटर होता. मी हा सेल सेंटर पाहून आलो. चार माणसं तिथं ठेवलेली होती. एक जण वस्तू दाखवण्यासाठी, दुसरा, माल काढण्यासाठी, तिसरा बिल तयार करण्यासाठी आणि चौथा जागेवर नसण्यासाठी. यातलं चौथ्याचं सोडलं, तर पहिल्या तिघांचीही कामं एकाच माणसाला करता येण्यासारखी होती. तीन माणसं उगाचच जादा वाढवलेली होती.

संस्थेच्या मालकीची भरपूर शेतजमीन होती. पण शेतकी उत्पन्न फारसं नाही, असं खुद्द ॲग्रिकल्चरल सुपरिंटेंडंट सुंदरम् पिलाई यांनी आणि फार्म सुपरिंटेंडंट डॉक्टर ज्योतिनाथन यांनी सांगितलं. मग ते दोघे तिथं करीत तरी काय होते, हे विचारायची सोय नव्हती.

पेट्रोलचा गैरवापर प्रत्यक्ष माइलेजचा हिशेब पाहिल्यावर लक्षात आला. कधीकधी ते चक्क बाहेर विकलं जायचं. बैलांसाठी असलेल्या चाऱ्याचंही हेच!

पोल्ट्रीतल्या कोंबड्या आणि त्यांची अंडी यांच्या खरेदीविक्रीचा हिशोबदेखील अत्यंत घोटाळ्याचा होता. कितीकिती ठिकाणी या मंडळींचं कमिशन होतं, आणि कोण कुठं पैसे खात होतं, हे सांगणंच कठीण!

बंगलोरला गेलो, तेव्हा हे सगळं चित्र मी दलिपच्या समोर मांडलं. मला वाटलं, संस्थेचा गैरकारभार उघडकीला आणल्याबद्दल दलिप माझे उपकार मानेल. पण तो म्हणाला,

तू फार्मवर जात नको जाऊस. फक्त टेबलवर्क कर.

अरे, पण तिथं इतका सावळागोंधळ आहे. मी न गेल्यानं काय होणार आहे?

तुझा मनस्ताप वाचणार आहे. शिवाय लोक अडचणीत येणार नाहीत.

दलिप, जॅस्मिन सेल्फ-सफिशिअंट आहे. हॉलंडच्या ग्रँटची तिला गरज नाही. फक्त संस्थेतला गैरकारभार थांबला पाहिजे.

तो कुणी थांबवायचा?

का? तू थांबवायचास - मी थांबवायचा!

तुला वाटतं, हे केल्यानंतर आपण इथं शिल्लक राहू?

नाही राहिलो शिल्लक तर -

मी बोलून जाणार होतो, नाही राहिलो इथं शिल्लक, तर दुसरीकडे जाऊ. नोकऱ्यांना काय तोटा? माणसाची श्रम करण्याची तयारी असल्यानंतर -

पण मी गप्पच राहिलो.

दलिप माझ्या खांद्यावर हात ठेवून म्हणाला, वर्धन, वाईट वाटून घेऊ नकोस. तुझी तळमळ मला कळत नाही, असं नाही. पण मला अस्थिरता नकोय. तुझ्यासारखी इनस्टॅबिलिटी पत्करायची तयारी नाही माझी. हा जॉब आहे म्हणून मी आहे, माझा संसार आहे. माझी दोन पोरं, एक सुंदर बायको आहे. तुला काय वाटतं, राजुल माझ्याबरोबर निष्ठेनं राहाते? ती माझ्या पैशाबरोबर झोपते वर्धन, माझ्याबरोबर नाही! तसं नसतं, तर ती मला सोडून त्या कंगाल थिएटरवाल्याबरोबर गेली असती की! हा धडा तू अजूनही शिकलेला नाहीस. पण मी आता त्यात पारंगत झालोय. माफ कर वर्धन. या वयात संसार उधळायची, रस्त्यावर पडायची आणि वणवण करायची माझी तयारी नाही. मी गैरकारभार का चालू देतो? अरे, हा सगळा देवाणघेवाणीचा मामला आहे. मी त्यांच्या गैरकारभाराकडे दुर्लक्ष करतो. ते मला माझी खुर्ची टिकवायला मदत करतात.

त्याचं बोलणं ऐकून मला धक्का बसला. पण त्याच क्षणी माझ्या डोळ्यांसमोरचा पडदा दूर झाला. जादू व्हावी तशी; दलिपची एअर कंडिशन कॅबिन, त्याची इम्पोर्टेड कार आणि त्याचा बँक बॅलन्स, ही उडून गेली आणि पुन्हा एकदा मला तो त्या वेळचा, कॉलेजात नाव मिळवण्यासाठी माझ्या पुढं पुढं करणारा, मान खाली

घालून पडतील ती कामं उचलणारा आणि राजुलपुढं गोंडा घोळण्याची एकही संधी न सोडणारा छोटेखानी दलिप दिसू लागला. त्याची तेव्हाची ती असुरक्षितता इतक्या वर्षांनंतरही अजून गेलेली नव्हती.

आणखी तीन महिन्यांनी मी जॅस्मिन सोडली आणि व्हाइट फिल्डला परत आलो. घर सांभाळणं हाताबाहेर जात असल्याची प्रेमाची जी पत्रं वेलोरला यायची, त्यांची काही तरी दखल घेणं भागच होतं. अर्थात नोकरी शोधण्याचीही तेवढीच निकड होती.

पुन्हा अर्ज... शोधाशोध... फोनकॉल्स... अर्ज... आणखी अर्ज...

पुन्हा एकदा मुरे कलशॉच उपयोगी आला. त्यानं ॲक्शन एड (ACTION AID) चा डायरेक्टर आदित्य याच्याकडे शब्द टाकला आणि मला सांगितलं, ॲक्शन एडकडे तत्काळ अर्ज पाठव. त्याप्रमाणे मी दुसऱ्याच दिवशी अर्ज पाठवून दिला.

अर्जाची टाइपरिटन पोच, अगदी उलटटपाली म्हणावं, इतक्या वेगानं आली आणि पोच देणाऱ्या दोन ओळींखाली सही - लो अँड बिहोल्ड! ही तर निर्मलेची सही! युअर्स फेथफुली, निर्मला कन्ननोर.

स्किप बंद पडल्यानंतर निर्मलनं सरळ ॲक्शन एड जॉइन केलेली दिसत होती.

विश्वास न बसल्यामुळे, मी क्षणभर त्या सहीकडे पाहतच राहिलो. सहीखाली पुन्हा पेननं खरडलं होतं : ॲक्शन एड जॉइन केल्याशिवाय राहू नका. नक्की या. याल ना? आणि पुन्हा सबंध सही - निर्मला कन्ननोर.

आणि पुन्हा त्याखाली ताजा कलम जोडलेला. मी तुम्हाला माफ केलंय. (पीएस - ऑल इज फरगिव्हन - एन. के.)

इतका प्रेमळ आग्रह करून कुठली संस्था बोलवेल?

आणि कुणाचाही इतका प्रेमळ आग्रह कसा काय मोडवेल? मी ॲक्शन एड जॉइन केली.

कामाच्या पहिल्या दिवशी, निर्मला कशी वागेल, याविषयी मी जरा साशंकच होतो. तिच्या पत्रांमध्ये तिने दाखवलेल्या उत्साहावरून आपण तिच्या स्नेहाविषयी जरा अतिरंजित कल्पना तर नाही ना करून घेत, अशीही भीती वाटत होती.

पण तिनं तोंडभर हसून माझं स्वागत केलं आणि मी निश्चिंत झालो.

तिला म्हटलं, तू पूर्वीपेक्षा अधिक सुंदर दिसायला लागलेयस.

ती म्हणाली, थँक्स. तुझे मॅनर्स पूर्वीपेक्षा अधिक सुधारलेले दिसताहेत.

हे बघ, निर्मला, तू ते कलंगूट बीचवरचं म्हणत असशील, तर त्या बाबतीत तू माझं म्हणणं कधी ऐकूनच घेतलं नाहीस! तुला काय वाटतं, तिथं तू चार लोकांत वेड्यासारखं वागलीस, तरी मी ते पाहत बसू?

मला वाटलं, यावर ती काहीतरी बचावाचं बोलणार. तिला तशी संधी देण्यासाठी मी थांबलो.

गो अहेड! ती शांतपणे म्हणाली.

म्हंजे... माझं कदाचित चुकलं असेल! इतरांसारखंच मीही डोळे फाडून तुझ्याकडे बघत बसायला हवं होतं - किंवा दुसरीकडे तोंड फिरवून तो तमाशा चालू द्यायला हवा होता...

त्या आठवणीनं तिची कानशिलं लालेलाल झाली...

- पण... पण मला वाटलं, की माझा तुझ्यावर काहीएक अधिकार आहे. तू वेडेपणा करीत आलीस, तर तुला वेळीच थांबवलं पाहिजे. चारचौघांत तुझी शोभा होऊ देता कामा नये - म्हणून...

निर्मला त्यावर काही बोलली नाही. रागावलीही नाही. नुसती खुदकन हसली.

त्या हसण्याचं भाषांतर असं होतं, की आपण दोघंही वेड्यासारखं वागलो. कम ऑन! लेट्स फरगेट इट!

ॲक्शन एडची वार्षिक बैठक दहादहा दिवस चालायची. कुठं तरी बाहेरगावी. या वेळेस ती बंगलोर-होसूर रस्त्यावर ख्रिस्ताश्रम आहे, तिथं होती.

दिवसभर आमची सेशन्स चालायची. संध्याकाळी सेशन संपलं, की जेवणाची वेळ होईपर्यंत तास-दोन तास आम्ही मोकळे असायचो. त्या वेळी मी आणि निर्मला, दोघंच कुठंतरी लांब चालत जात असू. दिवसभराच्या वादविवादांविषयी, संस्थेविषयी, तिच्यातल्या लोकांविषयी, एकूण डेव्हलपमेन्टल ऑर्गनायझेशन्सच्या विश्वाविषयी गप्पा मारीत असू, वैयक्तिक असं क्वचितच बोलणं होई. कधीतरी मी माझ्या संसाराविषयी, प्रेमाविषयी, मुलांविषयी बोले... ती तिच्या श्रीमंत नातेवाइकांविषयी उद्वेगानं काही उद्गार काढी... एवढंच!

एके दिवशी मला फारच कंटाळा आला. सेशनमधल्या शेवट-शेवटच्या चर्चेकडेही लक्ष लागेना. काही खास कारण होतं असं नाही - पण मूडच गेला होता.

सेशन संपताक्षणी मी माझ्या खोलीवर गेलो आणि काहीही हालचाल न करता बिछान्यावर पडून राहिलो.

पाचदहा मिनिटं अशीच गेली... मला झोप येत नव्हती - पण पूर्ण जाग होती असंही नाही... विचार तुकड्यातुकड्यांनी डोक्यात येत होते... जात होते... थकवा वाढत होता.

एकदम निर्मला आत आली. क्षणभर माझ्यासमोर उभी राहिली. मी जागा आहे की झोपलोय, याचा अंदाज घेत. झोपलो असेन तर न उठवता निघून जावं, अशा विचारात.

पण माझे डोळे उघडे पाहून ती म्हणाली - हे काय, आज फिरायला येणार नाहीस!

कंटाळा आला...

बाहेर भटकल्यावर उलट कंटाळा जाईल! की तुला बरं वाटत नाहीये? थकवा आलाय का?

हो...

थकायला काय झालं?

मी काही तुझ्यासारखा तरुण नाहीये आता. आय ॲम ॲप्रोचिंग फॉर्टी...

फॉर्टी इज स्टिल यंग!

माझा थकवा नुसता शारीरिक नाही निर्मला, मानसिकही आहे.

ती माझ्याजवळ येऊन बसली. अंगावरून हात फिरवावा, तशा मायाळू आवाजात म्हणाली – मन थकायला काय झालं?

काही नाही... विशेष काही नाही... पण कधीकधी वाटतं... की या जगात आपण मिसफिट ठरतोय.

डोन्ट बी सिली! यू आर नॉट ॲट् ऑल अ मिसफिट! यू आर अ वंडरफुल पर्सन!

वंडरफुल माय फुट! डू यू नो व्हॉट आय अर्न? थर्टीन हन्ड्रेड! बीएस्सी फर्स्ट क्लास फर्स्ट गोल्ड मॅडेलिस्ट! एमेस्सी हायर सेकंड क्लास! गेटिंग ब्लडी थर्टीन हन्ड्रेड, सेव्हन्टीन इअर्स आफ्टर ग्रॅज्युएशन! पंधरा वर्षांपूर्वी - पंधरा वर्षांपूर्वी आय वॉज ऑन द टॉप ऑफ द वर्ल्ड! वाटायचं - आपण जगाला लाथ मारू शकू– हातात ताकद आहे, डोक्यात अक्कल आहे. प्रामाणिकपणानं श्रम केले, तर कोणाची छाती आहे आपल्याला आपलं श्रेय नाकारण्याची? कॅन यू बिलीव्ह निर्मला - सहा हजार रुपये पगार होता मला पंधरा वर्षांपूर्वी! म्हणजे आताचे बारा हजार झाले. ॲंड व्हॉट डू आय गेट नाउ? ब्लडी डिस्गस्टिंग थर्टीन हन्ड्रेड! तेसुद्धा एकदम नाही. कधी चारशे, तर कधी पाचशे! कुठं इव्हॅल्युएशनला पाठवतो, दहा हजार मिळतील, असलं हाडूक समोर धरतात. प्रत्यक्षात एक पैसा हातात पडत नाही.

जाऊ दे वर्धन - पैशांचं काय एवढं!

ते मलाही माहितेय. आय डोन्ट केअर फॉर ब्लडी मनी, निर्मला! तसं नसतं, तर दहा हजार रुपये मिळत असल्यासारखा वेळ नसता घालवला मी या ऑफिसात! नोकरी ही मी नेहमी एक चांगलं काम करण्याची संधी समजत आलो. कधी पैशासाठी काम केलं नाही. पण पैसा हा एक इंडेक्स असतो, जगाला तुम्ही किती हवे आहात याचा! जे हवं असतं, त्याची किंमत जग झक मारत देतं. मी नकोय

जगाला. म्हणून माझी किंमत त्यानं कमीकमी करत आणलीये. फ्रॉम सिक्स थाउजंड टू थर्टीन हंड्रेड! आणि हीदेखील मेहेरबानी! जग म्हणतं, तू मेलास, जगलास आम्हाला पर्वा नाही, तूच लाचार होऊन जगण्यासाठी भीक मागतोयस, म्हणून आम्ही तुझ्या तोंडात तेराशेचा तुकडा फेकतोय. - सो, गेट द मेसेज, अँड गेट लोस्ट! जस्ट गेट ऑफ धिस प्लॅनेट! कोणाचं आहे ग हे जग - निर्मला, आय आस्क यू! कोणाचं आहे हे जग, जिथं श्रम करणाऱ्याला प्रामाणिकपणानं जगणाऱ्याला, प्रेम करणाऱ्याला, कसली कसली म्हणून दाद मिळत नाही. मग दाद मिळण्यासाठी करतात तरी काय ही माणसं? नुसती भडवेगिरी?

निर्मला काहीच बोलली नाही. मग मीच हळूहळू शांत झालो. फार बोललो का मी? मी हलकेच विचारलं.

इटस् ऑल राइट. ती म्हणाली. यू हॅड अ सिव्हिअर ॲटॅक ऑफ सेल्फ पिटी. डेन्जरस डिसीज! माणसाला उगाच वाटायला लागतं, की जगात आपल्यावर एकट्यावरच फार भयंकर अन्याय होतोय.

म्हणजे - मी बोलतो ते खोटं?

खोटं नाही, पण पूर्ण खरंही नाही. नुसतं चांगलं वागलं, की त्याचा मोबदला मिळेल, असं आधी समजावंच का माणसानं? जगात यशस्वी होण्याची जी शर्यत आहे, तिचे काही नियम आहेत - देअर आर सर्टन रूल्स ऑफ द गेम. ते पाळायचे नसतील, तर माणूस शर्यत हरणारच.

कुठले रूल्स ऑफ द गेम? स्वत:ची स्टॅबिलिटी प्रथम सांभाळा - बाकी जग जाऊ दे खड्ड्यात, हेच ना?

व्हॉटेव्हर! नसतील पाळायचे तर नका पाळू! तुम्ही शर्यतीत भाग घेतलाच पाहिजे, असंही नाही.

बट देन - यू आर अ लूजर! पर्सनली, आय ॲम ऑन द साइड ऑफ अ लूजर!

बोलता बोलता तिनं माझा हात हातात घेऊन माझं एकेक बोट सावकाश दुमडायला सुरुवात केली होती...

व्हाय? व्हाट्स सो ग्रेट अबाऊट बिइंग अ लूजर? मी तिला विचारलं. पण आता माझ्या बोलण्यातला मघाचा आवेश ओसरला होता. डॅम इट! निर्मलेसारखी मुलगी हात कुस्करत बसली असताना माणूस जगाविषयीचा संताप कितीशा आवेगानं व्यक्त करू शकणार?

चला - उठा आता! ती उभी राहात म्हणाली. आपले ते - राईतलं छोटं चहाचं खोपटं! - ते कधीची वाट पाहातंय आपली!

अर्ध्या तासानं, मांमरम्च्या राईत कोणी परोपकारी तेनीरवाल्यानं थाटलेल्या त्या छोट्या खोपटवजा दुकानात तेनीर पिता पिता (निर्मला ही एकच कॉफीऐवजी तेनीर आवडणारी दाक्षिणात्य मुलगी मी पाहिली होती!) मी तिला म्हटलं - निर्मला, आमच्या डॅडींनी सचोटीनं वागून पैसा नाकारला, म्हणून कॉलेजमध्ये असताना मला त्यांचा खूप राग यायचा. पण आता पाहावं तर मी डिट्टो त्यांच्याप्रमाणे वागतो. प्रामाणिकपणाचा व्यवहारी आग्रह धरतो. इजन्ट इट फनी?

नोप! ती कप खाली ठेवत म्हणाली - जस्ट हेरिडिटी. आनुवंशिकता. त्यांचंच रक्त आलंय ना तुझ्यात?

तुला एक रहस्य सांगू निर्मला? माझा मूड आता खूपच सुधारला होता. आजवर मी माझं फ्रस्ट्रेशन स्वत:कडेसुद्धा बोलायला धजलो नव्हतो. पण आज, कसं कोण जाणे, ते तुझ्याकडे उघडं केलं. आजपर्यंत मी माझं शरीर खूप जणींना दाखवलंय. पण जिला मन दाखवलं, अशी तू पहिलीच!

मलादेखील एक रहस्य सांगायचंय! निर्मला म्हणाली - कलंगूट बीचवरचं तुझं अधिकार गाजवणं... मला मनापासून आवडलं होतं! मी तुझ्यावर रागावले नव्हते. पण तुझा ॲरोगन्स आपल्याला आवडावा, या कारणासाठी स्वत:वरच खूप रागावले होते. तुझा ॲक्शन एडसाठी अर्ज आला, तेव्हा मात्र मी स्वत:ला माफ करून टाकलं. फनी इजन्ट इट?

नोप! मीही तिच्यासारखं म्हणून पाहिलं.

एकोणतीस

निर्मला ही खरोखर माझ्या आयुष्यातली अशी पहिलीच स्त्री होती, की जिच्याबरोबर माझा संवाद होऊ शकत होता. प्रेमाची बुद्धी बेताची होती, शिक्षण अर्धवट झालेलं होतं आणि विचार करण्याची किंवा दुसऱ्याचे विचार समजून घेण्याची कुवत तिच्यात नव्हती. ती कुवत श्यामलेमध्ये होती. पण संवाद साधायला दुसऱ्याविषयी जी आत्मीयता हवी, ती तिच्यात नव्हती. तिचा अहंकार निर्मलेमध्ये अजिबात नव्हता. तिच्यात जग समजून घेण्याची खळाळती उत्सुकता होती आणि दुसऱ्यांविषयी अस्सल आपुलकी होती. त्यामुळंच आपल्या मनातले खरेखुरे विचार सांगण्याचं दुर्लभ सौख्य आम्हाला एकमेकांच्या सहवासात मिळू लागलं.

माझी सगळीच मतं निर्मलेला पटत, असं नाही. आमचे तात्त्विक वादविवाद भरपूर व्हायचे; पण ते एकमेकांविषयी आदर ठेवून, एकमेकांना दुखावून नव्हे. पुरुषाचा स्वाभिमान सुखावेल, इतका मान त्याला देणं, पाहिजे तेव्हा त्याला आपल्या पातळीवर आणून बरोबरीचा मित्र समजणं, तर कधी त्याला आपल्याहून लहान समजून फुरंगटलेल्या मुलाची समजूत घालावी तशा चार गोष्टी सांगणं, हे सगळंच तिला त्या त्या वेळी चांगलं साधायचं.

रोज संध्याकाळी मी निर्मलेला माझ्या स्कूटरवर अर्ध्या वाटेपर्यंत लिफ्ट देत असे. मध्यंतरी तिच्या मयत वडिलांच्या इस्टेटीची रीतसर वाटणी होऊन तिच्या वाट्याला टागोरनगरमधला शांग्रिला अशा विचित्र नावाचा एक प्रचंड बंगला आला होता.

अतिशय सुरेख सजवलेल्या या खानदानी शांग्रिलामध्ये घरापासून बागेपर्यंत सगळीकडे लक्ष ठेवणारा एक माळी आणि आऊट हाऊसमध्ये सहकुटुंब राहाणारा वॉचमन, यांच्या सोबतीनं निर्मला एकटीच राहायची.

कधीकधी ती मला जेवायला बोलवायची. माझ्यासाठी हौसेहौसेनं एखादं नवीन सारम्, नाहीतर पुलाव करायची. खरं तर तिला स्वैपाकात मुळीच गती नव्हती

आणि तिनं केलेल्या पदार्थांचे तिखटमिठाचे, जाडपातळाचे सगळेच हिशेब स्वतंत्र असत. पण पाककौशल्याची उणीव ती बोलण्याच्या चतुराईनं भरून काढायची आणि तिच्याकडे जेवायला जाणं हा एक आनंदसोहळा करून सोडायची. म्हणून मी तिला कधी एलाप्पे जळलेयत, माशांचं कालवण पचपचीत झालंय, असं सांगून जीवनातला एक आनंद नष्ट करण्याचं पाप केलं नाही.

खरं तर श्यामलेच्या अनुभवानं स्त्रीसहवासाला विटलेला मी, प्रेमाच्या बाबतीत पूर्ण समाधानी नसूनही स्त्रीसहवासाकडे एका तात्त्विक पातळीवरून पाहायला लागलेला मी; या मध्यमवयात, निर्मलेच्या भेटीसाठी, तिला राइड देण्यासाठी, तिच्याकडे जेवायला जाण्यासाठी, एखाद्या विशीच्या मुलासारखा आसुसलेला होतो, होऊ लागलो हे आश्चर्यच नव्हतं का?

त्या दिवसांमध्ये एका प्रॉजेक्टचा सर्व्हे करण्यासाठी मला अधूनमधून अनंतपूरला जावं लागायचं.

थेट मुंबईला जाणारी उदयन एक्स्प्रेस मी सकाळी सात वाजता बेंगलोरला पकडत असे. एवढ्या सकाळी सगळं आटोपून व्हाइट फिल्डमधून यायचं, म्हणजे अगदी पहाटेच उठावं लागायचं. त्यावर तोडगा म्हणून मी अनंतपूरला जायच्या आदल्या रात्री बंगलोरला ऑफीसमध्येच राहायला सुरुवात केली होती.

अशाच एका रात्री, मी ऑफीसच्या पलीकडच्या फातिमा कॅफेमधून थोडंफार खाऊन येऊन झोपण्याच्या तयारीला लागलो होतो. एवढ्यात फोन वाजला.

हॅलो, राजनायक हिअर, हूज स्पीकिंग? मी विचारलं.

फोनवर निर्मला होती. मी उद्या सकाळी अनंतपूरला जाणार, त्या अर्थी आज रात्री ऑफीसमध्ये एकटाच असणार, हे तिच्या बरोबर लक्षात होतं. तिचं काम काहीच नव्हतं. नुसत्याच गप्पा मारण्यासाठी तिनं फोन केला होता...

माझ्या मनात आलं, जेवून यायच्या आधी हा फोन केला असता, तर मी जेवायला येऊ का, असं सरळच विचारलं असतं.

पुन्हा मनाकडून प्रपोजल आलं. जेवायलाच कशाला? नुसतं जरी तिनं गप्पा मारायला घरी ये. असं म्हटलं, तरी अजून आपण जाऊ.

लगेच प्रपोजल नंबर तीन आलं की, आपणच, मी येऊ का? असं विचारलं तर? त्यावर हेडऑफीसनं सांगितलं, प्रपोजल नॉट सॅन्क्शन्ड. आता रात्री नऊ वाजून गेल्यानंतर असं विचारणं सभ्यपणाचं दिसणार नाही. तिनं नको, ही काय वेळ आहे का येण्याची, असं म्हटलं असतं, तर ते फारच वाईट दिसेल.

माइन्ड ऑफीसमधून ही अशी एकामागून एक प्रपोजल येत असताना आणि हेड ऑफीसमधून ती डावलली जात असताना वरवर मात्र आम्ही झकास गप्पा

मारत होतो.

इकडे मन मूर्खात काढत होतं. दिवसाच्या वेळी मारता येण्यासारख्या या गप्पांसाठी इतकी सुंदर रात्र वाया घालवणं म्हणजे - चांगली संधी होती - रात्रभर बाहेर राहण्याची - प्रेमाला न कळता -

पण ती कुठं बोलावतेय? हेड ऑफीसचं ऑब्जेक्शन.

कदाचित तू येऊ का, असं विचारण्याचीच ती वाट पाहात असेल, नाहीतर नाही नाही ते विषय काढून गप्पा लांबवण्याचं तिला कारण?

बरोबर एक तास पाच मिनिटं तिनं मी विचारण्याची वाट पाहिली असावी. दहा वाजून दहा मिनिटांनी तिनं म्हटलं – छे! फोनवर बोलायचं म्हणजे काहीतरीच! एका परीनं माणूस किती जवळ असतं... आणि तरीही किती दूर... नाही का?

होय ना!

त्यापेक्षा घरीच आला असतास, तर छान गप्पा मारल्या असत्या. मस्त कॉफी बनवून दिली असती.

या वेळी काय कॉफी देतात?

हवं तर - कोनॅक होती छान - ती दिली असती.

मग अजून येतो.

देअर यू आर - शेवटी जमलं तुला बोलायचं– माइन्ड ऑफीसमधून अभिनंदनाची तार! आता काय म्हणते बघ!

आता नको येऊस. खूप उशीर झालाय. सव्वादहा वाजलेत. चक्क सव्वा तास आपण नुसते बडबडत बसलो. त्यापेक्षा मघाशीच आला असतास, तर एव्हाना आपण ड्रिंक्स घेऊन झोपूनसुद्धा गेलो असतो.

काय म्हणालीस?

काही नाही. डोन्ट गेट एनी रॉंग नोशन्स. आणि पुढल्या वेळी अशी चूक करू नकोस. यावंसं वाटेल, तेव्हा तत्काळ निघून ये.

पडत्या फळाची आज्ञा! पुढच्या वेळेस अनंतपूरला जायच्या आदल्या दिवशी मी निर्मलेला सांगून ठेवलं -

आज रात्री मी ऑफीसमध्ये झोपणार नाहीये.

मग? तिनं नकळतेपणाचं सोंग आणून विचारलं - व्हाइट फिल्डला जाणारेस?

नोप. आयड रादर चेक. इन ॲट -

ॲट?

ॲट शांग्रिला!

ओके. युअर रूम इज बुक्ड.

चेक इन टाइम एट पी एम चेक आऊट टाइम सिक्स ए एम.

सिंगल बेड - डबल बेड -?

डिपेंड्स ऑन द सिच्युएशन.

बरोबर आठ वाजता मी शांग्रिलावर गेलो.

बाहेरच्या बगिच्यातले तीन उंच दिवे पेटलेले. बाकी काळोख. ध्यानस्थ वाटणारा शांग्रिला.

सगळीकडे नि:शब्दता. फक्त बंगल्यातून अगदी मंद ऐकू येणारी पन्नालालची बासरी...

हॉलमधल्या झुंबरांतला एकच दिवा लावलेला. भिंतीवरची शस्त्रास्त्रं, कोपऱ्यातले पुतळे, टांगलेले गालिचे... अर्धवट अंधारात.

ती कुठं दिसत नाही. मी किचनमध्ये जातो.

तिथं एका कँडलस्टँडमध्ये चार मेणबत्त्या जळताहेत... प्रकाशाचं एक लहानसं वलय तयार झालंय.

टेबलावर आइस बॉक्स, ब्लॅक लेबलची बाटली, पेपर नॅपकिन्स, चीज, सॉसेजस आणि एका रॉकिंग चेअरवर मंद स्मित करणारी निर्मला.

चिअर्स. संगीत. नशा. काय जेवलो, हे लक्षातही येत नाही...

जेवण झाल्यावर निर्मलनं मला पाहुण्यांची बेडरूम दाखवली. नंतर स्वत:ची बेडरूम दाखवली.

अगदी सहज विचारावं, तसं विचारलं – तू कुठं झोपणार?

मीही तितक्याच सहजपणे तिच्या बेडरूमकडे हात केला.

मध्यरात्र. मी आणि निर्मला, आम्ही दोघंही एकच रग अंगावर ओढून घेऊन निजलो होतो. ती माझ्या कुशीत अधिकाधिक आत शिरण्याचा प्रयत्न करत होती. एका हातानं माझ्या पाठीवर हळूहळू दाबत होती.

मग हळूच म्हणाली - वर्धन -

मी अर्धवट झोपेत म्हटलं - हं!

तुला माझ्याबद्दल काय वाटतं?

तिचं डोकं माझ्या छातीत खुपसलेलं असल्यामुळे मला तिचं बोलणं नीटसं ऐकूच आलं नाही. शिवाय त्या वेळी मला ते ऐकू येण्याची गरज वाटली नाही. मी नुसतं 'हूं' असं काहीतरी केलं आणि तिच्या कमरेवरून पलीकडे पाय टाकला.

सांग ना. तुला माझ्याबद्दल काय वाटतं? निर्मलनं मला झोपू न देण्याचा निश्चयच केला होता.

सकाळी सांगेन. मी पलटी घेऊन पाठीवर पडलो.

नाही, आता सांग. तिनं डोकं वर उचलून माझ्या दंडावर ठेवलं.

सांगू? आय्र थिंक...

हां - व्हॉट डू यू थिंक?

आय थिंक यू आर अ पेस्ट. तू माणसाला झोपू न देणारी राक्षसीण आहेस.

असं म्हणून मी कुशी पालटून झोपी गेलो.

तशी तिनं मला जोरात आपल्या बाजूला वळवलं. मी सरळ उताणा पडलो. तिनं आपलं संपूर्ण अंग माझ्या अंगावर लोटून दिलं आणि तोंड माझ्या अगदी तोंडाजवळ आणून ती म्हणाली– आता सांग.

आता माझी झोप चांगलीच उडाली होती. माझा सदैव तत्पर असलेला साथीदार मधल्या थोड्याशा विश्रांतीनंतर लगेच जागा झाला होता. म्हणून मी थोडी थट्टा करत तिला म्हणालो – कसं सांगणार? तुझ्या वजनानं मला श्वास देखील घेता येत नाहीये.

तशी ती उठून मांड्यांवरच बसली, आणि म्हणाली - सॉरी -

अग, खरंच नाही काही, तुझी गंमत केली – असं म्हणून मी तिला खाली ओढलं. अगदी तिच्या स्तनांनी माझं तोंड पूर्ण बंद होईल इतकं .

मी आणखी काही चाळे सुरू करीन, अशा भीतीनं ती तशीच पलीकडे झोपली आणि म्हणाली - आता सांग, तुला माझ्याविषयी काय वाटतं?

काय वाटतं म्हंजे? आय लाईक यू!

जस्ट लाईक? यू डोन्ट लव्ह मी?

मे बी, आय डू. पण हवाय कशाला प्रेमा-बिमाचा घोळ? आपल्याला एकमेकांचा सहवास हवासा वाटतो ना? त्याचाच शेवट शरीरसंबंधात -

बस - इजन्ट दॅट इनफ?

ओके - ती कुठल्या अर्थानं म्हणाली, काही कळलं नाही.

खाली बघ एकदा मी म्हटलं - चर्चा करण्यामध्ये तू माझ्या दोस्ताची काय परिस्थिती केलीस. त्याला वाटलं आपण त्याला विसरून गेलो. म्हणून रुसून बसलाय.

खरंच, पुरुषांना अशी भावना असते का रे? दॅट देअर इज अ लिव्हिंग थिंग बिटवीन देअर थाईज? काहीतरी जिवंत स्वत:चं मन असलेलं आपल्या पायात राहतंय, अशी! हाऊ टेरिबल.

टेरिबल? प्रत्येक पुरुषाला जन्मभर आधार असतो या दोस्ताचा! पुरुषाचं म्हातारपणातलं खरं दु:ख काय असतं माहितेय? आपल्या आधी आपला हा दोस्त विकल झालेला पाहावा लागतो, हे! तुला एक सिक्रेट सांगून ठेवतो निर्मल - एखाद्या स्त्रीला खरोखरच एखाद्या पुरुषाचं प्रेम हवं असेल ना, तर तो स्वत: जितकं या अवयवावर प्रेम करतो, तितकंच तिनंही करायला हवं. काय बिशाद पुरुष कुठं

जाईल? त्याचा हा दोस्तच त्याला जाऊ देणार नाही. पण हे रहस्य लाखात एखाददुसरीलासुद्धा ठाऊक नसतं. बहुतेक जणी या दोस्ताला हिडीसफिडीस करून पुरुषाचं मन जिंकायला बघतात ते कसं जमणार?

त्या क्षणी, मी त्याच्याविषयी नुसतं बोलल्यानंच तो इतका खुलून गेला, की लगेच त्याला त्याच्या कामगिरीवर पाठवण्याखेरीज गत्यंतर उरलं नाही. द लेक्चर इन थिअरी वॉज कन्क्ल्यूडेड विथ अ प्रॅक्टिकल!

सकाळी मला गाडी पकडायची होती. म्हणून आम्ही लवकर उठलो. मुळात आधी आम्ही झोपलोच होतो, साधारण पहाटेकडे! त्यामुळं जागरण चांगलंच जाणवत होतं. पण अशा जागरणाचा त्रास कुठं होतो? मन इतकं प्रफुल्लित असतं, की ते आपल्याबरोबर शरीराला सहज ओढत नेऊ शकतं.

तेवढ्या गडबडीत निर्मलनं मला कॉफी तयार करून दिली. दोघं सकाळच्या नवागत प्रकाशात कॉफी पीत बसलो असताना, ती मला म्हणाली - वर्धन, मला तुला एक सांगायचंय!

नंतर सांग. आता मी गडबडीत आहे.

नाही. ते आत्ताच सांगायला हवं, असं आहे.

सांग. नंतर ते माझ्या लक्षात राहिलं नाही, तर दोष देऊ नकोस.

ही गोष्ट तू कध्धीच विसरू शकणार नाहीस.

ओके. आऊट विथ इट!

मला तुला सांगायचं होतं, की तू माझ्या आयुष्यात आलेला पहिला पुरुष आहेस. ओके?

- कालपर्यंत मी कुमारिका होते!

त्यामुळं काय फरक पडतो?

पडतो वर्धन! तुला नसेल, पण मला पडतो, मला हे असं सांगायचंय, की काल रात्री मी तुला अर्पण केलं ते - ते अतिशय पवित्र होतं. तुलाच मी ते पहिल्यांदा देऊन टाकलं - याचा खूप, खूप आनंद होतोय मला! आय ॲम ग्लॅड आय ग्रेव्ह मायसेल्फ टू यू ॲज अ व्हर्जिन!

यू आर बिइंग सेंटिमेंटल निर्मल. फार हळवी झालीयेस तू या बाबतीत. माझ्या दृष्टीनं विचारशील, तर आपली कालची रात्र फारच सुंदर गेली. अगदी जन्मभर लक्षात राहण्यासारखी गेली, एवढंच पुरेसं आहे. मी कुठं व्हर्जिन आहे, म्हणून मी व्हर्जिनिटीचा आग्रह धरू? वुइ हॅड नाइट टू रिमेम्बर ॲंड दॅट्स ऑल देअर इज टू इट!

मी तिचा निरोप घेऊन गाडी पकडायला घाईघाईनं निघालो. वळताना कोपऱ्यावरून

पाहिलं, तर ती अजून मला पाहात उभीच होती. मी वळून पाहिल्यावर तिनं मी पहिल्यांदा दिसावा, इतक्या हर्षभरानं जोरजोरानं हात हलवला.

दुसऱ्या दिवशी निर्मला ऑफीसमध्ये आली, तेव्हा तिच्या गळ्यात काळ्या मण्यांची पोत होती. पहिल्यांदा माझ्या हे लक्षात आलं नाही. पण दुपारी आम्ही लंचला एकत्र गेलो, तेव्हा तीच आपणहून म्हणाली - आज मी कुठला नवा दागिना घातलाय सांग पाहू-

मी थोडंसं निरीक्षण केल्यावर म्हटलं, ते गळ्यात काय घातलंयस ते - काय म्हणतात त्याला?

लोकांनी मला विचारलं तर सांगेन काळ्या मण्यांची पोत आहे -

आणि मी विचारलं तर -

तुला न विचारताच याचा अर्थ कळायला हवा -

एकदम लख्ख प्रकाश पडला. परवाची रात्र -! माझा घास गळ्यातच अडकला.

ओ, शूट! म्हणजे तू हे काय मंगळसूत्र वगैरे म्हणून घातलंयस की काय?

हो - तुझ्या नावानं!

माझ्या नावानं म्हंजे?

दॅट्स द होल पॉइन्ट वर्धन. मी ही खूण समजते. मी तुझी झाल्याची खूण! मला स्वत:ला जाणीव द्यायचीये, की मी तुझी झालीये. दॅट आय बिलाँग टू यू!

या कुठल्या खुळचट कल्पना काढल्यायस बिलाँगिंगच्या?

अलीकडे अगदी ताशेवाजंत्री लावून लग्न झालेल्या बायकासुद्धा गळ्यात मंगळसूत्र घालत नाहीत.

त्यांना गरज नसते त्यांची! सगळ्यांना माहीत असतं त्या कोणाच्या आहेत ते!

हे कोणाचं असणं काय भानगड आहे? तू काय माझी गुलाम आहेस?

गुलाम नाही - पण तुझा हक्क आहे आता माझ्यावर!

आता हक्क मानून घेणं, तुला कमीपणाचं नाही वाटत?

त्यापेक्षा एकटं असणं - ज्याला लोक स्वातंत्र्य म्हणतात, ते मला अधिक शरमेचं वाटतं. अ पर्सन हॅज टू हॅव दॅट फीलिंग ऑफ बिलाँगिंग टू समवन. तुला नसेल समजत तर राहू दे. हे मंगळसूत्र मी स्वत:साठी घातलंय.

मी काहीच बोललो नाही. पण वारं ज्या दिशेला वाहत होतं, ती मला फारशी पसंत पडली नव्हती.

तीस

निर्मलेला काही गोष्टी वेळीच स्पष्ट करणं भाग होतं.

पुढल्या वेळी अनंतपूरला जाण्याचा प्रसंग आला, तेव्हा मी जेवायला आणि अर्थातच झोपायला शांग्रिलावर गेलो.

ड्रिंक्स घेताना मी निर्मलेला स्पष्ट केलं. हे बघ निर्मला, तुला जर वाटत असेल, की कधी ना कधीतरी तुझ्या गळ्यात खरोखरीचं माझ्या नावाचं मंगळसूत्र येईल, तर ते तू आत्ताच विसरून जा. मला तुझ्याशी कधीच लग्न करता येणार नाही. एक तर श्यामीनं मला रीतसर घटस्फोट दिलेला नाही. तसा ती तो कधी देण्याचीही शक्यता नाही. दुसरं अधिक महत्त्वाचं कारण म्हंजे, मी तुझ्याशी लग्न केलं, तर प्रेमा आणि तिची मुलं निराधार होतील. मी जर तिच्याबरोबर राहात नसतो तर - तर गोष्ट वेगळी होती. पण आहे या परिस्थितीत मला मुलांचा आणि तिचा विश्वासघात करायचा नाहीये.

निर्मलेनं सगळं शांतपणे ऐकून घेतलं. थोडा वेळ विचार केला. मी तोवर शांतपणे स्कॉच सिप करीत बसलो. मग ती म्हणाली - तू माझ्या जवळ झोपतोस, तेव्हा नाही का प्रेमाचा विश्वासघात होत?

कसा होईल? मी जर इथंच राहिलो, प्रेमाकडे परत गेलोच नाही, तर तिचं शरीर उपाशी राहील - आणि तो तिच्यावर अन्याय होईल.पण मी तिला पुरेपूर सुख देत असताना तिला तक्रार करण्याचं कारणच काय?

कोण जाणे! - निर्मला दुसरा राउंड भरत म्हणाली - तुला कसं देता येतं तिला शरीरसुख, माझ्याबरोबर संबंध ठेवल्यावर? किंवा तिच्यावर निष्ठा ठेवून मला कसं समाधान देता येतं? मला नाही या घटकेला दुसऱ्या पुरुषाशी संबंध ठेवता येणार!

याचं कारण तुम्ही बायका मनानं फार गुंतून पडता.आम्ही जेव्हा शरीरसंबंध करतो, तेव्हा त्या त्या शरीराच्या मालकिणीच्या प्रेमात असतो, बस! पुरुषाचं मन जर बिछान्यात अवांतर विचार करायला लागलं, तर त्याचं शरीर करायच्या त्या

कामासाठी कसून उभंच कसं राहील? मेन हॅव टू कॉन्सन्ट्रेट ऑन द बॉडी!

झोपायला जाताना मी तिला विचारलं - मी माझ्या ज्या कल्पना सांगितल्या, त्या तुला पटतीलच असं नाही. मी शरीरसुखाच्या बाबतीत पूर्ण उघडानागडा आहे; पण तुझ्याभोवती संस्कारांची, अपेक्षांची कितीतरी आवरणं असतील. तू माझ्या टर्म्स पटत नसताना मला सहन कर, असं मी मुळीच सांगणार नाही. म्हणून तू गेल्या वेळी मला विचारलास तोच प्रश्न आज मी तुला विचारतो, ती पाहुण्यांची बेडरूम आणि ही तुझी बेडरूम! मी कुठं झोपायला जायचं?

ती हसली आणि तिनं स्वत:च्या बेडरूमकडे हात केला...

यानंतर अनंतपूरला कधीही जायचं झालं, तरी आधीची रात्र आणि नंतरची रात्र, मी निर्मलकडे घालवायला लागलो. कधीकधी ऑफीसच्या कामासाठी आम्ही त्रिवेंद्रमला जायचो. तिथं सफायत लॉजमध्ये रात्र साजरी करीत असू.

ती माझ्यावर सारं शरीर उधळून टाकल्यासारखी वागायची. तिच्यावरून हे मात्र पटायचं, की स्त्री मनानं ज्याला आपला म्हणते, त्याच्यावर सुखाची खैरात करते.

प्रेमाला सुंदरराजच्या पैशातला वाटा म्हणून पंचवीस हजार रुपये मिळाले. तिला हा अचानक धनलाभ झाल्यासारखं वाटलं. ज्या सुंदरनं जिवंतपणी आपल्यावर आणि मुलांवर एक पैसासुद्धा खर्च करायची तयारी दाखवली नाही, त्यानं मेल्यावर आपल्याला हे एवढं डबोलं द्यावं, या अतर्क्य प्रकारानं ती भारावून गेली. खरं म्हणजे सुंदरकडे तरी इतका पैसा आला कुठून? पण शेवटी तो धनराजचा बेटा होता. ज्या भ्रष्ट पद्धतीनं तो शरीरसुख मिळवायचा, त्याच पद्धतीनं तो पैसाही मिळवत असणार. प्रेमा मात्र, हा पैसा सुंदरकडून कुठून आला असेल, याचा विचार न करता, आपल्याकडे तो सुंदरकडून आला, यावरच खूष होती. सुंदरच्या या मरणोत्तर देणगीनं तिनं त्याच्या जिवंतपणीच्या बऱ्याच दुर्गणांना माफ करून टाकलं.

माझ्या सल्ल्यानं तिनं ते पैसे वेगवेगळ्या कंपन्यांमध्ये फिक्स्ड डिपॉझिटमध्ये गुंतवले, आणि त्याच्या व्याजाचे पैसे, ती आपले म्हणून वेगळे ठेवू लागली.

पैसे प्रेमाच्या हाती आल्यानंतर साधारण पंधरवड्याच्या आत मर्सी आमच्याकडे येऊन हजर झाली. आपली वेलोरची जागा तिनं विकून टाकली होती आणि ते पैसे व्याजी लावले होते. तिनं जरी स्पष्ट सांगितलं नाही, तरी तिच्या बोलण्यातल्या संदर्भावरून कळत होतं की, तिचं प्रेमाच्या हालचालींकडे चांगलं लक्ष असायचं. आणि प्रेमाला सुंदरचे पैसे मिळाले, हेही तिला ठाऊक झालं असावं.

मी मर्सीविषयी खूप ऐकत आलो होतो, तिला पाहिलेलं नव्हतं. आता जरी

तिच्यात पाहण्यासारखं फारसं काही राहिलेलं नसलं, तरी एके काळी ती चांगलीच उन्मादक दिसत असली पाहिजे. तिचा वर्ण सावळा होता; पण मोठे डोळे, अपरं नाक आणि आव्हान देणारे किंचित जाडसर ओठ यामुळं रूप आकर्षक वाटण्यासारखं वाटत होतं. केस अजूनही दाट आणि लांबसडक होते. शरीर मात्र आता जागोजागी सैल सुटलं होतं. एकसारखी पान खाण्याची तिची सवय वैताग आणणारी होती. तिच्या एकूणच दिसण्यात कितीतरी त्रासदायक होतं. मग ती तिच्या शरीराचा आक्रमक ढब, की तिच्या त्या मोठ्या डोळ्यांचा धूर्तपणा, की मधेच ओठ मुरडून बोलण्यातला तिखटपणा. काय कोण जाणे!

माझ्यासमोर पसरून, पानाला डबा उघडून पानाला चुना लावत ती बसली होती. मला सांगत होती - तुम्ही वेलोरला होता, तेव्हा प्रेमाची मला नेहमी पत्रं यायची. एकटीच्यानं तिला घर चालवणं कठीण जातं. त्यातनं हे दोघे काळपुरुष लागलेले असतात ना तिच्यामागे - सुधाकर दिवाकरचा उल्लेख मर्सी नेहमी काळपुरुष असाच करायची... तेव्हाच मी तिला लिहिलं होतं- की माझं घर विकून टाकण्याचं एकदा जमलं की मी येईन तिकडे तुझ्या मदतीला.

याचा अर्थ ही बाई आता कायमची आमच्याकडे राहायला आली होती.प्रेमा तरी इतकी बेअक्कल कशी कोण जाणे! ज्या बाईनं आपल्याला आपत्काळी सुद्धा एक दिवसापेक्षा अधिक काळ राहू दिलं नाही, तिला ती कायमची ठेवून घ्यायला निघाली होती. पण माहेरच्या माणसांच्या बाबतीत कुठल्या स्त्रीला काय सांगून फायदा असतो? सांगणाराच वाईट ठरण्याची शक्यता अधिक! काय होईल ते पाहावं आणि नंतर मार्ग काढावा, असं ठरवून मी गप्प बसलो.

आठवडाभरानं प्रेमाचं आणि माझं कडाक्याचं भांडण झालं. तिच्या अम्मावरून नव्हे - निर्मलेवरून.

निर्मलेविषयी तिला फार काही कळलं होतं, अशातला भाग नव्हता. पण निर्मलेला माझ्या स्कूटरवर बसलेलं कोणीतरी एकदोन वेळा पाहिलं होतं आणि ते तिच्या कानावर घातलं होतं. कुणी ते तिनं सांगितलं नाही - मीही विचारलं नाही. कदाचित सुधाकर-दिवाकरपैकी कुणी असेल. मला आश्चर्य वाटलं ते प्रेमानं विचारलं याचं नाही - कारण आज ना उद्या कधीतरी ते होणारच होतं - पण तिनं ज्या ठामपणे आणि जोरदारपणे मला जाब विचारला, त्याचं! याचा अर्थ असा होता, की याची तालीम आधी झालेली होती. बहुधा तिच्या अम्माकडेच दोन-चार वेळा तिनं ते बोलून दाखवलं असावं. अम्मानंही त्यात काही भर घातली असावी. एकदा विचारून टाक, सोडू नको, असं चिथावलं असावं.

प्रेमा खूप दिवस मनात राहिलेलं ओकून टाकावं, तसं फाडफाड बोलली -

इतरांच्यासारखे सरळ नऊ ते पाचचे जॉब्स तुम्हाला का मिळत नाही? गावोगाव कशाला भटकावं लागतं? रात्ररात्र ऑफिसातच का राहावं लागतं? अनंतपूरला सारखं सारखं काय असतं? निर्मलेला संसारी पुरुषाबरोबर भटकायला शरम कशी वाटत नाही? आणि तुम्हाला तरी दिवसभरात माझ्याशी चार शब्द बोलण्याइतकी सवड मिळत नाही, तर बाहेरच्या पोरींना गाडीवरून कसं भटकवता येतं? वगैरे वगैरे.

मी फार बोललो नाही. मी काय करावं, कुठला जॉब घ्यावा, कुणाला स्कूटरवरून फिरवावं, हा माझा प्रश्न आहे. त्यात तुला पडायचं कारण नाही – एवढंच सांगितलं.

यावर बायकांचं प्रतिकाराचं नेहमीचं अस्त्र – रडणं.

मर्सी शांतपणे पान खात हा तमाशा बघत बसली होती. ती एक अक्षरही बोलली नाही. पण हे गप्प बसणं दबा धरून बसलेल्या जनावराच्या निःशब्दतेसारखंच होतं. ज्या सावधपणानं ती आमचा शब्द न् शब्द ऐकत होती, त्यावरून प्रेमाच्या बोलण्यातला असलेलं तिचं शब्दहीन अनुमोदन कळत होतं. किंबहुना प्रेमाचे अनेक शब्द हे तिला मर्सीनंच पढवल्यासारखे वाटले.

हळूहळू घरातल्या शांतीला तडे जायला लागले होते.

सुधाकर चांगल्या मार्कांनी दहावी पास झाला. त्याच्या अधू डोळ्यांना पुढचं वाचन झेपायचं नाही, अर्ध्यावरच दृष्टी अजिबात जाईल, या काळजीनं मी त्याला तांत्रिक शिक्षण घे, म्हणून सांगत होतो. पण त्याला वाटलं, की तो एकदाचं तांत्रिक शिक्षण घेऊन नोकरीला लागला, म्हणजे त्याचा खर्च माझ्यावर पडणार नाही, या हेतूनं मी हे सांगतोय. तो खट्टू झाला. बहुधा, हा माणूस आपला बाप नाही, असता तर यानं आपल्याला पुढचं शिक्षण दिलं असतं. अशा विचारानं!

मग मी त्याला म्हटलं, ठीक आहे. तुला संधी मिळाली नाही, असं व्हायला नको. तुला सायन्सला जायचंय ना - मी तुला कॉलेजात घालतो. पण आपली दृष्टी मात्र सांभाळ!

तो आनंदला. अंकल, तुम्ही किती चांगले आहात! असं म्हणून त्यानं मला मिठी मारली. पण आजकाल मी पूर्वीसारखं एवढ्यातेवढ्यानं भारावून जात नसे. मी त्याला त्याच्या डोळ्यांच्या काळजीनं कॉलेजात घालत नाही, हे जाणवून त्यानं मला मिठी मारली असती, तर कदाचित -

मी त्याला माझ्याच, पूर्वीच्या मद्रास ख्रिश्चन कॉलेजमध्ये पाठवलं. योगायोगानं, अम्माची मद्रासमधली जागा सध्या रिकामी होती, तिथं तो राहू लागला.

मला आता सगळे मिळून बावीसशे मिळायला लागले होते. मधल्या काळातली वाढती महागाई लक्षात घेऊन आमचा डायरेक्टर आदित्य यानं सर्वांचेच पगार एकदम वाढवले होते.

आदित्य हा सगळ्याच डेव्हलपमेंटल ऑर्गनायझेशनचे प्रमुख असतात, तसा हुशार कर्तबगार, सर्वांना सांभाळून घेणारा आणि बोटचेप्या वृत्तीचा माणूस होता. तो मूळचा प्रीस्ट रॉबर्ट लिओ. बुद्धिझमच्या इनडेप्थ स्टडीसाठी तो पॅरिसला गेला आणि तिथंच ॲक्शन एडचा कोऑर्डिनेटर झाला. बंगलोरमध्ये इंफ्रा (IMFRA) आणि पीपल ट्री (PEEPAL TREE) अशा आणखीही दोन संस्था तो चालवायचा.

एके दिवशी त्यानं मला बोलावून घेतलं आणि ध्यानीमनी नसताना म्हटलं, लोक तुझ्याविषयी आणि निर्मलेविषयी बोलतात.

मी म्हटलं, मला कल्पना आहे.

तुम्ही थोडी काळजी का नाही घेत?

आम्ही ऑफीसमध्ये न शोभण्यासारखं काहीच वर्तन करत नाही. एखाद्या पुरुष सहकाऱ्याशी माझी मैत्री असती, तर आम्ही जसे वागलो असतो, तसेच वागतो. म्हणजे लंचला एकत्र जातो, एकमेकांना कामात मदत करतो - बस! यात नाव ठेवण्यासारखं काय आहे? पुरुष सहकाऱ्याची गोष्ट वेगळी आहे.

आपण व्यक्तिस्वातंत्र्य मानतो ना? मग इथं व्यक्तीला कुणाशी मैत्री करावी एवढंही ठरवण्याचं स्वातंत्र्य नाही का?

यावर आदित्य काही बोलला नाही. पण मी उलटून प्रश्न केला, हे बहुतेक त्याला आवडलं नाही.

लक्ष्मण गायकवाड नावाचा एक महाराष्ट्रीय माणूस आमच्याकडे होता. त्याची आणि निर्मलेची कामावरून नेहमी भांडणं होत. त्यानं कधीतरी निर्मलेच्या जवळ जाण्याचा प्रयत्न केला होता आणि तिनं त्याला दाद न दिल्यामुळे चिडून तो तिच्यावर डूख ठेवून होता, असा पुसटसा उल्लेख कधीकधी तिच्या बोलण्यात यायचा.

त्यानं एकदा स्टाफ मिटिंगमध्ये तिच्यावर नाही नाही ते आरोप केले. ती सहकार्य करत नाही, आपलं काम नीट करताना दुसऱ्यांना तोंडघशी पाडते, इथून जे सुरू झालं ते; ती यूसलेस आहे, आपली कामं दुसऱ्यांना करायला लावते, राजनायकच्या मदतीनं तिचं सगळं चालतं, ती मत्सरी आहे, दुसऱ्यांसाठी कधीच काही करायला तयार नसते – इथपर्यंत त्याची मजल गेली.

निर्मला भयंकर संतापली. लक्ष्मण गायकवाडच्या आरोपात तसं काही तथ्य नव्हतं, कारण ते सगळे एकांगी होते आणि ते बेलाशक सिद्ध करण्याइतके पुरावेही त्याच्याजवळ नव्हते. मिटिंगमधल्या सगळ्यांनाच हे कळलं होतं, पण कोणीच

तिच्या बाजूने काही बोलेना. माझं नाव आधीच तिचा साहाय्यकर्ता, असं घेतलं गेल्यामुळे मी तिची बाजू घेऊ शकत नव्हतो. खरं तर आदित्यानंच मधे पडून गायकवाडला गप्प बसवायला हवं होतं. पण का कोण जाणे, तो नुसता ऐकत राहिला.

शेवटी निर्मलेनं स्वत:च सगळ्या आरोपांना बिनतोड उत्तरं दिली. गायकवाडचा निर्लज्जपणा इतरांनी गप्प बसून ऐकून घ्यावा, यामुळेच असेल कदाचित, पण तिचा पारा बोलता बोलता चढत गेला. शेवटी तर तो आवाज टिपेला लावून गायकवाडच्या अंगावर कडाडली - तुम्ही म्हणता, मी दुसऱ्यासाठी काहीच करायला तयार नसते. हे एवढं सगळं मी केलेलं दाखवून दिलं. त्यापलीकडे आणखी काय करायला हवं होतं मी? झोपायला हवं होतं का तुमच्याबरोबर?

आणि ती एकदम रडत, हुंदके देत, खुर्चीत कोसळली.

मी तिला शांत करण्यासाठी माझ्या कॅबिनमध्ये नेलं.

अर्थात, इतरांच्या नजरा आमच्या दिशेनं वळल्या असणारच! पण मी तिकडे दुर्लक्ष केलं.

दोन दिवसांनी आदित्याच्या कॅबिनमध्ये मी बसलो असताना, हा विषय निघाला.

आदित्य म्हणाला – लक्ष्मणच्या आरोपांमध्ये कदाचित काही तथ्य असेलही. पण ते त्यानं एवढ्या क्रूडली मांडायला नको होतं.

तू का नाही त्याला वेळीच थांबवलंस?

असं कसं? स्टाफमध्ये आपण फ्रीडम ऑफ स्पीच मानतो ना?

तू त्याला फ्रीडम म्हण - पण निर्मलेच्या दृष्टीनं ते आक्रमणच होतं. हा प्रकार आपल्याला वाटतो, तेवढा साधा नाहीये आदित्य. हा फेमिनिस्ट इश्यू होऊ शकतो. एक पुरुष, सहकारी स्त्रीला वेडंवाकडं बोलतो, तिच्या वैयक्तिक कुचाळक्या करतो, एका परीनं सगळ्यांच्या समोर तिचं शाब्दिक वस्त्रहरण करतो आणि आपण सगळे ते पाहात राहातो. तू संस्थाप्रमुख तिथं हजर असून ते थांबवत नाहीस. उद्या निर्मला एफेफ डब्ल्यू आरसारख्या एखाद्या फेमिनिस्ट संस्थेकडे गेली - किंवा 'डेव्हलपमेंटल ऑर्गनायझेशनमध्ये बायकांना मिळणारी विषम वागणूक' अशा अर्थाचं काहीतरी तिनं वर्तमानपत्रात छापून आणलं तर?

आदित्य गडबडून गेला. म्हणाला – खरंच, ती असं काही करील?

शी इज अ स्पिरिटेड गर्ल! मनात आणील ते ती करील. मी म्हटलं – आणि मी म्हणतो तिनं का करू नये तसं काही? शी हॅज एव्हरी राइट टू डिफेन्ड हरसेल्फ.

यू आर राइट. आपण या बाबतीत काहीतरी करायला हवं. आदित्य गंभीर

होऊन म्हणाला – व्हॉट वुड यू सजेस्ट?

मी केवळ निर्मलेची बाजू घेणार नाही. लक्ष्मणलाही आपण संधी देऊन पाहू. खरं म्हणजे आपण एक कमिटी करायला हवी. या कमिटीला लक्ष्मणनं केलेल्या आरोपांची कसून छाननी करू दे. ते खरे असतील, तर निर्मलेला तिची वागणूक सुधारण्याची समज द्यावी; पण हे खोटे असतील, तर मात्र लक्ष्मणला ॲक्शन एडमधून काढून टाकायला हवं.

बघतो मी काय करता येतं ते. आदित्यनं आश्वासन दिलं.

त्यानं लक्ष्मणला बोलावून काय समज दिली, ते माहीत नाही. पण दोन दिवसांनी लक्ष्मणनं निर्मलेची सपशेल माफी मागून आपले सर्व आरोप मागं घेतले.

व्यक्ती म्हणून जिच्या हक्कांची पायमल्ली होऊ नये, यासाठी मी ऑफिसात भांडत होतो; ती निर्मला मात्र तिचे सर्व हक्क माझ्या स्वाधीन करायला निघाली होती. तिची माझ्यावरची भक्ती नको इतक्या झपाट्यानं आणि नको त्या दिशेनं वाढत होती. मी तिच्या घरी राहाणार असलो, की ती रात्र ती सणासारखी साजरी करायची. सबंध बिछान्यावर बकुळीची नाहीतर पिच्चीची फुलं किंवा गुलाबाच्या पाकळ्या पसरून ठेवायची. मला हा वेडेपणा वाटायचा. (विशेषत: फुलांनी मढवलेल्या बिछान्याशी माझे जे अनुभव निगडित झाले होते, त्यामुळं त्याचा त्रासही व्हायचा. पण हे मी निर्मलेला कसं सांगणार?)

एके दिवशी मी आळसावून बिछान्यावरच पडून राहिलो होतो. ती आधी उठली असावी. आंघोळ करून ती बाहेर आली आणि पटकन माझ्या पावलांना हात लावून तिनं तो डोक्याकडे नेला.

मी म्हटलं, हे तू काय केलंस आत्ता? नमस्कारम्?

तिनं मान डोलावली.

कां पण? मी काय देव आहे?

तू माझा स्वामी आहेस. स्वामीच्या पायाला हात लावावा, असं माझं मन सांगतं.

मी उठून बसलो आणि तिचे दोन्ही खांदे धरून तिला समोर उभं केलं. लुक हिअर निर्मला - हा काय वेडेपणा आहे? कोण कुणाचा स्वामी - आणि कोण कुणाचा दास? आपण बरोबरीचे आहोत निर्मला - माझा तुझ्यावर कुठलाही अधिकार नाही. कसलंही स्वामित्व नाही.

असं तू म्हण. पण मी तुला स्वामी मानते. तसं मानण्यानं माझ्या मनाला आधार वाटतो. मी चारचौघांत हे सांगायला थोडीच जातेय? तुझ्यासमोरसुद्धा, तू विचारल्यानंतरच मी या गोष्टीचा उच्चार करतेय. पण माझ्या मनात माझी स्वत:ची

अशी एखादी खाजगी भावना असायला काय हरकत आहे? तू स्वातंत्र्य मानतोस ना? मग माझं भावनेचं स्वातंत्र्य का हिरावून घेतोस?

एरवी मी तरी कशाला हुज्जत घातली असती? तिला वाटतंय ना, मग करायचं ते करू दे म्हणून सरळ तिकडे दुर्लक्ष केलं असतं; पण आतून मला भीती वाटत होती की, तिचं स्वातंत्र्य केवळ भावनेपुरतं मर्यादित राहाणार नव्हतं. मी तिच्यावर स्वामित्वाचा शिक्कामोर्तब करावा, या मागणीपर्यंत ते मजल मारणार होतं.

ॲक्शन एडमधल्याच आमच्या एका नागराज नावाच्या सहकाऱ्याचं लग्न होतं. सकाळी लग्न, लग्नाचं जेवण आणि संध्याकाळी रिसेप्शन! आम्हाला दोन्ही वेळा आमंत्रण होतं.

निर्मला हट्ट धरून बसली की रिसेप्शनला आपण दोघं जोडीनं जाऊ या.

मला धक्का बसला. आजवर चार लोकांत ती कधीच माझ्याबरोबर कुठं गेली नव्हती, वावरली नव्हती. मग आत्ताच हे खूळ तिनं का डोक्यात घ्यावं?

मी म्हटलं – नो वे! मी तुझ्याबरोबर लग्नाला येणार नाही. आधी मी रिसेप्शनला जाणारच नाहीये. सकाळी मुहूर्ताला जाणार आहे. त्या वेळी प्रेमा येणारेय माझ्याबरोबर. मी तिला तसं सांगून ठेवलंय.

प्रेमाला सकाळी घेऊन जा ना. मी नाही कुठं म्हणतेय? मी फक्त संध्याकाळी रिसेप्शनला तुझ्याबरोबर येणारेय. येऊ दे ना मला!

छान! म्हणजे दोन प्रहरी मी दोन वेगवेगळ्या बायकांना घेऊन एकाच मंडपात जाऊ? पाहाणारे मला हसणार नाहीत? मी हसण्यावारी नेण्याचा प्रयत्न केला.

पण निर्मलेचा निर्धार कायम होता. आमच्या संबंधात पुढचं निर्वाणीचं पाऊल उचलायचं, असं तिनं पक्क ठरवलं असावं.

ते काही नाही. आपण जायचं म्हणजे जायचं - तू कबूल करत नसलास, तर मी सकाळी तुझ्याबरोबर प्रेमा असताना लग्नात येईन आणि तुम्हा दोघांना भेटून तमाशा करीन.

प्रकार गंभीर होत चालला होता. मी तिला समजावून देण्याचा प्रयत्न करू लागलो- अग, पण तुझेमाझे संबंध जे आहेत ते आहेत! त्याचं चार लोकांत प्रदर्शन कशाला?

मला चार लोकांनाच कळू द्यायचंय, की मी तुझी आहे. यापुढं सगळ्या मंगलकार्यांना एकत्रच जायचं आपण दोघांनी! आता लोक आपल्याविषयी कुजबुजतात, गायकवाडसारखे लोक भर मिटिंगमध्ये टोमणे मारतात अशा लोकांची तोंडं बंद व्हायला हवीत.

आणि प्रेमाचं काय?

मीही तेच विचारते - प्रेमाचं काय? आज हा प्रश्न धसाला लावायचाच, असं निर्मलेनं ठरवलं असावं. प्रेमाला तू जिथं तिथं नेतोस - ती काय तुझी लग्नाची बायको आहे? तीही दुसरीच्या नवऱ्याबरोबरच राहातेय ना?

असेल. पण आता लोकांनी ॲक्सेप्ट केलंय की, आम्ही नवराबायको म्हणून एकत्र राहातो. संसार करतो. आमचं लग्न झालंय की नाही, हे कोणी विचारायला येत नाही.

आपल्याही बाबतीत लोकांना सवय होईल.

मला ती होऊ द्यायची नाहीये. मी प्रेमाला दुखवणार नाही. मला माझा संसार टिकवायचाय. मी पहिल्यांदाच सांगितलं होतं तुला! या टर्म्सवरच तू माझ्याशी संबंध ठेवलास.

टर्म्स्? नात्यामध्ये टर्म्स् कधी आधी ठरवता येतात? आणि नंतर त्या बदलायच्या नाहीत म्हणून बदलल्याशिवाय राहातात? ती एकदम भावनावश होऊन म्हणाली. कदाचित तिचं म्हणणं बरोबर असेल, कदाचित त्यात स्वार्थ असेल. कदाचित मी विरघळावं, म्हणून ती मुद्दामच भावनावश झाली असेल. काहीही असलं, तरी निदान त्या क्षणी ती जिंकली आणि तेवढ्यापुरता वाद संपला.

मी तिला रिसेप्शनला बरोबर घेऊन जायला कबूल झालो आणि तिथंच मला एका प्रश्नाचं उत्तर मिळालं. बायका समर्पण कां करतात? पुरुषाचं स्वामित्व कां मानतात? त्याच्या नावानं मंगळसूत्र कां बांधतात? त्याची गुलामी कां पत्करतात? केवळ निरपेक्ष त्यागभावनेनं? - निर्मलेच्या बाबतीत तरी याचं उत्तर सरळ होतं. माझी गुलामी पत्करून तिला माझ्यावर मालकी हक्क मिळवायचा होता. तिचं समर्पण हे मला गिळंकृत करण्यासाठी होतं.

सबंध रिसेप्शनभर ती मला एक क्षणभरसुद्धा मोकळं न सोडता चिकटून चिकटून वावरत होती. मधूनमधून सहजच आधारासाठी तिचा हात जायचा तो माझ्या दंडाकडे. शेजारी बसल्यानंतर बोटं माझ्या बोटांशी चाळा करू लागायची. काही सांगताना ओठ कानांच्या अगदी जवळ जात. हे सगळं ती जाहीर प्रदर्शनासाठी करीत होती, अशातला भाग नाही. तिला आजकाल खरोखरच माझ्या शरीराची तेवढी सवय झाली होती. आधारासाठी माझा खांदा, माझा दंड, माझी मांडी यांची गरज वाटू लागली होती. पण चारचौघांत ते प्रयत्नपूर्वक टाळता आलं असतं, ते तिनं टाळलं नाही. माझ्याशी कुठलीही स्त्री आजपर्यंत जाहीरपणे अशी वागली नव्हती. एका परीनं मी त्यामुळं सुखावत होतो आणि त्याच वेळी इतरांच्या नजरा जाणवून अवघडतही होतो.

रिसेप्शन मंडपातून आम्ही बाहेर पडत होतो. गर्द हिरवी गर्भरेशमी साडी (तिचा भरजरी पदर तसाच नेहमीच्या पद्धतीनं अंबाड्यावरून घेतलेला), अंगावर हिऱ्याचे दागिने, (गळ्यात आता मोत्यांमध्ये बसवून घेतलेल्या काळ्या मण्यांचं मंगळसूत्र!) अशा पोशाखात आणि रूप अधिकच रेखीव करणाऱ्या मेकअपमध्ये निर्मला इतकी आकर्षक दिसत होती की, हिला घेऊन आत्ताच शांग्रिलावर जायचं आणि आज मी तिच्या मनासारखं केल्याची वसुली लगेच करायची, असं मी तत्काळ ठरवून टाकलं. नाही म्हटलं तरी सबंध संध्याकाळभर ती जवळजवळ अंगाला अंग घसटून माझ्याबरोबर फिरत असल्यानं, शरीरही आणखी हवं, आणखी जवळ हवं, अशी मागणी करायला लागलं होतं. त्याच तंद्रीत मी मंडपाच्या बाहेर पडताना तिच्या कमरेमागं (असं म्हणायचं, पण थोडा कमरेखालीच) हात टाकला...

आणि त्याच क्षणी मंडपात प्रेमा आणि पान चघळणारी मर्सी यांनी प्रवेश केला.

एकतीस

तू यायचं अचानक कसं ठरवलंस? वगैरे दोन थातुरमातुर वाक्यं प्रेमाशी, बोलून, पकडलं गेल्याचा भाव चेहऱ्यावर अजिबात येऊ न देण्याचा अयशस्वी प्रयत्न करीत, मी आणि निर्मला दारात उभ्या असलेल्या ऑटोमध्ये बसून तिकडून सटकलो. मी शांग्रिलावर जाण्याचा बेत रद्द करून तसाच घरी जाऊन स्फोटाची वाट पाहात बसून राहिलो.

दिवाकरनं दिलेल्या माहितीप्रमाणे, नागराजच्या मामनारच्या बाजूची मंडळी मर्सीच्या ओळखीची होती आणि मर्सीला लग्नाला जाण्याचं आयत्या वेळी सुचल्यामुळं प्रेमा तिच्याबरोबर रिसेप्शनला गेली होती. कदाचित निर्मला माझ्याबरोबर रिसेप्शनला जाणार असल्याची बातमी तिच्याच मैत्रिणींपैकी कोणी प्रेमाला सहज किंवा हेतुपुरस्सर दिली असेल. कारण काहीही असो, पण परिणाम भयंकर होता.

प्रेमा लग्नाहून परत आली ती संतापानं धगधगतच! मी तिचा विश्वासघात केल्याबद्दल ती मला, तोंडाला येईल ते बोलली. तुम्ही मारे समजता, की आपण हिच्यावर उपकार केले, ही उपासानं मरणार होती, त्यातून आपण हिला वाचवलं, म्हणून हिनं कायम आपल्या उपकारातच राहावं आणि आपण करू ते थेर बिनबोभाट सहन करावेत. तुम्ही दिला असेल मला आसरा, घातलं असेल माझ्या पोटाला - पण मी तुम्हाला काहीच दिलं नाही का? रोज रात्री हे शरीर तुम्हाला घासायला देते, त्याचं काहीच नाही का? मी भेटले तेव्हा तुम्ही एकटे पडला होता - मी तुमचा संसार केला, एवढा वाढवला, तुमचं नोकऱ्या सोडणं, पैशांचे हाल, सगळं सगळं सहन केलं... कशासाठी? आता तुम्ही त्या निलाजऱ्या पोरीबरोबर नाचावं, यासाठी? मला माहितेय - तुम्ही मला पिळून घ्याल आणि कोणातरी सटवीच्या नादानं उद्या रस्त्यावर फेकाल.

संतापानं सुरू झालेल्या तिच्या बोलण्याचा शेवट ओक्साबोक्सी रडण्यात झाला. त्या रडण्यात वैफल्य होतं... पण त्याहूनही अधिक तीव्र होती, ती भीतीची

भावना! निर्मलेशी मी लग्न करणार नव्हतो, कारण ते प्रेमाला फसवल्यासारखं झालं असतं; म्हणून पण प्रेमाला हा नैतिक भाग समजत नव्हता. तिला सरळ साधी व्यावहारिक भीती वाटत होती- रस्त्यावर फेकलं जाण्याची!

अशा परिस्थितीत तिची समजूत घालण्याचा प्रयत्न करून काही फायदा नव्हता. उलट माझ्या एका शब्दानंसुद्धा तिचा संतापाचा - दुःखाचा उमाळा अधिक वाढला असता. म्हणून मी काहीच बोललो नाही. उठलो आणि मिस्टर अर्लच्या थडग्यापाशी जाऊन बसलो.

का नव्हतं, आहे या परिस्थितीत, प्रेमाला समाधानानं राहाता येत? की शेवटी समाधान ही एक काल्पनिक आणि म्हणूनच अप्राप्य गोष्ट आहे?

अखेर प्रेमाला काय हवं होतं? - निर्मलेला? - आणि मलाही?

ते कसं सांगणार? कारण माणसाची गरज ही वाढती आणि बदलतीही गोष्ट आहे– प्रेमाला एके काळी नुसतं दोन वेळचं अन्न हवं होतं. कुणाचा तरी आधार हवा होता. आता तिला माझ्यावर संपूर्ण ताबा हवा होता. तिच्याकडे, मुलांकडे, घराकडे पुरेसं लक्ष दिलं; तरीदेखील उरलेल्या फुरसदीच्या वेळात मी बाहेर इकडे तिकडे पाहू नये, असं तिला वाटत होतं. माझ्या मनाचा एक कोपरादेखील, ती, आणखी कोणाला देऊ द्यायला तयार नव्हती.

आणि निर्मला? सुरुवातीला तिला माझा स्नेह हवा होता, नंतर प्रेम हवं होतं, नंतर शरीर - आणि आता - प्रतिष्ठा!

आणि मी? मला काय हवं होतं? तारुण्यात पाऊल ठेवता ठेवताच, स्त्रीदेहाविषयीच्या कुतूहलापाठोपाठ मी त्याच्या आकर्षकपणाच्या प्रचंड गरगरत्या भोवऱ्यात सापडलो. पण श्यामलेच्या बाबतीत तीही भूक मारून संसार टिकवण्याइतपत मी मन मोठं केलं. प्रेमाला तर मी निव्वळ शारीरिक भूक भागवण्यासाठी आधार नक्कीच दिला नव्हता. तिच्या मुलांना मी बापाचं प्रेम देऊ केलं, माणसात आणलं, ते कोणत्या अपेक्षेनं? प्रेमाचं घर न मोडता, पण बुद्धिमान स्त्रीच्या शारीरिक सहवासाचा पराकोटीचा आनंद मिळवण्यासाठी मी निर्मलेशी एक सुंदर पण नियमांपलीकडचं नातं तयार करू पाहत होतो... पण त्याचा तरी शेवट काय होणार होता?

लक्ष्मण गायकवाडनं निर्मलेची माफी मागितली, इथं ते प्रकरण संपलं; पण गायकवाडनं माझ्यावर जो खुन्नस ठेवला, तो कायमचाच!

गायकवाडची ही प्रतिक्रिया समजण्यासारखी होती. पण खुद्द आदित्यदेखील, त्या दिवसापासून, मी त्याच्या विरुद्ध पक्षातला असल्यासारखं वागायला लागला, याचं मला आश्चर्य वाटलं. खरं तर त्या सगळ्या प्रकरणात माझा काय दोष होता? पण

निर्मला फेमिनिस्ट ऑर्गनायझेशनकडे जाईल, असं मी म्हटलं, याचा अर्थ मीच त्याला धमकी देतोय, असा त्यानं करून घेतला. आणि हा आकस ठेवून तो नेहमी माझ्या विरोधात राहू लागला. ॲक्शनेडची जुळी बहीण इंफ्रा, इथं मी को-ऑर्डिनेटर म्हणून काम बघायला लागल्यावर थोड्याच दिवसांनी तो मला म्हणाला – वर्धन, रागावू नकोस. पण टीम मेंबर्स तुझ्यावर नाराज आहेत. तुझा पवित्रा नेहमी नकारात्मक असतो आणि ज्या त्या गोष्टीची तू अति चिकित्सा करतोस, असं त्यांचं म्हणणं आहे. तुझ्याबरोबर सहकार्य करणं त्यांना कठीण जातं–

माझ्या लक्षात येऊ लागलं होतं... ही मी इंफ्रा सोडून जाण्याची नांदी होती. खरं तर नुकतीच चाळिशी उलटल्यानंतर नवीन नोकरी शोधायचा मला उत्साह राहिलेला नव्हता. पगारही आता अडीच हजाराच्या आसपास झाला होता. घर बांधणीसाठी घेतलेली कर्जं फेडणं नुकतंच संपलं होतं. थोडं स्थैर्य येतंयसं वाटत होतं. पण आदित्यानं केलेले आरोप तसेच स्वीकारणंही कठीण होतं. म्हणून मी त्याला म्हटलं –

टीम मेंबर्स माझ्याबरोबर सहकार्य करत नाहीत, यात त्यांचाही काही दोष असेलच, नाही का?

- तो कसा काय?

त्यांची, मी काही सांगितलेलं काहीच ऐकायची तयारी नसते.

- असं का? तुझं सांगणं त्यांना अनरीझनेबल वाटतं, म्हणूनच ना?

नाही, त्यांनी ठरवूनच टाकलंय. इथं तुझ्याशिवाय दुसऱ्या कुणाचंच ऐकायचं नाही.

आदित्य चमकला. माझ्या पायाखालचा एखादा तरी दगड नक्कीच निखळून पडला... तरीही मी बोलत गेलो...

त्यांना माहितेय, तू इथला बॉस आहेस, तुझी मर्जी राखली की सगळी कामं होतात. माझं सांगणं ऐकून त्यांचा काय फायदा?

आदित्यानं रॉसिल्कच्या झब्ब्याच्या खिशातून रुमाल काढला आणि तो मानेवरचा घाम टिपत मला म्हणाला, तू फार स्पष्ट बोलतोस वर्धन. वेळकाळ न पाहता मनाला येईल ते बोलून टाकतोस. आजच्या जगात अशा ब्लन्टनेसमुळं प्रॉब्लेम्स होतात. जरा टॅक्ट वापरून काम करून घ्यायला शीक. तू सगळ्या टीम मेंबर्सकडे स्पष्टीकरणं मागतोस. त्यांना स्वत:च्या वागण्याची स्पष्टीकरणं देतोस. गरज काय त्याची? ते काय तुझ्या बरोबरीचे आहेत?

मला असा दुटप्पीपणा जमत नाही आदित्य. आता माझ्या पायाखालचे सगळेच दगड गदागदा हलत होते – आपल्या संस्थेत आत एक, बाहेर एक कशाला? गुप्तपणा कशाला? डेमोक्रॅटिक संस्था आहे ना आपली? मग सगळे

बरोबरीचे का नाहीत? आपण स्वत:ला उच्च आणि त्यांना हलकं का समजावं?

कारण - रुमाल झब्ब्याच्या खिशात टाकत आदित्य म्हणाला – या संस्थांमध्ये जगण्याचा तो एकच मार्ग असतो. सर्व्हायव्हल, वर्धन, सर्व्हायव्हल!

आमच्या तिन्ही संस्थांचे मिळून एक इंटरनॅशनल डायरेक्टर रिप हॉडसन, बरोबर तीनचार माणसं घेऊन हॉलंडहून यायचे होते. खाटमांडूमध्ये त्यांच्या उपस्थितीत एक सेमिनार व्हायचा होता. सेमिनारसाठी मी तयार केलेला पेपर आदित्याकडे वाचण्यासाठी आणि रिमार्क्स करण्यासाठी पाठवला होता.

आदित्यानं मला त्याच्या कॅबिनमध्ये बोलावून घेतलं.

ड्रॉवरमधून सिगरेट पेपर काढत तो मला म्हणाला, तुझ्या पेपरविषयी बोलायचं आहे.

कसा वाटला? मी विचारलं.

त्यातली भाषा थोडी बदलायला हवी. त्यानं ड्रॉवरमधून तंबाखूचा डबा काढला.

का? आपली डेव्हलपमेंटची सगळी जार्गन मी वापरलीच आहे त्यात!

ती भाषा नाही म्हणत मी. तुझा ॲटिट्यूड! - बोलायचं थांबून आदित्यानं तंबाखू अगदी काळजीपूर्वक पेपरवर ओतला. फार मौल्यवान असायचा हा तंबाखू - मला माहीत होतं - कारण त्यात मर्यादित प्रमाणात हाशिश मिसळलेला असायचा. सिगरेट पेपर जिभेनं चाटून, मग हातानं त्याची सिगरेट तयार करत आदित्य म्हणाला - तुला बेसिक इश्यूच समजला नाहीये असं वाटतंय. तू सजेस्ट केलयंस, की खेड्यापाड्यांमधून आपण जे उद्योगधंदे सुरू केलेत, ते वाढवायला पाहिजेत.

हो - आपल्या योजनेखालच्या गावामधल्या कॉटेज इंडस्ट्रीजमधून जवळजवळ तीस हजार तरुण मुलं काम करताहेत. या इंडस्ट्रीज वाढवण्याची वचनं दिलीयत आपण त्यांना वेळोवेळी. ती पाळायला नकोत?

रिप हॉडसन कशासाठी येतोय माहितेय? लायटरनं सिगरेट पेटवून एक झुरका मारत आदित्य म्हणाला - सगळे लहान कार्यक्रम स्क्रॅप करून टाकायचे, असं नवीन धोरण आहे फंडिंग एजन्सीचं!

पण तीस हजार तरुणांना आपण आशा लावून ठेवलीये - त्यांनी कुठं जायचं?

सिगरेटचे झुरके घेत, समाधीत गेल्यासारखं आढ्याकडे पाहात आदित्य म्हणाला – थिंक बिग, माय फ्रेंड! छोट्या छोट्या गोष्टी डोक्यातून काढून टाक. तरच तुझी प्रगती होईल. नव्या धोरणात अधिक मोठे प्रोजेक्ट्स आहेत - अधिक लोकांचं कल्याण आहे- अधिक प्रगती आहे - अधिक पैसा आहे! मच मच बिगर मनी! आपले फंड्स एकदम दहापट वाढण्याची शक्यता आहे नव्या प्रपोजलमध्ये!

मी काहीच बोललो नाही. आदित्य म्हणाला - सेमिनारला अजून दोन आठवडे आहेत. सर्वांचे पेपर्स प्रिंट व्हायला चार दिवस! तुला अजून पेपर फायनलाइज करायला सात-आठ दिवस सहज मिळतील! गो अहेड! ओकेऽ?

तो झुरक्यावर झुरके मारू लागला. मी त्याच्या कॅबिनच्या बाहेर आलो.

माझ्या कॅबिनमध्ये एक मध्यमवयीन गृहस्थ माझी वाट पाहात बसला होता.

अंगात तलम सिल्कचा सदरा, जरीकाठी धोतर, हातात सोन्याचं घड्याळ आणि कपाळभर गंध असा खानदानी अवतार होता त्या गृहस्थाचा.

नमस्कारम्. आदबशीरपणे तो गृहस्थ म्हणाला – माझं नाव बाळकृष्ण कन्ननोर. मी निर्मलेचा थोरला भाऊ.

अरे वा - ग्लॅड टू सी यू. मी नेतो तुम्हाला तिच्याकडे.

नको - मी तुम्हालाच भेटायला आलोय. तुमची हरकत नसेल, तर बाहेर जाऊ या आपण कुठंतरी. त्याला घेऊन फातिमा कॅफेमध्ये गेलो. म्हटलं – बोला निवांतपणी.

निर्मलेचं लग्न जुळवण्याचा प्रयत्न करतोय आम्ही. पण तिचं म्हणणं असं, की तुम्हीच हवे आहात. आमचं कुटुंब तसं पुढारलेल्या विचारांचं आहे. आम्हाला निर्मलेवर कुठलीही जबरदस्ती करायची नाही. तिनं तुमच्याशी लग्न करायलाही आपली काही हरकत नव्हती. पण तुमचं एक लग्न झालंय. शिवाय तुम्ही दुसराही एक संसार करता, अशी माहिती मिळालीये. म्हणजे तुम्ही निर्मलेशी लग्न करू शकत नाही. तशी सक्ती आम्हीही तुमच्यावर करणार नाही. पण यातून मार्ग काढायला आम्हाला मदत करा.

गृहस्थ इतक्या समजूतदारपणे आणि शांतपणे बोलत होता, की त्याला मदत करणं हे आपलं कर्तव्यच वाटत होतं. पण मी काय करू शकत होतो?

तुम्ही तिची समजूत घाला. बाळकृष्ण म्हणाला. तिला असं पटवून द्या - की दुसऱ्या कुणातरी चांगल्या मुलाशी तिनं लग्न करावं. आमचं कुणाचं ती ऐकत नाही. पण तुमचं नक्की ऐकेल.

हे मी करीन, असा विश्वास तुम्हाला कां वाटला?

तिनं आम्हांला सांगितलंय, की तुम्ही एक थरो जंटलमन आहात.

समजा, तिनं माझंही नाही ऐकलं... किंवा मीच सांगताना कुचराई केली - तर तुम्हाला तिच्याशी लग्न करावं लागेल.

असं ठामपणे सांगून बाळकृष्ण कन्ननोर खुर्चीवरून उठला.

दुसऱ्या दिवशी मी घरी सांगितलं की, मी रात्री येणार नाही, मित्राकडेच

राहाणार आहे. कुठं राहाणार आहे, ते प्रेमानं ओळखलं. पण आजकाल तिनं माझ्याशी बोलणंच टाकलं होतं. मीदेखील लपवाछपवी करणं आता सोडून दिलं होतं. (शिवाय अनंतपूरचा प्रकल्पही आता पुरा झालेला होता.)

मी शांग्रिलावर गेलो, तेव्हा निर्मला एकटीच होती. बाळकृष्ण सकाळीच निघून गेला होता.

मला पाहताच निर्मला रडायला लागली. मी गप्प बसून होतो.

रडण्याचा आवेग ओसरल्यावर ती म्हणाली, तू कशासाठी आलायस ते मला ठाऊकेय. बाळकृष्ण तुला भेटून गेला, होय ना? आणि ती पुन्हा नि:शब्दपणे आसवं गाळू लागली.

मला त्यांचं म्हणणं पटतं निर्मला. आपलं लग्न होऊ शकणार नाही. उगाच तू माझ्यासाठी आपलं तारुण्य जाळत राहण्यात काय मतलब आहे? तुझ्यासारख्या गुणी मुलीला कितीही चांगला तरुण मिळेल. तुला सुखात ठेवील असा!

तिनं नुसता हात वर उचलला. बस बस अशा अर्थी.

मी म्हटलं, निर्मला - उद्यापासून मी इथं येणार नाही. कधीच नाही.

का? तू बाळकृष्णाला तसं वचन दिलंस?

प्रत्यक्ष दिलं नाही - पण निर्मला, तो माणूस इतका सज्जन आहे, की त्याचं मन मोडवणार नाही मला. तुझ्याविषयीची त्याची तळमळदेखील इतकी प्रामाणिक आहे - तू ऐक निर्मल त्याचं.

मग ती दिवाणावर बसली होती, तिथून उठली आणि हॉलमध्ये जाऊन मधून मधून डोळे टिपतच ग्लासेस भरू लागली.

मी तिच्यामागून आत गेलो. तिला म्हटलं – निर्मला, आजची आपली शेवटची रात्र! ती रडण्यात, रुसण्यात नको काढूया. आनंदात घालवूया. आपल्या लक्षात कायमची राहील, इतकी सुंदर रंगवूया.

निर्मला काहीच बोलली नाही, मात्र तिनं प्लेअरवरची सारंगीची रेकॉर्ड काढून टाकली आणि वॉल्ट्झचं आनंदी संगीत लावलं.

त्या रात्री ती अगदी पक्कं ठरवल्याप्रमाणे एकदाही रडली नाही. तिनं हुंदके दिले नाहीत, की उसासे सोडले नाहीत. पण माझ्या शरीराला ती जो प्रतिसाद देत होती, तो मात्र कधीही अनुभवला नाही इतका विलक्षण होता. मी आता परत भेटणार नाही, म्हणून माझं सबंध शरीरच जसं काही ती स्वत:च्या शरीरात कायमचं बंदिस्त करून ठेवू पाहात होती. मी क्षणभर बाजूला झालो, तर लगेच मला परत कवटाळत होती. माझ्या शरीराचा कणनूकण नाइट लॅम्पच्या निळसर गूढ प्रकाशात दृष्टीनं आणि स्पर्शानं पुन्हापुन्हा अखेरचा न्याहाळून घेत होती - त्यानं मनात अमर

व्हावं म्हणून! आजवर रतिसुखाचा एखादाही क्षण वाया गेला असेल, तर ती परत मिळवण्यासाठी ती आज झगडत होती. हीच रात्र आता उरलेला जन्म प्रत्येक रात्री आपल्याला फुलवायची आहे, अशा भावनेनं सुखाचा क्षणन्‌क्षण शरीराच्या अंतर्भागात खोल खोल उतरवून घेत होती. तिची ही उत्कटताच तिच्या अश्रूंपेक्षा कितीतरी अधिक दु:ख बोलून दाखवत होती.

शक्य असतं, तर आज आम्ही दोघांनीही पहाट होऊ दिली नसती. पण आमच्या नकळत केव्हा तरी ती उजाडली. आणि यथावकाश तिचं कोवळेपणही संपून रोखठोक दिवसाचा भगभगीत प्रकाश आत शिरला.

अंगावर वस्त्र चढवण्याची घाई न करता निर्मला तशीच बिछान्यात बसून राहिली.

मी तिच्या शेजारी उठून बसलो आणि हलकेच तिच्या उघड्या खांद्यावर ओठ टेकत म्हटलं - निर्मल... निर्मल... निर्मल...

मी तुझ्यावर कधीच रागावू शकणार नाही वर्धन. ती खाली पाहात म्हणाली - आणि जगावर रागावण्याचा काही उपयोग नाही! काहीतरी आशा धरली, ती वेडेपणाची होती. हेही मी समजून घेतलंय. पण आता मी पूर्वीची निर्मल राहणार नाही एवढं. मी आज नोकरीचा राजीनामा देतेय. उद्या मी आमच्या गावाला जाणार! तिथं जो पहिला तरुण भेटेल त्याच्याशी लग्न करणार! मला त्याला आधी पाहायचं नाही, की त्याच्याशी बोलायचं नाही. मी त्याच्याशी फक्त लग्न करीन.

तिनं तिथलीच एक शाल उचलली आणि ती सैलपणे अंगाभोवती टाकून ती बेडरूममधून बाहेर पडली.

आणखी आठवडाभरानं आदित्यानं मला त्याच्या कॅबिनमध्ये बोलावून विचारलं, - पेपरमध्ये चेंजेस केलेस?

नाही – मी म्हणालो. सेमिनारमध्ये तो पेपर आहे तसाच वाचायचं ठरवलंय. रिप हॉडसनला काय घ्यायचा तो निर्णय घेऊ दे - पण तीस हजार मुलांच्या भवितव्याची दखल अजिबात घ्यायची नाही, असं नाही मला करता येणार.

इन् दॅट केस - आदित्यानं एक टाइपरिटन कागद माझ्या हातात ठेवला. यू वोन्ट माइन्ड साइनिंग धिस!

मी वाचू लागलो. ते पत्र संस्थाप्रमुखाला उद्देशून लिहिलेलं होतं. डिअर सर, आय हिअर बाय विश टू रिझाइन.

मी घरी आलो, तेव्हा काळा कोट घातलेला एक जाडसर गृहस्थ बाहेरच्या खोलीत बसले होते.

त्यांच्या समोरच्या खुर्चीत, शरीरानं आता हळूहळू आईच्या वळणावर जाऊ लागलेली प्रेमा बसली होती. मर्सी नेहमीप्रमाणे जमिनीवर आपल्या अस्ताव्यस्त शरीराची फतकल मारून पानाचे विडे तयार करीत होती.

त्या तिघांची जोरजोरात काहीतरी चर्चा चालली होती. मला पाहताच ती तिघंही एकदम गप्प झाली. मग प्रेमा त्या जाडसर गृहस्थांना म्हणाली – हे वर्धन.

त्या गृहस्थानं 'हलो' म्हटल्यासारखी मान हलवली. मग मला म्हणाला – बरं झालं आपण भेटलात. आपल्याकडेच काम होतं.

आपण कोण? मी त्याला विचारलं.

मी यांचा वकील म्हणून आलोय. त्यानं प्रेमाकडे बोट दाखवलं.

हिचा वकील -?

घाबरू नका. काहीही विशेष गंभीर झालेलं नाहीये. तुमचं आणि यांचं रीतसर लग्न झालेलं नाही ना? तेव्हा कायद्याप्रमाणे तुमच्या इस्टेटीवर यांचा हक्क पोचत नाही. खरं की नाही?

मी यांत्रिकपणे मान हलवली. काय चाललंय, हे अजून माझ्या नीटसं लक्षात येत नव्हतं.

त्यामुळं यांना इनसिक्युअर वाटणं स्वाभाविक आहे. आफ्टर ऑल, उद्या तुम्हाला यांचा कंटाळा आला किंवा तुमचा दुसरा एखादा घरोबा जुळला - तशी शक्यता आहे, असंही मला सांगण्यात आलं - एनी वे, त्या परिस्थितीत तुम्ही यांना घरातून बाहेर काढलंत, तर यांनी उतारवयात जायचं कुठं? शिवाय यांच्यावर अम्माची जबाबदारी आहेच.

हे सांगण्यासाठी - प्रेमानं वकील...

मी तिला घरातून बाहेर काढणार नाही. कुठल्याही परिस्थितीत!

ते तर झालंच हो - आफ्टर ऑल, त्या कायद्यानं नसल्या तरी, फॉर ऑल प्रॅक्टिकल परपजेस, तुमच्या पत्नीच आहेत. पण कुणाचं मन केव्हा बदलेल सांगता येतं?

मग - मी काय करू? हिच्या नावावर करायला माझ्याकडे इस्टेटबिस्टेट काही नाही- मी उगाचच हसत म्हटलं.

त्याची कल्पना आहे मला. वकील माझं हसणं उडवून लावत विलक्षण गंभीरपणानं म्हणाले. म्हणून तुम्ही राहतं घर त्यांच्या नावावर करावं, असं बाईंचं म्हणणं आहे, म्हणजे तुम्ही हयात असेपर्यंत त्यात राहू शकालच, पण त्याची मालकी बाईंकडे राहील. तुमचे - या घरावरच्या कर्जाचे हप्ते नुकतेच संपलेत, आणि आता ते पूर्णपणे तुमच्या ताब्यात आलंय - तेव्हा आता ते यांच्या नावावर करायला -

मला वकीलमहाशयांचे पुढचे शब्दच ऐकू येत नव्हते. माझ्या डोक्यात स्फोट उडत होते... सगळ्या निष्ठांचे, सगळ्या विश्वासांचे, प्रेमाचे, सहानुभूतीचे, माणुसकीचे प्रचंड स्फोट...

मी लिहून आणलाय त्याचा ड्राफ्ट. तुम्ही हा फक्त अ‍ॅप्रूव्ह करा.

त्या दिवशी माझ्यासमोर असलेला तो दुसरा टाईपरिटन कागद होता. त्याच्यावरून ओझरती नजर फिरवली.

घरच हवंय ना तिला? मी वकिलाच्या आरपार पाहात म्हटलं - देऊन टाकलं!

त्यांनी पुढं केलेलं पेन घेऊन मी भरकन त्यांनी दाखवलेल्या ठिकाणी सही करून टाकली. आणि घराबाहेर पडलो -

कुठं निघालात? मरूपडि अ‍ॅप्पो वरूवीर्गळ? परत केव्हा येणार? - असं कुणीतरी विचारलेलं पुसटसं ऐकू आलं...

अंगणात दिवाकर खेळत होता. मी त्याला गच्च पकडून त्याचा मुका घेतला.

त्याचा खेळ थांबवला म्हणून तो चिडून नींगळ - पोंगळ असं बोलला, ते अंधुकसं कळलं.

मी सिमेटरीशी गेलो. थिएटर अर्लच्या दगडाजवळ उभा राहिलो आणि त्याला म्हटलं - गुड बाय मिस्टर अर्ल. नाइस मीटिंग यू...

तिथून चालत मी कुठं गेलो मला काहीच आठवत नाही... सगळी संवेदना बधिर झाली होती... फक्त एवढंच आठवत होतं की जमिनीवर वर्तमानपत्रांची रद्दी पसरलेली आहे.. त्यावर कुणाची तरी एक साडी अंथरलेली आहे... बाहेर पाऊस कोसळतो आहे... आणि रात्र ओलीचिंब झाली आहे...

थोड्या वेळानं एकेक संवेदना परत येऊ लागली. सगळं नीट समजायला लागलं... लक्षात आलं, की पुन्हा एकदा आपण पूर्वीसारखेच कोरे, अगदी कोरे करकरीत झालो आहोत... आपला भूतकाळ पुन्हा एकदा पूर्ण नाहीसा झालेला आहे!

आपली बायको... आपली नोकरी... आपलं संपूर्ण सामानासकटचं घर... पुन्हा एकदा हे सगळं एखाद्या शापानं नाहीसं व्हावं, तसं गेलेलं आहे... आता आपल्याकडे काहीही नाही...

नाही कसं? मी खिशात हात घातला. हाताला थोडेसे पैसे लागले. मी ते बाहेर काढून पाहिले.

लो अँड बिशल्ड! ते बरोब्बर पाच रुपये तीस पैसे होते. प्रेमाबरोबर व्हाइट फील्डमध्ये पहिल्यांदा आलो, तेव्हा होते - नेमके तेवढेच! हसू आलं...

आणि हसता हसता एकदम लक्षात आलं - की आता आपण मोकळे आहोत! स्वतंत्र आहोत! प्रेमाला तिच्या त्या घरात राहण्यासाठी सुखानं सोडून आलो आहोत. तिच्या सुंदरनं तिला जेवढे पैसे दिले, त्यापेक्षा अधिक किमतीचं घर - नो आय वॉज

रॉंग! आय वॉज बिइंग अनफेअर टू सुंदर! त्यानं तिला दोन मुलगे दिले - मी काय दिलं?

अंहं! सेल्फ पिटीचा ॲटॅक येऊ देऊ नका. निर्मला म्हणाली.

मी लगेच सावरलो. हवी आहे कशाला सेल्फ-पिटी? आता निर्मला माझ्याबरोबर आहे... येस, मी तिला आता अभिमानानं सांगू शकतो - प्रेमाला मी नको होतो. घर हवं होतं. मी ते तिला देऊन टाकलं. आता मी तिचं काही देणं लागत नाही. आता मी दुसऱ्या कुणाचाही होऊ शकतो. तुझा होऊ शकतो. आपण नवं घर थाटू. नवा संसार करू. माझं आयुष्य पुन्हा एकदा नव्यानं सुरू होईल... तुझ्याबरोबर...

तिथून सरळ इंफ्राच्या ऑफिसात गेलो. ऑफिसात फक्त वॉचमन होता. मला रात्री आलेलं पाहून त्याला आश्चर्य वाटलं.

एक फोन करायचा होता. अर्जंट एसटीडी. कन्ननोर गावाला.

त्यानंच फोन लावून दिला.

फोन निर्मलानंच घेतला.

हॅलो निर्मल - मी वर्धन बोलतोय. हाऊ आर यू?

फाइन, वर्धन! तिचा स्वर एकदम आनंदानं उचंबळून आला. मला वाटलंच होतं – तू माझी चौकशी करायला फोन करशील, असं! कारण... इतक्या वाईट मूडमध्ये बंगलोर सोडलं होतं.

मग - आता तो सुधारला?

हो - खूपच! बरं झालं तू फोन केलास ते. तुला एक न्यूज द्यायची होती. बाळकृष्णानं बघितलेल्या मुलाशी माझी एन्गेजमेंट झाली, कालच. प्रभाकरन म्हणून आहे - जर्नालिस्ट आहे. युकेत सेटल् झालाय. चांगला असावा. निदान सोबर वाटतो.

बेस्ट ऑफ लक निर्मल! आय ॲम व्हेरी हॅपी!

पुढच्या महिन्यात आहे लग्न? तू यायचंस हं लग्नासाठी कन्ननोरला. प्रेमाला घेऊन!

हॅलो - हॅलो -

मी फोन खाली ठेवला.

आणि - आणि एकदम माझ्या मागेच सळसळ ऐकू आली...

मी दचकून मागं पाहिलं. पण तोवर त्यानं माझ्या अंगाभोवती हळूहळू वेटोळं घालायला सुरुवात केली होती.

छे - हा भास! नक्की भासच! नाही तर इंफ्राच्या ऑफीसमध्ये कुठून येणार काळा सर्प?

पण हा वॉचमन नुसता बघत का उभा? माझ्या मदतीला पुढं का नाही होत तो?

कसंबसं मी अंगावरचं ते काळं धूड झटकलं आणि धाडधाड पायऱ्या ओलांडत जिना उतरून खाली आलो...

तर पुन्हा ते समोरच फणा काढून उभं...

मी जीव घेऊन पळत सुटलो... रस्त्यातून... धावत्या गाड्यांसमोरून... जीव वाचवण्यासाठी... पळत सुटलो...

कुण्डिमेल मच्चम् उळळ्वन् निरैय्य आसनंगळिल उत्कारुवालनु अदेमादिरी सुन्निमेल मच्चम् उळ्ळ आण् वेवेर पेणूगळे उपभोगुवान्

अशी आमच्याकडे एक म्हण आहे. तिचा अर्थ असा, की ज्याच्या ढुंगणावर तीळ असतो, त्या पुरुषाला अनेक नोकऱ्या बदलाव्या लागतात, आणि ज्याच्या लिंगावर तीळ असतो, त्याच्या नशिबी अनेक स्त्रियांचा भोग असतो...

* * *